சுயஒழுங்கே தலைவிதியைத் தீர்மானிக்கும்

சுயஒழுங்கே தலைவிதியைத் தீர்மானிக்கும்

சுயகட்டுப்பாட்டின் அளப்பரிய சக்தி

ரயன் ஹாலிடே

மொழிபெயர்ப்பு:

PSV குமாரசாமி

(100-வது மொழிபெயர்ப்பு நூல்)

MANJUL

மஞ்சுள் பப்ளிஷிங் ஹவுஸ்

First published in India by

MANJUL

Manjul Publishing House
Corporate and Editorial Office
• 2nd Floor, Usha Preet Complex, 42 Malviya Nagar, Bhopal 462 003 – India
Sales and Marketing Office
• C-16, Sector 3, Noida, Uttar Pradesh 201301 – India
Website: www.manjulindia.com
Distribution Centres
Ahmedabad, Bengaluru, Kochi, Kolkata, Chennai,
Hyderabad, Mumbai, New Delhi, Pune

Tamil translation of
Discipline is Destiny-the Power of Self-Contro by *Ryan Holiday*

This edition published by arrangement with Portfolio, an imprint of Penguin Publishing Group, a division of Penguin Random House LLC

This tamil edition first published in 2025
Second impression 2026

ISBN 978-93-5543-353-4

Translated by: PSV Kumarasamy
Edited by - Nagalakshmi Shanmugam
Layout by - Manoranjan Kumar

Printed and bound in India by Repro India Ltd.

தீயவற்றில் ஈடுபடாமல் நம்மைக் கட்டுப்படுத்திக் கொள்வதற்கும், நல்லவற்றில் ஈடுபடுவதற்கும், நாம் இரண்டு முக்கிய அம்சங்களை இதயபூர்வமாக உள்வாங்கிக் கொண்டு அவற்றை மதித்து நடக்க வேண்டும். ஒன்று, விடாமுயற்சி. மற்றொன்று, எதிர்த்து நிற்றல்.

— எபிக்டெட்டஸ்

மஞ்சுள் பப்ளிஷிங் ஹவுஸ்

வெளியிட்டுள்ள

ரயன் ஹாலிடேயின்

பிற தமிழ் மொழிபெயர்ப்பு நூல்கள்

1. **தடைக்கற்களே வெற்றிக்கான படிக்கட்டுகள்**
2. **அகங்காரமே உங்கள் எதிரி**
3. **துணிவு விடுக்கும் தூது**

உள்ளடக்கம்

நுழையுமுன் 11

முன்னுரை 17

பகுதி 1: உடல்

உடல்மீது ஆதிக்கம் செலுத்துதல்... 29

வைகறைத் துயிலெழு 46

கடும் முயற்சி தேவைப்படுகின்ற வாழ்க்கையே சிறந்த வாழ்க்கை 52

அடிமையாக இருத்தலை விட்டொழியுங்கள் 60

தேவையற்றதைத் தவிர்த்துவிடுங்கள் 66

உங்கள் மேசையை ஒழுங்குடன் வைத்துக் கொள்ளுங்கள் 71

தலைகாட்டுதல் 76

அற்ப விஷயங்களுக்கும் அலட்டிக் கொள்ளுங்கள் 81

வேகம், வேகம், வேகம் 85

பதுங்குங்கள்... பாய்வதற்காக 89

பயிற்சி செய்யுங்கள்... பின் மேலும் பயிற்சி செய்யுங்கள் 93

வேலையில் ஈடுபடுங்கள் 97

வெற்றிக்கு உத்தரவாதமளிக்கின்ற உடைகளை உடுத்துங்கள் 102

அசௌகரியத்தை நாடுங்கள் 107

சுமையை நிர்வகியுங்கள் 112

தூக்கம் நடத்தையின் ஒரு வெளிப்பாடு 118

உங்களால் எவற்றைத் தாக்குப்பிடிக்க முடியும்? 122

உடலைத் தாண்டி... 128

பகுதி 2: மனம்

மனத்தின்மீது ஆதிக்கம் செலுத்துதல் 133

அனைத்தையும் இப்படிப் பாருங்கள் 147

முக்கியமான விஷயத்தை முக்கியமானதாகவே வைத்திருங்கள் 152

கவனக்குவிப்பு, கவனக்குவிப்பு, கவனக்குவிப்பு 159

இந்த இனிப்புக் கனிக்காகக் காத்திருங்கள் 164

கச்சிதம் ஒரு தீய பழக்கம் 169

கடினமான விஷயங்களை முதலில் செய்து முடித்துவிடுங்கள் 174

உங்களால் மீண்டெழ முடியுமா? 178

வலிக்கு எதிரான போராட்டம் 184

இன்பத்திற்கு எதிரான போராட்டம் 190

வம்புக்கு இழுத்தால் விட்டுவிடாதீர்கள் 196

இந்தப் பைத்தியக்காரத்தனம் குறித்து எச்சரிக்கையாக இருங்கள் 202

மௌனமே பலம் 208

எடுத்த எடுப்பிலேயே வெடித்துவிடாதீர்கள் 213

உங்களுடைய இலட்சியத்திற்குக் கடிவாளமிடுங்கள் 218

பணம் ஓர் ஆபத்தான கருவி 224

தினந்தோறும் மேம்பட்டுக் கொண்டேயிருங்கள் 231

சுமையைப் பகிர்ந்து கொள்ளுங்கள் 237

நேரத்தை மதியுங்கள் 244

வரம்பெல்லைகளை வகுத்துக் கொள்ளுங்கள் 249

உங்களால் முடிந்த அளவு சிறப்பாகச் செயல்படுங்கள் 256

மனத்தைத் தாண்டி... 262

பகுதி 3: ஆத்மா

ஆத்மாமீது ஆதிக்கம் செலுத்துதல் 267

உங்களிடம் கடுமையாகவும் பிறரிடம் சகிப்புத்தன்மையுடனும் நடந்து கொள்ளுங்கள் 288

மற்றவர்களை மேம்படுத்துங்கள் 295

நெருக்கடியான சூழ்நிலையிலும் கண்ணியமாக நடந்து கொள்ளுங்கள் 300

பிறருடைய சுமையை உங்களுடைய தோளுக்கு மாற்றிக் கொள்ளுங்கள் 306

உங்களிடம் பரிவாக நடந்து கொள்ளுங்கள் 311

அதிகாரத் துறப்பின் சக்தி 315

மறுகன்னத்தைக் காட்டுங்கள் 321

வெளியேறுவதற்கான ஓர் உபாயம் 326

தாங்கிக் கொள்ள முடியாதவற்றைத் தாங்கிக் கொள்ளுங்கள்	332
ஆகச் சிறந்தவராக இருங்கள்	337
நெகிழ்வே வலிமை	342
வெற்றியால் மாறாதிருத்தல்	347
சுயகட்டுப்பாடே நல்லொழுக்கம்	352
முடிவுரை	357
நன்றியுரை	369
மொழிபெயர்ப்பாளரைப் பற்றி	371
நூலாசிரியரைப் பற்றி	372

நுழையுமுன்

மிக மிக நீண்டகாலத்திற்கு முன்பு, ஹெர்குலிஸ் அந்தச் சாலையில் வந்து கொண்டிருந்தபோது அது ஓரிடத்தில் இரண்டாகப் பிரிந்தது.

பைன் மரக் காடுகள் அணிவகுத்து நின்ற அந்த வனப்பகுதியில், அந்தக் கிரேக்கக் கதாநாயகன் முதன்முதலாக ஒரு முக்கியமான தீர்மானத்தை எடுக்க வேண்டிய நிலைக்குத் தள்ளப்பட்டான்.

துல்லியமாக அது எந்த இடம் என்பதோ அல்லது எப்போது என்பதோ எவருக்கும் தெரியாது. அந்தக் கணத்தைப் பற்றி நாம் சாக்ரடீஸின் கதைகளிலிருந்து படித்திருக்கிறோம். ஐரோப்பிய மறுமலர்ச்சிக்காலக் கலைப்படைப்புகள் அதை அழகாகப் படம் பிடித்துள்ளதை நாம் பார்த்திருக்கிறோம். யோஹன் செபாஸ்டியன் பாக்கின் நாடகக் கதைப் பாடலில் அவனுடைய ஆற்றலும் வேதனையும் வெளிப்பட்டிருந்ததை நாம் கேட்டிருக்கிறோம். 1776 இல் ஜான் ஆடம்ஸ் முன்மொழிந்த யோசனை ஒப்புக் கொள்ளப்பட்டிருந்திருக்கும் பட்சத்தில், அமெரிக்க அரசின் அதிகாரபூர்வமான இலச்சினையில், ஹெர்குலிஸ் இப்படிப்பட்டதொரு சந்தியில் நின்று கொண்டிருக்கின்ற ஒரு காட்சி இடம்பெற்றிருந்திருக்கும்.

ஹெர்குலிஸ், வரலாற்றில் அழியாப் புகழ் ஈட்டுவதற்கு முன்பாக, அவன் அந்தப் பன்னிரு

பணிகளைத் தொடங்குவதற்கு முன்பாக, அவன் இந்த உலகையே புரட்டிப் போடுவதற்கு முன்பாக, அவன் அந்த இடத்தில் தன் வாழ்வின் மிக முக்கியமானதொரு நெருக்கடியை எதிர்கொண்டான். நாம் நம்முடைய வாழ்க்கையில் பொதுவாக எதிர்கொள்கின்ற சவால்களுக்கு ஒப்பானதுதான் அதுவும்.

அவன் எங்குச் சென்று கொண்டிருந்தான்? எங்குப் போக முயற்சி செய்து கொண்டிருந்தான்? கதையின் நோக்கமே அதுதான். அப்போது அவன், நம்மில் பெரும்பாலானோரைப்போல, என்ன செய்வதென்று தெரியாத உறுதியற்ற நிலையில் தனியாக இருந்தான்.

அந்தச் சாலை இரண்டாகப் பிரிந்த இடத்தின் ஒரு பக்கமாக ஓர் அழகான தேவதை நின்று கொண்டிருந்தாள். நேர்த்தியாக உடையணிந்திருந்த அவள், ஹெர்குலிஸ் தன்னைப் பின்தொடர்ந்து வந்தால் அவன் இனியும் தன் வாழ்க்கையில் பயம், வலி, மகிழ்ச்சியின்மை போன்றவற்றை ஒருபோதும் சந்திக்க வேண்டியிருக்காது என்றும், அவனுடைய ஒவ்வோர் ஆசையும் பூர்த்தியாகும் என்றும், ஒட்டுமொத்தத்தில் அவனுடைய வாழ்க்கை இலகுவாகவும் சௌகரியமாகவும் இருக்கும் என்றும் அவனிடம் கூறினாள்.

அந்தச் சாலையின் மறுபுறத்தில், கறாரான தோற்றத்தில் இருந்த மற்றொரு தேவதை நின்று கொண்டிருந்தாள். தூய வெண்ணிற ஆடை அணிந்திருந்த அவள், ஹெர்குலிஸ் தன்னைப் பின்தொடர்ந்து வந்தால் வாழ்க்கை கடினமானதாக இருக்கும் என்றும், அவன் பல தியாகங்களைச் செய்ய வேண்டியிருக்கும் என்றும், பயமுறுத்தக்கூடிய பல கணங்கள் அதில் இருக்கும் என்றும் அவனிடம் தெரிவித்தாள். ஆனால், அந்த வாழ்க்கை ஒரு கடவுளின் வாழ்க்கைக்கு ஒப்பானதாக இருக்கும் என்றும், அவனுடைய முன்னோர்கள் அவனிடம் எதிர்பார்த்திருந்ததொரு வாழ்க்கையாக அது இருக்கும் என்றும் அவள் அவனுக்கு உறுதியளித்தாள்.

இது ஓர் உண்மையான கதையா? இது உண்மையிலேயே நிகழ்ந்ததா?

இது ஒரு தொன்மக்கதையாக இருந்தால், இது முக்கியமானதா?

ஆமாம். முக்கியமானதுதான். ஏனெனில், இது நம்மைப் பற்றிய கதை.

இது நம்முடைய தடுமாற்றத்தைப் பற்றியது. ஹெர்குலிஸைப்போலவே, இரண்டாகப் பிரிகின்ற ஒரு சாலையில் நாம் நிற்பதைப் பற்றியது இது.

ஹெர்குலிஸைப் பொறுத்தவரை, இது நல்லொழுக்கத்திற்கும் தீயொழுக்கத்திற்கும் இடையே ஒன்றைத் தேர்ந்தெடுப்பதைப் பற்றியது. இலகுவான பாதை, கடினமான பாதை ஆகிய இரண்டில் ஒன்றைத் தேர்ந்தெடுப்பதைப் பற்றியது. எண்ணற்றோர் பயணப்பட்டிருந்த பாதை, குறைவான நபர்கள் பயணப்பட்டிருந்த பாதை ஆகிய இரண்டில் ஒன்றைத் தேர்ந்தெடுப்பதைப் பற்றியது. நாம் அனைவருமே இதுபோன்ற ஒரு சூழலை எதிர்கொள்கிறோம்.

ஒரே ஒரு கணம் மட்டுமே தயங்கிய ஹெர்குலிஸ், அனைத்து வித்தியாசங்களையும் ஏற்படுத்திய ஒரு பாதையைத் தேர்ந்தெடுத்தான்.

அவன் நல்லொழுக்கப் பாதையைத் தேர்ந்தெடுத்தான்.

நல்லொழுக்கம் என்பது பத்தாம்பசலித்தனமான ஒன்றாகத் தோன்றலாம். ஆனால், நல்லொழுக்கம் என்பது காலங்கடந்து நிற்கின்ற ஒன்று, எளிமையான ஒன்று. மனரீதியான மற்றும் உடல்ரீதியான உன்னதத்தையும் தார்மிகத்தையும் அடக்கிய ஒன்று அது.

பண்டைய உலகில் நல்லொழுக்கம் நான்கு அம்சங்களை உள்ளடக்கியதாக இருந்தது.

துணிவு.

புலனடக்கம்.

நீதி.

ஞானம்.

மார்க்கஸ் அரேலியஸ் அவற்றை 'நற்பண்புகளின் உரைகல்' என்று அழைத்தார். சராசரி மக்கள் அவற்றை 'முதன்மையான நல்லொழுக்கங்கள்' என்று அழைத்தனர். பெரும்பாலான தத்துவங்களாலும், கிறித்தவ மதம், புத்த மதம், இந்து மதம் போன்ற பெரும்பான்மையான மதங்களாலும் சுவீகரித்துக் கொள்ளப்பட்டுள்ள நான்கு அம்சங்கள் அவை. முதன்மையானது என்பதற்கு நிகரான ஆங்கில வார்த்தையான 'கார்டினல்' என்ற வார்த்தை லத்தீன் மொழியிலிருந்து வந்த ஒன்று. 'கீல்' என்பது அதன் பொருள்.

நல்லதொரு வாழ்க்கையெனும் கதவின் கீல் அது.

இந்த நான்கு நல்லொழுக்கங்களைப் பற்றி நான் நான்கு நூல்களை எழுதியுள்ளேன். அந்த வரிசையில் முதலாவதான 'துணிவு விடுக்கும் தூது' ஏற்கனவே வெளிவந்துவிட்டது. இது இரண்டாவது நூல். மற்றவை பின்னர் வெளிவரும்.

ஆனால், இந்நூல்களின் ஒரே நோக்கம், நீங்கள் தேர்ந்தெடுப்பதற்கு உங்களுக்கு உதவுவது.

துணிவு, தைரியம், மன வலிமை, கௌரவம், தியாகம்...

புலனடக்கம், சுயகட்டுப்பாடு, மிதம், நிதானம், சமநிலை...

நீதி, நியாயம், சேவை, சகோதரத்துவம், நற்குணம், இரக்கம்...

ஞானம், அறிவு, கல்வி, உண்மை, சுய அலசல், அமைதி...

இவைதாம் அனைத்து வழிகளிலும் ஓர் உன்னதமான, கௌரவமிக்க, புகழ்மிக்க வாழ்க்கையை வாழ்வதற்கான வழி.

ஒருவர் கொண்டிருக்கக்கூடிய இனிமையான மற்றும் பெருமைமிக்க நற்குணங்கள் என்று ஜான் ஸ்டைன்பெக் இவற்றை வர்ணிக்கிறார்.

இந்த நல்லொழுக்கங்களைக் கொண்டிருப்பதில் ஆண், பெண் பேதம் கிடையாது. நீங்கள் வலிமைமிக்கவரா அல்லது கூச்ச சுபாவம் உடையவரா, மேதையா அல்லது சராசரியான அறிவுள்ளவரா என்பன போன்றவையும் ஒரு பொருட்டல்ல.

இந்த நற்குணங்கள் ஒன்றோடொன்று தொடர்புடையவை, பிரிக்கப்பட முடியாதவை. ஆனாலும், ஒன்றிலிருந்து மற்றொன்று வேறுபட்டுள்ளது. சரியான செயலைச் செய்வதற்குக் கண்டிப்பாகத் துணிச்சல் தேவை. எது தேர்ந்தெடுப்பதற்குப் பொருத்தமானது என்பதைத் தெரிந்திருப்பதற்குத் தேவையான ஞானம் இல்லையெனில், சுயகட்டுப்பாடு சாத்தியப்படாது. நியாயம் அமல்படுத்தப்படவில்லை என்றால், அங்கே துணிச்சலால் என்ன பயன்? நம்மை மேலும் அடக்கமானவராக ஆக்காத ஞானத்தால் என்ன பிரயோஜனம்?

இந்த நான்கு நல்லொழுக்கங்களும் ஒரு திசைகாட்டிக் கருவியைப்போலச் செயல்படக்கூடியவை. அவை நமக்கு வழிகாட்டக்கூடியவை. நாம் எங்கிருக்கிறோம், எவை

உண்மை என்பதை அவற்றால் நமக்குக் காட்ட முடியும்.

பிற கலைகளில் கைதேர்ந்தவராக ஆவதற்கு நாம் எப்படி முனைகிறோமோ, அதைப்போலவே, நல்லொழுக்கத்திலும் கைதேர்ந்தவராக ஆவதற்கு நாம் முனைய வேண்டும் என்று அரிஸ்டாட்டில் கூறுகிறார். "எப்படி நாம் கட்டடங்களைக் கட்டுவதன் மூலம் ஒரு கட்டடக் கலைஞராக ஆகிறோமோ, எப்படி யாழை மீட்டுவதன் மூலம் ஓர் யாழிசைக் கலைஞராக ஆகிறோமோ, துணிச்சலான நடவடிக்கைகளில் இறங்குவதன் மூலம் நாம் துணிச்சல்காரர்களாக ஆகிறோம், புலனடக்கத்தைக் கடைபிடிக்கக் கற்றுக் கொள்வதன் மூலம் புலனடக்கவாதிகளாக ஆகிறோம்," என்று அவர் தெரிவிக்கிறார்.

நல்லொழுக்கம் என்பது நாம் செய்கின்ற ஒன்று.

அது நாம் தேர்ந்தெடுக்கின்ற ஒன்று.

அது நாம் ஒரே ஒரு முறை தேர்ந்தெடுக்கின்ற ஒன்றல்ல. பிரிகின்ற பாதையில் ஒன்றைத் தேர்ந்தெடுப்பது என்பது ஓர் ஒற்றை நிகழ்வல்ல. அது ஓர் அன்றாடச் சவால். நாம் மீண்டும் மீண்டும் எதிர்கொள்கின்ற ஒரு சவால் அது. நாம் சுயநலவாதிகளாக இருக்கப் போகிறோமா அல்லது சுயநலமற்றவர்களாக இருக்கப் போகிறோமா? துணிச்சல்காரர்களாக இருக்கப் போகிறோமா அல்லது கோழைகளாக இருக்கப் போகிறோமா? பலசாலிகளாக இருக்கப் போகிறோமா அல்லது பலவீனமானவர்களாக இருக்கப் போகிறோமா? அறிவார்ந்தவர்களாக இருக்கப் போகிறோமா அல்லது மூடர்களாக இருக்கப் போகிறோமா? நல்ல பழக்கங்களை வளர்த்துக் கொள்ளப் போகிறோமா அல்லது மோசமான பழக்கங்களை வளர்த்துக் கொள்ளப் போகிறோமா? அறியாமையில் குளிர்காயப் போகிறோமா அல்லது சவாலான புதிய யோசனைகளை வரவேற்கப் போகிறோமா?

நாம் செய்து கொண்டிருப்பதையே மீண்டும் மீண்டும் செய்து கொண்டிருக்கப் போகிறோமா அல்லது வளரப் போகிறோமா?

இலகுவான வழியா அல்லது சரியான வழியா?

முன்னுரை

உங்களுக்கென்று ஒரு மாபெரும் பேரரசு வேண்டுமா? முதலில் உங்கள்மீது ஆட்சி செலுத்தக் கற்றுக் கொள்ளுங்கள்.

— **பப்ளிலியஸ் சைரஸ்**

நம்முடைய சமீபத்திய முன்னோர்களால்கூடக் கற்பனை செய்திருக்க முடியாத அளவுக்கு அபரிமிதமும் சுதந்திரமும் நிறைந்துள்ள ஒரு காலகட்டத்தில் நாம் வாழ்ந்து கொண்டிருக்கிறோம். ஒரு காலத்தில் அதிகாரமிக்க மன்னர்களுக்குக்கூடச் சாத்தியப்பட்டிராத ஆடம்பரத்தையும் வாய்ப்புகளையும், இன்று, வளர்ந்த நாடுகளிலுள்ள சாதாரண மக்கள் அனுபவித்துக் கொண்டிருக்கின்றனர். இன்று நமக்கு உண்பதற்கு அபரிமிதமான உணவு இருக்கிறது, குளிர்காலத்தில் குளிரால் தாக்கப்படாமல் இருப்பதற்கும், கோடைக்காலத்தில் வெப்பத்தால் சுருண்டுவிடாமல் இருப்பதற்கும் ஏற்ற உறைவிடங்களும் உடைகளும் நமக்குக் கிடைத்துள்ளன. நாம் எங்குச் செல்ல விரும்புகிறோமோ, அங்கு இன்று நம்மால் செல்ல முடியும். நாம் எதை விரும்புகிறோமோ அதை நம்மால் செய்ய முடியும். நாம் எதை நம்ப நினைக்கிறோமோ, அதன்மீது இன்று நம்மால் நம்பிக்கை வைக்க முடியும். விரலைச் சொடுக்கினால் இன்பங்களும் கவனச்சிதறல் ஏற்படுத்துகின்ற விஷயங்களும் நம் முன்னால்

வந்து வரிசை கட்டி நிற்கும்.

நீங்கள் இப்போது இருந்து கொண்டிருக்கும் இடம் உங்களுக்குச் சலித்துவிட்டதா? பயணியுங்கள்.

உங்களுடைய வேலையை நீங்கள் வெறுக்கிறீர்களா? வேறு வேலைக்கு மாறிக் கொள்ளுங்கள்.

உங்களுக்கு ஏதாவது ஒரு யோசனை தோன்றியுள்ளதா? அதை வெளியே சொல்லுங்கள்.

உங்களுக்கு ஒன்று தேவைப்படுகிறதா? வாங்கிக் கொள்ளுங்கள்.

உங்களுக்கு ஒரு கனவு இருக்கிறதா? அதைப் பின்தொடருங்கள்.

நீங்கள் விரும்புகின்ற கிட்டத்தட்ட எதுவொன்றையும், நீங்கள் விரும்புகின்ற நேரத்தில், நீங்கள் விரும்புகின்ற அளவுக்கு இப்போது உங்களால் பெற்றுக் கொள்ள முடியும்.

இது நம்முடைய மனித உரிமை. அது அப்படி இருப்பதுதான் சரியானதும்கூட.

ஆனாலும்... இவை அனைத்தையும் வைத்துக் கொண்டு நாம் என்ன செய்து கொண்டிருக்கிறோம்? நாம் இனியும் அடிமைப்பட்டுக் கிடக்கவில்லை; அதிகாரமிக்கவர்களாகவும், சுதந்திரமானவர்களாகவும், நாம் எதிர்பார்த்ததையும்விட அதிகமாக ஆசிர்வதிக்கப்பட்டவர்களாகவும் நாம் இருக்கிறோம். ஆனாலும், நாம் ஏன் மகிழ்ச்சியற்றவர்களாக இருக்கிறோம்?

ஏனெனில், நமக்குக் கிடைத்துள்ள சுதந்திரத்தை நமக்கு வழங்கப்பட்டுள்ள உரிமமாக நாம் நினைத்துக் கொண்டிருக்கிறோம். ஐசன்ஹோவர் கூறியபடி, சுதந்திரம் என்பது உண்மையில், “சுயஒழுங்கிற்கான வாய்ப்பு.” நமக்கு நாமே பொறுப்பு. தொழில்நுட்பம், அணுகுவதற்கான வாய்ப்பு, வெற்றி, அதிகாரம், சலுகை போன்ற அனைத்தும், இரண்டாவது முக்கியமான நல்லொழுக்கமான சுயஒழுங்குடன் சேர்ந்திருந்தால் மட்டுமே ஓர் ஆசிர்வாதமாக விளங்க முடியும்.

அரிஸ்டாட்டிலிலிருந்து ஹெராக்ளிட்டஸ்வரை, புனித தாமஸ் அக்வினாஸிலிருந்து ஸ்டோயிக்குகள்வரை பலரும், இலியாடிலிருந்து பைபிள்வரை பல நூல்களும், புத்த மதம், கன்பூசியனிசம், இஸ்லாம் போன்ற பல மதங்களும், “நம்மை நாம் கட்டுப்படுத்திக் கொள்ளாவிட்டால் நாம் அழிந்துவிடுவோம்,” என்ற, காலங்கடந்து நிற்கின்ற

உலகளாவிய விதியை வெவ்வேறு வார்த்தைகளிலும் வெவ்வேறு விதங்களிலும் கூறி வந்துள்ளன.

எல்லோருடைய பிரச்சனைகளும் அபரிமிதத்திலிருந்து பிறப்பதில்லை என்பது வெளிப்படை. ஆனால், சுயகட்டுப்பாடு மற்றும் சுயஒழுங்கிலிருந்து ஒவ்வொருவராலும் கண்டிப்பாகப் பயன் பெற முடியும் என்பதில் மாற்றுக் கருத்து இருக்க முடியாது. வாழ்க்கை நியாயமானதாக இல்லை என்பது உண்மைதான். வெகுமதிகள் எல்லோருக்கும் ஒரே மாதிரியாக வழங்கப்பட்டிருக்கவில்லை. சமத்துவமற்ற இந்தச் சூழலில் அனுகூலமற்ற நிலையில் இருப்பவர்கள் அதிலிருந்து மீள வேண்டுமென்றால், அவர்கள் இன்னும் அதிகமான சுயகட்டுப்பாட்டுடன் செயல்பட வேண்டும் என்பதுதான் கசப்பான எதார்த்தம். அவர்கள் மேலும் கடினமாக உழைக்க வேண்டும். கூடிய மட்டிலும் தவறுகள் குறைவாக இருக்கும்படி பார்த்துக் கொள்ள வேண்டும். குறைவான அளவு சுதந்திரத்தை அனுபவித்துக் கொண்டிருப்பவர்கள்கூட, அன்றாடம், எந்த விருப்பத்தைப் பூர்த்தி செய்து கொள்வது, எந்தச் செயல்நடவடிக்கைகளில் ஈடுபடுவது, தங்களிடமிருந்து எவற்றைக் கோருவது ஆகியவை உள்ளிட்டத் தேர்ந்தெடுப்புகள் தொடர்பான பல முடிவுகளை எடுக்க வேண்டியிருக்கும்.

* * *

இந்தக் கண்ணோட்டத்தில் பார்த்தால், நாம் அனைவருமே ஒரே நிலையில்தான் இருக்கிறோம். அதிர்ஷ்டசாலிகளும் சரி, துரதிர்ஷ்டசாலிகளும் சரி, தங்களுடைய உணர்ச்சிகளை எப்படிக் கையாள்வது, தவிர்க்கப்பட வேண்டியவற்றை எப்படித் தவிர்ப்பது, எத்தகைய தர நிர்ணயங்களைத் தேர்ந்தெடுப்பது ஆகியவற்றைக் கண்டுபிடித்தாக வேண்டும். நம்மை நம்மால் வெற்றி கொள்ள முடியாமல் போனால், வேறு யாரேனும் ஒருவரோ அல்லது ஏதேனும் ஒன்றோ நம்மை அடக்கியாள நாம் அனுமதிக்க வேண்டியதாகிவிடும்.

நம் ஒவ்வொருவருக்குள்ளும், உயர்ந்த மற்றும் தாழ்ந்த நிலையிலுள்ள இரு வேறு சுயங்கள் இருப்பதுபோலத் தோன்றுகிறது. அவை எப்போதும் ஒன்றோடொன்று மோதிக் கொள்கின்றன. எதைச் செய்ய முடியும் என்பதற்கும், எதைச் செய்தாக வேண்டும் என்பதற்கும்

இடையே நடைபெறுகின்ற மோதலாக அது இருக்கிறது. குறைந்தபட்சமாக எதைச் செய்தால் போதும் என்பதற்கும், ஆகச் சிறந்ததாக எதைச் செய்ய வேண்டும் என்பதற்கும் இடையே நடைபெறுகின்ற மோதலாக அது இருக்கிறது. கவனக்குவிப்பில் ஈடுபடுகின்ற பக்கத்திற்கும், எளிதாகக் கவனச்சிதறலுக்கு ஆளாகிவிடுகின்ற பக்கத்திற்கும் இடையே நடைபெறுகின்ற மோதலாக அது இருக்கிறது. ஒன்றை அடைவதற்காக மும்முரமாக முயற்சிக்கின்ற பக்கத்திற்கும், சமரசம் செய்து கொள்ளத் துணிகின்ற பக்கத்திற்கும் இடையே நடைபெறுகின்ற மோதலாக அது இருக்கிறது. சமநிலையை விரும்புகின்ற பக்கத்திற்கும், அதீதத்தை அரவணைத்துக் கொள்கின்ற பக்கத்திற்கும் இடையே நடைபெறுகின்ற மோதலாக அது இருக்கிறது.

பல வழிகளாகப் பிரிகின்ற ஒரு சந்தியின் நடுவே நின்று கொண்டிருந்தபோது ஹெர்குலிஸ் மேற்கொள்ள வேண்டியிருந்த அதே தீர்மானம்தான் அது.

நாம் எதைத் தேர்ந்தெடுக்கப் போகிறோம்?
இதில் யார் வெல்லப் போகிறார்கள்?
நீங்கள் யாராக இருக்கப் போகிறீர்கள்?

ஆகச் சிறந்த உன்னத வடிவம்

ஸ்டோயிக் நல்லொழுக்க வரிசை நூல்களில் இதற்கு முன்பு வந்திருந்த 'துணிவு விடுக்கும் தூது' நூலில், துணிச்சல் என்றால் என்ன என்பதற்கான வரையறை கொடுக்கப்பட்டிருந்தது. வேறு ஏதோ ஒன்றுக்காகவும், வேறு யாரோ ஒருவருக்காகவும், நீங்கள் நம்புகின்ற ஒன்றுக்காகவும் உங்களை நீங்களே காவு கொடுக்க முன்வருகின்ற செயல்தான் துணிச்சல். அந்த வரிசையில் வெளிவருகின்ற இந்த இரண்டாவது நூலில் கூறப்படுகின்ற சுயஒழுங்கு என்ற நல்லொழுக்கம், முதலாவதைவிட அதிக முக்கியமானது. பிறருக்காகத் தன்னைக் காவு கொடுப்பதற்கு முன்வருகின்ற அந்தத் துணிச்சலுக்குத் துணை நிற்கின்ற திறன் இது.

அத்திறன்...

... கடின உழைப்புக்கான திறன்
... முடியாது என்று கூறுவதற்கான திறன்

... நல்ல பழக்கங்களைக் கடைபிடிப்பதற்கும், வரம்பெல்லைகளை வரையறுத்துக் கொள்வதற்குமான திறன்

... பயிற்றுவித்துக் கொள்வதற்கும் தயார்படுத்திக் கொள்வதற்குமான திறன்

... சபலங்களையும் வம்புக்கு இழுக்கப்படுதல்களையும் அலட்சியப்படுத்துவதற்கான திறன்

... உணர்ச்சிகளைக் கட்டுக்குள் வைத்துக் கொள்வதற்கான திறன்

... வலிமிக்கச் சிரமங்களைப் பொறுத்துக் கொள்வதற்கான திறன்

உங்களிடமுள்ள அனைத்தையும் கொடுக்கத் தயாராக இருக்கின்ற அதே நேரத்தில் சிலவற்றை இழுத்துப் பிடித்து வைத்துக் கொள்வதுதான் சுயஒழுங்கு. இதில் முரண்பாடு இருக்கிறதா என்று கேட்டால், இல்லை; மாறாக, சமநிலைதான் இருக்கிறது என்பதே அதற்கான பதில். சில விஷயங்களுக்குப் பலியாகிவிடாமல் இருக்க நாம் போராடுகிறோம். அதே நேரத்தில், வேறு சில விஷயங்களை நாம் நாடுகிறோம். ஆனால், எல்லா விஷயங்களிலும் நாம் நிதானப் போக்கையே கடைபிடிக்கிறோம்.

நிதானம் என்பது மறுதலிப்பது அல்ல. மாறாக, ஒருவர் தன்மீது உடல்ரீதியாகவும் மனரீதியாகவும் ஆன்மரீதியாகவும் ஆதிக்கம் செலுத்துவது அது. வேறு யாரும் நம்மை உற்றுக் கவனித்துக் கொண்டிராதபோதும், குறைவானவையே எற்றுக் கொள்ளப்படுகின்ற சூழல் நிலவுகின்றபோதும் நம்மிடமிருந்து ஆகச் சிறந்தவற்றைக் கோருவது அது. அப்படி வாழ்வதற்குக் கடும் துணிச்சல் தேவை. அது கடினமானது என்பது மட்டும் அதற்குக் காரணமல்ல. அது உங்களை வித்தியாசப்படுத்திக் காட்டும் என்பதும் ஒரு காரணம்.

அப்படியானால், ஒழுங்கு என்பது முன்னறியக்கூடியது, தீர்மானகரமானது என்று கூறலாம். அது வெற்றி வாய்ப்பைப் பிரகாசமடையச் செய்யும். அதே நேரத்தில், வெற்றி அல்லது தோல்வி, எது ஏற்பட்டாலும், நீங்கள் தலைசிறந்து விளங்குவதை அது உறுதி செய்யும். இதற்கு நேர்மாறானதும் உண்மை. ஒழுங்கின்மை உங்களை அபாயத்திற்குள் தள்ளிவிடும் என்பதோடு, உங்களுடைய நிஜத்திற்கு வேறு வண்ணமும் பூசிவிடும்.

* * *

நாம் மீண்டும், ‘சுதந்திரம் என்பது உண்மையில் சுயஒழுங்கிற்கான வாய்ப்பு’ என்ற ஐசன்ஹோவரின் கூற்றுக்குத் திரும்பலாம். அவருடைய சொந்த வாழ்க்கையே இதை நிரூபிக்கிறது. அவர் இராணுவத்தில் ஒரு ஜெனரலாக ஆவதற்கு முன்பு முப்பதாண்டுகள் பல்வேறு இடங்களில் பல்வேறு நிலைகளில் பணியாற்ற வேண்டியிருந்தது. இதற்கிடையே, அவருடன் பணியாற்றியவர்கள் விருதுகளையும் பதக்கங்களையும் வாங்கிக் குவித்துக் கொண்டிருந்ததை அவர் வேடிக்கை பார்த்துக் கொண்டிருக்கவும் வேண்டியிருந்தது. 1944 இல், இரண்டாம் உலகப் போரில் ஈடுபட்டிருந்த நேச நாடுகள் அனைத்திற்குமான தலைமை இராணுவத் தளபதியாக அவர் நியமிக்கப்பட்டவுடன், திடீரென்று, முப்பது இலட்சம் படைவீரர்கள் அவருடைய கட்டுப்பாட்டின் கீழ் வந்தனர். இறுதியில், அவருக்குக் கீழே இராணுவ நடவடிக்கைகளில் ஈடுபட்டிருந்தவர்களின் எண்ணிக்கை ஐந்து கோடியாக உயர்ந்தது. நேச நாடுகளின் குடிமக்களான எழுபது கோடி மக்களைப் பிரதிநிதித்துவப்படுத்திக் கொண்டிருந்தது விதிகளிலிருந்து தனக்கு விலக்கு அளிக்கவில்லை, மாறாக, தான் தன்னிடம் அதிகக் கடுமையாக நடந்து கொள்ள வேண்டியதை உணர்த்திக் கொண்டிருந்தது என்பதை ஐசன்ஹோவர் புரிந்து கொண்டார். வற்புறுத்தல் அல்லது ஆணையிடுதல் மூலமாக அன்றி, வலியுறுத்தல், சமரசம், பொறுமை, கோபத்தை அடக்கிக் கொள்ளுதல், எல்லாவற்றுக்கும் மேலாக ஒரு முன்னுதாரணமாகத் திகழ்தல் ஆகியவற்றின் மூலமாக வழிநடத்துவதே சரியானதாக இருக்கும் என்பதை அவர் தெரிந்து கொண்டார்

போர் முடிந்தபோது அவர் ஒரு மாபெரும் வெற்றி வீரனாக வெளியே வந்தார். அவரளவுக்கு உயரத்தைத் தொட்டிருந்த இராணுவத் தலைவர்கள் அப்போது எவரும் இருக்கவில்லை. இனி வரும் காலத்தில் அப்படிப்பட்டவர்கள் தோன்றுவார்களா என்பதும் சந்தேகமே. அதைத் தொடர்ந்து அவர் அமெரிக்கக் குடியரசுத் தலைவராக ஆன பிறகு, உலகின் அதிகாரமிக்க ஒரு தலைவராக அவர் உயர்ந்தார். அப்போது, அவர்

என்ன செய்ய வேண்டும் என்று கூறத் துணிந்த நபர் எவரும் இருக்கவில்லை. அவரைத் தடுத்து நிறுத்துகின்ற சக்தி எதுவும் இருக்கவில்லை. ஒன்று, மக்கள் அவரை பிரமிப்புடன் ஏறிட்டுப் பார்த்தார்கள், அல்லது அச்சத்துடன் நோக்கினர். ஆனாலும், அவர் அமெரிக்காவை ஆண்ட நேரத்தில் புதிய போர்கள் எதிலும் அவர் ஈடுபடவில்லை, நாசகரமான அணுவாயுதங்களைப் பயன்படுத்தவில்லை, எந்த இடத்திலும் சச்சரவுகளை மேலும் சிக்கலாக்கவில்லை. அவர் தன்னுடைய பதவிக்காலத்தை முடித்துவிட்டு வெளியேறியபோது, போர்களைச் செயற்கையாக உருவாக்குகின்ற ஆயுதத் தயாரிப்புத் தொழில்துறை பற்றி எச்சரித்துவிட்டுத்தான் சென்றார். இன்னும் சொல்லப் போனால், பதவியில் இருந்தபோது அவர் ஒரே ஒரு முறைதான் இராணுவத்தை அனுப்பி வைத்திருந்தார். அது எங்கே தெரியுமா? முதன்முதலாகப் பள்ளிக்குச் சென்ற கருப்பினக் குழந்தைகளின் பாதுகாப்பிற்காக அவர் அப்படையை அனுப்பி வைத்தார்.

வழக்கமாக எந்தவோர் ஆட்சியிலும் நடைபெறுகின்ற ஊழல், வாக்குறுதி மீறல்கள், அதிகாரத் துஷ்பிரயோகம் போன்றவை அவருடைய ஆட்சியில் நடைபெற்றனவா?

அப்படி எதுவுமே நடைபெறவில்லை.

அவருடைய மகத்துவம், பிற உண்மையான மகத்துவங்களைப்போலவே, ஆதிக்கம், அகங்காரம், செல்வக் குவிப்பிற்கான அதீதத் தாகம் போன்றவற்றை அடிப்படையாகக் கொண்டு உருவாக்கப்பட்டிருக்கவில்லை. மாறாக, எளிமை மற்றும் சுயகட்டுப்பாடு போன்றவற்றின்மீது அது கட்டியெழுப்பப்பட்டிருந்தது. அவர் தன்னைத் தானே ஆண்டு கொண்டிருந்த விதத்தின் மூலம் பிறரை ஆளத் தகுதி வாய்ந்த ஒருவராகத் தன்னை ஆக்கிக் கொண்டார். அவருடைய சமகாலத்தவர்களான ஹிட்லர், முசோலினி, ஸ்டாலின் போன்றவர்களோடு அவரை ஒப்பிட்டுப் பாருங்கள். ஏன், அவருடைய சம காலத்திய இராணுவத் தலைவர்களான மெக்ஆர்தர், பேட்டன், மான்ட்கோமெரி போன்றவர்களுடனும் அவரை ஒப்பிட்டுப் பாருங்கள். அவருடைய காலத்திற்கு வெகுகாலம் முந்தைய தலைவர்களான மாவீரன் அலெக்சான்டர், செர்செஸ், நெப்போலியன் போன்றவர்களோடும் அவரை ஒப்பிட்டுப் பாருங்கள். இறுதியில் நிலைத்து நிற்பது ஒருவருடைய

வானளாவிய இலட்சியம் அல்ல, மாறாக, அவர் எந்த அளவுக்குத் தன்னைத் தானே வெற்றி கொண்டார் என்பதுதான். சுயவிழிப்புணர்வு மற்றும் நிதானப் போக்கு அது. அதைத்தான் நாம் வியந்து பார்க்கவும் செய்கிறோம்.

ஐசன்ஹோவர் ஓர் இளைஞராக இருந்தபோது, அவருடைய அம்மா, பைபிளிலிருந்து சில வாக்கியங்களை அவருக்கு மேற்கோள் காட்டுவாராம். “மெதுவாகக் கோபம் அடைகின்றவன், பெரும் பலசாலியைவிட அதிக வலிமையானவன்,” என்பது ஒன்று. “அதேபோல, ஒரு நகரத்தைத் தன் படையின் கீழ் கொண்டுவருபவனைக் காட்டிலும், தன்னை ஆள்கின்றவனே மேலானவன்,” என்பது மற்றொன்று. “தன்மீது ஆட்சி செலுத்துகின்றவனே இருப்பதிலேயே பெரும் அதிகாரமிக்கவன்,” என்று செனீக்கா தன் அரசர்களிடம் கூறிய அதே அறிவுரைதான் இதுவும்.

ஆக, ஐசன்ஹோவர் தன்னைத் தானே வெற்றி கொண்டதன் மூலம் இந்த உலகத்தை வெற்றி கொண்டார்.

ஆனால், தங்களுக்குக் குறைவான தரத்தை நிர்ணயம் செய்துவிட்டு உயரங்களைத் தொட்டுவிட்டிருந்த இசைக் கலைஞர்கள், பிரபலங்கள் மற்றும் தீயவர்களை வியந்து பார்க்கவும் நம்மின் ஒரு பகுதி நம்மைத் தூண்டுகிறது. அவர்களுக்கு அந்த வெற்றி சுலபமாகக் கிடைத்துள்ளதுபோல நமக்குத் தோன்றுகிறது. அது சுவாரசியமானதாகவும் வாழ்வில் முன்னேறுவதற்கான குறுக்குவழியாகவும் நமக்குப் படுகிறது.

ஆனால், அது உண்மையா?

இல்லை. அது ஒரு மாயை மட்டுமே. நீங்கள் அதை அலசி ஆராய்ந்தால் சில விஷயங்கள் உங்களுக்குப் புலப்படும்: சோம்பேறிகளைவிட அதிகமாகக் கஷ்டப்பட்டவர்கள் வேறு எவரும் இருக்க முடியாது. பெருந்தீனிக்காரர்களைவிட அதிக வலிகளை அனுபவிப்பவர்கள் வேறு எவரும் இருக்க முடியாது. அடாவடித்தனமான போக்கின் மூலம் கிடைக்கின்ற வெற்றியைவிடக் குறைவான காலம் நிலைத்திருக்கின்ற வெற்றி வேறு எதுவும் இருக்க முடியாது. உங்களுடைய முழுமையான செயல்திறனை அடையாமல் போவதைக் காட்டிலும் மோசமான தண்டனை வேறு எதுவும் இருக்க முடியாது. பேராசை கொண்டிருப்பவன் தன் இலக்கை மேலும் மேலும்

நகர்த்திக் கொண்டே இருப்பான். அதனால், தான் அடைந்துள்ள வெற்றிகளைக்கூட அவனால் ஒழுங்காகச் சுவைக்க முடியாமல் போய்விடுகிறது. வெளியுலகம் அவர்களைக் கொண்டாடினாலும், உள்ளுக்குள் அவர்கள் கடுந்துன்பத்தை அனுபவித்துக் கொண்டிருப்பர், தங்களைத் தாங்களே வெறுத்துக் கொண்டிருப்பர். பிறருடைய சார்பு அவர்களுக்குத் தேவைப்படும்.

நிதானத்தைப் பொறுத்தவரை, கிரேக்கக் காலத்தை சேர்ந்தவர்கள் அதை ஒரு தேரோட்டியின் செயலோடு ஒப்பிடுவர். தேர்ப் பந்தயத்தின்போது, தேரோட்டி குதிரைகளை வேகமாக ஓட வைத்தால் மட்டும் போதாது; அவற்றின் பதற்றம் அதிகரிக்காமல் பார்த்துக் கொள்ளவும் வேண்டும். அதோடு, கண்டிப்பு, பரிவு ஆகிய இரண்டையும் அவன் சமப்படுத்திக் கொண்டிருக்க வேண்டும். கட்டுப்பாடு இல்லாமல் ஓட்டினால் தேரால் வேகமாகச் செல்ல முடியும் என்றாலும், அது கண்டிப்பாக எங்காவது சென்று மோதிவிடும். குறிப்பாக, வளைவுகளில் திரும்புகின்றபோது அது நிச்சயமாகக் கவிழ்ந்துவிடும். அதுவும், பார்வையாளர்கள் பெரும் கூச்சலுடன் ஆரவாரத்தில் ஈடுபடுகின்றபோது, அது மிகவும் கடினமானதாக ஆகிவிடும்.

ஒழுங்கின் மூலமாகத்தான் அனைத்து விஷயங்களும் சாத்தியப்படும் என்பதோடு, அது விஷயங்களை மேம்படுத்தவும் உதவுகிறது.

சுயஒழுங்கு இல்லாமல் மாபெரும் சாதனைகளை நிகழ்த்திய எவரொருவரையும் உங்களால் காட்ட முடியாது.

வாழ்க்கை என்பது திறமையைவிட அதிகமாக மனப்போக்கையும் நிதானத்தையும் சார்ந்த ஒன்று.

நாம் இந்த நூலில் அலசவிருக்கின்ற, மார்க்கஸ் அரேலியஸ், இரண்டாம் எலிசபெத் மகாராணி, லூ கெரிக், ஏஞ்சலா மெர்க்கல், மார்ட்டின் லூதர் கிங் ஜூனியர், ஜார்ஜ் வாஷிங்டன், வின்ஸ்டன் சர்ச்சில் போன்றோர் தங்களுடைய சுயகட்டுப்பாடு மற்றும் அர்ப்பணிப்பின் மூலம் நமக்கு உத்வேகமளிக்கின்றனர். நெப்போலியன், மாவீரன் அலெக்சான்டர், ஜூலியஸ் சீசர், நான்காம் ஜார்ஜ் மன்னர் போன்றோர், தங்களுக்குத் தாங்களே ஏற்படுத்திக் கொண்ட சுயஅழிவின் மூலம் நமக்குத் திகைப்பூட்டுகின்றனர். சில நேரங்களில், இந்த உதாரண

புருஷர்களிடம் நாம் இந்த இரண்டு அம்சங்களையும் காண்போம். அவற்றிலிருந்து நம்மால் படிப்பினைகளைப் பெற்றுக் கொள்ள முடியும்.

சுதந்திரத்திற்கு ஒழுங்கு தேவை.

ஒழுங்கு நமக்குச் சுதந்திரத்தைக் கொடுக்கிறது.

சுதந்திரமும் மகத்துவமும் ஒன்றோடொன்று பின்னிப் பிணைந்தவை.

உங்கள் எதிர்காலம் அங்கேதான் இருக்கிறது.

கடிவாளத்தை உங்களால் கையிலெடுத்துக் கொள்ள முடியுமா?

பகுதி 1

உடல்

நம்முடைய உடல்தான் நம்முடைய கீர்த்தி. அதுவே நம்முடைய ஆபத்தும்கூட. அதைப் பராமரிக்க வேண்டியதும் நாம்தாம்.

— மார்த்தா கிரகாம்

நாம் உடலிலிருந்து தொடங்கலாம். கொரிந்தியர்களுக்கு எழுதிய முதல் நிருபத்தில், உடலை நாம் நம்முடைய கட்டுப்பாட்டின் கீழ் வைத்திருக்க வேண்டும் என்று புனித பவுல் குறிப்பிட்டுள்ளார். தாக்குப்பிடித்தல், சிக்கனமான உணவு, பிற உடைமைகளை மிதமாகப் பயன்படுத்துதல் ஆகியவைதாம் ரோமானியப் பாரம்பரியம் என்று ஸ்டோயிக்குகள் வலியுறுத்துகின்றனர். அவர்கள் அன்றாட வாழ்க்கைக்குப் பொருத்தமான சாதாரணமான ஆடைகளையும் காலணிகளையும் அணிந்தனர்; சாதாரணமான தட்டுகளில் உண்டனர்; சாதாரணமான கோப்பைகளில் மிதமாகக் குடித்தனர்; பண்டைய வாழ்க்கைமுறைக்குத் தேவையான சடங்குகளில் ஆர்வத்துடன் தங்களை ஈடுபடுத்திக் கொண்டனர். இதற்காக நாம்

அவர்கள்மீது பரிதாபம் கொள்கிறோமா? அல்லது அவர்களுடைய எளிமைக்கும் கண்ணியத்திற்கும் நாம் அவர்களை வியந்து நோக்குகிறோமா? இன்றைய அபரிமித உலகில் நம்முடைய ஆசைகளையும் சபலங்களையும் அடக்கிக் கொள்ள நாம் ஒவ்வொருவரும் போராடிக் கொண்டிருக்கிறோம்; வாழ்க்கையின் ஏற்ற இறக்கங்களைச் சமாளிப்பதற்காக மனிதன் தன்னை வலுப்படுத்திக் கொள்வதற்காகக் காலங்காலமாக நடத்திக் கொண்டிருக்கின்ற போராட்டங்களில் நாமும் ஈடுபட்டுக் கொண்டிருக்கிறோம். இது வளப்பமான உடற்கட்டை உருவாக்கிக் கொள்வதையோ அல்லது நம்மை நல்லவிதமாக உணரச் செய்கின்றவற்றைத் தவிர்ப்பதையோ பற்றியது அல்ல. மாறாக, நாம் தேர்ந்தெடுத்துள்ள பாதையில் பீடுநடை போடுவதற்கு நமக்குத் தேவைப்படுகின்ற மன உறுதியை வளர்த்துக் கொள்வதைப் பற்றியது இது. நம்முடைய பாதையில் குறுக்கிடுகின்ற கானல் நீர்த் தோற்றங்களையும் முட்டுச்சந்துகளையும் தவிர்த்துவிட்டு முன்னேறிச் செல்வதைப் பற்றியது இது. நம்முடைய உடல்மீது நம்மால் ஆதிக்கம் செலுத்த முடியவில்லை என்றால், எது அதன்மீது ஆதிக்கம் செலுத்தும் அல்லது யார் அதன்மீது ஆதிக்கம் செலுத்துவார்கள்? சோம்பேறித்தனம், இன்னல், நலிவு போன்ற புற சக்திகள் நம் உடல்மீது ஆதிக்கம் செலுத்தும். இன்றும் சரி, நாளையும் சரி, காரியங்களில் ஈடுபடுவதற்காகவே நாம் இங்கு இருக்கிறோம். குறுகிய கால இன்பத்தைத் துய்ப்பதற்காக நாம் நம் உடலை ஈடுபடுத்தினால், நீண்டகால நோக்கில் அதற்கு நாம் ஒரு பெரும் விலையைக் கொடுக்க வேண்டியிருக்கும்.

உடல்மீது ஆதிக்கம் செலுத்துதல்...

தீராத தலைவலி மற்றும் காய்ச்சலின் ஊடாக அவர் தொடர்ந்து விளையாடிக் கொண்டிருந்தார். கடுமையான முதுகு வலி, தசைப்பிடிப்புகள், கணுக்கால் சுளுக்குகள் போன்றவற்றைக்கூட அவர் கண்டுகொள்ளாமல் விளையாடினார். ஒரு முறை, மணிக்கு எண்பது மைல் வேகத்தில் வந்த பந்து அவருடைய தலையைக் கடுமையாகப் பதம் பார்த்துவிட்டது. ஆனால், அவர் மறுநாளே விளையாட வந்துவிட்டார். தலையில் போடப்பட்டிருந்த கட்டின் காரணமாக, அவர் வழக்கமாக அணிந்த தொப்பியை அவரால் அணிய முடியாததால், பெரிய தொப்பி ஒன்றை அணிந்து கொண்டு அவர் விளையாடினார்.

லூ கெரிக், நியூயார்க் யாங்கீஸ் அணிக்காகத் தொடர்ந்து 2,130 பேஸ்பால் போட்டி விளையாட்டுகளில் ஆடினார். அவருடைய சாதனைகள் ஐம்பது ஆண்டுகளுக்கு மேலாக முறியடிக்கப்படாமல் இருந்தன. அவருடைய தாக்குப்பிடிக்கின்ற திறன் பொன்னெழுத்துகளால் பொறிக்கப்படத்தக்கவை. அவர் தொடர்ச்சியாகப் பதினேழு ஆண்டுகள், ஒவ்வோர் ஆண்டும் ஏப்ரல் முதல் அக்டோபர்வரை ஓய்வின்றி விளையாடினார். அவர் பேருந்துகளிலும் இரயில்களிலும் நாட்டின் குறுக்காகப் பல்லாயிரம் மைல்கள் பயணித்தார்.

ஆனால், ஒரு முறைகூட அவர் எந்தவோர் ஆட்டத்தையும் தவறவிட்டதில்லை.

அதற்காக அவருக்குக் காயமே ஏற்படவில்லை என்று அர்த்தமில்லை. அவர் கடும் வலிகளைப் பொறுத்துக் கொண்டு, மனித வரம்பெல்லைகளைக் கடந்து செயல்பட்டார். அவருடைய நிலையில் வேறு யாராவது இருந்திருந்தால், அவற்றை ஒரு சாக்குப்போக்காக எடுத்துக் கொண்டு ஆட்டங்களில் ஈடுபடாமல் இருந்திருப்பர். ஒரு முறை, கெரிக்கின் கைகள் எக்ஸ்ரே பரிசோதனைக்கு உட்படுத்தப்பட்டன. அதைக் கண்ட மருத்துவர்கள் ஆடிப் போய்விட்டனர். அவருடைய கை எலும்புகள் பதினேழு இடங்களில் உடைந்து தாமாகவே சேர்ந்துவிட்டிருந்தன. அவருடைய பத்துக் கை விரல்களும் ஏதாவது ஒரு கட்டத்தில் உடைந்திருந்தன. அவை எதுவும் அவருடைய வேகத்தைக் கடுகளவுகூடக் குறைக்கவில்லை. அது மட்டுமல்ல, அவர் அவற்றைப் பற்றி மூச்சுவிடக்கூட இல்லை.

அவருடைய ஆட்டத்தின் புள்ளிவிவரங்கள் அசாதாரணமானவை. அவருடைய சாதனைகளை அடுக்கிக் கொண்டே போகலாம். அவருடைய பல சாதனைகள் பல பத்தாண்டுகளாக முறியடிக்கப்படாமல் இருந்தன.

கெரிக்கின் இமாலயத் தாங்குதிறன் சிறுவயதிலிருந்தே அவரிடம் வெளிப்பட்டது. ஜெர்மனியிலிருந்து அமெரிக்காவிற்குக் குடிபெயர்ந்திருந்த அவருடைய பெற்றோர் நியூயார்க் நகரில் குடியேறினர். அவர்களுக்கு நான்கு குழந்தைகள் பிறந்தபோதும், அவர்களில் கெரிக் மட்டுமே உயிர்பிழைத்திருந்தார். பிறக்கும்போதே ஆறு கிலோவுக்கு அதிகமான எடையுடன் பிறந்த கெரிக்கிற்கு, அவருடைய அம்மா ஊட்டி ஊட்டி வளர்த்ததன் காரணமாக, சிறுவனாக இருந்தபோது அவர் பருமனாக இருந்தார். அதற்காக அவருடைய சக மாணவர்கள் அவரைக் கேலி செய்தனர். அதனால், கெரிக் தன் தந்தை நடத்தி வந்த ஜெர்மானிய ஜிம்னாஸ்டிக்ஸ் கிளப்பில் சேர்ந்து பயிற்சி எடுத்துக் கொண்டார். அதன் காரணமாக, அவருடைய வயிற்றுக்குக் கீழேயுள்ள பகுதிகள் வலுவடைந்தன. பின்னாட்களில் அவர் வேகமாக ஓடி ரன் எடுப்பதற்கு அது அவருக்கு மிகவும் கைகொடுத்தது.

அவர் பிறக்கும்போதே ஒரு விளையாட்டு வீரனாகப் பிறக்கவில்லை. அப்படிப்பட்ட ஒருவராகத் தன்னை அவர் ஆக்கிக் கொண்டார்.

ஒட்டாண்டிகளாக அமெரிக்காவில் குடியேறியிருந்த அவருடைய குடும்பத்தில் நிலவிய வறுமைச் சூழல் காரணமாக அவருக்கு வாழ்க்கை எளிதானதாக இருக்கவில்லை. கெரிக்கின் அப்பா ஒரு சோம்பேறி. அவர் ஒரு குடிகாரரும்கூட. அதைக் கண்டு அவமானம் கொண்ட கெரிக், தன்னுள் வலிமையையும் ஊக்கத்தையும் வளர்த்துக் கொண்டார். பின்னாளில் வரவிருந்ததற்குக் கட்டியம் கூறுவதைப்போல, அவர் பள்ளியில் படித்தபோது ஒரு நாள்கூட விடுப்பு எடுத்திருக்கவில்லை. அதற்கு அவருடைய அம்மாவும் ஒரு காரணம். அமைதியான போக்கைக் கொண்டிருந்த அவருடைய அம்மா, ஒரு நாள் தன் மகன் ஒரு சிறந்த வாழ்க்கையை வாழ வேண்டும் என்பதற்காக, சமையல் வேலை, துவைக்கும் வேலை, துப்புரவு வேலை, பேக்கரி உதவியாளர் வேலை உட்படப் பல வேலைகளைச் செய்தார்.

ஆனாலும், வீட்டில் எப்போதும் வறுமை தாண்டவமாடிக் கொண்டுதான் இருந்தது. கெரிக் பள்ளிக்குச் சென்றபோது, வசதிக் குறைவு காரணமாக, கடுங்குளிரிலும்கூடக் கோட்டும் தொப்பியும் அணியாமல்தான் சென்று வந்தார். வறுமையை எவரும் விரும்பித் தேர்ந்தெடுப்பதில்லை என்றாலும், அது அவரைச் செதுக்கி வடிவமைத்தது.

ஸ்டோயிக் தத்துவவியலாளரான கிளீந்தெஸைப் பற்றி இப்படி ஒரு கதை உண்டு. அவர் ஒரு முறை ஏதென்ஸ் நகரில் ஒரு கடுங்குளிரான நாளில் நடந்து சென்று கொண்டிருந்தபோது, அவருடைய உடலைப் போர்த்தியிருந்த அங்கி காற்றில் அவருடைய உடலிலிருந்து கிட்டத்தட்டப் பறந்து சென்றுவிட்டது. அப்போது அவரைப் பார்த்த நகரவாசிகள், அவர் அந்த அங்கிக்குள் வேறு ஆடைகள் எதையும் அணிந்திருக்காததைக் கண்டு வியப்பின் உச்சிக்கே சென்றுவிட்டனர். அவருடைய தாங்குதிறனைக் கண்டு அவர்கள் கைதட்டி ஆர்ப்பரித்தனர். லூ கெரிக்கும் கிட்டத்தட்ட அதே நிலையில்தான் இருந்தார். அவர் பிரபலமான விளையாட்டு வீரராக ஆகிப் பெரும் பணம் சம்பாதித்தப் பிறகும்கூட, கோட்டும் தொப்பியும் அணியாமல்தான் இருந்தார். அவருக்குத் திருமணமாகிய பிறகு, தன் மனைவியின் அன்புக் கட்டளைக்குக் கீழ்ப்படிந்துதான் அவர் கோட்டு அணியத் தொடங்கினார்.

அனைத்துச் சிறுவர்களுக்கும் விளையாடப் பிடிக்கும் என்றாலும், கெரிக் அதைப் பிரபஞ்சம் தனக்கு விடுத்திருந்த அழைப்பாகப் பார்த்தார். பேஸ்பால் விளையாட்டிற்கு உடல் பேணல் மிகவும் அவசியம். அத்துடன், உங்களுடைய உடல் முழுமையாக உங்களுடைய கட்டுப்பாட்டின் கீழ் இருக்க வேண்டும். நல்லதோர் உடல், வெற்றிக்கான வழியைத் திறந்துவிடும். பேணப்படாத ஓர் உடல், உங்களுடைய முயற்சிகளுக்கு ஒரு பெருந்தடையாக இருக்கும்.

கெரிக் மற்றவர்களைவிட அதிகக் கடினமாக உழைத்தார். "உடலைப் பேணுவதை அவர் கிட்டத்தட்ட ஒரு மதச் சடங்கைப் பின்பற்றுவதைப்போலச் செய்து வந்தார்," என்று ஒரு முறை அவருடைய சக ஆட்டக்காரரர் ஒருவர் கெரிக்கைப் பற்றிக் கூறியிருந்தார். "நான் பேஸ்பால் விளையாட்டுக்கு அடிமை," என்று கெரிக் தன்னைப் பற்றிக் கூறிக் கொண்டார். தானாக விரும்பி முன்வந்த, தன் விளையாட்டை மிகவும் நேசித்த ஓர் அடிமையாக அவர் இருந்தார். பேஸ்பால் விளையாடுவதற்குத் தனக்கு வாய்ப்புக் கிட்டியது குறித்து அவர் பெரும் நன்றியுடையவராக இருந்தார்.

இது போன்ற அர்ப்பணிப்புகள் பெரும் பயனை அளிக்கின்றன. கெரிக் பெரும் சவாலை எதிர்கொள்ளத் தன்னை பொறுப்புணர்வுடன் தயார் செய்து கொண்டதன் மூலம் தெய்விகத்துடன் தொடர்பு ஏற்படுத்திக் கொண்டார். அதனால், அவரால் அமைதியுடன் களத்தில் நின்று ஆட முடிந்தது. அவர் அடித்தப் பந்துகளில் பல, மைதானத்திற்கு வெளியே சென்று விழுந்தன. அதோடு, அவர் படுவேகமாக ஓடக்கூடிய திறனையும் பெற்றிருந்தார்.

அவரைவிட அதிகத் திறமையான, அதிக ஆளுமைமிக்க, அதிகப் புத்திசாலித்தனமான ஆட்டக்காரர்கள் பலர் இருந்தனர். ஆனால், யாராலும் அவரை விஞ்ச முடியவில்லை. அவர் அளவுக்கு அந்த விளையாட்டின்மீது காதல் கொண்டவர் எவரும் இருக்கவில்லை.

நீங்கள் உங்களுடைய வேலையை மிகவும் நேசிக்கின்றபோது, நீங்கள் அதை ஏமாற்ற முயல்வதில்லை; அது உங்களிடம் வைக்கின்ற பெரும் கோரிக்கைகளுக்குச் செவி சாய்க்க மறுப்பதில்லை; அதன் சிறு சிறு அம்சங்களைக்கூட நீங்கள் மதிப்பீர்கள்.

எடுத்துக்காட்டாக, அவர் ஒருபோதும் தன் பேட்டைத் தூக்கி வீசியதில்லை. அவர் ஒரே ஒரு முறைதான் தன் அணியின் நிர்வாகத்தினரின் அதிருப்தியைச் சம்பாதித்துக் கொண்டார். அது எதற்காகத் தெரியுமா? மாலை நேரங்களில் தன் தெருவிலிருந்த சிறுவர்களுடன் சேர்ந்து விளையாடியதற்காக! விளையாடுவதற்குத் தனக்குக் கிடைத்த எந்தவொரு வாய்ப்பையும் தவறவிட அவருக்கு மனம் வரவில்லை என்பதே அதற்குக் காரணம்.

ஆனால், அவர் அப்படி உணராதிருந்த தருணங்களும் அவருடைய வாழ்க்கையில் இடம்பெற்றிருந்திருக்க வேண்டும். எடுத்துக்காட்டாக, விளையாட்டிலிருந்து விலகிவிட விரும்பியிருந்த கணங்கள். அவருக்குச் சுயசந்தேகங்கள் ஏற்பட்டிருந்த தருணங்கள். தன் உடலைச் சிறிதுகூட அசைக்க முடியாமல் அவர் தவித்தத் தருணங்கள். அவர் தனக்குத் தானே நிர்ணயித்துக் கொண்ட உயர் தரங்கள் குறித்து விரக்தி கொண்டிருந்த சமயங்கள். கெரிக் ஓர் அதிமனிதன் அல்லர். நம் அனைவரிடமும் முணுமுணுத்துக் கொண்டிருக்கின்ற அதே உட்குரல் அவருக்குள்ளும் ஒலித்துக் கொண்டிருந்தது. ஆனால், அதற்குச் செவி சாய்க்காமல் இருப்பதற்குத் தேவையான வலிமையை அவர் தனக்குள் வளர்த்துக் கொண்டிருந்தார், அதை ஒரு பழக்கமாக ஆக்கிக் கொண்டிருந்தார். ஆனால் அந்தக் குரலுடன் சமரசம் செய்து கொள்ள நீங்கள் தயாராகிவிட்டால், பின் உங்களால் அதன் பிடியிலிருந்து விடுபட முடியாது.

“நான் தீவிரமான மன உறுதியைக் கொண்டிருந்தேன். பேஸ்பால் விளையாட்டிற்குக் கடினமான உழைப்பு தேவை. அது உங்களிடம் ஏற்படுத்தும் மன அழுத்தம் அளப்பரியது. அந்த விளையாட்டு இன்பம் அளிக்கக்கூடியதுதான் என்றாலும் கடுமையானது,” என்று கெரிக் ஒரு முறை கூறியிருந்தார். “விளையாடுவதற்கான மன உறுதி எண்ணற்றோரிடம் இருந்திருக்குமே, இதில் என்ன விஷேசம்?” என்று நீங்கள் நினைக்கலாம். ஆனால், அது உண்மையல்ல. நம்மில் சிலர் இயல்பான திறமையைக் கொண்டிருக்கலாம். அது சோதனைக்கு உட்படுத்தப்படாது என்று நாம் நம்பிக் கொண்டும் இருக்கலாம். வேறு சிலரின் அர்ப்பணிப்பு முழுமையானதாக இருந்தாலும் அது ஒரு கட்டம்வரை மட்டுமே அவர்களிடம் நீடிக்கிறது. தாங்கிக்

கொள்ள முடியாத அளவுக்கு அது கடுமையானதாக ஆகின்றபோது, அவர்கள் தங்கள் முயற்சியிலிருந்து விலகிக் கொள்கின்றனர். அது அப்போதும் நிகழ்ந்து கொண்டிருந்தது. இப்போதும் நிகழ்ந்து கொண்டிருக்கிறது. அதற்குத் தொழில்முறை ஆட்டக்காரர்களும் விதிவிலக்கு அல்லர். கெரிக் காலத்தைச் சேர்ந்த ஒரு விளையாட்டு அணி மேலாளர் இவ்வாறு கூறினார்: "எல்லோரும் ஏதோ ஒரு விதமான சாக்குப்போக்குகளைத் தயாராக வைத்திருந்தனர். தங்களால் அளிக்க முடிகின்ற உயர்ந்தபட்சப் பங்களிப்பை ஏன் தங்களால் அளிக்க முடியவில்லை என்பதற்கான 'நியாயமான காரணங்கள்' அவர்கள் வசம் எப்போதும் இருந்தன."

நியூயார்க் யாங்கீஸ் அணிக்காக விளையாடிய மற்றொரு தலைசிறந்த பேஸ்பால் ஆட்டக்காரரான ஜோ டிமாகியோ ஒரு கற்றுக்குட்டியாக இருந்தபோது, கெரிக்கிடம், "எதிரணியின் எந்தப் பந்து வீச்சாளர் இன்று நமக்குப் பந்து வீசப் போகிறார் என்று நீங்கள் நினைக்கிறீர்கள்?" என்று கேட்டார். எளிதாக அடித்து ஆடக்கூடிய ஒருவரைப் பற்றி கெரிக் கூறுவார் என்று ஜோ எதிர்பார்த்திருந்திருக்கலாம். ஆனால், கெரிக் அதற்கு இவ்வாறு பதிலளித்தார்: "ஜோ, அது குறித்து ஒருபோதும் கவலைப்படாதீர்கள். அவர்கள் தலைசிறந்த பந்து வீச்சாளர்களைத்தான் நம்மைப் போன்ற அணியினருக்கு எதிராகக் களமிறக்குவார்கள் என்பதை நீங்கள் நினைவில் வைத்திருக்க வேண்டும்." அதேபோல, தன் அணியிலிருந்த ஆட்டக்காரர்கள் ஒவ்வொருவரும் தங்களுடைய ஆகச் சிறந்த திறமையை ஒவ்வோர் ஆட்டத்திலும் வெளிப்படுத்த வேண்டும் என்றும் கெரிக் எதிர்பார்த்தார். ஆகச் சிறந்ததை அளிக்கவும், ஆகச் சிறந்ததை எதிர்கொள்ளவும் தயாராக இருக்க வேண்டும். ஒரு சாம்பியனின் கடமை, ஒரு சாம்பியனைப்போலச் செயல்படுவதாகும்.

கெரிக்கிற்குக் குடிப்பழக்கம் கிடையாது. அவர் பெண்களின் பின்னால் ஓடியதில்லை. படுவேகமாகச் செல்லக்கூடிய கார்களை ஓட்டும் பழக்கமும் அவருக்கு இருக்கவில்லை. அதே நேரத்தில், அவர் தன்னை, "நான் ஒரு போதகரோ அல்லது துறவியோ அல்லன்," என்றும் வர்ணித்துக் கொண்டார். அவருடைய சுயசரிதையை எழுதியுள்ள பால் காலிக்கோ, கெரிக்கின் இந்தப் பண்புநலன்

குறித்து இவ்வாறு கூறுகிறார்: "கெரிக் பரிசுத்தமானதொரு வாழ்க்கையை வாழ்ந்ததற்கு, அற்பத்தனமான சுயபெருமிதமோ, போலிக் கூச்சமோ அல்லது தன்னை ஒரு புனிதராகக் காட்டிக் கொள்ள வேண்டும் என்ற ஆசையோ காரணமல்ல. அவர் திடமான, மாபெரும் இலட்சியம் ஒன்றைக் கொண்டிருந்தார். அதை அடைவதற்கான நடைமுறைச் சாத்தியமுள்ள, ஆற்றல்மிக்கதொரு வழியை அவர் தேர்ந்தெடுத்திருந்தார், அவ்வளவுதான்."

தான் தீவிரமான முறையில் சுயஒழுங்கைக் கடைபிடித்து வந்ததால் தான் சில இன்பங்களை இழக்க நேர்ந்தது குறித்து கெரிக் நன்றாகவே அறிந்திருந்தார். தாறுமாறான வாழ்க்கையை வாழ்பவர்களும் அதேபோன்ற சில இழப்புகளை எதிர்கொள்ள நேரிடுகிறது என்பதையும் அவர் சுட்டிக்காட்டுகிறார். தங்களால் தொடப்படக்கூடிய உயரங்களைத் தொடுவதற்கான சாத்தியக்கூறுகளை இழப்பதற்கான அபாயம் அதில் முக்கியமானது. ஒழுங்கு என்பது பல விஷயங்களைப் பறிக்கின்ற ஒன்றல்ல, மாறாக, வெகுமதிகளைக் கொண்டுவருகின்ற ஒன்று.

ஆனாலும், கெரிக்கின் வாழ்க்கை வேறு ஒரு திசையில் சென்றிருந்திருக்கக்கூடும். அவர் ஒரு தொழில்முறை ஆட்டக்காரராக ஆகி ஒரு சிறு அணிக்காக விளையாடிக் கொண்டிருந்தபோது, ஒரு கட்டத்தில் சில காலம் அவருடைய ஆட்டத்தில் தொய்வு ஏற்பட்டிருந்தது. அப்போது ஒரு நாள் அவர் தன் அணியினருடன் ஒரு மதுவிடுதிக்குச் சென்று மூக்கு முட்டக் குடித்தார். மறுநாள் காலையில் அவர் விளையாடக் களம் இறங்கியபோதுகூட அவர் தன்னிடம் மதுவின் நெடியை உணர்ந்தார். அன்று, தான் பல மாதங்களுக்குப் பிறகு முதன்முறையாகச் சிறப்பாக விளையாடியதை அவர் உணர்ந்தார். மது அருந்தியதன் காரணமாகத் தன்னிடம் அளவுக்கதிகமான சிந்தனைகளும் பதற்றமும் வெகுவாகத் தணிந்திருந்ததை அவர் அறிந்தார். அதனால், இன்னிங்ஸ்களுக்கு இடையே சிறிய அளவில் மது அருந்துவதை அவர் ஒரு பழக்கமாக ஆக்கிக் கொண்டார்.

அவருடைய அணியின் அனுபவம் வாய்ந்த பயிற்றுவிப்பாளர் இதைக் கவனித்துவிட்டு, கெரிக்கை அழைத்துப் பேசினார். அவர் இந்த நடத்தையை இதற்கு முன்பு பல வீரர்களிடம் கண்டிருந்தார். இந்தக்

குறுக்குவழி அளிக்கின்ற குறுகியகாலப் பயன்களையும் அவர் நன்றாகவே அறிந்திருந்தார். மன அழுத்தத்தை விடுவித்துக் கொள்வதற்கான தேவையையும், இன்ப நுகர்வுக்கான நாட்டத்தையும் அவர் புரிந்து வைத்திருந்தார். ஆனால், குடிப்பழக்கத்தைத் தொடர்ந்தால், கெரிக் நீண்டகால நோக்கில் அதற்கு என்ன விலை கொடுக்க வேண்டியிருக்கும் என்பதை அந்தப் பயிற்றுவிப்பாளர் அவரிடம் தெரிவித்தார். தன் மன அழுத்தத்தை நிர்வகித்துக் கொள்வதற்கு கெரிக் வேறு வழிகளைக் கண்டுபிடித்துக் கொள்வதற்கான தேவையையும் அவர் சுட்டிக்காட்டினார். அன்றோடு கெரிக் அப்பழக்கத்திற்கு ஒரு முற்றுப்புள்ளி வைத்தார். "அது தார்மிகரீதியாகச் சரியான செயல் என்பது அதற்குக் காரணமல்ல. ஒரு தலைசிறந்த பேஸ்பால் ஆட்டக்காரராக ஆக வேண்டும் என்ற அவருடைய நீண்டகால இலட்சியத்திற்கு அப்பழக்கம் இடையூறாக இருக்கும் என்பதுதான் அதற்கான காரணம். அதற்குத் தடையாக இருந்த எதுவொன்றையும் அவர் ஒரு நச்சாகக் கருதினார்."

தான் ஒரு தலைசிறந்த பேஸ்பால் ஆட்டக்காரனாக ஆக வேண்டும், நியூயார்க் யாங்கீஸ் அணியில் இடம்பெற வேண்டும், சிறுவர்களின் கனவு நாயகனாக மலர வேண்டும் போன்றவை அந்த இலட்சியத்தில் இடம்பெற்றிருந்தன.

கெரிக் ஒரு தொழில்முறை ஆட்டக்காரராக ஆனதற்குப் பிறகு சுமார் பத்து ஆண்டுகள்வரை தன் பெற்றோருடன்தான் வசித்து வந்தார். அவர் பெரும்பாலும் இரயிலில்தான் பயணம் செய்தார். பின்னாள்களில்தான் அவர் சொந்தமாக ஒரு சிறிய வீட்டை வாங்கினார். கெரிக் பணத்தை ஒரு வெறும் கருவியாக மட்டுமே பார்த்தார். அதை எச்சரிக்கையாகக் கையாளாவிட்டால் அது ஒருவருக்குக் குழி பறித்துவிடும் என்று அவர் கருதினார். அவர் ஆடிக் கொண்டிருந்த யாங்கீஸ் அணி பணத்தால் கொழித்தபோது, ஆட்டக்காரர்களுக்கான அறை ஆடம்பரமாக மேம்படுத்தப்பட்டது. அவர்கள் அமர்வதற்குப் போடப்பட்டிருந்த சாதாரணமான மரப் பெஞ்சுகள் நீக்கப்பட்டு, குஷன்களுடன்கூடிய இருக்கைகள் போடப்பட்டன. கெரிக் தன்னுடைய இருக்கையின் குஷனைக் கிழித்துக் கொண்டிருந்ததைக் கண்ட அணி மேலாளர் பதறிப் போய், "ஏன் இப்படிச் செய்கிறீர்கள்?"

என்று அவரிடம் கேட்டதற்கு, கெரிக், “இந்த சொகுசைக் கண்டால் எனக்குப் பற்றிக் கொண்டு வருகிறது. என் காரில் குஷனால் ஆன இருக்கை. வீட்டில் என் நாற்காலியில் குஷனால் ஆன இருக்கை. நான் எங்குச் சென்றாலும் குஷன்தான் இருக்கிறது,” என்று வெடித்துவிட்டார்.

சௌகரியம் இலட்சியத்தின் எதிரி என்று அவர் நினைத்தார். வாழ்க்கை படிப்படியாக மேம்படுகின்றபோது சத்தமின்றி உள்ளே நுழைகின்ற சௌகரியம், படிப்படியாக விசுவரூபம் எடுக்கத் தொடங்கும். ஒன்றுமே இல்லாதிருக்கின்றபோது ஒழுங்குடன் இருப்பது ஒன்றும் பெரிய விஷயமல்ல. அனைத்தும் உங்களிடம் குவிந்திருக்கின்றபோது?

கெரிக்கைப் பொறுத்தவரை, வாழ்க்கையைத் தன் முழுக் கட்டுப்பாட்டில் வைத்திருப்பதை அவர் தேர்ந்தெடுத்தார். அவர் கடைபிடித்து வந்த இந்தக் கட்டுப்பாடுகள், அவருடைய அணியின் நிர்வாகமோ அல்லது சக ஆட்டக்காரர்களோ அவர்மீது திணித்திருந்தவை அல்ல. அவர் கடைபிடித்த வந்த மிதமான போக்கு அவருக்கு உள்ளேயிருந்து வந்த ஒன்று. அது அவருடைய ஆத்மாவோடு தொடர்புடைய ஒன்று. தான் அதற்காகப் பல தியாகங்களைச் செய்ய வேண்டியிருக்கும் என்பதை அவர் அறிந்திருந்தபோதிலும் அதை அவர் தேர்ந்தெடுத்தார். தன்னைப் போன்றதொரு தவத்தை மேற்கொண்டிராதவர்களும் வெற்றி பெற்றுக் கொண்டிருந்ததை அவர் கண்டபோதும் அவர் தன் போக்கை மாற்றிக் கொள்ளவில்லை. இதில் வேடிக்கை என்னவென்றால், அவர் மறைந்த பிறகுதான் அவருடைய பண்புநலன்களில் பல பெரிதாகச் சிலாகிக்கப்பட்டன.

“கெரிக் துளிகூட அகங்காரமோ, தற்பெருமையோ அல்லது ஆடம்பரமோ இல்லாதவர்,” என்று ஒரு பத்திரிகையாளர் கெரிக்கைப் பற்றிக் கூறினார். எல்லாவற்றையும்விட கெரிக் தன் அணிக்குத்தான் அதிக முன்னுரிமை கொடுத்தார். அதற்காக அவர் தன் சொந்த ஆரோக்கியத்தைக்கூட அலட்சியப்படுத்தத் தயாராக இருந்தார்.

அவரால் வேறு மாதிரியாக இருந்திருக்க முடியுமா என்று கேட்டால், முடியாது என்பதே அதற்கான பதிலாக இருக்கும். அதை அவர் ஒருக்காலும் அனுமதித்திருந்திருக்க

மாட்டார்.

அவருடைய பயிற்றுவிப்பாளர்களில் ஒருவர், ஒரு முறை, “பேஸ்பால் ஆட்டக்காரர்கள் அனைவருமே கெரிக்கைப்போல இருந்துவிட்டால், என்னைப் போன்ற பயிற்றுவிப்பாளர்களுக்கு வேலை இல்லாமல் போய்விடும்,” என்று விளையாட்டாகக் கூறியிருந்தார். கெரிக் தனக்குத் தேவையான முன்தயாரிப்புகளைத் தானே பார்த்துக் கொண்டார், பயிற்சிகளை மிகவும் அர்ப்பணிப்புடன் வகுத்துக் கொண்டார். அவர் தன்னுடைய புகழைப் பற்றிப் பெரிதாகக் கவலைப்படவில்லை என்றாலும், தன் பொறுப்புகளை மிகவும் தீவிரமாக எடுத்துக் கொண்டார்.

விளையாட்டு என்பது உடற்தகுதி மற்றும் திறமை தொடர்பானது மட்டுமல்ல. எதற்கும் கலங்காத மனமும் உங்களுக்குத் தேவைப்படும். ஒரு முறை, பயிற்சியின்போது, அவருடைய அணியைச் சேர்ந்தவர் வீசிய பந்தை அடிக்க முயன்றபோது கெரிக்கின் பெருவிரல் முறிந்துவிட்டது. கெரிக் அதற்காகத் தன்னைக் கெட்ட வார்த்தைகளில் திட்டுவார் என்று அந்த ஆட்டக்காரர் நினைத்திருந்தார். ஆனால், கெரிக் ஒரு சிறிய முணுமுணுப்புக்கூட இல்லாமல், “என் பெருவிரல் உடைந்துவிட்டது,” என்று மட்டுமே கூறினார். மறுநாள் வழக்கம்போல அவர் விளையாட வந்துவிட்டார் என்பதைத் தனியாகக் குறிப்பிடத் தேவையில்லை.

1934 இல் ஓர் ஆட்டத்தின்போது, எதிரணி ஆட்டக்காரர் வீசிய பந்து கெரிக்கின் தலையை வசமாகத் தாக்கிவிட்டது (அது பேஸ்பால் விளையாட்டில் ஹெல்மெட்டுகள் கட்டாயமாக ஆக்கப்பட்டதற்கு முற்பட்டக் காலம்). கெரிக் அப்படியே மைதானத்தில் விழுந்துவிட்டார். சுயநினைவின்றி ஐந்து நிமிடங்கள் அவர் அவ்வாறே கிடந்தார். மருத்துவமனைக்கு அழைத்துச் செல்லப்பட்ட அவர் இரண்டு வாரங்களுக்குத் திரும்பி வர மாட்டார் என்றுதான் எல்லோரும் நினைத்தனர். அங்கு அவருக்கு எக்ஸ்ரே எடுக்கப்பட்டது. மண்டையோட்டில் எலும்பு முறிவு ஏற்பட்டிருக்கவில்லை என்பது உறுதியானது. மறுநாள் காலையில் மைதானத்தில் கெரிக் முதல் நபராக வந்து நின்றார்.

ஆனாலும், மறுநாள் தன்னை நோக்கி வேகமாக வருகின்ற பந்தை அடிக்கின்றபோது அவரிடம் சிறிய அளவிலாவது ஒரு தயக்கம் இருக்கும் என்று அனைவரும்

எதிர்பார்த்தனர். ஆனால், அவர் முதல் பந்தையே மைதானத்திற்கு வெளியே அனுப்பிவிட்டார். அதை அவர் அந்த ஆட்டத்தில் ஒரு முறை அல்ல, பல முறை செய்தார்.

ஒருவரை எது இந்த அளவுக்கு உந்தித் தள்ளுகிறது? சில நேரங்களில் உடலின் எஜமானன் யார் என்பதை நிலைநிறுத்திக்கொள்வதற்காக அது மேற்கொள்ளப்படலாம். அது குறித்துக் கெரிக் இவ்வாறு கூறினார்: "என்னை நான் உடனடியாக நிரூபித்தாக வேண்டியிருந்தது. என் தலையில் பட்டிருந்த பலத்த அடியால் நான் நிலைகுலைந்து போயிருக்கவில்லை என்பதை நான் பறையறிவிக்க விரும்பினேன்."

தன்னுடைய சொந்தத் திருப்திக்குக் கெரிக் முக்கியத்துவம் கொடுக்கவில்லை என்றாலும், அது அவரைத் தானாகவே வந்தடைந்தது. "கெரிக்கைப் போன்ற நல்லதொரு மனிதனை நான் பார்த்ததில்லை," என்று அவருடைய சக ஆட்டக்காரர்களில் ஒருவர் குறிப்பிட்டிருந்தார். "அவர் மது அருந்தவில்லை, சிகரெட் புகைக்கவில்லை, புகையிலை பயன்படுத்தவில்லை. தினந்தோறும் தவறாமல் ஒன்பது அல்லது பத்து மணிக்குள் படுக்கைக்குச் சென்றுவிடுவார்." எவரொருவராலும் கடைபிடிக்கப்படக்கூடிய பழக்கங்கள்தாம் இவை. ஆனாலும், அப்பழக்கங்கள் அவருக்குப் பெரும் மரியாதையைப் பெற்றுக் கொடுத்தன. அதற்கு என்ன காரணம்? அவருடைய காலத்திற்குப் பின்னால் வந்த முகம்மது அலி இதற்கான விடையை நமக்கு அளிக்கிறார்: "ஒரு மனிதனால் தன்னுடைய வாழ்க்கையையும் தன்னுடைய உடலின் தேவைகளையும் கட்டுப்படுத்த முடிகின்றபோது, அவன் தன்னை உயர்த்திக் கொள்கிறான்."

கெரிக்கைப் பற்றிய இப்படி ஒரு சுவாரசியமான கதை உண்டு. அவர் நியூயார்க் யாங்கீஸ் அணிக்காக விளையாடிய முதல் ஆட்டத்தின்போதும் அவருக்குத் தலையில் அடிபட்டது. அவருடைய அணியின் மேலாளர் அவரிடம், "காயத்தினால் ஆட்டத்திலிருந்து வெளியேறுகின்ற ஒருவராக உங்களை நான் அறிவித்துவிடவா?" என்று கேட்டபோது, அதற்கு அவர், "கண்டிப்பாக வேண்டாம். நான் இந்த நிலைக்கு வருவதற்கு மூன்றாண்டுகள் இராப்பகலாகக் கடினமாக உழைத்திருக்கிறேன். தலையில் ஏற்பட்டுள்ள ஒரு சிறு காயத்தால் என்னை வெளியே

அனுப்பிவிட முடியாது,” என்று கொந்தளித்துவிட்டார்.

பதினேழு ஆண்டுகளுக்குப் பிறகு ஒரு விஷயம் அவரை மைதானத்திலிருந்து வெளியேற்றியது. அது மைதானம் தொடர்பானது அல்ல. எப்போதுமே தன் உடலைத் தன் முழுக் கட்டுப்பாட்டில் வைத்திருந்த அவருடன் ஒத்துழைக்க அவருடைய உடல் மறுக்கத் தொடங்கியபோது அது அவரைக் கடும் அதிர்ச்சிக்குள் ஆழ்த்தியிருந்திருக்கும். ஆனால், அந்த மாற்றங்கள் மெதுவாக நடைபெற்றுக் கொண்டிருந்தன. அவருடைய அடியின் வேகம் மெதுவாகக் குறைந்து கொண்டு வந்தது. கையுறைகளை அணிந்து கொள்வதற்கு அவர் சிரமப்பட்டார். தன் சீருடையை அணிந்து கொள்ள முயன்றபோது அவர் கீழே விழுந்துவிட்டார். அவர் நடந்தபோது தன் கால்களை இழுத்து இழுத்து நடக்கத் தொடங்கினார். அவருடைய மன உறுதியின் காரணமாக, அவை பிறர் கண்களில் படாதபடி அவரால் மறைத்துவிட முடிந்தது. சில காலத்திற்கு அவர் தன்னை ஏமாற்றிக் கொள்வதில்கூட வெற்றி பெற்றிருந்தார்.

1938 இல்கூட அவர் முப்பத்தைந்து நாள்களில் முப்பத்தாறு ஆட்டங்களில் ஆடினார். அவருடைய புள்ளிவிவரங்கள் முன்புபோலவே அபாரமாக இருந்தன. அவர் ஐந்து நகரங்களுக்குச் சென்றார், இரயிலில் ஆயிரக்கணக்கான மைல்கள் பயணித்தார்.

தன்னுடைய முப்பதுகளில் இருக்கின்ற ஓர் ஆட்டக்காரரர் இப்படித் தொடர்ந்து சாதனைகளை நிகழ்த்துவது என்பதே மலைப்பூட்டும் ஒரு விஷயமாகும். ஆனால், ‘ஏஎல்எஸ்’ என்று அழைக்கப்படுகின்ற, மூளை தொடர்பான, குணப்படுத்தப்பட முடியாத நோயின் பிடியில் ஆட்பட்டிருந்த கெரிக், அந்நோயின் ஆரம்பக் கட்டத்தில் இவற்றைச் சாதித்திருந்ததை என்னவென்று வர்ணிப்பது? அந்த நோய் படிப்படியாக அவருடைய தசைகளைப் பலவீனமாக்கிக் கொண்டிருந்தது, அவருடைய உடற்பாகங்களின் இயக்கத்தைக் கட்டுப்படுத்திக் கொண்டிருந்தது, அவருடைய கைகள் மற்றும் கால்களில் இறுக்கம் ஏற்படுத்திக் கொண்டிருந்தது.

அந்த நோய் அவரை முழுமையாக ஆட்கொள்வதற்கு முன்பாக அவர் மேலும் ஓராண்டு விளையாடியபோதிலும், அவருடைய ஆட்டத்தில் தொய்வு ஏற்பட்டது.

ஆனால், தன் உடலைப் பற்றி நன்றாக அறிந்து

வைத்திருந்த கெரிக், தன் விளையாட்டை எப்போது நிறுத்திக் கொள்ள வேண்டும் என்பதையும் அறிந்திருந்தார்.

அதனால், 1939 மே மாதத்தில் ஒரு நாள் அவர் தன் அணியின் மேலாளரிடம், “என்றைக்கு என்னால் என் அணிக்கு முழுமையான பங்களிப்பை வழங்க முடியவில்லை என்று நான் உணர்கிறேனோ அன்று நான் இந்த அணியிலிருந்து விலகிக் கொள்வேன் என்று நான் எப்போதும் கூறி வந்துள்ளேன். அந்த நாள் வந்துவிட்டது என்று நான் நினைக்கிறேன்,” என்று கூறினார்.

“நீங்கள் எப்போது இதிலிருந்து விலகிக் கொள்ளப் போகிறீர்கள்?” என்று அந்த மேலாளர் அவரிடம் கேட்டார். கெரிக்கின் தொனியை வைத்து, சில மாதங்கள் கழித்து விலகிக் கொள்கின்ற முடிவை அவர் எடுத்திருப்பார் என்று அந்த மேலாளர் எண்ணிக் கொண்டார். ஆனால், கெரிக்கோ, “இன்றே விலகிக் கொள்ளப் போகிறேன்,” என்று உறுதியாகக் கூறிவிட்டு, “என் இடத்தை இட்டு நிரப்புவதற்கு பேப் டால்கிரன் பொருத்தமாக இருப்பார்,” என்று திறமைமிக்க இளம் ஆட்டக்காரரர் ஒருவரையும் அவர் பரிந்துரைத்தார்.

இந்த உடனடி முடிவுக்கு என்ன காரணம்? அவர் சில காலமாக சுமாராகவே ஆடி வந்திருந்தார். அதைத் தொடர்ந்து வந்த ஓர் ஆட்டத்தில், எதிரணியைச் சேர்ந்த ஒருவரை அவர் அபாரமாக அவுட் ஆக்கினார். அதை அவருடைய அணியினர் பிரமாதமாகக் கொண்டாடினர். அதை அவர் எண்ணற்ற முறைகள் செய்திருந்தபோதிலும், இம்முறை அவருடைய சாதாரணமான விளையாட்டை ஒரு மாபெரும் சாதனையைப்போல அவர்கள் கொண்டாடியதைக் கண்டபோது கெரிக் விழித்துக் கொண்டார். தன்னுடைய ஆட்டம் எந்த அளவுக்குச் சரிந்து போயிருந்தது என்பதை அது அவருக்கு உணர்த்தியது. தன் உடல்மீதான தன் கட்டுப்பாடு குறித்தும் தன்னைத் தானே ஏமாற்றிக் கொண்டிருந்ததையும் அவர் புரிந்து கொண்டார்.

வின்ஸ்டன் சர்ச்சில் தான் படித்திருந்த ஹாரோஸ் பள்ளியில் ஆற்றிய உலகப் புகழ்பெற்ற உரையில், “ஒருபோதும் விட்டுக்கொடுக்காதீர்கள். ஒருபோதும் விட்டுக்கொடுக்காதீர்கள். ஒருபோதும் விட்டுக்கொடுக்காதீர்கள். அது ஒரு சிறிய விஷயமோ அல்லது பெரிய விஷயமோ, ஒருபோதும் விட்டுக்கொடுக்காதீர்கள்.

ஒருபோதும் ஆதிக்க சக்திகளுக்கு அடிபணியாதீர்கள். எதிரியின் பெரிய படைபலம் கண்டு அஞ்சாதீர்கள்," என்று கூறினார். கெரிக்கும் தன் வாழ்நாள் முழுவதும் எதற்கும் விட்டுக்கொடுக்காதிருத்தலைக் கடைபிடித்தார். வறுமை தன்னை அடக்கியாள அவர் அனுமதிக்கவில்லை. காயங்கள் தன்னைக் கட்டுப்படுத்த அவர் அனுமதிக்கவில்லை. தலைசிறந்த தொழில்முறை விளையாட்டு அணியில் சேர்வது என்ற இலட்சியத்தை அடைவதற்குக் குறுக்கே எதுவும் வர அவர் அனுமதிக்கவில்லை. அவர் சபலங்களுக்குப் பலியாக மறுத்தார். மெத்தனப் போக்கு தன்னை அண்டாதபடி அவர் பார்த்துக் கொண்டார். உடல் களைப்பைக்கூட அவர் உதாசீனம் செய்தார். "கௌரவத்தை நிலைநிறுத்துவதற்காக நீங்கள் விட்டுக் கொடுக்கலாம். நல்ல நோக்கங்களை நிறைவேற்றுவதற்காக நீங்கள் விட்டுக்கொடுக்கலாம்," என்று சர்ச்சில் தன் உரையில் முன்மொழிந்திருந்த இரண்டு விதிவிலக்குகளை அவர் தீவிரமாக எடுத்துக் கொண்டார். தன் கௌரவத்தைக் காப்பாற்றிக் கொள்வதற்காக, கௌரவமாகத் தானாகவே விளையாட்டிலிருந்து தன்னை விலக்கிக் கொள்ள அவர் முடிவெடுத்தார்.

1920களில் சாதாரணமாகத் தொடங்கி, பெரும் பணவீக்கம் தலைவிரித்தாடிக் கொண்டிருந்த காலகட்டத்தில் சாதனைகள் பலவற்றைப் புரிந்து, 1938 இல் நடைபெற்ற உலகப் போட்டியில் உச்சத்தைத் தொட்டிருந்த கெரிக், அந்த விளையாட்டிலிருந்து அமைதியாகத் தன்னை விடுவித்துக் கொண்டார்.

அதைத் தொடர்ந்து வந்த ஆட்டத்தில் கலந்து கொள்ள வந்திருந்த பன்னிரண்டாயிரம் பார்வையாளர்கள், கெரிக்கின் பெயர் அறிவிக்கப்படாததைக் கண்டு வியப்படைந்தனர். 2,130 ஆட்டங்களுக்குப் பிறகு, முதன்முறையாக கெரிக்கின் பெயர் விடப்பட்டிருந்தது. ஆனால், அந்த அறிவிப்பாளரால் தன்னைக் கட்டுப்படுத்திக் கொள்ள முடியவில்லை. அவர் ஒலிபெருக்கியில், "இதுவரை தொடர்ந்து 2,130 ஆட்டங்களில் ஆடிய லூ கெரிக்கிற்காக நாம் கை தட்டலாம்," என்று அறிவித்துவிட்டார். ஒரு கணம் மௌனத்தில் உறைந்து போன கூட்டம், உடனே சுதாரித்துக் கொண்டு அந்த அரங்கே அதிரும்படி கைதட்டி ஆர்ப்பரித்தது.

கெரிக் அந்தக் கூட்டத்தை நோக்கிக் கையசைத்துவிட்டு,

தன் அணியினர் அமர்ந்திருந்த அறைக்குத் திரும்பினார். அங்கு அவர் உடைந்து போய் அழுததைப் பிற வீரர்கள் அமைதியாகப் பார்த்துக் கொண்டிருந்தனர்.

உங்களுக்கு வாய்ப்புக் கிடைத்திருக்கின்றபோதே உங்களால் எந்த அளவுக்கு முடியுமோ அந்த அளவுக்கு நீங்கள் சிறப்பாகச் செயல்பட வேண்டும். எப்போது உங்களிடமிருந்து உங்களுடைய விளையாட்டு பறிக்கப்படும் என்பதை உங்களால் ஒருபோதும் முன்கூட்டியே அறிய முடியாது. எப்போது உங்களுடைய உடல் உங்களைக் கைவிடும் என்பதை உங்களால் ஒருபோதும் முன்கூட்டியே ஊகிக்க முடியாது. உங்களுக்குக் கிடைத்திருக்கின்ற அரிய வாய்ப்பை அநியாயமாக வீணாக்கிவிடாதீர்கள்.

1939 ஜூலை 4 அன்றுதான் லூ கெரிக் கடைசி முறையாகத் தன் அணியின் சீருடையுடன் யாங்கீஸ் விளையாட்டு அரங்கிற்குள் நுழைந்தார். நெடுங்காலமாக அவருக்காக உழைத்துக் கொண்டிருந்த தசைகள் இப்போது ஓய்வெடுத்துக் கொண்டிருந்தன. இப்போது அந்த மக்கள் முன்பாக அவர் மட்டும் தனியாக நின்று கொண்டிருந்தார். அப்போது, அவருடைய துணிச்சலும், தன்மீது அவர் கொண்டிருந்த கட்டுப்பாடும் மட்டுமே அவருக்குத் துணையாக நின்று கொண்டிருந்தன. இன்னொரு விதமாகப் பார்த்தால், உடலுடன் அவர் நடத்திக் கொண்டிருந்த போராட்டம் இப்போது வேறொரு வடிவம் எடுத்திருந்தது. தன் உடல்நிலையின் காரணமாக அன்று அவர் எதுவும் பேசாமல் இருக்க முடிவு செய்திருந்தார். ஆனால், கூட்டம் அவரை விடுவதாக இல்லை. மொத்த அரங்கமுமே, “எங்களுக்கு லூ வேண்டும்! எங்களுக்கு லூ வேண்டும்!” என்று ஆர்ப்பரித்தது. அதனால் அவர் அந்த இரசிகர்களிடம், “கடந்த இரண்டு வாரங்களாக எனக்கு நேர்ந்திருந்த துரதிர்ஷ்டத்தைப் பற்றி நீங்கள் படித்திருப்பீர்கள். ஆனால், இன்று, உலகிலேயே அதிர்ஷ்டமானதொரு நபராக நான் உணர்கிறேன்,” என்று கூறினார்.

ஆனால், இறுதியில் இந்த அதிர்ஷ்டமும் அவரிடமிருந்து விடைபெற்றுக் கொண்டது. இது நம் எல்லோருக்கும் நேரப் போகின்ற ஒன்றுதான்.

1941 இல் ‘நியூயார்க் டைம்ஸ்’ பத்திரிகை, “லூ கெரிக் என்ற இரும்பு மனிதனை இன்று 10.10 மணிக்கு மரணதேவன் வாரிச் சுருட்டிக் கொண்டான். வரலாற்றுப்

புத்தகம் அவருடைய சாதனைகளால் நிரம்பி வழிகிறது," என்று எழுதியது. ஆனால், அவர் உண்மையில் விட்டுச் சென்ற சீதனங்களை வரலாற்றுப் புத்தகங்களில் இடம்பெற்றுள்ள அவரைப் பற்றிய தகவல்களாலோ அல்லது புள்ளிவிவரங்களாலோ சரியாக விவரிக்க முடியாது.

அவருடைய இறுதிச் சடங்கு வெறும் எட்டு நிமிடங்களில் முடிந்துவிட்டது. அலங்கார வார்த்தைகளுடன்கூடிய இறுதியஞ்சலி அவருக்குத் தேவையற்றது என்று அவருடைய நண்பர்களும் சக ஆட்டக்காரர்களும் தீர்மானித்தனர். இறுதிச் சடங்கை நடத்திய பாதிரியார், "கெரிக்கிற்கு அவை எவையும் தேவையில்லை. ஏனெனில், நாம் அனைவரும் அவரைப் பற்றி நன்றாக அறிவோம்," என்று கூறியதோடு முடித்துக் கொண்டார். அது உண்மைதான். லூ கெரிக்கிற்கு எந்தவிதமான புகழஞ்சலிகளும் தேவையில்லை. அவருடைய வாழ்க்கையும் அவருடைய எடுத்துக்காட்டுமே அவருடைய புகழைக் காலங்காலமாகப் பேசிக் கொண்டிருக்கும்.

லூ கெரிக்கைப்போலவே நாம் ஒவ்வொருவரும் நம்முடைய பூதவுடலோடு ஒரு போராட்டத்தை நடத்திக் கொண்டிருக்கிறோம். முதலில், அதன்மீது ஆதிக்கம் செலுத்தி, அதன் முழு ஆற்றலை வெளிக் கொண்டுவர நாம் போராடுகிறோம். அடுத்து, நமக்கு வயதாகின்றபோது, அதன் நலிவைத் தடுப்பதற்காக நாம் போராடுகிறோம். வாழ்க்கையை அதன் பிடியிலிருந்து மீட்பதற்காக நாம் பெரும் பாடுபடுகிறோம். உடல் என்பது இங்கு ஓர் உருவகம் என்பதை நீங்கள் நினைவில் கொள்ள வேண்டும். மனத்திற்கும் ஆத்மாவுக்கும் பயிற்சியளிப்பதற்கான ஒரு பயிற்சிக்கூடம் அது.

அதற்காக எதையெல்லாம் பொறுத்துக் கொள்ள நீங்கள் தயாராக இருக்கிறீர்கள்?

அது இல்லாமல் உங்களால் எதைச் சாதிக்க முடியும்?

அதைக் கொண்டு உங்களால் எதை உருவாக்க முடியும்?

நீங்கள் செய்து கொண்டிருப்பதை நீங்கள் நேசித்துக் கொண்டிருப்பதாக நீங்கள் கூறலாம். அதற்கான நிரூபணம் எங்கே இருக்கிறது? அதைக் காட்டுவதற்கு உங்களுக்கு

எத்தகைய வாய்ப்பு தேவைப்படும்?

நம்மில் பெரும்பாலானோருக்கு இலட்சக்கணக்கான இரசிகர்கள் கிட்டுவதில்லை. அல்லது நம்மை ஊக்கப்படுத்துவதற்குக் கோடிக்கணக்கான பணம் இறைக்கப்படுவதில்லை. நம்முடைய தினசரி மேம்பாட்டைக் கண்காணித்துக் கொண்டிருக்கின்ற ஒரு பயிற்றுவிப்பாளர் நமக்கு வாய்ப்பதில்லை. இது நம்முடைய வேலையையும் வாழ்க்கையையும் மேலும் கடினமாக்குகிறது. ஏனெனில், நாமே நம்முடைய பயிற்றுவிப்பாளராகவும் நம்முடைய வழிகாட்டியாகவும் செயல்பட வேண்டியிருக்கிறது. நம்முடைய நிலைக்கு நாமே பொறுப்பேற்றுக் கொள்ள வேண்டியிருக்கிறது. நாமே நம்முடைய உள்ளீடுகளைக் கண்காணித்து, நம்முடைய சொந்தத் தரங்களை நிர்ணயித்துக் கொள்ள வேண்டியிருக்கிறது.

உண்மையிலேயே அர்ப்பணிப்புடன் செயல்படுபவர்கள், ஒரு மூன்றாம் நபரைவிட அதிகமாகத் தங்களிடம் கடுமையாக நடந்து கொள்வர். நிதானம் மற்றும் மிதம் போன்றவை வசீகரமான வார்த்தைகள் அல்ல. ஆனால், அவ்விரண்டையும் விடாப்பிடியாகக் கடைபிடித்து வருவதன் மூலம் ஒருவரால் உன்னத நிலையை அடைய முடியும்.

மிதம் என்பது வலுவாக்கப்பட்டதொரு வாளைப் போன்றது. அதற்கு, அனைத்து விஷயங்களிலும் எளிமை, அடக்கம் ஆகியவற்றைக் கடைபிடித்து வர வேண்டியது இன்றியமையாதது. மன உறுதி மற்றும் சுயகட்டுப்பாடு அதற்கு அவசியம் தேவை.

நாம் நம்முடைய இலக்குகளை அடைவதற்கும், நம்மை உந்தித் தள்ளுவதற்கும், தூய்மையாக இருந்து வருவதற்கும், உறுதிப்பாட்டுடன் செயலாற்றுவதற்கும் அப்பண்புநலன்களை நம்மிடம் வளர்த்துக் கொள்வதற்கு நமக்கு நாம் கடமைப்பட்டுள்ளோம்.

நம் உடல் நம்மை வெற்றி கொள்வதற்கு முன் அதை நாம் வென்றுவிட வேண்டும்.

வைகறைத் துயிலெழு

டோனி மோரிசன் எப்போதுமே வைகறையில் விழித்தெழுந்து எழுதத் தொடங்கிவிடுவார். எழுந்தவுடன் முதலில் ஒரு கப் காபி போட்டுக் குடிப்பார். பின் அவர் தன்னுடைய சிறிய வீட்டிலுள்ள மேசையின் அருகே உட்கார்ந்து எழுதுவார். அவர் வெகுநேரம் எழுதிக் கொண்டிருப்பார். இதை அவர் ஒரு சடங்குபோலப் பல ஆண்டுகளாகச் செய்து வந்துள்ளார். எழுத்தாளர்கள் மட்டுமல்லாமல், தங்களுடைய வேலைகளில் மும்முரமாக ஈடுபட்டுள்ள, தங்களைத் தாங்களே முடுக்கிவிட்டுக் கொள்கின்ற பலரும் பின்பற்றி வருகின்ற ஒரு பழக்கம் இது.

"இனம் புரியாத ஒன்றுடன் தொடர்பு ஏற்படுத்திக் கொள்வதற்கு எழுத்தாளர்கள் பல விதமான அணுகுமுறைகளைப் பயன்படுத்துகின்றனர். அதன் மூலம் அவர்கள் பிரபஞ்சத்தின் வடிகாலாக அல்லது அதன் ஊடகமாக ஆகிவிடுகின்றனர்; அதன் மர்மமான செயல்முறையின் ஓர் அங்கமாகச் செயல்பட அவர்கள் தங்களை அர்ப்பணித்துக் கொள்கின்றனர். என்னைப் பொறுத்தவரை, சூரிய வெளிச்சத்தைக் கொண்டு வருகின்ற அந்த வைகறை அதற்கான தூண்டுகோலாக அமைகிறது," என்று மோரிசன் ஒரு முறை தெரிவித்திருந்தார்.

இதில் எந்த அளவுக்கு ஆன்மிகம் இருக்கிறதோ அதே அளவுக்கு நடைமுறை வசதியும் இருக்கிறது என்பதை

மறுப்பதற்கில்லை. ஏனெனில், மோரிசன் எழுதத் தொடங்கிய புதிதில், அவர் தன் இரு குழந்தைகளுடன், கணவனின் துணையின்றித் தனியாக வசித்து வந்தார். பகல் நேரத்தை அவர் எடிட்டராக வேலை பார்த்து வந்த ரேன்டம் ஹவுஸ் பதிப்பகம் எடுத்துக் கொண்டது. மற்ற நேரங்களை அவருடைய இரண்டு குழந்தைகளும் எடுத்துக் கொண்டனர். இதனால் இரவு வேளைகளில், சிந்திக்கக்கூட முடியாத அளவுக்கு அவர் களைப்படைந்திருந்தார். அவருடைய குழந்தைகள் 'அம்மா' என்று கத்திக் கொண்டே கண்விழிப்பதற்கு முன்பு அவருக்கு எழுதக் கிடைத்த ஒரே நேரம் வைகறைப் பொழுது மட்டுமே. குழந்தைகளைத் தயார்படுத்தி அவர்களைப் பள்ளிக்கு அனுப்பிய பிறகு, போக்குவரத்தில் நீந்தி அலுவலகத்தை வந்தடைந்தால், அலுவலக மேசையில் மலைபோலக் குவிந்திருக்கும் வேலைகள் அவருக்காகக் காத்துக் கொண்டிருக்கும். மாலை வீடு திரும்பினால், குழந்தைகளோடு சேர்த்து, சமையல் வேலைகளும் வீட்டு வேலைகளும் அவருக்காகக் காத்துக் கொண்டிருக்கும். இவற்றுக்கு இடையில்தான் அவர் தன் எழுத்தாளர் கனவைக் கண்டு வந்தார்.

ஆனால், அதிகாலையில் அவர் சுதந்திரமாக உணர்ந்தார். அவரால் தெளிவாகச் சிந்திக்க முடிந்தது. முழு ஆற்றலுடன் செயல்பட முடிந்தது.

அவர் தன்னுடைய முதல் நாவலை 1965 இல் எழுதத் தொடங்கினார். முப்பத்து நான்கு வயதான அவர் அப்போதுதான் விவாகரத்து பெற்றிருந்தார். பெரும்பாலும் ஆண்கள் ஆதிக்கம் செலுத்திக் கொண்டிருந்த பதிப்புத் துறையில் ஒரு கருப்பினப் பெண்ணாகப் பெரும் போராட்டங்களுக்கு இடையில்தான் அவர் வேலை பார்த்து வந்தார்.

இதுதான் அவருடைய அன்றாட நடைமுறையாக இருந்தது.

வைகறையில் துயிலெழ வேண்டும்.

எழுத உட்கார வேண்டும்.

நிகழ்கணத்தில் இலயிக்க வேண்டும்.

தன்னை முழுமையாக அதில் ஈடுபடுத்திக் கொள்ள வேண்டும்.

அவர் இதைத் தொடர்ந்து செய்து வந்தார். அவருடைய முதல் நாவலான 'த புளூயெஸ்ட் ஐ' 1970களில் வெளியான

பிறகும் அவர் இதே நடைமுறையைத் தொடர்ந்தார். அதைத் தொடர்ந்து அவர் பத்து நாவல்கள், ஒன்பது அபுதினங்கள், ஐந்து குழந்தைப் புத்தகங்கள், இரண்டு நாடகங்கள் ஆகியவற்றை அவர் எழுதினார். அவருடைய எழுத்துப் பணி அவருக்கு ஒரு நோபல் பரிசையும், அமெரிக்காவில் குடிமக்களுக்கு வழங்கப்படுகின்ற மிக உயரிய விருதான குடியரசுத் தலைவர் பதக்கத்தையும், புலிட்சர் பரிசையும் பெற்றுத் தந்தது. ஆனால், இந்த அனைத்துப் பாராட்டுகளையும்விட, தான் ஓர் ஒற்றை மனுஷியாகத் தன் குழந்தைகளை வளர்த்துக் கொண்டே அச்சாதனைகளை நிகழ்த்தியிருந்ததுதான் அவருக்கு அதிகப் பெருமிதத்தைக் கொடுத்திருந்திருக்கும்.

அதிகாலையில் எழுந்திருப்பது அவ்வளவு எளிதல்ல. அப்பழக்கத்தின் காரணமாகப் பெரும் நன்மைகளை அடைந்திருந்தவர்கள்கூடச் சில சமயங்களில் அதிகாலையில் எழுந்திருப்பதற்குத் திணறுவதுண்டு. அதிகாலையில் எழுந்திருப்பதெல்லாம் நமக்குச் சரிப்பட்டு வராது என்று நீங்கள் நினைக்கலாம். உண்மையில் எவரொருவரும் வைகறை மனிதர்கள் அல்லர். ஒரு சிலர் இதற்கு விதிவிலக்காக இருக்கலாம்.

ஆனால், அதிகாலையில் நாம் சுதந்திரமாக இருப்போம் என்பதை மறுக்க முடியாது. அதிகாலையில் எழுகின்ற பழக்கத்தைக் கொண்டிருந்த எழுத்தாளர் எர்னஸ்ட் ஹெமிங்வே அதைப் பற்றிக் குறிப்பிடுகின்றபோது, "அந்த நேரத்தில் உங்களை யாரும் தொந்தரவு செய்ய மாட்டார்கள். அறை குளிராக இருக்கும். எழுத எழுத உங்கள் உடலின் சூடு அதிகரிக்கும்." காலையில் தான் அதிகத் தன்னம்பிக்கையுடன் செயல்பட்டதாக மோரிசன் குறிப்பிடுகிறார். அந்த நாளின் சுமை தோளில் ஏறி அமர்ந்து கொள்வதற்கு முன்பு தன் மனம் புத்துணர்ச்சியுடன் இருந்ததாகவும் அவர் நினைத்தார். மாலையில் சூரியன் மறைந்த பிறகு தான் பிரகாசமாக இல்லாதிருந்ததுபோலவும், தன்னிடம் நகைச்சுவையுணர்வு குறைந்திருந்ததுபோலவும், தான் ஊக்கமற்று இருந்ததுபோலவும் அவர் உணர்ந்தார். அப்படி உணராதவர்கள் யார் இருக்கிறார்கள்?

அதிகாலையில் சில காரியங்களில் ஈடுபடுவது என்பது வெறுமனே புத்திசாலித்தனத்தோடு தொடர்புடையது மட்டுமானது அல்ல. பெருநிறுவனத் தலைவர்கள்

அதிகாலையிலேயே உடற்பயிற்சிக்கூடத்திற்குச் செல்வதற்குக் காரணம், அவர்களுடைய மன உறுதி அப்போதுதான் உச்சத்தில் இருக்கும் என்பதுதான். சிலர் அதிகாலையில் புத்தக வாசிப்பு மற்றும் ஆழ்சிந்தனையில் ஈடுபடுவதற்குக் காரணம், நாளின் பிற்பகுதியில் தங்களுக்கு நேரம் கிடைக்காது என்று அவர்கள் கருதுவதுதான். விளையாட்டுப் பயிற்றுவிப்பாளர்கள் எல்லோருக்கும் முன்பாக மைதானத்திற்குச் செல்வதற்குக் காரணம், தங்களைத் தயார் செய்து கொள்வதற்குத் தங்களுக்கு அப்போது நேரம் கிடைக்கும் என்று அவர்கள் நினைப்பதுதான்.

வைகறையில் எழுந்து உங்களுக்குப் பிடித்த வேலைகளில் ஈடுபடுங்கள்.

ஏனெனில், அப்போது நீங்கள் புத்துணர்ச்சியுடன் இருப்பீர்கள்.

ஏனெனில், அப்போது நீங்கள் அவற்றைச் செய்து முடிக்கின்ற நிலையில் இருப்பீர்கள்.

ஏனெனில், அப்போது பிறரின் தொந்தரவு உங்களுக்கு இருக்காது.

'மெடிட்டேஷன்ஸ்' என்ற தன்னுடைய நூலில், உலகிலேயே அதிகாரமிக்கவராக விளங்கிய ரோமானியப் பேரரசான மார்க்கஸ் அரேலியஸ், தன் உடல் படுக்கையிலேயே இருக்கத் தவியாய்த் தவித்த வைகறை வேளையில் எழுந்து கொள்வது எவ்வளவு முக்கியம் என்பதைத் தனக்குத் தானே வலியுறுத்திக் கொள்ள விரும்பியதைக் குறிப்பிட்டுள்ளார். அவர் தன் தயக்கம் குறித்து, "ஒரு போர்வைக்குள் சுருண்டு படுத்துக் கொள்வதற்காகவா நான் படைக்கப்பட்டுள்ளேன்?" என்ற கேள்வியை எழுப்புகிறார்.

போர்வைக்குள் சுருண்டு கொள்வது சுகமாக இருக்கும்தான். ஆனால், அதற்காகவா நாம் பிறந்துள்ளோம்? உங்களுக்குக் கிடைத்திருக்கின்ற வாழ்க்கையெனும் பரிசை நீங்கள் அப்படிப் பயன்படுத்தத்தான் விரும்புகிறீர்களா? மீண்டும் ஒருபோதும் கிடைக்கப் பெறாத நிகழ்கணம் என்ற பரிசை நீங்கள் இப்படித்தான் பயன்படுத்தப் போகிறீர்களா? அரேலியஸ், "தாவரங்களும், பறவைகளும், எறும்புகளும், தேனீக்களும், சிலந்திகளும் அதனதன் வேலைகளைச் செய்து கொண்டு, தம்மால் முடிந்த அளவு இந்த உலகின் ஒழுங்கிற்குப்

பங்களித்து வருவது உன் கண்களில் படவில்லையா?" என்ற கேள்வியைத் தனக்குத் தானே கேட்டுக் கொண்டாலும், அது நமக்கான கேள்வியும்கூட. "ஆனால், மனிதன் என்ற முறையில் நீ உன்னுடைய பங்களிப்பை வழங்க நீ ஏன் தயாராக இருப்பதில்லை? இயற்கை உன்னிடமிருந்து எதிர்பார்ப்பதைச் செய்வதிலிருந்து நீ ஏன் தப்பி ஓடி ஒளிந்து கொள்ளப் பார்க்கிறாய்?"

ஆனால், அதற்கு ஆயிரக்கணக்கான ஆண்டுகளுக்குப் பிறகு இன்றும்கூட, நம் கடிகாரத்தின் அலாரச் சத்தத்தை அடக்கிவிட்டு நாம் நம் தூக்கத்தைத் தொடர விரும்புகிறோம். அதன் மூலம் ஒரு நாளின் உச்சபட்ச உற்பத்தித்திறன்மிக்க ஒரு நேரத்தை நாம் வீணாக்கிக் கொண்டிருக்கிறோம். குறுக்கீடுகளும் கவனச்சிதறல்களும் நம்மை ஆட்கொள்வதற்கு முன்பாக நம் வேலையில் ஈடுபடுவதற்கு நமக்குக் கிடைத்துள்ள பொன்னான தருணங்களை நாம் அலட்சியப்படுத்திக் கொண்டிருக்கிறோம். காலைப் பனியில் ஒளிர்ந்து கொண்டு புத்துணர்ச்சியுடன் மலர்ந்து கொண்டிருக்கின்ற நம்முடைய ஆற்றல் வளங்களை முழுமையாகப் பயன்படுத்திக் கொள்வதற்கான வாய்ப்புகளை நாம் தவறவிட்டுக் கொண்டிருக்கிறோம்.

"இயேசு கிறிஸ்து தன் கல்லறையிலிருந்து அதிகாலையில் மீண்டும் உயிர்த்து வந்ததன் மூலம், நாமும் அதிகாலையில் எழுந்திருக்க வேண்டும் என்பதை நமக்குப் பரிந்துரைக்கிறார் என்று நான் நினைக்கிறேன்," என்று இறையியலாளரான ஜோனத்தன் எட்வர்ட்ஸ் 1720களில் கூறியுள்ளார். அதிகாலை நேரங்கள் புனிதமானவையாகத் தோன்றுவதற்கு இதுதான் காரணமா? தொழுவதற்காகவும், வயலில் இறங்குவதற்காகவும், ஆற்றிலிருந்து அல்லது கிணற்றிலிருந்து நீர் எடுத்து வருவதற்காகவும், பாலைவனங்களின் ஊடாகப் பயணிப்பதற்காகவும் அதிகாலையிலேயே எழுந்து கொண்டிருந்த நம் மூதாதையரின் பாரம்பரியத்தைப் பின்பற்றுவதற்காக ஒருவேளை நாம் அதிகாலையில் எழுந்திருக்க முயன்று கொண்டிருக்கலாம்.

அதிகாலையில் எழுந்திருப்பதற்கு உங்களுக்குச் சிரமமாக இருக்கின்றபோது, நீங்கள் யாரிடமிருந்து வந்தீர்கள் என்பதையும், உங்களுடைய பாரம்பரியத்தையும், அதைத் தவறவிடுவதன் மூலம் நீங்கள் எதை இழக்க வாய்ப்பிருக்கிறது என்பதையும் உங்களுக்கு நினைவுபடுத்திக் கொள்ளுங்கள்.

தன்னைவிட அதிகக் குழந்தைகளுடன், தான் வாழ்ந்து கொண்டிருந்ததைவிடக் கடினமானதொரு வாழ்க்கையை வாழ்ந்து கொண்டிருந்த தன்னுடைய பாட்டியை டோனி மோரிசன் நினைவுகூர்ந்ததைப்போல நீங்களும் நினைவுகூருங்கள். ஏன், நீங்கள் டோனி மோரிசனைக்கூட நினைவுகூரலாம். அவருடைய வாழ்க்கை சுலபமானதாக இல்லாதிருந்தபோதும் அவர் அதிகாலையில் கண்விழித்துக் கொண்டிருந்தார் என்பதை உங்களுக்கு நினைவுபடுத்திக் கொள்ளுங்கள்.

நீங்கள் எவ்வளவு அதிர்ஷ்டசாலி என்று சிந்தியுங்கள். காலையில் எழுந்திருக்க முடிவது குறித்து மகிழ்ச்சி கொள்ளுங்கள். அதற்கு மாற்று என்ன என்பது உங்களுக்கே தெரியும். எழுந்திருப்பது அதைவிட மேலானதுதானே? நீங்கள் நேசிக்கின்ற ஒன்றைச் செய்வதிலுள்ள ஆனந்தத்தை உணருங்கள்.

அந்த அதிகாலை நேரத்தைக் கொண்டாடுங்கள். அதைவிட முக்கியமாக, அதை முழுமையாகப் பயன்படுத்திக் கொள்ளுங்கள்.

கடும் முயற்சி தேவைப்படுகின்ற வாழ்க்கையே சிறந்த வாழ்க்கை

நான்காம் ஜார்ஜ் மன்னர் ஒரு பெருந்தீனிக்காரர். இரண்டு புறாக்கள், மூன்று பெரிய துண்டு மாட்டிறைச்சி, ஒரு பாட்டில் ஒயின், ஒரு பாட்டில் பிராந்தி ஆகியவை அவருடைய காலை உணவு. இதனால், காலப்போக்கில் அவருடைய உடல் மிகவும் பருமனாயிற்று. அவர் மூச்சுத் திணறி இறந்துவிடக்கூடிய அளவுக்கு அவருடைய எடை இருந்ததால், படுத்து உறங்குவதுகூட அவருக்குக் கடினமாகிவிட்டது. ஆவணங்களில் கையெழுத்திடுவதும் அவருக்குப் பெரும்பாடாக இருந்தது. அந்த எளிய வேலையைக்கூடச் செய்ய முடியாத நிலையில் இருந்த அவர், தன் கையெழுத்தின் வடிவத்தை ஒரு முத்திரையாகப் பயன்படுத்தப் பணித்தார். ஒரு மன்னராக அவர் தன் இராஜாங்கப் பணிகள் பலவற்றை உதாசீனப்படுத்திக் கொண்டிருந்தபோதிலும், சட்டத்திற்குப் புறம்பாகப் பிறந்த பல குழந்தைகளுக்கு அவர் தந்தையானார்.

சாதாரண மனிதர்களுக்குப் பொருந்துகின்ற ஆரோக்கிய விதிகள் தனக்குப் பொருந்தாது என்று நினைத்த ஒரு நபராக ஜார்ஜ் மன்னர் இருந்தார். தான் தன் உடலை எவ்வளவு மோசமாகக் கையாண்டாலும் அது எந்தவிதமான பின்விளைவுகளுமின்றி எப்போதும் செம்மையாகச்

செயல்பட்டுக் கொண்டிருக்கும் என்று அவர் நினைத்தார். பல ஆண்டுகால மோசமான பழக்கவழக்கங்கள் அவருக்கு எமனாக வந்து நின்ற அந்தக் கடைசி நிமிடத்தில், 1830 ஆம் ஆண்டு கோடையில் ஒரு நாள் அதிகாலை 3.30 மணிக்கு அவர் பின்வரும் வார்த்தைகளை உதிர்த்தார்:

"கடவுளே! இது என்ன?"

அடுத்தக் கணம், தனக்கு என்ன நேர்ந்து கொண்டிருந்தது என்பதை அவர் உணர்ந்து கொண்டார்.

"ஐயோ!" என்று கத்திய அவர், தன் அருகேயிருந்த உதவியாளரின் கைகளைப் பிடித்துக் கொண்டு, "இதுதான் சாவா!" என்று கூறியவாறு இந்த உலகத்தைவிட்டு மறைந்தார்.

நிலையில்லா மாந்தர்களில் தானும் ஒருவன் என்பதையும், நாற்பது ஆண்டுகளாகத் தன் உடலை ஒரு குப்பைத் தொட்டியைப்போலப் பயன்படுத்தியதற்குப் பின்விளைவுகள் இருந்தன என்பதையும் கண்டு அவர் வியப்படைந்திருந்ததுபோல இருந்தது அது.

உண்பது அல்லது குடிப்பதன் மூலம் எவராலும் மகிழ்ச்சியில் திளைக்க முடியுமா?

சந்தேகம்தான்.

சீக்கிரச் சாவு? துன்பங்கள்? பின்வருத்தங்கள்?

சந்தேகத்திற்கு இடமில்லாமல்.

நியூயார்க் யாங்கீஸ் அணியில் லூ கெரிக்குடன் இணைந்து விளையாடிய மற்றொரு தலைசிறந்த பேஸ்பால் ஆட்டக்காரரான பேப் ருத்தின் உணவுப் பழக்கத்தை இப்போது பார்க்கலாம். அவர் காலை உணவில் சிறிதளவு விஸ்கி, வறுத்த மாட்டிறைச்சி, நான்கு முட்டைகள், பொரிக்கப்பட்ட உருளைக்கிழங்குகள், ஒரு பெரிய கோப்பை காப்பி ஆகியவை இடம்பெற்றிருந்தன. மதியம் அவர் நான்கு 'ஹாட் டாக்குகளை' வயிற்றுக்குள் தள்ளியபோது, ஒரு பாட்டில் கோகோ-கோலாவையும் குடித்தார். அவர் மாலை வேளையிலும் இரவிலும் ஒரே மாதிரியான உணவை உண்டார். அவற்றில், இரண்டு பெரிய மாட்டிறைச்சித் துண்டுகள், சீஸில் தோய்க்கப்பட்ட இரண்டு லெட்டூஸ், இரண்டு தட்டுகள் பொரிக்கப்பட்ட உருளைக்கிழங்குகள் மற்றும் இரண்டு ஆப்பிள் கேக்குகள் ஆகியவை அடக்கம். மாலை உணவுக்கும் இரவு உணவுக்கும் நடுவே நான்கு ஹாட் டாக்குகள் மற்றும் நான்கு பாட்டில்

கோகோ-கோலா பானம்.

இதைப் பற்றிச் சொல்வதற்கு ஒரே ஒரு சம்பவத்தைப் பற்றி மட்டும் குறிப்பிட்டால் போதும். அவர் அளவுக்கதிகமான கோகோ-கோலாவைக் குடித்துவிட்டு, அளவுக்கதிகமான ஹாட் டாக்குகளை உண்டதற்காக மருத்துவமனையில் அனுமதிக்கப்பட்டார்.

சாப்பிடுகின்றபோது அந்தப் பண்டங்கள் இனிமையாகத்தான் இருக்கும். ஆனால் அவற்றின் பின்விளைவுகள்?

ஒரு முறை, பேப் ருத், லூ கெரிக்கிற்கு இந்த அறிவுரையை வழங்கினார்: "எப்போதும் நீங்கள் உங்கள் உடலைச் சிறப்பான நிலையில் வைத்துக் கொள்ளுங்கள். மென்மையானவராக ஆகிவிடாமல் பார்த்துக் கொள்ளுங்கள். தொடக்கத்தில் நான் பல தவறுகளைச் செய்தேன். நான் சரியாகச் சாப்பிடாமல் இருந்தேன், வாழ்க்கையைச் சரியாக அனுபவிக்காமல் இருந்தேன். பின்னர் அதற்கான விலையை நான் கொடுக்க வேண்டியிருந்தது. நீங்களும் அதே தவற்றைச் செய்துவிடாதீர்கள்!"

பேப் ருத்தின் சாதனைகள் பெரும் உத்வேகமூட்டக்கூடியவைதாம் என்றாலும், அவற்றில் ஓர் எதிர்மறை ஒளிந்திருந்தது. அவர் இன்னும் அதிக சுயகட்டுப்பாட்டுடன் இருந்திருந்தால் என்னென்னவெல்லாம் சாதித்திருப்பார்? எந்தெந்தப் புதிய உச்சங்களைத் தொட்டிருப்பார்? தலைசிறந்தவர்களால்கூட தாங்கள் அடைந்துள்ளவற்றைவிடப் பெரிய சிகரங்களைத் தொட முடியும்.

மிதமிஞ்சிய அனுபவிப்பு சொற்ப நேரமே நீடிக்கக்கூடியது. சுயகட்டுப்பாடு என்பது இன்பத்தை மறுதலிப்பது அல்ல, மாறாக, அதைச் சரியான முறையில் அரவணைத்துக் கொள்வதற்கான ஒரு வழி. நம் உடலைச் செம்மையான முறையில் பேணுதல், நம் ஆசைகளை மட்டுக்குள் வைத்திருத்தல், கடினமாக உழைத்தல், உடற்பயிற்சியில் ஈடுபடுதல், உந்தித் தள்ளுதல் போன்றவை தண்டனைகள் அல்ல. அவை அடித்தளங்கள். அதற்கான வெகுமதிதான் இன்பம்.

இப்போது நாம் ஜார்ஜ் மன்னரை, அமெரிக்கக் குடியரசுத் தலைவர் தியோடோர் ரூஸ்வெல்ட்டுடன்

ஒப்பிடலாம். உடலுழைப்பு இல்லாத வாழ்க்கை ஒன்றைத் தேர்ந்தெடுப்பதற்கான அனைத்துச் சாக்குப்போக்குகளையும் கூறுவதற்கான தகுதி தியோடோரிடம் இருந்தது. அவர் பிறக்கும்போதே பலவீனமானதொரு குழந்தையாகப் பிறந்தார். சிறுவயதிலும் அவர் நலிந்து போய்த்தான் இருந்தார். அவர் படிப்பில்தான் ஆர்வம் கொண்டிருந்தார். அவர் சிறுவனாக இருந்தபோதே பெரிய சோடா பாட்டில் மூக்குக்கண்ணாடி அணிந்திருந்தார். சிறு மனஅழுத்தத்தைக்கூடத் தாங்க முடியாத அளவுக்கு அவருடைய நுரையீரல் பலவீனமாக இருந்தது.

ஒரு முறை, அவர் தன் தந்தையிடம், “என்னைத் திட்டாதீர்கள். எனக்கு ஆஸ்துமா வந்துவிடும்,” என்று வேண்டிக் கொள்கின்ற அளவுக்கு அவருடைய உடல்நிலை இருந்தது.

பல இரவுகளில் அவர் உண்மையிலேயே ஆஸ்துமாவால் அவதிப்பட்டார். அச்சமயங்களில் அவர் மிகக் கடுமையாகத் துன்புற்றார். சில நேரங்களில் அதன் காரணமாக அவர் சாவின் விளிம்புவரை சென்றார்.

அவருடைய அப்பா அளித்த ஊக்கத்தின் காரணமாக அவர் உடற்பயிற்சி செய்யத் தொடங்கினார். முதலில் வீட்டிலிருந்த உடற்பயிற்சிக்கூடத்தையும், பின்னர் தெருமுனையில் இருந்த உடற்பயிற்சிக்கூடத்தையும் அவர் பயன்படுத்தினார். பட்டப்படிப்புக் காலத்தின்போது, ஹார்வர்டு பல்கலைக்கழகத்தில் இருந்த உடற்பயிற்சிக்கூடத்தில் அவர் பயிற்சிகளை மேற்கொண்டார். உடற்பயிற்சியின் மூலம் தியோடோர் தன் உடலை மட்டும் செப்பனிடவில்லை, அவர் தன் வாழ்க்கையையும் இந்த உலகத்தையும்கூடச் செழுமைப்படுத்தினார். செயல்நடவடிக்கைகளால் நிறைந்திருந்த, முக்கியமாக உடற்பயிற்சிகளை உள்ளடக்கிய அப்படிப்பட்ட ஒரு வாழ்க்கையை, கடும் முயற்சிகள் தேவைப்படுகின்ற வாழ்க்கை என்று அவர் அழைத்தார்.

காலார நடத்தல், படகு வலித்தல், குத்துச்சண்டை, மலையேற்றம், வேட்டையாடுதல், குதிரையேற்றம், கால்பந்தாட்டம் போன்ற அனைத்திலும் தியோடோர் ஈடுபட்டார். அவர் உடற்பயிற்சியில் அல்லது விளையாட்டில் ஈடுபடாத நாள்களே இருக்கவில்லை. தவறினால், அவர் இயற்கைச் சூழலில் இருப்பார். அவர்

அமெரிக்கக் குடியரசுத் தலைவராக இருந்தபோதுகூட, தன்னைவிட இளையவர்களுக்குச் சவால் விடும் அளவுக்கு அவருடைய உடல்நிலை இருந்தது. “நான் வெள்ளை மாளிகையில் இருந்தபோதுகூட, தினந்தோறும் மாலையில் இரண்டு மணி நேரம் உடற்பயிற்சியில் ஈடுபடுவேன்,” என்று அவர் குறிப்பிட்டுள்ளார்.

தினமும் இரண்டு மணி நேரம்! அதுவும் குடியரசுத் தலைவராகப் பணியாற்றிக் கொண்டிருந்தபோதே!

காலையில் எழுந்திருக்கின்றபோது யார் ஒரு நல்ல மனநிலையில் இருந்திருப்பார்கள் என்று நீங்கள் நினைக்கிறீர்கள்? இன்பம் என்ற ஒன்றைத் துய்ப்பதற்காகத் தன் வாழ்க்கையைத் தொலைத்த ஜார்ஜ் மன்னரா? அல்லது கடும் முயற்சி தேவைப்பட்ட ஒரு வாழ்க்கையைத் தேர்ந்தெடுத்திருந்த தியோடோர் ரூஸ்வெல்ட்டா?

டிஜிட்டல் உலகில் உலாவிக் கொண்டு, உடலுழைப்பு அறவே இல்லாததொரு வாழ்க்கையை வாழ்ந்து கொண்டிருக்கின்ற நம்மைப் பற்றி அறிந்திருந்தால், தியோடோர் நம்மைப் பற்றி என்ன நினைப்பார் என்று நீங்கள் எண்ணுகிறீர்கள்? நாம் அதீதக் களைப்புடன் இருக்கிறோம் அல்லது அதீத மும்முரத்துடன் செயல்பட்டுக் கொண்டிருக்கிறோம் என்று நாம் சாக்குப்போக்குகள் கூறிக் கொண்டிருப்பதைப் பற்றி அவர் என்ன நினைப்பார்?

வெறுமனே வாழ்க்கையை ஓட்டிக் கொண்டிருப்பதற்கு மேலாக எதையாவது செய்வதற்காகத்தான் நாம் படைக்கப்பட்டிருக்கிறோம். வெறுமனே படுத்து உறங்குவதற்கும் இன்பம் துய்ப்பதற்கும் மட்டுமே நாம் இங்கு வரவில்லை. இயற்கை நமக்கு அளப்பரிய வெகுமதிகளை வழங்கியுள்ளது. நாம் ஓர் உச்சகட்ட இரையாடி. கோடிக்கணக்கான ஆண்டுகளின் ஊடாக நடைபெற்றப் பரிணாம வளர்ச்சி பெற்றெடுத்த இடக்குமடக்கான குழந்தைகள் நாம். நமக்குக் கிடைத்துள்ள இந்த அரிய பொக்கிஷத்தை நீங்கள் எப்படிச் செலவழிக்க உத்தேசித்துள்ளீர்கள்? உங்களுடைய சொத்துகள் சீர்குலைந்து போக அனுமதிப்பதன் மூலமாகவா?

இது ஒரு தனிநபரின் தேர்ந்தெடுப்பு மட்டுமல்ல. அது நம் அனைவர்மீதும் தாக்கம் ஏற்படுத்துகின்ற ஒன்று.

அமெரிக்க இளைஞர்களில் பாதிக்கு மேற்பட்டோர் இராணுவத்தில் சேர்வதற்கான உடற்தகுதி இல்லாதவர்களாக

இருக்கின்றனர். மதுவுக்கு அடிமையாதல் என்பது ஒரு வேடிக்கையான விஷயம் அல்ல. பெருந்தீனித்தனம் ஆபத்தானது. இது வெறும் தனிமனித இருத்தல் தொடர்பான விஷயம் மட்டுமல்ல. இது தேசிய பாதுகாப்பு தொடர்பான விஷயமும்கூட.

மகத்துவத்தை எட்டுவது நம் இலட்சியமாக இருந்தால், சமுதாயத்திற்கு உருப்படியான பங்களிப்பை நல்குகின்ற குடிமக்களாகத் திகழ நாம் விரும்பினால், நாம் நம்முடைய உடலைச் செம்மையாகப் பராமரிப்பது இன்றியமையாதது. அது உடற்பயிற்சிக்கூடத்தோடு நின்றுவிடுகின்ற ஒரு சமாச்சாரம் அல்ல. அது சமையலறைவரை நீள்கின்ற விஷயம். ஆரோக்கியமான உணவுப் பழக்கமும், எந்தவிதமான போதைகளுக்கும் அடிமையாகாதிருத்தலும் இதற்கு அத்தியாவசியம். நீங்கள் ஓர் உயர்தரமான பந்தயக் காரைப் போன்றவர். அதற்கு ஏற்ற எரிபொருளை நீங்கள் அதில் நிரப்ப வேண்டும், அதிசிறப்பாக அதைப் பராமரித்து வர வேண்டும்.

"ஒரு தத்துவஞானியின் உடல், உடல்ரீதியான நடவடிக்கைகளில் ஈடுபடுவதற்கு உகந்த முறையில் உருவாக்கப்பட்டிருக்க வேண்டும். ஏனெனில், நல்லொழுக்கங்களைக் கடைபிடிப்பதற்கான ஒரு கருவியாக உடல் செயல்படுகிறது. குளிர், வெப்பம், பசி, பட்டினி, தாகம், சொகுசற்றப் படுக்கை, இன்ப நுகர்வைத் தவிர்த்தல், இன்னல்களையும் பொறுமையோடு எதிர்கொள்ளுதல் போன்றவற்றுக்கு நம்மை நாம் பழக்கப்படுத்திக் கொள்கின்றபோது, நம் உடல் வலுப் பெறுகிறது. அத்துடன், எந்தவொரு வேலையையும் செய்வதற்கு அது தயாராகிவிடுகிறது," என்று ஸ்டோயிக் தத்துவவியலாளரான முசோனியஸ் ரூஃபஸ் விவரிக்கிறார்.

வாழ்க்கை என்பது பல விதமான கஷ்டங்களையும் சவால்களையும் உள்ளடக்கிய ஒன்றாக இருக்கிறது. நாம் செய்கின்ற வேலைகள் எப்போதும் சிறப்பாகச் சென்று கொண்டிருக்கும் என்பதற்கு உத்தரவாதங்கள் கிடையாது. ஆனால் உடற்பயிற்சி அப்படியல்ல. அது உங்களுடைய கட்டுப்பாட்டில் இருக்கிறது. அதில் ஈடுபடுவதற்கு நமக்குத் தடையாக இருப்பது நம்முடைய உறுதியின்மையும் அர்ப்பணிப்பின்மையும் மட்டுமே.

நீந்துங்கள். எடை தூக்குங்கள். கராத்தே கற்றுக்

கொள்ளுங்கள். நீண்டதூரம் நடை பயிலுங்கள். ஒட்டுமொத்தத்தில், நீங்கள் துடிப்பாக இயங்கிக் கொண்டிருக்க வேண்டும், அவ்வளவுதான். தினசரி வெற்றியைப் பெறுங்கள். செனீக்கா கூறியபடி, உங்களுடைய உடல் உங்களுடைய மனத்திற்குக் கீழ்ப்படியாமல் பார்த்துக் கொள்கின்ற விதத்தில் நீங்கள் உங்களுடைய உடலைக் கடுமையான பயிற்சிக்கு உட்படுத்த வேண்டும். நீங்கள் உடற்பயிற்சியில் ஈடுபடுகின்றபோது, உங்களுடைய தசைகள் வலுப் பெறுகின்ற அதே நேரத்தில், உங்களுடைய மன உறுதியும் உரப்படும். முக்கியமாக, மற்றவர்கள் தங்களுடைய உடல் உறுதியையும் மன உறுதியையும் வலுப்படுத்திக் கொள்ளாதிருக்கின்ற வேளையில் நீங்கள் அவற்றை வலுப்படுத்திக் கொள்கிறீர்கள்.

1902-ல் நாட்டையே முடக்கிப் போடுகின்ற விதத்தில் நிலக்கரிச் சுரங்கத் தொழிலாளர்கள் வேலை நிறுத்தத்தில் ஈடுபட்டிருந்தபோது, அமெரிக்கக் குடியரசுத் தலைவராக இருந்த தியோடோர் ரூஸ்வெல்ட் எப்படி உணர்ந்திருப்பார் என்று நீங்கள் எண்ணுகிறீர்கள்? வழக்கறிஞர்களையும் பத்திரிகையாளர்களையும் எதிர்கொள்ளவிருந்தபோது, அவருடைய மனநிலை எப்படி இருந்திருக்கும்? அவருடைய குடியரசுத் தலைவர் பதவிக்காலம் முடிந்து, அவர் வேறொருவருக்காகத் தேர்தல் பிரச்சாரத்தில் ஈடுபட்டிருந்தபோது, அவரைக் கொலை செய்ய மேற்கொள்ளப்பட்ட முயற்சியில் கொலைகாரனின் துப்பாக்கிக் குண்டு அவருடைய நெஞ்சைத் துளைத்தபோது அவர் எப்படி உணர்ந்திருப்பார்?

அவர் எல்லாவற்றிலிருந்தும் விலகிக் கொள்ள நினைத்திருக்கலாம். தன்னுடைய வரம்பெல்லைகளைத்தான் அடைந்துவிட்டிருந்ததை அவர் உணர்ந்திருந்திருக்கலாம். தன் வேலைப் பளுவைக் குறைத்துக் கொள்ள வேண்டும் என்று அவர் எண்ணியிருந்திருக்கலாம். ஆனால், அப்படி எதையும் அவர் செய்யவில்லை.

அவர் முன்புபோலவே தொடர்ந்து சுறுசுறுப்புடன் செயல்பட்டுக் கொண்டிருந்தார். "நீ களைப்படைந்துள்ளாய், நீ பலவீனமடைந்துள்ளாய்," என்று தனக்குள்ளிருந்து வெளிப்பட்டுக் கொண்டிருந்த உட்குரலுக்குத் தான் செவிமடுக்க வேண்டிய அவசியமில்லை என்பதை அவர் அறிந்திருந்தார்.

இதற்காக அவர் தன்னைத் தயார்படுத்திக் கொண்டிருந்தார்.

தன் வல்லமை என்ன என்பதை அவர் அறிந்திருந்தார்.

அவர் தன் உடலைத் தயார்படுத்தியிருந்தார். இப்போது, செய்யப்பட வேண்டிய வேலைகளை அதைக் கொண்டு அவரால் செய்துவிட முடியும்.

அடிமையாக இருத்தலை விட்டொழியுங்கள்

அவர் நார்மன்டி கடற்கரையில் ஒரு பெரும் படையுடன் சென்று இறங்கினார்.

நாஜிக்களை முறியடித்து ஜெர்மனியைக் கைப்பற்றினார்.

பெரும் பணம் சம்பாதித்தார். தன் மலரும் நினைவுகளை ஒரு புத்தகமாக வெளியிட்டார்.

1949-ல் அவர் வெல்ல வேண்டிய ஒன்றே ஒன்று மட்டும் பாக்கியிருந்தது. தன்னை வெற்றி கொள்வதுதான் அது.

தன் வாழ்நாள் முழுவதும் அவர் போராடிக் கொண்டிருந்த ஒரு விஷயத்தைத் தன் கையில் எடுக்க அவர் முடிவெடுத்தார். அதற்கான உத்தரவை அவர் தனக்குத் தானே பிறப்பித்துக் கொண்டார்:

புகைபிடித்தலை நிறுத்து!

அத்தீர்மானத்துடன் அவர் தன்னுடைய முப்பத்தெட்டு ஆண்டுகாலப் பழக்கத்திற்குச் சட்டென்று ஒரு முற்றுப்புள்ளி வைத்தார். உலகில் எதையெதையெல்லாமோ வென்றிருந்தவருக்கு இது என்ன பெரிய விஷயமா என்று நீங்கள் யோசிக்கலாம். ஆனால், வெளியே இருக்கின்ற எதிரியைவிட, உள்ளே இருக்கின்ற அரக்கனை எதிர்த்துப் போராடுவது எவ்வளவு கடினம் என்பது, ஏதாவது ஒரு விஷயத்திற்கு அடிமையாகி இருக்கின்ற ஒவ்வொருவருக்கும் தெரியும். டுவைட் டி. ஐசன்ஹோவர் அளவுக்கு மன உறுதி

கொண்ட தலைவர்களை விரல்விட்டு எண்ணிவிடலாம் என்று அவருடைய வரலாற்றை ஒரு புத்தகமாக எழுதியுள்ள ஜீன் எட்வர்டு சுமித் தெரிவிக்கிறார்: "தன் வாழ்நாள் முழுவதும் தினந்தோறும் மூன்று முதல் நான்கு பாக்கெட் சிகரெட்டுகளைப் புகைத்துக் கொண்டிருந்த அவர், அப்பழக்கத்தை விட்டுவிடத் தீர்மானித்த மறுகணம் அதை நிறுத்திவிட்டார். அதற்குப் பிறகு அவர் அதை ஒருபோதும் தொடவில்லை."

ஐசன்ஹோவர் தன் உதவியாளரிடம், ஒரு முறை, "ஒரு விஷயத்தை நிறுத்துவதற்கான ஒரே வழி, அதை அப்படியே நிறுத்திவிடுவதுதான். அதனால் நான் அதைச் செய்தேன்," என்று கூறினார். அதைச் செய்யும்படி வேறு எவராலும் அவருக்குக் கட்டளையிட்டிருக்க முடியாது. அது தானே தன்மீது வலிந்து திணித்துக் கொள்ள வேண்டிய ஒரு கடமை என்று அவர் நினைத்தார். தன் உடலைத் தன் கட்டுப்பாட்டிற்குள் வைத்துக் கொள்ள வேண்டும் என்று அவர் கருதினார். இப்போது நிறுத்தினாலும்கூட, அது தன் ஆயுட்காலத்தை நீட்டிக்கும் என்று அவர் நம்பினார். அது உண்மையாயிற்று. முதலில் அவர் நேட்டோவின் தலைமைப் பொறுப்பை ஏற்று வடக்கு அட்லாண்டிக் நாடுகளின் பாதுகாப்பிற்காகப் பாடுபட்டார். பின்னர் அமெரிக்கா ஒரு கடினமான சூழலை எதிர்கொண்டிருந்த சமயத்தில், அவர் அதன் குடியரசுத் தலைவராகவும் ஆனார்.

நீங்கள் எப்படி?

நீங்கள் எதற்கு அடிமையாக இருக்கிறீர்கள்? எது இல்லாமல் உங்களால் இருக்க முடியாது?

ஐசன்ஹோவர் தன்னுடைய புகைப்பழக்கத்தை விட்டிருந்த அதே ஆண்டான 1949-ல் ஒரு நாள் மாலையில், நோபல் விருதாளரும் உலகப் புகழ்பெற்ற இயற்பியலாளருமான ரிச்சர்டு ஃபெயின்மேனுக்கு, மது அருந்த வேண்டும் என்ற திடீர் ஆசை தோன்றியது. அவரால் மீற முடியாத ஒரு வேட்கையாக அது இருக்கவில்லை. கடினமாக உழைத்த ஒரு நாளின் இறுதியில் ஒருவர் தனக்குத் தானே அளித்துக் கொள்ள விரும்புகின்ற வெகுமதிக்கு ஒப்பான ஒன்று என்று அதை வைத்துக் கொள்ளலாம். ஆனால், அப்படிப்பட்டதோர் உணர்வைக்கூட அனுமதிக்க ஃபெயின்மேன் தயாராக இருக்கவில்லை. அக்கணத்திலேயே குடிப்பழக்கத்திற்கு அவர் முழுக்குப் போட்டுவிட்டார்.

எந்தவொரு விஷயமும் தன்மீது ஆதிக்கம் செலுத்தக்கூடாது என்று அவர் நினைத்தார்.

'இனி ஒருபோதும்'
என்று இதற்கு முன்பும்
நீ சத்தியம் செய்திருந்தாய்தானே?

பிரபலமான இந்தப் பாடலில் வரும் கட்டத்தை அடைவதற்கு முன்பு அப்பழக்கத்தை விட்டொழிக்க ஃபெயின்மேன் தீர்மானித்தார்.

நம்மீது ஆதிக்கம் செலுத்த முயல்கின்ற எதுவொன்றுக்கும் எதிராக நமக்குள் எழுகின்ற உள்ளுணர்வுரீதியான எதிர்வினைதான், நம்மீது நாம் முழுக் கட்டுப்பாடு கொண்டிருக்க வேண்டும் என்ற கருத்துக்கு அடிப்படையாகும். போதைகளிலிருந்து மீள்வதற்கு உதவுகின்ற ஒரு வல்லுநர் குறிப்பிட்டுள்ள, "விலகி இருப்பதற்கான சுதந்திரத்தை" ஒருவர் இழக்கின்றபோது, அவரால் எப்படிச் சுதந்திரமானவராக இருக்க முடியும்?

நாம் சுயசார்புடன் இருக்க விரும்புகிறோம். ஆனாலும், நம்முடைய பழக்கவழக்கங்களிடம் நாம் விருப்பத்துடன் மண்டியிட்டுவிடுகிறோம். நம்மை அடிமைப்படுத்தி வைத்துள்ள அந்தப் பொருள், "என்னை நீ சேர்த்துக் கொள்ளவில்லை எனில், நீ மகிழ்ச்சியற்று இருப்பாய், தனிமையை அனுபவிப்பாய், பலவீனமாக உணர்வாய்," என்று நம்மை மிரட்டும்.

என்னவோர் அவலமான நிலை இது?

"அடிமையாக இல்லாத ஒருவனை என்னிடம் காட்டுங்கள்," என்று செனீக்கா சவால் விட்டார். "ஒருவன் பணத்திற்கு அடிமை, மற்றொருவன் பேராசைக்கு அடிமை. எல்லோருமே நம்பிக்கைக்கும் பயத்திற்கும் அடிமை." பெரும்பாலானோர், தாங்கள் ஒரு விஷயத்திற்கு அடிமையாகி இருக்கிறோம் என்பதையே உணர்ந்திருப்பதில்லை. அந்த அறியாமையிலிருந்து விடுபடுவதுதான் முதல் படி என்று செனீக்கா வலியுறுத்துகிறார். அதற்குப் பின் நீங்கள் அதிலிருந்து விடுபட வேண்டும். நீங்கள் உங்களுடைய வேலைக்கு அல்லது அதிகார போதைக்கு அடிமைப்பட்டுக் கிடக்கலாம். இன்றைய காலகட்டத்தில், சிகரெட், இனிப்புப் பானங்கள், சமூக ஊடகங்கள், இணையச் செய்திகள்

போன்றவற்றுக்கு மக்கள் அடிமைப்பட்டுக் கிடக்கின்றனர். அது சமூகத்தால் ஏற்றுக் கொள்ளப்படுகிறதா இல்லையா என்பது ஒரு புறம் இருக்கட்டும். தனிப்பட்ட முறையில் அது உங்களுக்கு நல்லதா என்பதைத்தான் நீங்கள் முதலில் பார்க்க வேண்டும். ஐசன்ஹோவரை அவருடைய புகைபிடிக்கின்ற பழக்கம் மெல்ல மெல்லத் தின்று கொண்டிருந்தது. உங்களிடம் அது போன்ற எந்தப் பழக்கம் இருக்கிறது?

நம்முடைய பழக்கங்கள் அந்த அளவுக்கு ஆபத்தானவையாக இல்லாமல் இருக்கலாம். ஆனாலும், நாம் எதற்காக நம்முடைய வயிறு இடுகின்ற கட்டளைக்கு அடிபணிந்து நடக்க வேண்டும்? அல்லது ஏதோ ஒரு கருவிக்கு அடிமைப்பட்டுக் கிடக்க வேண்டும்? நம்முடைய உடல் நம்முடைய எஜமானனாக இருக்கக்கூடாது. அது நம் பழக்கங்களுக்கும் பொருந்தும்.

நாம்தான் எஜமானர்களாக இருக்க வேண்டும்.

உண்மையில், நாம் தூக்கியெறிவது ஒரு பழக்கத்தை அல்ல. மாறாக, ஓர் அடிமைத்தனத்தைத்தான். புத்த மதத்தினர் அதை வேட்கை என்று அழைக்கின்றனர். எப்போதாவது பொழுதுபோக்கிற்காக அதன் பக்கம் நீங்கள் திரும்பலாம். அதில் தவறில்லை. ஆனால், அதற்கு நீங்கள் முதலில் அதிலிருந்து விடுபட வேண்டியது அவசியம். இது சிகரெட், மது அல்லது சமூக ஊடக 'லைக்குகளைப்' பற்றியது அல்ல. இது தேவையைப் பற்றியது. அந்தத் தேவைதான் இன்னல்களின் மூலாதாரமாக இருக்கிறது.

போதை மருந்துப் பழக்கத்தால் உயிரைவிட நேர்ந்த பிரபல பாடகி ஏமி ஒயின்ஹவுஸாக இருக்கட்டும், திருமணத்திற்கு வெளியே கள்ள உறவு வைத்திருந்த விவகாரத்தில் மாட்டிக் கொண்ட டைகர் உட்ஸ் ஆகட்டும், தங்களுடைய பழக்கங்களுக்கு அடிமையானதால், அவர்கள் தலைசிறந்த திறமைசாலிகளாக இருந்தும் உலகத்தின் பார்வையில் சிறுமைப்பட்டுப் போயினர். இவர்களைப் போன்றவர்கள் சறுக்குகின்றபோது, அது அவர்களுக்கு மட்டும் ஏற்படுகின்ற தனிப்பட்ட இழப்பு அல்ல. மாறாக, அவர்கள் பாடாமல் போன பாடல்களாலும், ஆடாமல் போன ஆட்டங்களாலும், படைக்க முடியாமல் போன புதிய சாதனைகளாலும் மொத்த உலகமுமே நஷ்டமடைகிறது.

இதுபோன்ற அடிமைப்படுதல்கள்

துன்பகரமானவையாகவும் கொடுமையானவையாகவும் இருப்பதோடு, பொருளாதாரரீதியாகவும் ஒருவரைச் சீரழித்துவிடக்கூடியவை. அப்படிப்பட்ட ஒருவராக ஆவதை நீங்கள் எதற்காகத் தேர்ந்தெடுக்க வேண்டும்? அதுவும், அவை போன்றவற்றில் ஈடுபடுவது உங்களுக்கு ஒரு நல்ல உணர்வைக் கொடுக்காமல் இருக்கின்றபோது எதற்காக நீங்கள் அவற்றில் மூழ்கிக் கிடக்க வேண்டும்?

இப்படிப்பட்ட ஒரு சோதனைக்கு உங்களை ஆட்படுத்திக் கொள்ளுங்கள்: இன்றுதான் அதைப் பற்றி உங்களுக்குத் தெரிய வந்தால், அதில் நீங்கள் ஈடுபடுவீர்களா? எடுத்துக்காட்டாக, மதுவின் விளைவுகள் அனைத்தையும் நீங்கள் அறிந்திருந்து, அது உங்களுக்கு இன்று அறிமுகப்படுத்தப்பட்டால், அதை நீங்கள் குடிப்பீர்களா என்ற கேள்வியை உங்களிடமே கேளுங்கள். அதேபோல, இன்று நீங்கள் ஒரு குறிப்பிட்டச் செயலியில் எவ்வளவு நேரத்தைத் தொலைத்துக் கொண்டிருக்கிறீர்கள் என்பதை நீங்கள் அறிந்திருந்து, இன்று அந்தச் செயலி புதிதாக அறிமுகம் செய்யப்பட்டால், அதை நீங்கள் தரவிறக்கம் செய்வீர்களா? உங்களுடைய வேலை உங்களுக்கு அதிகாரத்தையும் வெற்றியையும் அளித்திருந்தபோதிலும், அதற்கு நீங்கள் உங்களுடைய மணவாழ்க்கையையும் மகிழ்ச்சியையும் தியாகம் செய்ய வேண்டியிருந்ததை முன்பே நீங்கள் அறிந்திருந்தால், அதை நீங்கள் ஏற்றுக் கொண்டிருப்பீர்களா? நீங்கள் ஒன்றில் இறங்கியிருக்கின்ற ஒரே காரணத்தால், அதை நீங்கள் தொடர்ந்து செய்து கொண்டிருக்க வேண்டிய கட்டாயமில்லை. தொடக்கத்தில் நீங்கள் அதை அறிந்திருக்கவில்லை என்ற காரணத்தால், இன்றும் அதை நீங்கள் தேர்ந்தெடுக்க வேண்டிய அவசியமில்லை.

சில அழுத்தங்களைச் சமாளிப்பதற்கு சிலர் சில போதைகளை நாடக்கூடும். தொடக்கத்தில் அவை உங்களைத் துடிப்பாக உணரச் செய்யலாம். ஆனால், அவை தொடர்கின்றபோது, அவை உங்களுடைய உணர்வுகளை மழுங்கடித்துவிடும். அவை உங்களுக்குச் சௌகரிய உணர்வை அளிக்கலாம். ஆனால், அவை உங்களுடைய நண்பன் அல்ல. லூ கெரிக், ஆட்ட இடைவேளைகளின்போது தன் பதற்றத்தைக் குறைத்துக் கொள்வதற்காக ஒரு சிறிய அளவில் மது அருந்திக்

கொண்டிருந்ததைக் கவனித்துவிட்ட அவருடைய பயிற்றுவிப்பாளர்களில் ஒருவர், அவரிடம், "நாளடைவில், இது உன்னைக் கொண்டு சேர்க்கப் போகின்ற இடத்தை நீ விரும்ப மாட்டாய்," என்று அறிவுரை கூறியது இந்த அர்த்தத்தில்தான்.

உங்கள்மீது ஆதிக்கம் செலுத்திக் கொண்டிருக்கின்ற மோசமான பழக்கத்தை, அது சமூகத்தால் ஏற்றுக் கொள்ளப்பட்டுள்ள ஒன்றாக இருந்தாலும்கூட, நீங்கள் நிறுத்தியே ஆக வேண்டும். அதைத் திடுதிடுப்பென்று உங்களால் நிறுத்த முடிந்தால், நிறுத்திவிடுங்கள். அல்லது அதை நிறுத்துவதற்கு உங்களுக்கு வேறு ஒருவரின் உதவி தேவைப்பட்டால், அதை நாடுங்கள். இங்கு அதை நிறுத்துவதுதான் முக்கியம். அதை நீங்கள் எப்படிச் சாதிக்கிறீர்கள் என்பது முக்கியமல்ல.

ஒவ்வொருவரும், பெரும் அதிகாரமிக்கவர்கள் உட்பட, ஏதாவது ஒரு மோசமான பழக்கத்துடன் போராடிக் கொண்டுதான் இருக்கின்றனர். ஒரு மோசமான பழக்கம் உங்களிடம் நீண்டகாலமாக இருக்கிறது என்பதற்காக அதை நீங்கள் தொடரத் தேவையில்லை. காலதாமதமாகிவிட்டது என்று நீங்கள் யோசிக்கத் தேவையில்லை.

ஐசன்ஹோவர் அவருடைய புகைப்பழக்கத்தை நிறுத்தியபோது அவருக்கு வயது ஐம்பத்தெட்டு. அவருடைய பழக்கத்தின் வயது அதைவிடச் சிறிது குறைவு, அவ்வளவுதான்.

அதை அவர் ஒரு பொருட்டாகக் கருதவில்லை. அது குறித்து இன்று நாம் என்ன செய்யப் போகிறோம் என்பதுதான் முக்கியம்.

ஓர் அடிமையாக இருப்பதை நிறுத்தப் போகிறோம் என்ற தேர்ந்தெடுப்புதான் அது.

தேவையற்றதைத் தவிர்த்துவிடுங்கள்

ரோமானிய அரசியல் மேதையான மார்க்கஸ் போர்சியஸ் கேட்டோ எப்போதும் விலை மலிவான உடைகளையே அணிந்தார். தன்னுடைய அடிமைகள் குடித்த அதே ஒயினையே அவரும் பருகினார். அவர்களுடன் இணைந்து வயலில் வேலை செய்தார். அவர் பொதுச் சந்தையிலேயே பொருட்களை வாங்கினார். மேட்டுக்குடி வாழ்வுக்குள் திளைக்க அவர் மறுத்தார்.

“தேவையற்றப் பொருட்கள் எவ்வளவு மலிவானவையாக இருந்தாலும், அவற்றால் ஒரு பயனும் கிடையாது,” என்று அவர் கூறினார்.

ஒரு பொருள் அவருக்குத் தேவையில்லை என்றால், அதை அவர் வாங்க மாட்டார். எந்தவொரு விஷயமும் அவரை ஈர்க்கவில்லை என்றால், அதை மற்றவர்கள் வெகுவாக விரும்பினாலும் அதை அவர் நாட மாட்டார். அவருடைய இந்தச் சிக்கன நடவடிக்கைக்குக் காரணம் பற்றாக்குறை மனப்பான்மை அல்ல. மாறாக, அவர் சுதந்திரத்தை விரும்பியதுதான் அதற்குக் காரணம். கேட்டோ ஓர் எளிய வீட்டில் வசித்து வந்தார். அவருடைய கனவுநாயகர் மேனியஸ் கியூரியஸ். மேனியஸ் அதிகாரமிக்க இராணுவத் தலைவராக இருந்த சமயத்தில், அரசனுக்கு எதிராகச் சதி செய்து கொண்டிருந்தவர்கள் அவரைத் தங்கள் பக்கம் வளைப்பதற்காக, அவருக்கு ஆசை காட்டுவதற்காக,

அவருடைய இருப்பிடத்திற்குச் சிலரை அனுப்பி வைத்தனர். அவர்கள் அங்குச் சென்றபோது, மேனியஸ் தன்னுடைய வீட்டுச் சமையலறையில் நூல்கோல்களை ஒரு பாத்திரத்தில் போட்டுக் கொதிக்க வைத்துக் கொண்டிருந்ததை அவர்கள் பார்த்தனர். அவரிடம் தங்களுடைய பருப்பு வேகாது என்பதை அவர்கள் உடனடியாக உணர்ந்து கொண்டனர். இவ்வளவு குறைவானவற்றோடு திருப்திகரமாக வாழ்ந்து கொண்டிருந்த ஒருவருக்குச் சபலம் ஏற்படுத்துவது கடினம் என்பதை அவர்கள் புரிந்து கொண்டனர்.

நமக்குத் தேவைப்படுவதையும் தாண்டி நாம் ஆசைப்படுகின்றபோது, நாம் சிக்கலில் மாட்டிக் கொள்கிறோம். நாம் பிறவற்றைத் துரத்திச் சென்று கொண்டிருக்கின்றபோது, நம்மிடம் சுயதிருப்தி இருப்பதில்லை. அதனால்தான், கேட்டோ, விலையுயர்ந்த பரிசுப் பொருட்களை ஏற்றுக் கொள்ளாமல் இருந்தார். அதனால்தான், அவர் தன்னுடைய அரசியல் ஆலோசனைகளுக்குப் பணம் பெற்றுக் கொள்ள மறுத்தார். அதனால்தான், அவர் மிகக் குறைவான பணியாள்களுடன் பயணங்களை மேற்கொண்டார். அதனால்தான், அவர் தன் ஒட்டுமொத்த வாழ்க்கையையும் எளிமையாக வைத்துக் கொண்டார்.

ஒரு முறை, ஒரு ஸ்பார்ட்டன் அரசரிடம், “நீங்கள் பின்பற்றிக் கொண்டிருக்கின்ற ஸ்பார்ட்டன் பழக்கவழக்கங்களிலிருந்து உங்களுக்கு என்ன கிடைக்கிறது?” என்று கேட்கப்பட்டபோது, அதற்கு அவர், “எங்களுடைய இந்த வாழ்க்கைமுறையிலிருந்து நாங்கள் சுதந்திரத்தை அறுவடை செய்கிறோம்,” என்று பதிலளித்தார்.

ரூபின் கார்ட்டர் என்ற குத்துச்சண்டை வீரர், அவர் செய்திராத ஒரு குற்றத்திற்காகத் தண்டிக்கப்பட்டுச் சிறைக்கு அனுப்பப்பட்டார். அவர் சிறையில் பத்தொன்பது ஆண்டுகளை எந்தவிதமான பிரச்சனைகளும் இன்றிக் கழித்ததற்குக் காரணம் அவருடைய செல்வம் அல்ல. அதற்கு நேரெதிரானதுதான் அவருக்கு உதவியது. அவர் தன் சிறை அறையில் இருந்த குறைந்தபட்ச வசதிகள் அனைத்தையும் துறந்தார். பாய், தலையணை இன்றிப் படுத்துறங்கினார். வானொலி, தொலைக்காட்சி போன்றவற்றை வைத்துக் கொள்ளவில்லை. அதற்கு என்ன காரணம்? தன்னிடமிருந்து எதுவும் பறிக்கப்பட முடியாத நிலையில் அவர் தன்னை

வைத்துக் கொண்டார். அவருக்குப் பழக்கப்பட்டுவிட்ட ஒன்றை அவரிடமிருந்து பறித்துவிடுவோம் என்று எவரும் அவரை மிரட்ட முடியாத நிலைக்கு அவர் தன்னை உயர்த்திக் கொண்டார்.

நம்மிடம் நாமே கடுமையாக நடந்து கொள்வதன் மூலம், பிறர் நம்மிடம் கடுமையாக நடந்து கொள்வதை நாம் கடினமாக்குகிறோம். நம்மிடம் நாமே கண்டிப்புடன் நடந்து கொள்வதன் மூலம், பிறர் நம்மீது ஆதிக்கம் செலுத்துவதற்கான ஆற்றலை அவர்களிடமிருந்து நாம் பறித்துவிடுகிறோம்.

தன் வருவாய்க்குள் வாழ்க்கை நடத்துபவன், அப்படி நடத்தாதவனைக் காட்டிலும் அதிக அனுகூலங்களை அனுபவிக்கிறான். மைக்கேலேஞ்சலோ, கேட்டோ அளவுக்குச் சிக்கனமாக இருக்கவில்லை என்றாலும்கூட, செல்வந்தர்கள் நீட்டிய விலையுயர்ந்த பரிசுப்பொருட்களைப் பெற்றுக் கொள்ளப் பிடிவாதமாக மறுத்துவிட்டார். தான் எவரொருவருக்கும் கடன்பட்டிருக்க அவர் விரும்பவில்லை. உண்மையான செல்வம் சுயசார்புதான் என்பதை அவர் நன்றாகவே அறிந்திருந்தார்.

மேலோட்டமாகப் பார்த்தால், கேட்டோ அல்லது மைக்கேலேஞ்சலோவின் வாழ்க்கை கடினமானதாக இருந்திருக்கும் என்று நமக்குத் தோன்றலாம். ஆனால், அது உண்மையல்ல. பல வழிகளில் அவர்கள் ஓர் இலகுவான வாழ்க்கையையே வாழ்ந்து வந்தனர். கவலைப்படுவதற்கு அவர்களுக்குக் குறைவான விஷயங்களே இருந்தன. முத்தமிடுவதற்கான மோதிர விரல்கள் குறைவாகவே இருந்தன. எதைக் கண்டும் பொறாமைப்பட வேண்டிய தேவை அவர்களுக்கு இருக்கவில்லை. அல்லது, பொறாமைப்படுபவர்கள், தங்களிடம் இருந்தவற்றை அபகரித்துச் சென்றுவிடுவர் என்ற பயமும் அவர்களுக்கு இருக்கவில்லை.

தங்களுடைய வருவாய்க்கு மீறிய வாழ்க்கையை வாழ்ந்து கொண்டிருப்பவர்களாலும், தங்களுடைய வாழ்க்கைமுறையைத் தக்கவைத்துக் கொள்வதற்காக சமரசம் செய்து கொண்டாக வேண்டிய ஒரு வேலையில் ஒட்டிக் கொண்டிருப்பவர்களாலும்தான் வாழ்க்கையை இரசித்து அனுபவிக்க முடிவதில்லை. ஓர் ஓடு இயந்திரத்தில் நிற்காமல் தொடர்ந்து வேகமாக ஓடிக் கொண்டிருக்கின்ற

ஒரு நபர் எந்த இடத்தையும் சென்றடையப் போவதில்லை.

"இந்தப் பொருள் (அதன் பெயரை இட்டு நிரப்பிக் கொள்ளுங்கள்) என்னிடம் இல்லாவிட்டால், என்னால் ஒரு கணம்கூடக் காலம் தள்ள முடியாது," என்று நீங்கள் உறுதியாக நம்பக்கூடும். "கேட்டோபோல எப்படி ஒருவரால் வாழ முடியும்?" என்று நீங்கள் யோசித்துக் கொண்டிருக்கலாம்.

உங்களுடைய மோசமான பழக்கங்கள் உங்களைவிட வலுவானவையாக இருப்பதுதான் அதற்குக் காரணம்.

உங்களிடம் இருக்கின்ற தேவையில்லாதவற்றையும் மிதமிஞ்சியவற்றையும் நீக்கிவிட்டால், அங்கு என்ன மீதமிருக்கும்? நீங்கள் மட்டும்தான் இருப்பீர்கள். அதுதான் எல்லாவற்றையும்விட மிக முக்கியமானது.

ஒரு விஷயம் மிதமிஞ்சி இருப்பதை எப்படி அறிந்து கொள்வது? பொதுவாக மற்றவர்கள் உங்கள்மீது திணிக்க முயல்கின்ற ஒன்றாக அது இருக்கும். தங்களைக் குறித்துப் பாதுகாப்பாக உணராதவர்கள், தங்களைப்போலவே உங்களையும் ஆக்கத் தொடர்ந்து உங்கள்மீது அழுத்தத்தைப் பிரயோகித்துக் கொண்டிருப்பர். அவர்களுடைய கூட்டத்தில் அவர்களில் ஒருவனாக உங்களைக் கருதாமல் போய்விடுவார்களோ என்ற பயத்திற்கு நீங்கள் எவ்வளவு தூரம் இடம் கொடுக்கிறீர்கள் என்பதும் அதன்மீது தாக்கம் ஏற்படுத்தும். "இது இல்லாமல் நான் இவ்வளவு காலம் காலந்தள்ளிக் கொண்டுதானே இருந்தேன்?" என்று உங்களையே நீங்கள் கேட்டுக் கொள்ளுங்கள். ஒரு பொருளை வாங்க வேண்டும் அல்லது ஒரு விஷயத்தை அடைய வேண்டும் என்று உங்களுக்குள் தோன்றிய வேட்கை உங்களிடம் எவ்வளவு காலம் நீடித்திருந்தது? அது உங்களுக்குக் கிடைக்காமல் போனது குறித்தப் பின்வருத்தம் எவ்வளவு காலம் உங்களிடம் இருந்தது? நீங்கள் ஆசைப்படுகின்ற விஷயத்தை அடைவது உங்களுக்கு மகிழ்ச்சியைக் கொடுக்கும் என்பதை உங்களால் முன்கூட்டியே எப்படி அறிய முடியும்? கடந்த முறை அப்படி உங்களுக்கு நிகழ்ந்திருக்கவில்லையே! உங்களுக்குச் சந்தேகம் இருந்தால், உங்களுடைய அலமாரியைத் திறந்து பாருங்கள் அல்லது பரணில் ஏறிப் பாருங்கள்!

சில ஆண்டுகளுக்கு முன் நீங்கள் குறைவானவற்றோடு எவ்வளவு சந்தோஷமாக இருந்தீர்கள் என்பதை நினைத்துப்

பாருங்கள். அப்போது தேவையின் பொருட்டு நீங்கள் சிக்கனமாக இருந்தீர்கள், இல்லையா? நீங்கள் திரும்பிப் பார்க்கின்றபோது, உங்களுடைய இளமைக் காலத்தில் நீங்கள் போராடிக் கொண்டிருந்தபோது போதாமை மனப்பான்மை உங்களிடம் நிலவிக் கொண்டிருந்தது என்று நீங்கள் நினைக்கிறீர்களா?

பொதுவாக அப்படி இருப்பதில்லை. அவை மகிழ்ச்சி நிறைந்த காலமாக இருந்ததாகவே நாம் உணர்வோம். இன்னும் சொல்லப் போனால், அவற்றை நினைத்து ஏங்கக்கூடச் செய்வோம். அப்போது விஷயங்கள் எளிமையாக இருந்தன. நம்மிடம் தெளிவு இருந்தது. வருங்காலத்தில் வாழ்க்கையை இன்னும் அதிக எளிதானதாக ஆக்கவிருந்த ஆடம்பரப் பொருட்கள் வரவிருந்தன என்பதையே அப்போது நாம் அறிந்திருந்திருக்க மாட்டோம். அப்படிப்பட்டதொரு சாத்தியக்கூறு இருந்ததைக்கூட நாம் அறிந்திருந்திருக்க மாட்டோம்.

அவை உண்மையில் உங்களுடைய சுதந்திரத்தை மேலும் அபகரித்துக் கொள்ளும், உங்களை அவற்றைச் சார்ந்திருக்கும்படி செய்யும்.

நீங்கள் எவ்வளவு குறைவாக ஆசைப்படுகிறீர்களோ, நீங்கள் அவ்வளவு அதிகச் செழிப்பாக உணர்வீர்கள், அவ்வளவு அதிகச் சுதந்திரமாக இருப்பதாக உணர்வீர்கள், அவ்வளவு அதிக ஆற்றல்மிக்கவராக உணர்வீர்கள்.

அது அவ்வளவு எளிதானது.

உங்கள் மேசையை ஒழுங்குடன் வைத்துக் கொள்ளுங்கள்

ராபர்ட் மோசஸ் ஓர் அன்பான நபர் அல்லர், ஆனால் மகா திறமைசாலி. அவர் பணியாற்றிய நாற்பதாண்டுகளில் நம்புதற்கரிய பல சாதனைகளைப் படைத்தார். அவர் நியூயார்க் மாநிலத்தில் 25,67,256 ஏக்கர் பரப்பளவு கொண்ட பூங்காக்களையும், 658 விளையாட்டு மைதானங்களையும், 416 மைல் நீளம் கொண்ட இயற்கைச் சாலைகளையும், 13 பாலங்களையும், எண்ணற்றக் குடியிருப்புகள், சுரங்கப்பாதைகள், விளையாட்டு அரங்கங்கள், சமுதாயக் கூடங்கள், மற்றும் கண்காட்சி மையங்களையும் உருவாக்கினார். இந்தப் பொதுப்பணிகளின் மதிப்பு 2,700 கோடி அமெரிக்க டாலர்களாகும். அவர் தன் வேலைகளைச் சிறப்பாகச் செய்ததோடு மட்டுமல்லாமல், பல நேரங்களில், அவர் ஒரே நேரத்தில் ஒன்றுக்கு மேற்பட்டப் பொறுப்புகளை வகித்தும் வந்தார். ஒரு சமயம் அவர் பன்னிரண்டு பொறுப்புகளை ஏற்றுக் கொண்டிருந்தார்.

நியூயார்க் மாநிலத்திலுள்ள வெஸ்ட் சைடு ஹைவேயில் நீங்கள் பயணித்திருக்கலாம். அதை அவர்தான் நிர்மாணித்தார். ஹார்லம் ஆற்றை டிரைபரோ பாலத்தின் வழியாக நீங்கள் கடந்திருக்கலாம். அதைக் கட்டியவரும்

அவர்தான். நயாகரா நீர்வீழ்ச்சி அரசுப் பூங்கா? அதுவும் அவரின் கைவண்ணம்தான். 1964-65 இல் நடைபெற்ற நியூயார்க் உலகக் கண்காட்சியும் அவருடைய ஏற்பாடுதான். இப்படி அடுக்கிக் கொண்டே போகலாம்.

1924-க்கும் 1968-க்கும் இடைப்பட்டக் காலத்தில், நியூயார்க் நகரின் வடிவமைப்பிலும் அதன் நிர்மாணிப்பிலும் அவரின் பங்களிப்பு முக்கியமானது. அவருடைய பணி ஒப்பற்றது என்று அவருடைய வரலாற்றை எழுதியுள்ள ராபர்ட் கரோ கூறுகிறார். அதைப் போன்ற காரியங்களை அவருக்கு முன்பும் பின்பும் நியூயார்க் நகரில் எவரும் மேற்கொண்டதில்லை. பிற நகரங்களில்கூட அப்படி எவரும் செய்திருக்கவில்லை. இன்னும் சொல்லப் போனால், மனிதகுல நாகரிகம் மொத்தத்திலும் வேறு எவரும் அவ்வளவு பிரம்மாண்டமான சாதனைகளைப் படைத்திருக்கவில்லை.

அதை அவர் எப்படிச் சாதித்தார்?

மாக்கியவெல்லி தத்துவத்தைப் பயன்படுத்தியதன் மூலமாகத்தான் அதை அவர் சாதித்தார். நம்புதற்கரிய உயர்ந்த தரமான செயல்பாட்டுத் திறனை அவர் கொண்டிருந்தார். தன் செயல்நடவடிக்கைகளால் ஏற்படக்கூடிய பின்விளைவுகள் மற்றும் மோசமான பக்கவிளைவுகள் குறித்துத் துளிகூடக் கவலைப்படாத ஒருவராக அவர் இருந்தார். நியூயார்க் மாநிலத்தின் பூங்காக்களிலும் சாலைகளிலும் பாலங்களிலும் தன் முத்திரையைப் பதிப்பதில் அவர் குறியாக இருந்தார். அவருடைய செயல்முறையின் காரணமாக அவர் பலரால் கொண்டாடப்பட்டார், பலரால் வெறுக்கப்பட்டார். நீங்கள் அவரை மதிக்கலாம் அல்லது வெறுக்கலாம். ஆனால், கற்பனைக்கு அப்பாற்பட்ட அவருடைய வெற்றிக்கு வழி வகுத்த ஓர் இரகசியத்தை நீங்கள் அறிந்தாக வேண்டும்: அவர் தன் மேசையை எப்போதும் ஒழுங்குமுறையுடன் வைத்திருந்தார்.

அவர் தன் பணிக்காகப் பயன்படுத்திய மேசை மிகப் பெரியது. அது அவருடைய செயல்திறமைக்கு வெகுவாக உதவியது, அவருடைய வேலைச் செயல்முறை மேம்பட்டு இருப்பதை உறுதி செய்தது. ஒரு பணி அதன் தொடக்கத்திலிருந்து முடிவுவரை ஒரு செம்மையான முறையில் மேற்கொள்ளப்படுவதில் அவர் நம்பிக்கை

கொண்டிருந்தார். தன்னை வந்தடைந்த பணி எதுவாக இருந்தாலும், அதை அவர் சிறப்பாகக் கையாண்டார். கடிதங்கள், குறிப்புகள், அறிக்கைகள் போன்ற எதுவும் தன் மேசையில் தங்குவதை அவர் அனுமதிக்கவில்லை. அவற்றின்மீது அவர் உடனடியாக நடவடிக்கை எடுத்தார். “மோசஸின் மேசையில் இழுப்பறைகள் எதுவும் கிடையாது,” என்பதைச் சுட்டிக்காட்டுகின்ற ராபர்ட் கரோ, “அதனால், தன் பார்வைக்கு வருகின்ற ஆவணங்களை ஒளித்து வைப்பதற்கு அவருக்கு இடம் ஏதும் இருக்கவில்லை. அதனால், தன்னை நச்சரித்துக் கொண்டிருந்த ஒரு பிரச்சனையிலிருந்து தப்பித்துக் கொள்ள முடியாத நிலையில் அவர் இருந்தார். பதில் அனுப்புவதற்குக் கடினமான கடிதங்களின்மீதும் நடவடிக்கை எடுத்தாக வேண்டிய கட்டாயத்தில் அவர் இருந்தார்,” என்று அவருடைய செயல்முறையை விவரிக்கிறார்.

தன் மேசையை ஒழுங்குற வைத்துக் கொண்டதன் மூலம், மோசஸால் ஏராளமான காரியங்களைச் செய்து முடிக்க முடிந்தது.

நீங்கள் எப்படி?

உங்களுடைய மேசையில் கடிதங்களும் ஆவணங்களும் குவிந்து கிடக்கலாம். அல்லது நீங்கள் ஒரு டிஜிட்டல்வாசியாக இருந்தால், உங்களுடைய மின்னஞ்சல் வருகைப் பெட்டி நிரம்பி வழிந்து கொண்டிருக்கலாம். உங்களுடைய கணினியின் தொடக்கத் திரை, செயலிகளின் குறியீடுகளால் நிரம்பி அலங்கோலமாக இருக்கலாம். உங்களுடைய அலைபேசியில் எத்தனை செயலிகள் தரவிறக்கம் செய்யப்பட்டுள்ளன என்பதை நீங்கள் அறிந்திராமல் இருக்கலாம். பிறகு, உங்களால் ஏன் ஒன்றைக் கண்டுபிடிக்க முடியவில்லை என்றும், ஏன் பல வேலைகள் தாமதமாகிக் கொண்டிருக்கின்றன என்றும், நீங்கள் ஏன் கடுமையான மனஅழுத்தத்தால் பாதிக்கப்பட்டிருக்கிறீர்கள் என்றும் நீங்கள் யோசித்துக் கொண்டிருப்பீர்கள். உங்களுக்குத் தேவையானவற்றைத் தேடுவதற்கும், ஒழுங்குபடுத்துவதற்கும், அவற்றை ஓரிடத்திலிருந்து மற்றோர் இடத்திற்கு மாற்றுவதற்கும் முதலில் சில கணங்களை வீணாக்குகின்ற நீங்கள், போகப் போக, சில நிமிடங்களை வீணாக்குவீர்கள். அந்த நேரம் படிப்படியாக அதிகரிக்கும். உங்களுக்கு நீங்களே உருவாக்கி

வைத்துள்ள குழப்பச் சூழல் உங்களுக்குக் கவனச்சிதறலும் களைப்பும் ஏற்படுத்தும்.

"புற ஒழுங்கு அக அமைதிக்கு இட்டுச் செல்லும்," என்று பிரபல நூலாசிரியர் கிரெட்சென் ரூபின் குறிப்பிடுவது இதைத்தான்.

நீங்கள் செம்மையாகச் சிந்திக்கவும் சிறப்பாகச் செயல்படவும் விரும்பினால், அது உங்களுடைய மனத்திலிருந்து தொடங்கப்படக்கூடாது. உங்களுடைய புழங்குமிடத்திலிருந்துதான் அது தொடங்கப்பட வேண்டும்.

டோனி மோரிசன் இவ்வாறு விவரிக்கிறார்: "நான் என்னுடைய மாணவர்களிடம், அவர்கள் எப்போது ஆகச் சிறப்பாகச் செயல்படுகிறார்கள் என்பதை அவர்கள் அறிந்திருக்க வேண்டும் என்று கூறுகிறேன். 'நான் சிறப்பாகச் செயல்படுவதற்கு என் அறை எப்படி இருக்க வேண்டும்? அமைதியாக இருக்க வேண்டுமா? அங்குப் பின்னணியில் ஏதேனும் மெல்லிய இசை ஒலிக்கப்பட்டுக் கொண்டிருக்க வேண்டுமா? என்னுடைய கற்பனையை வெளிப்படுத்துவதற்கு எனக்கு என்ன தேவை?' என்று அவர்கள் தங்களைத் தாங்களே கேட்டுக் கொள்ள வேண்டும் என்று நான் அவர்களிடம் கூறுகிறேன்."

நம்மில் ஒரு சிலர் வேண்டுமானால், "என் அறையில் அனைத்தும் தாறுமாறாக இறைந்து கிடக்கின்றபோதுதான் நான் சிறப்பாகச் செயல்படுகிறேன்," என்று கூறக்கூடும். ஆனால், அது உண்மையல்ல. உடற்பயிற்சிச் சாதனங்கள் ஒழுங்குமுறையுடன் அடுக்கி வைக்கப்பட்டுள்ள ஓர் அறைதான் உடற்பயிற்சி செய்வதை ஊக்குவிக்கும். ஒழுங்குமுறையுடன் இருக்கின்ற ஒரு பட்டறைதான் கைவினைஞர்களின் படைப்பாற்றல் திறனைச் சிறப்பாக வெளிக் கொண்டுவரும். ஒழுங்குமுறையுடன் வைத்துக் கொள்ளப்பட்டிருக்கின்ற விளையாட்டு வீரர்களின் ஓய்வறைதான் அந்த வீரர்களின் திறனை மேம்படுத்தும். ஒழுங்குமுறையுடனும் நேர்த்தியுடனும் இருக்கின்ற கருத்தரங்கு அறைதான் அதில் பங்கேற்பவர்களுக்கு உத்வேகமளிக்கும். தங்கள் அறையை ஒழுங்குமுறையுடன் வைத்திருக்கின்ற இராணுவத் தளபதிகளால்தான் தங்களுடைய வீரர்களிடம் ஒழுங்கை ஊக்குவிக்க முடியும்.

மிகச் சிறந்த பணிகளைச் செய்கின்ற இடம் புனிதமானது. அதை நாம் மதிக்க வேண்டும்.

தாறுமாறாக இருக்கின்ற ஓர் அறையில் சௌகரியமாக உணர்கின்ற ஒருவர், சுமாரான வேலை குறித்தும் சௌகரியமாக உணரக்கூடும். ஒருவர் தன்னைச் சுற்றியிருக்கின்ற தேவையற்ற இரைச்சல்களை வடிகட்டத் தவறிவிட்டால், தெய்விகத் தகவல்களை அவரால் கேட்க முடியாமல் போய்விடும். ஒருவர் தேவையற்ற உராய்வுகளைச் சகித்துக் கொள்ளத் தொடங்கிவிட்டால், நாளடைவில் அது அவருக்குப் பெரும் களைப்பு ஏற்படுத்தும்.

சிறந்த தலைமைச் சமையற்காரர்கள், சமைப்பதற்கு முன்பாக அனைத்துப் பொருட்களையும் ஒழுங்குமுறையுடன் எடுத்து வைத்துக் கொண்ட பிறகுதான் தங்களுடைய சமையலைத் தொடங்குவர். அங்கு எதுவும் தற்செயலாக நிகழாது. அவர்களுடைய வேலைக்குக் குறுக்கே எதையும் எவரையும் அவர்கள் அனுமதிப்பதில்லை.

நீங்கள் ஒரு வேலையைத் தொடங்குவதற்கு முன், அதற்குத் தேவையான அனைத்தையும் ஒழுங்குமுறையுடன் அமைத்துக் கொள்வதாகக் கற்பனை செய்து கொள்ளுங்கள். செய்து தொலைத்தாக வேண்டிய ஒரு வேலையாக அதைக் கருதாதீர்கள். கவலைப்பட வேண்டிய ஒன்றாக அதை நினைத்துக் கொள்ளாதீர்கள். ஏனெனில், நடைமுறையில் அது உங்களுக்குச் சுதந்திரத்தைப் பெற்றுக் கொடுக்கும்.

அனைத்தும் ஒழுங்குமுறையுடன் ஏற்பாடு செய்யப்பட்டப் பிறகு நாம் ஒரு காரியத்தில் இறங்கினால், நம்முடைய படைப்பாற்றல் தூண்டப்படும். புதிய விஷயங்களைப் படைப்பதற்கு ஏதுவான சூழலை அது கொடுக்கும்.

நாவலாசிரியர் குஸ்தாவ் ஃப்ளூபர்ட் இவ்வாறு கூறியுள்ளார்:

> *உங்களுடைய வாழ்க்கையில் ஒழுங்குமுறையுடன் இருங்கள். அப்போதுதான் உங்களிடமிருந்து படைப்பாற்றல் பீறிட்டெழும்.*

உங்களுடைய மேசையை ஒழுங்குடன் வைத்துக் கொள்ளுங்கள். உங்களுடைய படுக்கையை மடித்து வையுங்கள். உங்களுடைய பொருட்களை ஒழுங்குமுறையுடன் வைத்துக் கொள்ளுங்கள். அதற்குப் பிறகு, ஆக வேண்டிய காரியத்தில் இறங்குங்கள்.

தலைகாட்டுதல்

தாமஸ் ஆல்வா எடிசனின் புத்திசாலித்தனம் அவருடைய மனத்தில் இருக்கவில்லை. அது மிகச் சாதாரணமான ஒன்றில்தான் இருந்தது. இன்னும் சொல்லப் போனால், பெரிதாக மதிக்கப்படாத ஒன்றில்தான் அது இருந்தது.

ஒரு முறை, அவர், "எனக்குக் கற்பனாசக்தி கிடையாது. நான் ஒருபோதும் கனவு காண்பதில்லை. நான் எதையும் உருவாக்கியதில்லை," என்று கூறினார்.

எடிசனைப் பிடிக்காத நபர்களில் ஒருவராக நீங்கள் இருந்தால், நிக்கோலா டெஸ்லா போன்ற, தன்னைவிடச் சிறந்த கண்டுபிடிப்பாளர்களின் கண்டுபிடிப்புகளை எடிசன் அவர்களிடமிருந்து திருடியிருந்ததற்கான ஒப்புதல் வாக்குமூலமாக அதை நீங்கள் எடுத்துக் கொள்ளக்கூடும்.

ஆனால், அவர் அதை அந்த அர்த்தத்தில் கூறவில்லை. தனக்கு உதித்திருந்த புதிய யோசனைகள், தன்னுடைய மூளைக்கு அப்பாலிருந்து வந்தவை என்று கூறவே அவர் முனைந்தார்.

"ஒரு மேதை, இரவும் பகலும் தன்னுடைய பரிசோதனைக்கூடத்திற்குள்ளேயே சுற்றிக் கொண்டிருப்பதற்கான காரணம், அங்கு ஏதாவது நிகழ்ந்தால் அதைப் பிடித்துக் கொள்வதற்காகத்தான். அவர் அங்கு இருந்தாலும் இல்லாவிட்டாலும் அது எப்படியும் நிகழத்தான் போகிறது. அப்படி அது நிகழ்கின்றபோது

அவர் அங்கு இல்லையென்றால், அது அவருடையதாக இல்லாமல் போய்விடும்," என்று எடிசன் கூறினார்.

அவர் கூற வருகின்ற விஷயம் தலைகாட்டுதல் என்ற விஷயமாகும். ஒருவர் தினந்தோறும் தன் வேலையிடத்திற்கு வந்து தன் இருக்கையில் அமர்ந்து அர்ப்பணிப்புடன் தன் வேலையில் ஈடுபடுகின்றபோது, அங்குத் தோன்றப் போகின்ற அதிர்ஷ்டத்தோடு கைகுலுக்க அவருக்கு ஒரு வாய்ப்புக் கிட்டும். எடிசன் தன் பரிசோதனைக்கூடத்திலேயே தவமிருந்தார். ஒரு நாள்கூட அவர் அங்கு வராமல் இருந்ததில்லை. அவருக்கு உடல்நிலை சரியில்லாதபோதும், அவர் மிகவும் களைப்புற்றிருந்த சமயங்களிலும், அவருக்கு வாழ்க்கையில் துயரங்கள் நிகழ்ந்தபோதும்கூட அவர் அங்கு வந்தார்.

அதாவது, அவர் வெறும் புத்திசாலித்தனத்தை மட்டுமே நம்பியிருக்கவில்லை. தொடர்ச்சியாக ஒருவர் ஒரு காரியத்தில் அர்ப்பணிப்புடன் ஈடுபடுகின்றபோது, அது ஏற்படுத்துகின்ற கூட்டுவிளைவின் சக்தியை அவர் நம்பியிருந்தார். அது உத்வேகத்தைப் பற்றியதல்ல. அது வேட்டியை மடித்துக் கட்டிக் கொண்டு, அல்லது புடவையை இடுப்பில் செருகிக் கொண்டு களத்தில் இறங்குவதைப் பற்றியது.

தினந்தோறும் தவறாமல் தலைகாட்டுங்கள். அந்தத் தானியங்கி ஓடு இயந்திரத்தில் ஏறுங்கள். வயலினைக் கையிலெடுங்கள். சில மின்னஞ்சல்களுக்குப் பதிலளியுங்கள். சில காட்சிகளுக்கு வசனம் எழுதுங்கள். ஒரு சில அறிக்கைகளை வாசியுங்கள். சில எடைகளைத் தூக்குங்கள். ஒரே ஒரு மைல் தூரம் ஓடுங்கள். செய்து முடிக்கப்பட வேண்டிய வேலைகள் குறிப்பிடப்பட்டுள்ள பட்டியலில் இடம்பெற்றிருக்கின்ற ஒரு வேலையைச் செய்து முடியுங்கள். உங்களுக்குக் கிடைத்திருக்கின்ற ஒரு துப்பைப் பின்தொடர்ந்து செல்லுங்கள்.

அது என்ன என்பது ஒரு பொருட்டல்ல. வாழ்க்கையின் அனைத்து அம்சங்களும் இதனால் பயனடையும். கொரோனா பெருந்தொற்றுக் காலகட்டத்தின்போது, உடலைக் கட்டுக்கோப்பாக வைத்துக் கொள்வது எப்படி என்று கேட்கப்பட்டபோது, அர்னால்டு ஸ்வார்ஷெனெக்கர், "தினந்தோறும் ஏதாவது ஒன்றை நீங்கள் தொடர்ந்து செய்து வருவதுதான் எல்லாவற்றையும்விட மிக முக்கியமானது,"

என்ற அறிவுரையை வழங்கினார்.

நீங்கள் களைப்புற்றிருந்தாலும்...

நீங்கள் அங்கு வர வேண்டிய அவசியம் இல்லாதிருந்தாலும்...

உங்களிடம் ஒரு நியாயமான சாக்குப்போக்கு இருந்தாலும்...

நீங்கள் மிகவும் மும்முரமாக இருந்தாலும்...

அதற்கான அங்கீகாரம் உங்களுக்குக் கிடைக்காது என்றாலும்...

சமீப காலமாக அது உங்களை எட்டி உதைத்துக் கொண்டிருந்தாலும்...

... தலைகாட்டுங்கள்!

ஒன்றை நீங்கள் தொடங்கிவிட்டால், அதன்மீது கட்டியெழுப்புவது சுலபம். ஒன்றை நீங்கள் ஆரம்பித்து வைத்துவிட்டால், அதுவாகவே வேகம் எடுத்துக் கொள்ளத் தொடங்கிவிடும். நீங்கள் தொடர்ந்து தலைகாட்டினால், அங்கு அதிர்ஷ்டமும் தலைகாட்டும்.

அது கடினமானதா? ஆமாம், கடினமானதுதான். அதில் ஒரு நல்ல விஷயமும் அடங்கியிருக்கிறது. அது கடினமானதாக இருப்பதால், பெரும்பாலானவர்கள் அதைச் செய்ய மாட்டார்கள்.

அவர்கள் தலைகாட்ட மாட்டார்கள். ஒரு சிறிய விஷயத்தைக்கூட அவர்களால் தொடர்ந்து செய்து வர முடியாது.

ஆமாம், நீங்கள் தனியாக இருக்க நேரிடலாம். கொட்டும் மழையிலும் நீங்கள் ஓடிக் கொண்டிருக்க வேண்டியிருக்கலாம். கிறிஸ்துமஸ் தினத்தன்று, தவிர்க்கப்பட முடியாத வேலை ஒன்றை முடிப்பதற்கு அலுவலகத்திற்கு வந்துள்ள ஒரே நபராக நீங்கள் இருக்க வேண்டியிருக்கலாம். பெரும்பாலான நேரங்களில், தலைமைத்துவம் தனிமையானதாகத்தான் இருக்கும்.

அதிகாலை நேரங்கள் அமைதியாக இருப்பதற்கும் இதுதான் காரணம். அப்போது, வரம்பற்ற வாய்ப்புகள் உங்களுக்கு வாய்க்கும்.

சாதனைகளை நிகழ்த்துவது குறித்து அலட்டிக் கொள்ளாதீர்கள். வெறுமனே தினந்தோறும் தலைகாட்டுங்கள். எந்தவிதமான சாக்குப்போக்குகளையும்

கூறாதீர்கள். இதில் ஒரு நகைமுரண் இருக்கிறது: இது சாதனைகளை முறியடிப்பதற்கான ஒரு வழியும்கூட.

விடாப்பிடியாகத் தொடர்ந்து காரியங்களைச் செய்து வருவதில் ஓர் அதிஆற்றல் இருக்கிறது. தொடர்ச்சியான மனஉறுதி அரிதானது. லூ கெரிக் பந்தை ஆற்றலுடன் அடிக்கின்ற திறமை பெற்றவர், அணியில் தனக்கு ஒதுக்கப்படுகின்ற இடத்தில் கச்சிதமாகப் பொருந்திக் கொள்பவர். ஆனால், அவருடைய வெற்றியை உறுதி செய்தவை இவையல்ல, மாறாக, அவர் நாள் தவறாமல் ஆடுகளத்தில் தலைகாட்டியதுதான். அவரை, இன்று அவர் பெயரால் அழைக்கப்படுகின்ற நரம்புக் கோளாறு நோய் பீடித்திருக்காவிட்டால், அவர் பேப் ருத்தின் சாதனைகளை எளிதாக முறியடித்திருந்திருப்பார்.

லூ கெரிக், உடல்நிலை சரியில்லாதிருந்தபோதும் சரி, களைப்புற்றிருந்தபோதும் சரி, தினமும் தலைகாட்டினார். ஆனால், அவர் எதிர்த்துப் போராடிக் கொண்டிருந்தவை அவை மட்டுமல்ல. சலிப்பு, சுயசந்தேகம், நல்ல உணர்வு இல்லாமை போன்றவற்றை மீறுவதற்கும் அவர் போராட வேண்டியிருந்தது. நம்மில் பலரைப்போலவே, தன்னால் சிறப்பாக விளையாட முடியாமல் போன தருணங்களை அவரும் சந்திக்க வேண்டியிருந்தது என்றாலும், அதற்கான பொருள் என்ன என்பதை அவர் அறிந்து வைத்திருந்தார். ஒரு சமயம் அவர் இப்படிப்பட்டத் தொய்வைச் சந்திக்க நேர்ந்தபோது, அவருடைய அணியின் உரிமையாளர், ஒருவரை அனுப்பிப் புள்ளிவிவரங்களை அவருக்குப் புரிய வைத்தார். ஒரு நல்ல ஆட்டக்காரரால் .300 என்ற இலக்கை அடைய முடியும். சிறந்த ஆட்டக்காரரால் .350ஐ நெருங்க முடியும். .400 என்பது எவரும் கேள்விப்பட்டிராத ஒன்று. அதற்கு என்ன அர்த்தம்? பத்து முறை அடிக்க முயன்று அதில் ஆறு முறை அடிக்க முடியாமல் போனால்கூட ஒருவரால் தலைசிறந்த ஆட்டக்காரராக ஆக முடியும்.

சில நேரங்களில், ஓர் ஆட்டக்காரர் தொடர்ந்து பல நாள்களுக்கு, பல வாரங்களுக்கு எதையும் அடிக்காமல் இருக்கக்கூடும். லூ கெரிக்கைச் சந்தித்த நபர் அவருக்கு வழங்கிய அறிவுரை இதுதான்:

தன்னால் ஒவ்வொரு நாளும் சிறப்பாக விளையாடிக் கொண்டிருக்க முடியாது என்பதுதான் ஓர் இளம்

ஆட்டக்காரர் கற்றுக் கொள்ளக்கூடிய மிக முக்கியமான விஷயமாகும்.

நீங்கள் எப்போதும் மிகச் சிறப்பாகச் செயல்பட்டுக் கொண்டிருக்கத் தேவையில்லை. ஆனால், தினந்தோறும் நீங்கள் தலைகாட்டியாக வேண்டும். அடுத்த ஆட்டக்காரராகக் களமிறங்குவதற்கு அங்கு நீங்கள் இருக்க வேண்டும்.

அதைச் செய்வதற்கான திறனும், படுமோசமான நாள்களில்கூடத் தலைகாட்டுவதற்குத் துணிகின்ற செயலும்தான் ஒருவரை உன்னதத்தை நோக்கி உந்தித் தள்ளும்.

உண்மையிலேயே.

ஒழுங்குமுறையைக் கடைபிடிக்காமல் உங்களால் ஒருக்காலும் மேதைமையை அடைய முடியாது.

ஒவ்வொரு நாளாக நீங்கள் கூட்டிக் கொண்டே இருக்கலாம்.

ஆனால், அவை ஒரு பெரும் எண்ணிக்கையாக அதிகரிக்கின்றபோதுதான், அவை சுவாரசியமான கட்டத்தை அடையும்.

அற்ப விஷயங்களுக்கும் அலட்டிக் கொள்ளுங்கள்

அந்த அணியில் சேர்த்துக் கொள்ளப்பட்டிருந்த விளையாட்டு வீரர்கள் நாட்டிலேயே தலைசிறந்த வீரர்கள். அவர்கள் அதைத் தினந்தோறும் செய்து வந்து கொண்டிருந்தனர். ஆனாலும், பயிற்றுவிப்பாளர் ஜான் உட்டன், ஒவ்வொரு பருவத்தின்போதும் தன் பயிற்றுவிப்பை ஒரு சிறிய பயிற்சியிலிருந்தே தொடங்கினார்.

“வீரர்களே! இப்படித்தான் நீங்கள் உங்களுடைய காலுறைகளை அணிந்து கொள்ள வேண்டும், இப்படித்தான் காலணிகளைப் போட்டுக் கொள்ள வேண்டும்.”

அதை அந்த வீரர்கள் சுத்தமாக எதிர்பார்த்திருக்கவில்லை. அந்த விளையாட்டின் வரலாற்றிலேயே, தான் பயிற்சியளித்த அணிகளுக்கு மிக அதிகமான வெற்றிகளைப் பெற்றுக் கொடுத்திருந்த ஒரு தலைசிறந்த பயிற்றுவிப்பாளரிடமிருந்து தங்களுக்கு இப்படிப்பட்ட ஓர் அறிவுறுத்தல் கிடைக்கும் என்று அவர்கள் கனவிலும் நினைத்திருக்கவில்லை. ஆனால், துல்லியமாக அதுதான் அவர்களுக்குத் தேவையாக இருந்தது. ஆட்டத்திலும் சரி, வாழ்க்கையிலும் சரி, வெற்றிக்கான இரகசியம் அதுதான் என்பதை இறுதியில்

அவர்கள் புரிந்து கொண்டனர்.

கூடைப்பந்து விளையாட்டு ஒரு கடினமான தரையில் ஆடப்படுகின்ற ஓர் ஆட்டமாக இருப்பதால், ஓர் அணியின் வெற்றி-தோல்வியைத் தீர்மானிப்பதில் ஆட்டக்காரர்களின் காலணிகள் முக்கியப் பங்கு வகிக்கின்றன. முறையாக அணியப்படாத காலணிகள் கால்களில் கொப்புளங்களை உருவாக்கும். அது வீரர்களைத் தடுமாற வைக்கும். கால்கள் பிசகிக் கொள்ள நேரிடும். எலும்பு முறிவுக்குக்கூட அது வழி வகுக்கக்கூடும்.

"இதற்குச் சில நிமிடங்களே ஆயின. ஆனால், என்னுடைய அணியிலுள்ள ஆட்டக்காரர்கள் தங்களுடைய காலணிகளை எப்படி அணிந்து கொள்ள வேண்டும் என்று நான் விரும்புகிறேன் என்பதை நான் அவர்களிடம் விவரித்தேன்," என்று உட்டன் கூறினார். அவர் அவர்களிடம் இவ்வாறு கூறினார்: "நீங்கள் முதலில் கால் விரல்களின் அருகிலும், குதிகால் அருகிலும், காலுறைகளில் சுருக்கங்கள் இல்லாதிருப்பதை உறுதி செய்து கொள்ள வேண்டும். அவற்றை நன்றாக நீவிவிட்டுக் கொள்ள வேண்டும். பின், காலணியை அணியும்போது, காலுறையை உங்கள் காலின் மேலே தூக்கிவிட்டுக் கொள்ள வேண்டும். காலணியை நன்றாக விரித்து வைத்துக் கொண்டு அதற்குள் காலை விட வேண்டும். பின் காலணியின் கண் துவாரங்கள் ஒவ்வொன்றையும் இறுக்கிக் கொள்ள வேண்டும். கடைசியில்தான் இறுதி முடிச்சைப் போட வேண்டும். பின் அதை ஓர் இரட்டை முடிச்சுடன் முடிக்க வேண்டும். அப்போதுதான் அது உங்களுடைய காலிலிருந்து கழன்றுவிடாது. ஆட்டத்திற்கு நடுவில் உங்கள் காலணிகளின் முடிச்சுகள் கழன்றுவிடுவதை என்னால் அனுமதிக்க முடியாது."

எந்தவொரு பெரிய ஆட்டக்காரரும் தான் இக்கட்டத்தை எப்போதோ கடந்துவிட்டதாகத்தான் நினைத்துக் கொண்டிருப்பார்.

சிந்திப்பதற்கு அதைவிட முக்கியமான விஷயங்கள் இருக்கின்றன என்றுதான் நாம் நினைப்போம். இந்த அடிப்படைகளைத் தாண்டிய விஷயங்கள் குறித்து யோசிப்பதுதான் நமக்கு சுவாரசியமானதாகத் தோன்றும்.

நம்மை நாம் பெரும் சவாலுக்குத் தயார்படுத்திக் கொள்ளவே விரும்புவோம். இது போன்ற

அற்ப விஷயங்களை நாம் ஒழுங்காகச் செய்து கொண்டிருக்கிறோமா என்று சோதித்துக் கொண்டிருக்க நாம் விரும்ப மாட்டோம். நேராக விஷயத்திற்குள் குதிக்கவே நாம் ஆர்வம் காட்டுவோம்.

ஆனால், இங்கேதான் நாம் தவறு செய்கிறோம். சிறிய விஷயங்களைச் சரியாகச் செய்தால்தான் பெரிய விஷயங்களைக் கையாள்கின்ற திறனை நம்மால் பெற முடியும். நாம் அடிப்படைகளை அலட்சியம் செய்தால், உத்திகள் எவ்வளவு சிறப்பாக இருந்தாலும், வெற்றி பெறுவது கடினமாகிவிடும்.

"நுணுக்கமான விஷயங்களை முறையாகச் செய்வதில்தான் வெற்றி அடங்கியிருக்கிறது," என்று அட்மிரல் ஹைமென் ரிக் கூறியுள்ளார்.

"சரியாகச் செய்யப்படாமல் விடப்படுகின்ற விஷயங்களால்தான் பிரச்சனையே ஏற்படுகிறது," என்று செல்டா ஃபிட்ஸ்ஜெரால்டு அதை வலியுறுத்துகிறார்.

நேரடியாகக் கடினமான பிரச்சனைக்குள் குதிப்பதன் மூலமாக அல்லாமல், அற்ப விஷயங்களுக்கும் அலட்டிக் கொள்வதன் மூலமாகத்தான் நம்மை நாம் வலுப்படுத்திக் கொள்கிறோம். அற்ப விஷயங்களை அலட்சியம் செய்வதன் மூலம், நம்மை நாம் ஆபத்திற்கு உள்ளாக்கிக் கொள்கிறோம்.

ஸ்டோயிக் தத்துவவியலாளர் எபிக்டெட்டஸ், "கவனக்குவிப்பின்றி ஏதாவது ஒன்று சரியாகச் செய்யப்பட்டிருக்கிறதா?" என்ற கேள்வியை எழுப்புகிறார். இல்லை. நீங்கள் ஒரு தச்சராக இருந்தாலும் சரி அல்லது ஒரு விளையாட்டு வீரராக இருந்தாலும் சரி, நீங்கள் ஒரு முதலீட்டாளராக இருந்தாலும் சரி அல்லது ஓர் இராணுவ அதிகாரியாக இருந்தாலும் சரி, நுட்பமான விஷயங்களில் நுணுக்கமான கவனம் செலுத்துகின்றபோதுதான் உங்களால் மேன்மையடைய முடியும். அதற்குச் சுயகட்டுப்பாடு தேவை. அதை வேறு எவரும் பார்க்கிறார்களா என்பதோ அல்லது அதில் வேறு எவரும் அக்கறை காட்டுகிறார்களா என்பதோ இங்கு முக்கியமல்ல.

தொலைந்து போன ஓர் ஆணியால் ஒரு பேரரசே பறி போனதைப் பற்றிக் கூறுகின்ற இந்தப் பழங்கவிதையை நீங்களும் படித்திருக்கலாம்:

ஆணி தொலைந்தது, லாடம் கழன்றது
லாடம் கழன்றது, குதிரை படுத்தது
குதிரை படுத்தது, தூதுவன் முடங்கினான்
தூதுவன் முடங்கினான், தூதுச் செய்தி தங்கியது
செய்தி தங்கியது, அப்படை தோற்றது
அப்படை தோற்றது, பேரரசு வீழ்ந்தது

ஒரு கால் கொப்புளத்தால் ஒரு விளையாட்டில் தோல்வி ஏற்பட்டது.

சிறிய விஷயங்கள் அலட்சியப்படுத்தப்பட்டதால், ஒழுங்கு குலைந்ததால், எல்லாம் பறி போனது.

அற்ப விஷயங்களை ஒருபோதும் அலட்சியப்படுத்தாதீர்கள்.

வேகம், வேகம், வேகம்

இது நம்ப முடியாத ஒன்று. ஆனாலும் வரலாற்றின் பக்கங்களில் இது நீக்கமற நிறைந்திருக்கிறது. பயத்தின் காரணமாகவோ, சோம்பேறித்தனத்தாலோ அல்லது மோசமான நிர்வாகத்தினாலோ, ஒரு போரின்போது ஓர் இராணுவத் தளபதி தன் படையை முன்னடத்திச் செல்லத் தயங்குவதைப் பற்றித்தான் நான் இங்குக் குறிப்பிடுகிறேன். இராணுவத்தினருக்கு அளிக்கப்படுகின்ற அனைத்துப் பயிற்சிகளுக்கும் ஒரே ஒரு நோக்கம்தான் உண்டு. சண்டையிடுவதுதான் அது. ஆனால், இக்கட்டான ஒரு கட்டம் வருகின்றபோது அவர்கள் உறைந்து போய்விடுகின்றனர்.

எடுத்துக்காட்டாக, அமெரிக்க உள்நாட்டுப் போரின்போது, ஒரு முக்கியமான கட்டத்தில் ஜெனரல் ஜார்ஜ் மெக்லெல்லன் இப்படித்தான் உறைந்து போய் நின்றுவிட்டார். அவருடன் இணைந்து பணியாற்றியவர்கள் அனைவருக்குமே அது அதிர்ச்சியாக இருந்தது. அவரைக் களத்திற்குச் சென்று பார்த்துவிட்டு வந்த ஆபிரகாம் லிங்கன், தன் மனைவியிடம் மெக்லெல்லனைப் பற்றி வேடிக்கையாக இவ்வாறு குறிப்பிட்டார்: “நான் அவரைச் சந்தித்தபோது, நாங்கள் அனைவரும் சேர்ந்து ஒரு புகைப்படம் எடுத்துக் கொண்டோம். சீக்கிரமாக எடுத்து முடிக்குமாறு நாங்கள் கூறினோம். ஆனால், மெக்லெல்லனோ, அதற்கு எவ்வளவு

நேரம் வேண்டுமானாலும் அசையாமல் அமர்ந்திருக்கத் தயாராக இருந்தார்." பின்னர் லிங்கனின் செயலாளர்களில் ஒருவர் குறிப்பிட்டதுபோல, லிங்கன் பல முறை 'தார்க்குச்சி' போட்டப் பிறகுதான் மெக்லெல்லன் தன் படையை நகர்த்தினார். 1862-ல் அவர் தன் படையுடன் பொட்டோமேக் ஆற்றைக் கடப்பதற்கு ஒன்பது நாட்களை எடுத்துக் கொண்டார். அதைக் கண்ணுற்ற லிங்கன், "மந்தத்தில் ஊறிப் போனவர் மெக்லெல்லன்," என்று எரிச்சலோடு கூறினார்.

மெக்லெல்லன் மிகச் சிறந்த போர்வீரர். அதீத எச்சரிக்கை உணர்வு காரணமாகவும், தன்னிடம் ஊறிப் போயிருந்த பழமைவாதத்தின் காரணமாகவும், அவரால் துரிதமாக இயங்க முடியவில்லை. அது மட்டுமல்லாமல், அவர் இயங்கியபோதும், ஓர் அரைகுறை மனத்தோடுதான் அவர் அதில் ஈடுபட்டார். அவர் லீயின் படையோடு மோதி அவர்களுக்குப் பெரும் சேதத்தை விளைவித்திருந்தபோதிலும், உடனடியாக அவர்கள்மீது பாய்ந்து தாக்காமல் காலம் கடத்தினார்.

அவர் அதில் இதயபூர்வமாக ஈடுபடவில்லை.

அவர் ஒரு துணிச்சல்காரரர் என்பதில் சந்தேகமில்லை. ஆனால், தான் தோற்கடிக்கப்படக்கூடிய சாத்தியக்கூறு இருந்த ஒரு சண்டையைத் தொடங்குவதற்கோ அல்லது ஏற்கனவே தொடங்கியிருந்த ஒன்றை முடிப்பதற்கோ தேவையான துணிச்சல் அவரிடம் இருக்கவில்லை. தன்னை உந்தித் தள்ளுகின்ற அளவுக்கு அவரிடம் சுயஒழுங்கு இருக்கவில்லை.

இறுதியில், போரிலும் சரி, வாழ்க்கையிலும் சரி, விழுந்த பின் மீண்டெழுவதுதான் எல்லாவற்றையும்விட மிக முக்கியமானது. ஒரு விஷயம் பயமுறுத்துவதாக இருந்தாலும் சரி, கடினமானதாக இருந்தாலும் சரி, அல்லது நிச்சயமற்றதாக இருந்தாலும் சரி, அதற்குள் குதித்துவிடுவதைப் பற்றியது இது. இராணுவத் தலைவர்கள் வேகத்தின் முக்கியத்துவம் பற்றி வலியுறுத்துகின்றனர். விரைவாகவும் ஆக்ரோஷமாகவும் எதிரியைத் தாக்க வேண்டியதன் அவசியத்தை அவர்கள் மீண்டும் மீண்டும் எடுத்துரைக்கின்றனர். உலகிலேயே மிகச் சிறந்த உணவகங்களில் ஒன்றான 'பெர் சே' உணவகத்தின் சமையலறையின் சுவர் ஒன்றில் அதன் குறிக்கோள் வாசகம்

எழுதப்பட்டுள்ளது: 'ஓர் அவசர உணர்வு.'

இதற்கான மற்றொரு வார்த்தை, வேகம். போர், தொழில், விளையாட்டு போன்றவற்றில் தலைசிறந்து விளங்குபவர்கள் அனைவரிடமும் இது காணப்படுகிறது. அது இல்லாதவர்கள், அப்படித் தாங்கள் செயல்பட்டிருந்தால் எவ்வளவு நன்றாக இருந்திருக்கும் என்று ஏங்கிக் கொண்டிருக்கின்றனர்.

அப்படிப்பட்டத் தவற்றை, மேன்னி மச்சாடோ என்ற அமெரிக்க பேஸ்பால் ஆட்டக்காரர், 2016-ல் தேசியக் கோப்பைப் போட்டியின்போது செய்தார். அவர் பந்தை அடித்துவிட்டு வேகமாக ஓடாததால் ஆட்டமிழந்தார். பின்னர் அவர் பத்திரிகையாளர்களிடம் பேசியபோது, "நான் படுவேகமாக ஓடுகின்ற இயல்புடையவன் அல்லன். அது என்னுடைய பாணி அல்ல," என்று தன் செயலுக்கு நியாயம் கற்பிக்க முனைந்தார்.

ஆனால், லூ கெரிக் இதற்கு நேரெதிரான கொள்கையை வைத்திருந்தார். "எப்போதுமே உங்களால் முடிந்த அளவு வேகமாக ஓட வேண்டும். எதிராளி என்ன செய்வான் என்பதை உங்களால் ஒருபோதும் கணிக்க முடியாது," சிறந்த ஆட்டக்காரர்களுக்கு இது நினைவுபடுத்தப்படக்கூடாது. அது அவர்களுடைய இரத்தத்திலேயே ஊறிப் போயிருக்க வேண்டும். "எந்தவோர் ஆட்டக்காரரும் தான் வேகமாக ஓடாமல் இருப்பதற்கு எந்தவிதமான நியாயமும் கற்பிக்க முடியாது. அவர் தனக்கும், தன் அணிக்கும், பார்வையாளர்களுக்கும் செய்தாக வேண்டிய கடமை அது. ஒவ்வோர் ஆட்டக்காரரும், மைதானத்தில் இருக்கின்ற ஒவ்வொரு கணமும், துடிப்பாகவும் மும்முரமாகவும் இருக்க வேண்டும்," என்று லூ கெரிக் கூறினார்.

நீங்கள் வேகமாக இயங்காதிருந்தால், உங்களை நம்பியிருக்கின்ற நபர்களின் கதி என்னவாகும்?

அப்படியும், மச்சாடோவுக்கு அடுத்த ஆண்டு ஒரு வாய்ப்புக் கிடைத்தது. ஆனால், தான் ஆசைப்பட்ட யாங்கீஸ் அணியில் அவரால் சேர முடியவில்லை. வேறோர் அணியில்தான் அவரால் தன்னை இணைத்துக் கொள்ள முடிந்தது.

நம் ஒவ்வொருவரிடம் சிறிதளவு மெக்லெல்லன் குணம் இருக்கத்தான் செய்கிறது. நம் ஒவ்வொருவரிடம் சிறிதளவு மச்சாடோ குணமும் படிந்திருக்கத்தான் செய்கிறது. நாம்

களைப்படைந்துவிடுகிறோம். நாம் பயந்துவிடுகிறோம். நிலைமை கடினமானதாக மாறும் என்பதை நாம் அறிந்திருக்கிறோம். நாம் முக்கியமான விஷயத்தைப் பார்க்கத் தவறிவிடுகிறோம். நாம் முட்டாள்களாகத் தோற்றமளிக்க விரும்புவதில்லை.

அவற்றை நாம் எப்படியாவது கடந்தாக வேண்டும்.

நீங்கள் சண்டையில் தோற்கலாம். ஆனால், மந்தமாக இருப்பதற்கு ஒருக்காலும் இடமளித்துவிடக்கூடாது.

நம்மில் சிலர் படுவேகமாகக் காரியங்களை முடித்துக் கொடுப்பதில் வல்லவர்களாக இருப்போம். அலுவலகத்தில் நெருக்கடியான காலகட்டங்களில் எல்லோரும் எதிர்பார்த்திருக்கின்ற ஒருவரா நீங்கள்? அல்லது, பிறர் வந்து உங்களிடம் கெஞ்சினால்தான் அவர்களுக்குக் கருணை காட்டுகின்ற நபரா நீங்கள்? அல்லது, நிலைமையின் அவசரத்தன்மையை அவர்கள் மீண்டும் மீண்டும் உங்களிடம் வலியுறுத்திய பிறகுதான் நீங்கள் காரியத்தில் இறங்குவீர்களா?

அப்படி நீங்கள் நடந்து கொண்டால், அவர்கள் உங்களைப் பற்றி என்ன நினைப்பார்கள்?

அதனால், நம்மை நாமே உந்தித் தள்ளிக் கொள்ளலாம். நாம் அக்கறை கொண்டிருப்பதால், கூடுதல் வேகத்துடன் காரியங்களில் ஈடுபடலாம். நமக்கு நம் அணியின் வெற்றி முக்கியம் என்பதால் அப்படிச் செய்ய நாம் முன்வரலாம். நாம் பெரிதும் மதிக்கின்ற ஒரு காரியத்திற்காக அதைச் செய்ய நாம் முயலலாம்.

நாம் கண்டிப்பாக வேகமாகச் செயல்பட வேண்டும். எப்போது நம்முடைய செய்கை ஒரு மாபெரும் வித்தியாசத்தை ஏற்படுத்தும் என்பது நமக்குத் தெரியாது. அதை யார் எப்போது பார்த்துக் கொண்டிருப்பார்கள் என்பதும் நமக்குத் தெரியாது.

நாம் எப்போதும் வேகமாக ஓடி மற்றவர்களை முறியடிக்க வேண்டும். அவ்வளவுதான்.

ஏனெனில், அதுதான் நாம்.

பதுங்குங்கள்... பாய்வதற்காக

ஜூலியஸ் சீசரின் வாரிசாக அறிவிக்கப்பட்டபோது ஆக்டேவியனுக்கு வயது பதினெட்டுதான். அதற்கு அடுத்த ஆண்டு, ரோமானிய மேட்டுக்குடியினரின் கூட்டத்தில் பேசியபோது, தன் வளர்ப்புத் தந்தையான சீசரின் சாதனைகளுக்கு நிகரான சாதனைகளைத் தான் செய்யப் போவதாக ஆக்டேவியன் சூளுரைத்தார். இள இரத்தமான ஆக்டேவியன் படுவேகமாக முன்னேறத் துடித்தார். ஆனால், பிற்காலத்தில் அவர் அகஸ்டஸ் என்ற பெயரால் அழைக்கப்பட்டப் பேரரசராக ஆனதற்குக் காரணம் அவர் விரைவாகச் செயல்பட்டது அல்ல.

அவர் பொறுமையாகவும் திட்டமிட்ட முறையிலும் முன்னேறித்தான் ரோமானிய அரியணையில் அமர்ந்தார். அத்தெனோடோரஸ், ஏரியஸ் டிடிமஸ் ஆகிய இரு மாபெரும் ஸ்டோயிக் தத்துவவியலாளர்களை அவர் தன் ஆசிரியர்களாகப் பெற்றிருந்தார். அவர் மார்க் அந்தோனியுடன் பத்து ஆண்டுகள் அதிகாரத்தைப் பகிர்ந்து கொண்டிருந்தார். ஐந்து ஆண்டுகள் ரோமானிய செனட்டின் தலைவராகப் பணியாற்றினார். பின் கி.மு. 27-ல் அவர் அகஸ்டஸ் சீசர் என்ற பட்டப்பெயருடன் அரியணை ஏறினார்.

அவருடைய இந்தப் பிரம்மாண்டமான வளர்ச்சி, அவருக்கு முன்பும் பின்பும் வந்திருந்த பல

வெற்றியாளர்களுடையதைப்போல இருக்கவில்லை. அவரே குறிப்பிடுகின்ற 'பதுங்குங்கள் ... பாய்வதற்காக' என்ற குறிக்கோளின்படியே அவர் செயல்பட்டிருந்தார்.

வரலாற்றியலாளர் சூட்டோனியஸ் அதை இவ்வாறு விவரிக்கிறார்: "அவசரக்குடுக்கைத்தனத்துடன் ஒரு தலைவராக ஆக அவர் விரும்பவில்லை. மாறாக, தகுந்த பயிற்சிகளைப் பெற்ற ஒரு தலைவராக உருவாக அவர் ஆசைப்பட்டார். 'அதிக அவசரத்தனம் வேகத்தைக் குறைக்கும்; வேகமாகச் செய்வதைவிடச் செம்மையாகச் செய்வதே சாலச் சிறந்தது,' என்பன போன்றவை அவர் அடிக்கடி உதிர்த்த வாசகங்களாகும்."

ஆமைத்தனமாக இருக்க முடியாது என்பது உண்மைதான். நாம் துடிப்புடன் ஓட வேண்டும் என்பது சரிதான். அதே நேரத்தில், நாம் எடுத்து வைக்கின்ற அடிகள், ஒழுங்குமுறையுடன்கூடிய இடைவெளியோடு இருத்தல் முக்கியம்.

ஆக்டேவியன் ஆட்சிக்கு வந்தபோது ரோம் நகரம் செங்கற்களால் கட்டப்பட்டிருந்த ஒரு நகரமாக இருந்தது. அதைச் சலவைக்கற்களால் சமைக்கப்பட்டதொரு நகரமாக விட்டுச் செல்லத் தான் விரும்பியதாக அவர் அறிவித்தார். அதற்குக் காலம் பிடிக்கும் என்றாலும், அது ஈடு இணையற்றதாக இருக்கும் என்பதை மறுக்க முடியாது.

வேகமாகச் செல்வது எளிது. ஆகச் சிறந்ததாக இருப்பது அவ்வளவு எளிதல்ல.

இராணுவத்தில் இப்படி ஒரு கூற்று உண்டு: "மெதுவாகச் செல்வது அதிர்வற்றதாக இருக்கும். அதிர்வற்றதாக இருப்பது வேகத்தை உறுதி செய்யும்."

சரியாகச் செய்ய முயன்றால், அது விரைவாக நடந்து முடிந்துவிடும். விரைவாகச் செல்ல முயன்றால், அது சரியாக இல்லாமல் போகலாம்.

வேகத்தையும் பதுங்கிப் பாய்வதையும் எப்படிச் சமநிலைப்படுத்துவது?

அதற்கும் நாம் மற்றோர் அமெரிக்க இராணுவத் தலைவரிடம்தான் தஞ்சமடைய வேண்டும். அவர் பெயர் ஜெனரல் ஜார்ஜ் தாமஸ். அவர் வேகத்திற்குப் பெயர் பெற்றவரல்லர். இன்னும் சொல்லப் போனால், கிழப்புலி என்பதே அவருடைய பட்டப்பெயர். தன் காலாட்படையை ஒழுங்குமுறையுடன் நடத்தியதன் மூலம்

அவருக்குக் கிடைத்திருந்த பெயர் அது. உண்மையில் அவர் மெதுவாகச் செயல்பட்ட ஒருவர் அல்லர். ஒவ்வோர் அடியையும் எச்சரிக்கையுடன் எடுத்து வைத்தவர் அவர். முடிவெடுத்துவிட்டப் பிறகு, எதனாலும் அவரைப் பின்வாங்க வைக்க முடியாது. அதன் காரணமாக அவர் இன்னொரு பட்டப்பெயருக்கும் சொந்தக்காரராக ஆனார்: 'சிக்கமாகா பாறை.' எதிரிப் படை எவ்வளவு பெரியதாக இருந்தாலும், அதை எதிர்த்து ஒரு பாறையைப்போல அவர் நிற்பார். ஒரு முறை, எதிரிப் படையை உடனடியாகத் தாக்குமாறு அவருக்கு ஜெனரல் கிராண்ட் உத்தரவிட்டார். ஆனால், தாமஸ் அதை நிறைவேற்றவில்லை.

தாமஸ் போதுமான அளவு வேகத்துடன் செயல்படவில்லை என்று கிராண்ட் கருதினார். ஆனால், அது உண்மையல்ல. அவர் மெதுவாக நகர்ந்து கொண்டிருந்ததற்குக் காரணம், காரியங்களைச் சரியாகச் செய்ய வேண்டும் என்று அவர் நினைத்ததுதான். அவர் தன் படையினரைப் போதுமான அளவு தயார் செய்து, அவர்களுக்குத் தேவையான அளவு பயிற்சியளித்திருந்தார். அத்துடன், தாக்குதலுக்குத் தேவையான அனைத்துத் தளவாடங்களையும் அவர் பெற்றிருந்தார். சரியானதொரு தருணத்திற்காக அவர் காத்துக் கொண்டிருந்தார். அவர் எதிர்பார்த்திருந்த சரியான தருணம் அவருக்குக் கிடைத்தவுடன், எதிரியைப் பயங்கரமாகத் தாக்கி முற்றிலுமாக அழித்துவிட்டார். அது வரலாற்றில் இடம்பெற்றுவிட்ட ஒரு முக்கியமான போராக அமைந்துவிட்டது.

தாமஸ் ஒரு கிழப்புலியாக இருக்கலாம். ஆனால், அவர் பாயத் தொடங்கியவுடன் எதுவொன்றாலும் அவரைத் தடுத்து நிறுத்த முடியவில்லை.

அவர் பதுங்கியது பாய்வதற்காகத்தான்.

நிதானத்துடன்கூடிய ஆற்றல். கட்டுப்பாட்டுடன்கூடிய ஆர்வம்.

"நீங்கள் மெதுவாகச் செயல்படுகின்றபோது, அனைத்தையும் சரியாகச் செய்கிறீர்கள்," என்று கவிஞர் ஜுவான் ரமோன் ஜிமெனெஸ் பாடியுள்ளார். எழுத்தில் தொடங்கி, ஓடுதல், எடை தூக்குதல், மற்றும் தலைமைத்துவம்வரை அனைத்திற்கும் அது பொருந்தும். வேகத்துடன் செயல்படுதல் என்பது எப்போதும்

பரபரப்புடன் இருத்தல் அல்ல. விஷயங்களைச் செம்மையாகச் செய்வது தொடர்பானது அது. நீங்கள் நிற்காமல் தொடர்ந்து சென்று கொண்டிருக்கின்றவரை, மெதுவாக நகர்ந்து கொண்டிருப்பது ஒரு பிரச்சனையாக இருக்காது. ஆமை-முயல் கதையில் ஆமைதான் பரபரப்புடன் செயல்படும். முயல் வேகமாகச் செல்லும். ஆனால், அதைத் தொடர்ச்சியாகச் செய்யாமல் போனதுதான் அதன் தவறு.

“விஷயங்களை மோசமாகச் செய்து கொண்டிருக்கின்ற ஒருவருக்கு, காரியங்களைச் சரியாகச் செய்து கொண்டிருக்கின்ற ஒருவரை அவசரப்படுத்துவதற்கு எந்த உரிமையும் கிடையாது,” என்று ஜிமனெஸ் கூறுகிறார்.

நம்மை எப்போதும் அவசரப்படுத்திக் கொண்டிருக்கின்ற நம்முடைய மேலதிகாரிகள், பார்வையாளர்கள், விநியோகிப்பாளர்கள் ஆகியோரிடம் மட்டும் இந்த மனப்போக்கைக் கடைபிடிப்பதோடு நாம் நிறுத்திக் கொள்ளக்கூடாது. நம்மிடமும் அதை நாம் கடைபிடிக்க வேண்டும். நாம் தயாராக இல்லாதபோதே விஷயங்களைத் தொடங்குவதற்கு நம்முள் எழுகின்ற துடிப்புக்கு எதிராக அதை நாம் பயன்படுத்த வேண்டும்.

ஒன்றுமே இல்லாதிருப்பதைவிட ஒன்றைச் செய்ய வேண்டும் என்ற துடிப்பு இருப்பது நல்லதுதான். ஆனால், அதை நாம் சரியாகக் கையாளாவிட்டால், அது நம்முடைய சொத்தாக இல்லாமல், நம்முடைய கடப்பாடாக ஆகிவிடும்.

பயிற்சி செய்யுங்கள்...
பின் மேலும் பயிற்சி செய்யுங்கள்

தலைசிறந்த வாள்வீச்சு வீரரான நாகயாமா ஹகுடோ, தன் வாளை அதன் உறையிலிருந்து வேகமாக உருவுவதற்குத் தினந்தோறும் குறைந்தபட்சம் இரண்டாயிரம் முறையாவது பயிற்சி செய்வாராம். ஒரு முறை, ஹயஷிஸாகி கோவிலில் நடந்த ஒரு நீண்ட பயிற்சியின்போது, தூங்காமல், ஓய்வெடுக்காமல், இருபத்து நான்கு மணி நேரத்திற்குள் பத்தாயிரம் முறை அவர் அதைச் செய்தார்.

எந்த அளவு வேகத்துடன் அதை அவர் செய்திருந்திருப்பார் என்பதை நம்மால் கற்பனை செய்ய முடியும். அத்துடன், ஒரு குறுகிய காலத்திற்கு அத்தனை முறை மீண்டும் மீண்டும் அதைச் செய்வதற்கு அவருக்கு எந்த அளவு மன உறுதி தேவைப்பட்டிருக்கும் என்பதையும் நம்மால் யோசித்துப் பார்க்க முடியும். ஆனால், எதற்காக அவர் அப்படிச் செய்ய வேண்டும்?

ஏனெனில், ஆக்டேவியனின் ஆசிரியர்களில் ஒருவரான ஏரியஸ் டிடிமஸ் கூறியதுபோல, "நீண்டகாலத்திற்கு ஒரு விஷயத்தை மீண்டும் மீண்டும் பயிற்சி செய்கின்றபோது, அது உங்களுடைய இயல்பின் ஒரு பகுதியாக ஆகிவிடும்."

ஓர் இக்கட்டான சூழல் உருவாகின்றபோது, அதற்கேற்ப நம்மை நாம் உயர்த்திக் கொள்ள வேண்டியிருக்காது.

மாறாக, நாம் நம்முடைய பயிற்சிக் கட்டத்திற்குத் திரும்பினாலே போதுமானதாக இருக்கும்.

ஒரு முறை, தன்னை உலகிலேயே மிகச் சிறந்த சாமுராயாக நினைத்துக் கொண்டிருந்த மியாகே குன்பெய், சாமுராய் முசாஷியை சவாலுக்கு அழைத்தார். மூன்று முறை மோதியும் மியாகேயால் வெற்றி பெற முடியவில்லை. அதனால், அவர் நான்காவது முறை, மிக மூர்க்கமாக முசாஷிமீது பாய்ந்தார். அப்படிப்பட்டதொரு சூழலை எதிர்பார்த்து அதை எதிர்கொள்வதை ஆயிரக்கணக்கான முறை பயிற்சி செய்திருந்த முசாஷி, "நீங்கள் அப்படிச் செய்யக்கூடாது," என்று அவரிடம் கூறிவிட்டு, தன்னுடைய ஒரு கையில் வைத்திருந்த வாளால் மியாகேயின் வாளைத் தடுத்துவிட்டு, மறுகையில் வைத்திருந்த வாளால் மியாகேயின் கன்னத்தில் இரத்தக் கோடு ஒன்றை வரைந்தார்.

மியாகே எப்படித் தாக்குவார் என்பது முசாஷிக்கு எப்படித் தெரியும்?

பயிற்சியின் மூலமாகத்தான்.

"உதயத்திலிருந்து அஸ்தமனம்வரை பயிற்சி" என்பதுதான் முசாஷியின் தாரக மந்திரமாக இருந்தது.

ஒரு முறை பயிற்சி செய்துவிட்டீர்களா? நல்லது. மீண்டும் பயிற்சி செய்யுங்கள்.

அதற்குப் பிறகு?

மேலும். மேலும். மேலும்.

"திறமையை வளர்த்துக் கொள்வதற்கு ஆயிரம் நாள்கள் பயிற்சி தேவை. அந்தப் பயிற்சியை மெருகேற்றிக் கொள்வதற்குப் பத்தாயிரம் நாள்கள் பயிற்சி தேவை," என்று முசாஷி எழுதி வைத்துள்ளார். ஒரு சாமுராய் வெறுமனே வாள்வீச்சில் நன்றாகச் செயல்படுபவராக இருந்தால் போதாது. ஏனெனில், தன்னைவிட மேம்பட்ட ஒரு வீரரை எதிர்கொண்டால், அவர் கதை அத்துடன் முடிந்துவிடும். இதையே தலைசிறந்த கூடைப்பந்து ஆட்டக்காரரான பில் பிராட்லி இவ்வாறு கூறினார்: "நீங்கள் பயிற்சி செய்து கொண்டோ, செய்துள்ள பயிற்சியை மெருகேற்றிக் கொண்டோ இல்லையெனில், வேறு ஓரிடத்தில், யாரோ ஒருவர் அதைச் செய்து கொண்டிருப்பார். அவரை நீங்கள் சந்திக்கின்றபோது, ஆட்டத்தில் அவர் உங்களை முந்திவிடுவார்.

“அல்லது உங்களைக் கொன்றுவிடுவார்.”

மியாகே அதிர்ஷ்டசாலி. முசாஷி அவரைக் கொல்லாமல் விட்டிருந்தார். முசாஷி, மியாகேயின் கன்னக் காயத்திற்கு மருந்து போட்டுவிட்டவுடன், மியாகே தன்னுடைய தோல்வியை ஒப்புக் கொண்டதோடு மட்டுமல்லாமல், முசாஷியின் மாணவராகவும் ஆகிவிட்டார். கடுமையான பயிற்சிக்குப் பிறகு, ஆக்ரோஷமாகத் தாக்குகின்ற தன்னுடைய பாணியை அவர் கைவிட்டுவிட்டார்.

பயிற்சி இல்லையேல் மேதைமை இல்லை.

ஏராளமான பயிற்சி.

மீண்டும் மீண்டும் பயிற்சி.

துவண்டு விழுகின்றவரை மேற்கொள்ளப்படுகின்ற பயிற்சி. எலும்பை நொறுங்க வைக்கின்ற அளவுக்குப் பயிற்சி.

அப்படிப்பட்ட பயிற்சிக்குப் பிறகு, நீங்கள் இந்த உணர்வுகளை உணர்வீர்கள்:

ஆற்றல்.

பலம்.

தன்னம்பிக்கை.

அதற்கு நீங்கள் தகுதியானவராக இருப்பீர்கள். உங்களுடைய உடல் தகித்துக் கொண்டிருக்கும்தான். அது உங்களுடைய நிரூபணம். அதிலிருந்து கிடைக்கின்ற சூடுதான் உங்களுடைய வேலையை, உங்களுடைய கலையை, மற்றும் உங்களுடைய வாழ்க்கையைச் செழுமைப்படுத்தும்.

புகழ்பெற்ற செல்லோ கலைஞரான பாப்லோ காசல்ஸ், ஒரு தலைசிறந்த இசைக் கலைஞர் என்று அனைவராலும் மதிக்கப்பட்டபோதிலும், தன் முதிய வயதில்கூட தினந்தோறும் செல்லோவைப் பயிற்சி செய்து கொண்டிருந்தார். ஏனெனில், தன்னை மேம்படுத்திக் கொள்வதற்கு இன்னும் நிறைய இடமிருந்தாக அவர் நம்பினார். முன்னேற்றம், பயிற்சி ஆகிய இரண்டு வார்த்தைகளும் ஒன்றோடொன்று பின்னிப் பிணைந்தவை. பயிற்சி இல்லாமல் உங்களால் முன்னேற முடியாது. முன்னேற்றம் அடையாவிட்டால், பயிற்சியால் எந்தப் பயனும் இல்லை.

வாள் பயிற்சியின்போது, நீங்கள் வாளை உறையிலிருந்து வெளியே எடுத்துப் பயிற்சி செய்வீர்கள். பின், தடுப்பாட்டப் பயிற்சியில் ஈடுபடுவீர்கள். அடுத்து,

உங்களுடைய தாக்குப்பிடிக்கும் திறனை அதிகரித்துக் கொள்வதற்கும், உடல் வலுவைக் கூட்டிக் கொள்வதற்கும் உடற்பயிற்சி செய்வீர்கள். இறுதியில் நீங்கள் மோதலில் ஈடுபடுகின்றபோது அவை உங்களைக் காக்கும். இசைக்கும் அது பொருந்தும்.

நீங்கள் ஈடுபட்டுள்ள காரியம் எதுவாக இருந்தாலும், பயிற்சி உங்களுக்குக் கைகொடுக்கும். “ஓர் ஓவியர் அல்லது ஒரு சிற்பி, தன் கலையில் சிறந்து விளங்குவதற்கு எந்த அளவுக்குக் கடினமாகப் பயிற்சியை மேற்கொள்ள வேண்டுமோ அதே அளவுக்கு, செவிலியரும் கடினமான பயிற்சியை மேற்கொள்ள வேண்டும். ஏனெனில், அதுவும் ஒரு கலைதான்,” என்று ஃபுளாரன்ஸ் நைட்டிங்கேல் கூறியுள்ளார். சர்ச்சில் ‘திடீர்’ என்று அளிக்கின்ற சொற்பொழிவுகளுக்குப் பல நாள்கள் ஒத்திகை பார்ப்பார்.

ஒரு சாமுராயைப்போல, ஓர் ஒலிம்பிக் விளையாட்டு வீரரைப்போல, உங்களுடைய கலையில் அல்லது துறையில் உன்னதத்தை அடைவதற்கு என்ன செய்ய வேண்டும் என்பதை நீங்கள் மட்டுமே அறிவீர்கள். எத்தனையாயிரம் முறை உங்களுடைய பயிற்சியை மீண்டும் மீண்டும் செய்து கொண்டிருக்க வேண்டும் என்பதை நீங்கள்தான் அறிவீர்கள்.

அது எளிதானதாக இருக்காது. ஆனால் அது உங்களுக்குத் தன்னம்பிக்கையளிக்கும், சுதந்திரத்தை அளிக்கும்.

அது உங்களுடைய இயல்போடு ஒன்றாகிவிடுகின்ற தாளகதியை நீங்கள் இரசித்து அனுபவிப்பீர்கள், அந்த மோனநிலைக்குள் மூழ்கித் திளைப்பீர்கள்.

சரியான நேரம் வருகின்றபோது என்ன செய்ய வேண்டும் என்பதை நீங்கள் இயல்பாக உணர்வீர்கள் என்பதை நீங்கள் முன்கூட்டியே அறிந்திருப்பீர்கள். அது உங்களுக்குப் பெருமிதத்தையும் நம்பிக்கையையும் அளிக்கும்.

வேலையில் ஈடுபடுங்கள்

ஜாய்ஸ் கரோல் ஓட்ஸ் என்ற அமெரிக்க எழுத்தாளரைப் பற்றிய அனைத்துக் குறிப்புகளும், அவர் இதுவரை எத்தனை நூல்களை எழுதியுள்ளார் என்ற புள்ளிவிவரத்துடன்தான் தொடங்கும். அதற்கு ஒரு காரணம் இருக்கிறது. எழுபதுகளிலிருந்து அவர் தொடர்ந்து எழுதித் தள்ளிக் கொண்டிருக்கிறார்.

அவருடைய முதல் புத்தகம் 1964-ல் வெளியாயிற்று. 1980-களின் இறுதியில் அவர் 19 நூல்கள் எழுதியிருந்தார். 1990-களின் இறுதியில் அந்த எண்ணிக்கை 27 ஆக உயர்ந்தது. 2010-க்குள் அவர் மேலும் 10 புத்தகங்களை எழுதினார். அதற்கு அடுத்தப் பத்தாண்டுகளில் மேலும் 11 புத்தகங்கள் வெளியாயின. அத்துடன், 45 சிறுகதைத் தொகுப்புகள், 12 கவிதைத் தொகுப்புகள், 11 குறுநாவல்கள், 9 நாடகங்கள், 6 பதின்ம வயதுச் சிறார்களுக்கான கதைகள், 4 குழந்தைகளுக்கான புத்தகங்களையும் அவர் எழுதியிருந்தார். இதற்கு நடுவில், அவர் ஒரு புனைபெயரில் ஒரு டஜன் நாவல்களையும் பதிப்பித்திருந்தார். இப்போது எண்பத்தாறு வயதாகின்ற அவர் தொடர்ந்து எழுதிக் கொண்டிருக்கிறார். அத்துடன், உலகப் புகழ்பெற்றப் பிரின்ஸ்டன் பல்கலைக்கழகத்தில் ஒரு பேராசிரியராகவும் அவர் பணியாற்றிக் கொண்டிருந்தார். அவர் இதுவரை எழுதியுள்ள மொத்த வார்த்தைகள் எத்தனை இருக்கும்?

ஒரு கோடி? இரண்டு கோடி?

மாபெரும் சாதனையாளர்கள் வெறுமனே தலைகாட்டுவதோடு நின்றுவிடுவதில்லை, வெறுமனே பயிற்சி செய்வதோடு திருப்தி அடைந்துவிடுவதில்லை. அவர்கள் தினமும் செயலில் இறங்குகின்றனர்.

அவருடைய சமகாலத்திய பிரபல எழுத்தாளர்களில் பலர் விழாக்களில் கலந்து கொண்டு நேரத்தைச் செலவழித்துக் கொண்டிருந்தனர். அல்லது கள்ளத் தொடர்பு விவகாரங்களில் சிக்கித் தவித்துக் கொண்டிருந்தனர். தங்களுடைய இலக்கியப் பிம்பத்தை அவர்கள் கஷ்டப்பட்டுச் செதுக்கிக் கொண்டிருந்தனர். எழுதுவதற்குக் கருப்பொருள் கிடைக்காமல் பல காலம் நொந்து போயினர். பலர் போதைகளுக்கு அடிமைகளாக இருந்தனர்.

ஆனால், ஜாய்ஸ் தொடர்ந்து எழுதிக் கொண்டே இருந்தார்.

"தாங்கள் செய்துள்ள வேலைகளைப் பற்றிப் பெருமை பேசிக் கொண்டிருக்காமல் வேலையில் குறியாக இருந்த ஒரு சமுதாயத்திலிருந்து வந்தவள் நான். ஏதோ ஒரு காரணத்தால் உங்களால் எழுத முடியாது என்று நீங்கள் நினைத்தால், அதைப் பற்றிச் சிந்தித்துக் கொண்டிருக்காமல் எழுத உட்காருங்கள், எல்லாம் சரியாகிவிடும்," என்று ஜாய்ஸ் அறிவுரை வழங்குகிறார்.

அதே அறிவுரையை, கடந்த ஐம்பத்தெட்டு ஆண்டுகளாக அவர் தினந்தோறும் கடைபிடித்து வருகிறார். அவர் முதலில் கையால் எழுதிக் கொள்வார்; பின் அவற்றைத் தட்டச்சு இயந்திரத்தில் அல்லது கணினியில் தட்டச்சு செய்து அவற்றை மெருகேற்றுவார்.

பண்டைய கிரேக்கத்தில் இதுபோன்ற பண்புநலன் கொண்டாடப்பட்டது. லூ கெரிக் இதன் ஒட்டுமொத்த உருவமாக விளங்கினார். 1933-ல் டேன் டேனியல் என்ற பத்திரிகையாளர், லூ கெரிக்கிடம், "நீங்கள் இதுவரை தொடர்ச்சியாக எத்தனை ஆட்டங்கள் ஆடியிருக்கிறீர்கள்?" என்று கேட்டபோது, அதற்கான துல்லியமான விடையை அவர் அறிந்திருக்கவில்லை. உத்தேசமாக ஒரு சில நூறுகள் இருக்கும் என்று அவர் கூறினார். ஆனால், அவர் கூறியிருந்ததைப்போல இரண்டு மடங்கு ஆட்டங்களை அவர் ஆடியிருந்தார். ஜாய்ஸிடம் அவருடைய படைப்புகளின்

எண்ணிக்கை குறித்துக் கேட்டிருந்தால், அவரும் இதைப் போன்றதொரு பதிலைத்தான் கூறியிருந்திருப்பார். அவர் தனக்குப் பிடித்த ஒரு வேலையைச் செய்து கொண்டிருந்தார். அதன் விளைவுகள் என்ன என்பது குறித்து அவர் பெரிதாக அக்கறை கொண்டிருக்கவில்லை.

"நான் எப்போதுமே ஒரு வழமையான, மிதமான வாழ்க்கைமுறையையே கடைபிடித்து வந்துள்ளேன். அசாதாரணமான எதையும் செய்வதற்கான தேவையே எழவில்லை. நம் எல்லோருக்கும் தினந்தோறும் கிடைத்துக் கொண்டிருக்கின்ற இருபத்து நான்கு மணிநேரம், நாம் எவற்றைச் செய்தாக வேண்டுமோ அவற்றுக்குத் தாராளமாகப் போதும்," என்று அவர் ஒரு முறை கூறினார்.

இன்று நாம் நம்முடைய வேலையைப் பற்றிச் சமூக ஊடகங்களில் பெரிதாகப் பேசிக் கொள்கிறோம். வேலை செய்வதற்கு அதிநவீனக் கருவிகளை வாங்குவதற்கு ஏராளமாகச் செலவு செய்கிறோம். அல்லது ஒரு வசதியான அலுவலகத்தைப் பெரும் முயற்சியுடன் உருவாக்கிக் கொள்ள முயல்கிறோம்.

ஆனாலும், தினந்தோறும் வேலை செய்வது என்ற நினைப்பே நமக்கு ஒரு சித்திரவதையாகப் படுகிறது.

சில வேலைகளில் பிரச்சனை இருக்கலாம் என்பது உண்மைதான்.

சில நாள்கள் வார்த்தைகள் வராமல் நீங்கள் தவிக்கலாம். அவை உங்களுக்கு வலி ஏற்படுத்தலாம். ஜாய்ஸ் தன் கையால் எழுதுபவர் என்பதால், சில நேரங்களில் அவருக்குக் கை விரல்கள் வலிக்கும். இமைகள் தாமாகவே மூடிக் கொள்ள முயலும். ஆனாலும், அவர் தன் பழக்கத்தை மாற்றிக் கொள்ளாமல் அப்படியேதான் தொடர்ந்தார்.

நீங்கள் சரியான விஷயத்தைச் செய்து கொண்டிருந்தால், அதைச் செய்யாமல் இருப்பதுகூட உங்களுக்கு ஒரு சித்திரவதையாகத்தான் தெரியும். பனிச்சறுக்கு வண்டிகளை இழுத்துச் செல்கின்ற நாய்கள், கழுத்துப்பட்டை பூட்டப்படாமல் இருந்தால் பதற்றத்திற்கு உள்ளாகும். தம்முடைய கூட்டோடு உள்ள தொடர்பு துண்டிக்கப்பட்டால் தேனீக்கள் இறந்துவிடும். உங்களுக்கு அர்த்தமுள்ளதாகப் படுகின்ற ஒன்றை நீங்கள் செய்கின்றபோது, அதை நீங்கள் தொடர்ந்து செய்து

கொண்டேதான் இருப்பீர்கள்.

இந்தக் கடின உழைப்புக்கான வெகுமதி என்ன என்று சிலர் கேட்கலாம். ஆனால், விருதுகளும் புகழும் புத்தக விற்பனைச் சாதனைகளும்தாம் அந்த வெகுமதிகள் என்று யாராவது நினைத்தால் அவர்கள் ஏமாந்து போவார்கள். வேறு சிலர் உத்தரவாதங்களை வேண்டுவர்: "நான் பத்தாயிரம் மணி நேரத்தை இதற்காகச் செலவழித்தால் எனக்கு வேலை கிடைக்கும் என்ற உத்தரவாதம் இதில் உண்டா? என்னால் பெரும் பணம் சம்பாதிக்க முடியுமா? நான் இதில் ஒரு நிபுணன் என்று அழைக்கப்படுவேனா?" ஆனால், விஷயங்கள் இப்படி நிகழ்வதில்லை.

எப்போதும் வேலையே வெகுமதியாகவும் இருக்கும். அதிலிருந்து கிடைக்கின்ற ஆனந்தம்தான் அந்த வெகுமதி. அது சித்திரவதையை உள்ளடக்கிய சொர்க்கம்; வியர்வையுடன்கூடிய முக்தி.

ஏகப்பட்ட நேரத்தை நீங்கள் வேலையில் போடுகின்றபோது, அதை முனகிக் கொண்டே உங்களால் செய்ய முடியாது. அதை நீங்கள் நேசத்துடன்தான் செய்தாக வேண்டும்.

"நான் அளவுக்கதிகமாகக் கடினமாக உழைத்துக் கொண்டிருக்கிறேன் என்ற உணர்வு எனக்கு ஒருபோதும் ஏற்படுவதில்லை. அதேபோல, நான் எந்த வேலையையும் செய்து கொண்டிருக்கவில்லை என்ற உணர்வும் எனக்கு ஒருபோதும் எழுவதில்லை. என்னைப் பொறுத்தவரை, கற்றுக் கொடுத்தலும் எழுதுதலும் எப்போதும் எனக்குச் செழிப்பான வெகுமதிகளை அளித்துக் கொண்டிருக்கின்றன. அவற்றை என்னால் ஒரு வேலையாக ஒருபோதும் நினைக்க முடியாது," என்று ஜாய்ஸ் கூறுகிறார்.

வேலை செய்யாமல் வாழ்க்கையில் நாம் எந்த இடத்தையும் அடைய முடியாது. ஆனால், வேலை செய்து கொண்டிருக்கிறோம் என்ற உணர்வே ஏற்படாத ஒரு வேலையில் நீங்கள் ஈடுபட்டிருக்கின்றபோது, உங்களால் மாயாஜாலமான ஓர் உலகத்திற்குள் அடியெடுத்து வைக்க முடியும்.

"நீங்கள் யாராக ஆக வேண்டும் என்பதை முதலில் தீர்மானியுங்கள்; பின் அந்த வேலையில் ஈடுபடுங்கள்," என்று ஸ்டோயிக்குகள் நமக்கு ஆலோசனை வழங்குகின்றனர்.

அது நமக்கு அங்கீகாரத்தைப் பெற்றுக் கொடுக்குமா?

கொடுக்கலாம். ஆனால், அது உங்களுக்குக் கிடைக்கின்ற கூடுதல் வெகுமதியாக இருக்கும்.

வெற்றிக்கு உத்தரவாதமளிக்கின்ற உடைகளை உடுத்துங்கள்

கம்யூனிசம் வீழ்ச்சியடைகின்றவரை ஏஞ்சலா மெர்க்கல் கிழக்கு ஜெர்மனியில்தான் வாழ்ந்து வந்தார். அங்கு மக்கள் அடிப்படை வசதிகளுக்கே தாளம் போட்டுக் கொண்டிருந்தனர். கம்யூனிச அரசின் உளவாளிகளின் சந்தேகக் கண்களில் பட்டுவிடாமல் இருப்பதற்கு, தாங்கள் தனித்துத் தெரியாமல் இருப்பதை அவர்கள் உறுதி செய்து கொண்டனர். குறிப்பாக, ஆடை அணிவதில் தனித்துவமாக இல்லாதிருப்பதற்கு அவர்கள் முக்கியத்துவம் கொடுத்தனர்.

பல ஆண்டுகளாகக் கல்வித் துறையில் பணியாற்றிய பின்னர், 1990-ல் மேற்கு ஜெர்மனிக்குள் நுழைந்த மெர்க்கல், அரசியலுக்குள் அடியெடுத்து வைத்தார். அதனால், திடீரென்று, அவர் எத்தகைய உடையணிவார் என்பது குறித்து எல்லோரும் ஆர்வம் கொண்டனர். இது மெர்க்கலுக்கு வியப்பளித்தது. அவர் உடையணிந்த பாணியை மாற்றிக் கொள்ளும்படி ஓர் அரசியல் ஆலோசகர் அவரிடம் கூறியபோது, அதைக் கேட்டு அவர் உறைந்துவிட்டார்.

கிழக்கு ஐரோப்பிய நாடுகளில் எவரும் இதுபோன்ற செயல்களில் ஈடுபடுவதில்லை. ஆனால், மேற்கில் அரசியல்வாதிகள் அதைக் கண்டிப்பாகச் செய்தாக

வேண்டும். அதிலும் குறிப்பாக, இரட்டிப்புச் சவாலைச் சந்திக்க வேண்டியிருந்த பெண் அரசியல்வாதிகளுக்கு இது ஒரு பெரும் பிரச்சனையாக இருந்தது.

ஒரு முறை, மெர்க்கலிடம் ஒரு பத்திரிகையாளர், “நீங்கள் எப்போதும் ஏன் ஒரே மாதிரியான கோட்-பேன்டையே அணிகிறீர்கள்? உங்களிடம் வேறு எதுவும் இல்லையா?” என்று கேட்டபோது, அதற்கு மெர்க்கல், “நான் ஓர் அரசுப் பணியாளர். விளம்பர வடிவழகி அல்லள்,” என்று பதிலளித்தார்.

அதே நேரத்தில், “அரசியல் என்பது ஒரு கண்காட்சி,” என்று குறிப்பிடக்கூடிய அளவுக்கு அவர் கூர்மையானவராகவும் இருந்தார். அதில் வித்தியாசமான காட்சிகளை அரங்கேற்ற அவர் முடிவு செய்தார்.

அவர் மிகச் சாதாரணமான ஆடைகளையே அணிந்தார். அதிநவீன ஆடைகளையும் விலையுயர்ந்த ஆடைகளையும் அவர் தவிர்த்தார். அவர் சௌகரியமான காலணிகளை அணிந்து கொண்டார். தலைமுடி தோள்வரை மட்டும் தொங்குகின்ற விதத்தில் அவர் அதை வெட்டிக் கொண்டார். அவர் அலுவலகத்திற்கு வந்தபோதும், பொது நிகழ்ச்சிகள், தொலைக்காட்சி நிகழ்ச்சிகள் போன்றவற்றில் பங்கேற்றபோதும், ஒப்பனை ஏதும் செய்து கொள்ளாமல் இயல்பான தோற்றத்தில் இருந்தார். அவர் எளிமையாகக் காட்சியளித்தபோதிலும், அதில் ஒரு நேர்த்தி இருந்ததை அவர் உறுதி செய்து கொண்டார்.

மெர்க்கலைப் பற்றி இப்படி ஒரு நகைச்சுவை வலம் வந்தது. அதை அவருடைய விமர்சகர்கள், இரசிகர்கள் ஆகிய இருவருமே பகிர்ந்து கொண்டனர்.

மெர்க்கல் தன்னுடைய பழைய ஆடைகளை என்ன செய்கிறார்?

அவரே உடுத்திக் கொள்கிறார்.

மக்கள் அவருடைய உடைகளைக் கவனித்தனர். அதனால் அவர் அடக்கத்தையும் நம்பகத்தன்மையையும் பறையறிவிக்கின்ற ஒன்றாகத் தன் உடைகளைப் பயன்படுத்திக் கொண்டார். சிலர் வேறு வழியின்றி அதை சுவீகரித்துக் கொள்கின்றனர். சிலர் அது தங்களுடைய தகுதிக்குக் கீழே இருப்பதாகக் கருதுகின்றனர். ஆனால்

தன்னுடைய நம்பகத்தன்மையை வெளிப்படுத்துவதற்கான உத்தியாக மெர்க்கல் அதைப் பயன்படுத்திக் கொண்டார்.

பண்டைய சினிக் தத்துவவியலாளர்கள், தத்துவவியலாளர்கள் இப்படித்தான் உடையணிய வேண்டும் என்ற மரபை உடைக்க நினைத்தனர். அதனால், பழைய நைந்து போன ஆடைகளில் அவர்கள் வலம் வந்தனர். ஆனால், ஸ்டோயிக்குகள் அதை நிராகரித்தனர். ஸ்டோயிக் தத்துவவியலாளர்கள் சாதாரணமான மக்களைப்போல உடையணிந்தனர். சிந்தனைக்குள் என்ன இருக்கிறது என்பதுதான் ஒருவரை வித்தியாசப்படுத்தியதாக அவர்கள் கருதினர்.

ஆனாலும், அவர்கள் தேவையற்ற ஆடம்பரத்தைத் தவிர்த்தனர். தலைசிறந்த ஸ்டோயிக் தத்துவவியலாளர்களில் ஒருவரான முசோனியஸ் ரூஃபஸ், “ஒருவர் ஆடைகளையும் காலணிகளையும் ஒரு கேடயத்தைப்போலப் பயன்படுத்த வேண்டும். அதாவது, அவை நம் உடலைப் பாதுகாப்பதற்குத்தானே அன்றி அதைக் காட்சிப்படுத்துவதற்கு அல்ல. அவை உங்களுக்குச் சௌகரியமாக இருக்க வேண்டும். பிறர் உங்களை வெறித்துப் பார்க்க அவர்களைத் தூண்டுவதாக அவை இருக்கக்கூடாது,” என்று கூறியுள்ளார்.

நாம் எந்த உடைகளை அணிவதைத் தேர்ந்தெடுக்கிறோம் என்பது சற்றுச் சிக்கலானதுதான். மிதமான போக்கை வலியுறுத்துகின்ற உடைகள் எவையென அடையாளம் காண்பது கடினமானதுதான். நேர்த்தியற்ற உடைகளை அணிகின்ற ஒருவர் சுயஒழுங்குடன் இருப்பதாக எவரும் கருத மாட்டார்கள். மறுபுறம், மிகப் பகட்டான, பிரபல நிறுவனங்களின் முத்திரைகளைத் தாங்கி நிற்கின்ற நவநாகரிக உடைகளை அணிபவர்களும் அதே விமர்சனத்தை எதிர்கொள்ள நேரிடும்.

ஸ்டீவ் ஜாப்ஸ் ஒரு சௌகரியமான டிஷர்ட்டையும் ஒரு குறிப்பிட்ட நிறுவனத்தின் ஜீன்ஸ் பேன்ட்டையும் தேர்ந்தெடுத்து, தன் வாழ்நாள் முழுவதும் அவற்றை மட்டுமே அணிந்து வந்ததற்கு இதுதான் காரணமாக இருந்திருக்க வேண்டும். அவை மலிவானவை அல்ல. அவை அவருக்குக் கனகச்சிதமாகப் பொருந்தின. அனைத்துச் சூழலுக்கும் அவை பொருத்தமாக இருந்தன. அவை ஒருபோதும் பழைய பாணியாக ஆகவில்லை. அதனால்,

அவர் அவற்றைத் தாண்டி வேறு எதையும் அணியவில்லை.

ஜெனரல் ஸக்காரி டெய்லருக்கு இராணுவச் சீருடை அணிவதும், அதில் விருதுகளைத் தொங்கவிட்டுக் கொள்வதும் அறவே பிடிக்காது. சட்டையில் குத்திக் கொள்ள இடமில்லாத அளவுக்கு அவர் விருதுகளையும் பதக்கங்களையும் வாங்கிக் குவித்திருந்தார். ஆனாலும், பதவியில் அவருக்குக் கீழ்நிலையில் இருந்த கம்மோடோர் டேவிட் கானர் அவரைச் சந்திக்க வந்தபோது, கானர் சௌகரியமாக உணரும்படி செய்வதற்காக அவர் முழு இராணுவச் சீருடை அணிந்து கொண்டார். ஆனால், முத்த அதிகாரியின் விருப்பத்தை அறிந்து வைத்திருந்த டேவிட், அவரை மகிழ்விப்பதற்காகச் சாதாரணமான உடையில் வந்தார். சூழலுக்கு ஏற்பவும் ஆளுக்கு ஏற்பவும் அணுகுமுறைகளை மாற்றிக் கொள்ள வேண்டியிருக்கும் என்பதையே இது சுட்டிக்காட்டுகிறது.

ஆடை குறித்து நாம் ஒருவிதமான கண்ணோட்டத்தைக் கொண்டிருக்கலாம். ஆனால், நாம் சந்திக்கவிருக்கின்ற நபர் நம்மைப்போலவே இருக்க வேண்டிய கட்டாயமில்லை. எடுத்துக்காட்டாக, ஒரு வேலைக்கான நேர்முகத் தேர்வுக்காகச் செல்கின்றபோது, அல்லது முக்கியமான ஒரு நபரைச் சந்திக்கச் செல்கின்றபோது, அல்லது ஒரு தொலைக்காட்சி நிகழ்ச்சியில் தோன்றுகின்றபோது, நம் விருப்பத்திற்கேற்ப உடை அணியாமல், அச்சூழலுக்கு ஏற்ப உடையணிவதுதான் நீங்கள் விரும்புகின்ற விளைவைக் கொடுக்கும். பிறருடைய உணர்வுகளுக்கு மதிப்பளித்தலும் முக்கியம்.

அலுவலக மேசையைச் சுத்தமாக வைத்திருப்பது எப்படி உற்பத்தித்திறனைப் பெருக்க உதவுமோ, அதுபோலவே, கச்சிதமாக முகச்சவரம் செய்யப்பட்டத் தோற்றம் உங்கள்மீது நல்லவிதமான மதிப்பை ஏற்படுத்த உதவும். யாங்கீஸ் அணியின் மேலாளரான ஜோ மெக்கார்த்தி, விளையாட்டு வீரர்கள் ஓய்வறையில் சவரம் செய்வதற்குத் தடை விதித்தார். அவர்கள் தாடி வளர்த்துக் கொள்ள வேண்டும் என்பது அதற்குக் காரணமல்ல, மாறாக, அவர்கள் அங்கு வரும்போதே சவரம் செய்துவிட்டு வர வேண்டும் என்பதுதான். எவரொருவராலும், இரவில் அணிவதற்கான ஆடையை அணிந்து கொண்டு வேலையில் சிறப்பாகச் செயல்பட முடியாது. அதனால்தான், நாம்

வீட்டில் இருந்து கொண்டு வேலை செய்கின்றபோதுகூட, காலையில் எழுந்தவுடன் குளித்துவிட்டு வேலை செய்ய அமர்கிறோம். காலணிகளைப் பளிச்சூட்டுவதன் மூலம் நீங்கள் உங்களையே பளபளப்பாக்கிக் கொள்கிறீர்கள்.

புறச் சூழல்கள்மீது நமக்குக் கட்டுப்பாடுகள் எதுவும் கிடையாது. ஆனால், நம் தோற்றம் எப்படி இருக்க வேண்டும் என்பதை முடிவு செய்வது நம் கைகளில்தான் இருக்கிறது. காலையில் எழுந்தவுடன் படுக்கையை மடித்து வைப்பது, சட்டையைப் பேன்டுக்குள் செருகிக் கொள்வது, தலைமுடியை வாரிக் கொள்வது போன்றவற்றை நம்மால் எளிதில் கடைபிடிக்க முடியும்.

பெரும்பாலான வதைமுகாம் கைதிகளும் போர்க் கைதிகளும் படுமோசமான சூழலில் உழன்று கொண்டிருந்தபோதிலும், முடிந்த அளவுக்கு, தங்களுடைய தோற்றம் நன்றாக இருப்பதற்கும், தாங்கள் சுத்தமாக இருப்பதற்கும் பெருமுயற்சி செய்தனர். அதை அவர்கள் ஆடம்பரத்திற்காகச் செய்யவில்லை. மாறாக, எதிரிகள் தங்களிடமிருந்து திருட முனைந்த கண்ணியத்தைக் காப்பாற்றிக் கொள்வதற்காகத்தான் அவர்கள் அதைச் செய்தனர்.

கவனச்சிதறலை உண்டாக்காமல் இருக்கின்ற விதத்தில் எளிமையாக உடையணிகின்ற ஒரு வித்தையை நாம் மெர்க்கலிடமிருந்து கற்றுக் கொள்ளலாம்.

நவநாகரிக உலகில் பின்பற்றத்தக்க ஒரு கூற்று உண்டு: நாம்தான் ஆடைகளை அணிய வேண்டும், ஆடைகள் நம்மை அணியக்கூடாது.

அசௌகரியத்தை நாடுங்கள்

செனீக்கா ஒரு செல்வந்தர். அவர் தன் தந்தையிடமிருந்து பெரும் சொத்துகளைப் பெற்றிருந்தார். அவர் ரோமானியப் பேரரசெங்கும் முதலீடுகளைச் செய்திருந்தார். பேரரசருக்கு வேலை பார்த்ததன் மூலமும் அவர் கணிசமாகப் பொருளீட்டியிருந்தார்.

ஆனாலும் அவர் அடிக்கடி, ஒரு சில நாள்களுக்கு மிகவும் எளிய உணவை உண்பார், சொரசொரப்பான ஆடைகளை அணிந்து கொள்வார். அவர் வேண்டுமென்றே அசௌகரியங்களை நாடுவார். தீவிரமான வறுமையையும் கடுமையான வாழ்க்கைச் சூழல்களையும் பிரதிபலித்த ஏற்பாட்டை அவர் உருவாக்கிக் கொள்வார். வெறும் ரொட்டியும் நீரும் உட்கொள்வார். வெறுந்தரையில் படுத்துத் தூங்குவார்.

பொழுதுபோக்குக்காகப் பணக்காரர்கள் செய்கின்ற, உறை நீரில் குளித்தல், வனாந்திரத்தில் முகாமிடுதல் போன்ற ஒன்றுதான் இது என்று நீங்கள் நினைக்கலாம். ஆனால், செனீக்காவின் செயல் அப்படிப்பட்டதல்ல. செனீக்கா தன் போராட்டங்கள் உண்மையிலேயே தீவிரமானவையாக இருந்ததை உறுதி செய்து கொண்டார். இதை அவர் தன் நண்பர் ஒருவருக்குப் பரிந்துரைத்தபோது, செனீக்கா அவருக்கு எழுதிய கடிதத்தில், "உங்களுடைய வைக்கோல் படுக்கை உண்மையிலேயே வைக்கோலால்

நிரப்பப்பட்டிருக்க வேண்டும். உங்களுடைய ரொட்டி கடினமானதாக இருக்க வேண்டும். நீங்கள் உடுத்துகின்ற ஆடைக்கும் இது பொருந்தும். இதை நீங்கள் தொடர்ந்து நான்கு அல்லது அதற்கு மேற்பட்ட நாள்களுக்கு மேற்கொள்ள வேண்டும். அதாவது, அது ஒரு வெறும் வித்தியாசமான முயற்சியாக மட்டும் இருந்துவிடக்கூடாது, உங்களை உண்மையிலேயே சோதிப்பதாக இருக்க வேண்டும்," என்று குறிப்பிட்டிருந்தார்.

இதன் நோக்கம் பெருமையடித்துக் கொள்வதோ அல்லது நல்லொழுக்கரீதியாகத் தன்னைத் தூய்மையானவன் என்று நிரூபித்துக் கொள்வதோ அல்ல. தன் நாட்டு மக்களில் பெரும்பாலானோர், தான் எப்போதாவது உருவாக்கிக் கொண்டிருக்கின்ற அதே சூழலில், எந்தவிதமான முணுமுணுப்புகளும் இன்றித் தினந்தோறும் வாழ்ந்து கொண்டிருந்ததை செனீக்கா அறிவார். இப்படிப்பட்டதொரு கடினமான வாழ்க்கையைப் பொறுத்துக் கொள்வது இயல்பானதுதான் என்பதை அவர் தனக்குத் தானே தெளிவுபடுத்திக் கொள்ள விரும்பினார். தன்னுடைய சக பணக்காரர்கள் செய்யத் துணியாத ஒரு காரியத்தில் அவர் இறங்கினார். அப்போது அவர் தன்னைத் தானே இக்கேள்வியைக் கேட்டுக் கொண்டார்:

நீ இதற்குத்தான் பயந்தாயா?

அவருடைய இப்பழக்கம் அவருக்குப் பல முறை கை கொடுத்தது. ஒரு முறை அது அவருடைய உயிரையும் காப்பாற்றியது. பேரரசர் நீரோவின் போக்கு மோசமாகிக் கொண்டிருந்தபோது, "என் சொத்துகள் அனைத்தையும் நீங்கள் எடுத்துக் கொள்ளுங்கள். ஆனால் நான் இங்கிருந்து நிரந்தரமாகச் சென்றுவிட என்னை அனுமதியுங்கள்," என்று அவர் நீரோவிடம் கேட்டார். அதைக் கேட்டு நீரோ பெரும் அதிர்ச்சியடைந்தார். இப்படிச் செய்ய யாராவது முன்வருவார்களா? பணத்தைவிடக் கௌரவத்திற்கு யாராவது இந்த அளவுக்கு முக்கியத்துவம் கொடுப்பார்களா? இது நீரோவைக் கடும் கோபமடையச் செய்தது. செனீக்கா கிராமப்புறத்தில் இருந்தபோது அவரை விஷம் வைத்துக் கொல்ல நீரோ ஏற்பாடு செய்தார். ஆனால், வெறும் பழங்களை உண்டு கொண்டிருந்த செனீக்காவின் உணவில்

விஷத்தைக் கலப்பது இயலாத காரியமானதால் செனீக்கா தப்பித்துக் கொண்டார்.

ஆனால், நம்மில் பெரும்பாலானோர், நமக்கும் இனிமையற்றவற்றுக்கும் இடையே ஒரு பெருஞ்சுவரைக் கட்டியெழுப்பிக் கொண்டிருக்கிறோம். நாம் தற்சார்புடையவர்களாக இருப்பதிலிருந்து அது நம்மைத் தடுக்கிறது என்ற பிரக்ஞை நமக்கு இருப்பதில்லை. வெற்றியின் அர்த்தமே, நாம் இனி ஒருபோதும் எதற்கும் போராட வேண்டியிருக்கக்கூடாது என்பதுதான் என்று நாம் நினைக்கிறோம். நம்முடைய அடிப்படைத் தேவைகளுக்கு அப்பாற்பட்ட சௌகரியங்களும் நம்மிடம் எப்போதும் இருக்க வேண்டும் என்று நாம் விரும்புகிறோம். சூடான நீர். நேர்த்தியான உடைகள். உயர்ந்த உணவகங்களில் பரிமாறப்படுகின்ற உயர்தர உணவு. அவை அனைத்தும் நாம் சொடுக்குப் போட்ட அடுத்தக் கணம் நம் முன் தோன்ற வேண்டும் என்று நாம் ஆசைப்படுகிறோம்.

இவை அனைத்தையும் மிதமான அளவில் அனுபவிப்பதில் தவறேதும் இல்லை. வாழ்க்கை சௌகரியமாக இருப்பதில் என்ன பிரச்சனை? ஆனால், நாம் ஒரு விஷயத்தைப் புரிந்து கொள்ள வேண்டும். நவீன உலகம் நமக்கு எதிராகச் சதி செய்து கொண்டிருக்கிறது, சிறிய கஷ்டத்தைக்கூடப் பொறுத்துக் கொள்ள முடியாதவர்களாக நம்மை ஆக்கிக் கொண்டிருக்கிறது, நம்மைக் கெடுத்துக் குட்டிச்சுவராக ஆக்கி வைத்துள்ளது. அது நம்மை அடிமைப்படுத்தி வைத்துள்ளது.

எளிய வழி ஒன்றையே நாம் எப்போதும் தேர்ந்தெடுக்கிறோம். ஏனெனில், அது எளிதாக அணுகக்கூடியதாக இருக்கிறது. எதற்காக ஒருவர் கடுங்குளிரை அனுபவிக்க வேண்டும்? ஒரு பொத்தானைத் தட்டினால் குளிர்சாதனத்தை இயக்க முடிகின்றபோது, எதற்காக நாம் கோடை வெயிலில் வெந்து சாக வேண்டும்? உங்களுடைய சுமையை அடுத்தவன் முதுகில் தூக்கி வைக்க உங்களால் முடிகின்றபோது, அதை நீங்கள் ஏன் வெட்டியாகச் சுமக்க வேண்டும்? காரில் செல்ல முடிகின்றபோது, யார் நடந்து செல்வார்?

சுயஒழுங்கின் அருமையை அறிந்தவன் அப்படிச் செய்வான். அசௌகரியத்துடன் இருப்பதை சௌகரியமாக உணர்பவன் அப்படிச் செய்வான்.

போய் ஒரு மராத்தான் போட்டியில் கலந்து கொள்ளுங்கள்.

தரையில் படுத்து உறங்குங்கள்.

கனமான ஒன்றைத் தூக்குங்கள்.

உடலுழைப்பு தேவைப்படுகின்ற காரியத்தில் ஈடுபடுங்கள்.

குளிரான நீருள்ள ஒரு குளத்தில் குதியுங்கள்.

வெற்றி ஒருவரை மென்மையானவராக ஆக்கிவிடும். அத்துடன், அது உங்களிடம் பயத்தையும் தோற்றுவித்துவிடும். முதலில் நாம் நம்முடைய சௌகரியங்களுக்கு அடிமையாகிறோம். பின், நாம் அவற்றை இழந்துவிடக்கூடும் என்று நாம் அஞ்சுகிறோம். செனீக்கா கேட்டோவைப்போல இருக்கவில்லை என்றாலும், தேவைப்பட்டால் தன்னால் அப்படியும் இருக்க முடியும் என்பதை அவர் அறிந்திருந்தார், அதற்குத் தன்னைத் தயார்படுத்தியிருந்தார்.

அசௌகரியங்களை நாடுவதன் மூலம் நம்மை நாம் கடினப்படுத்திக் கொள்கிறோம். எப்போதாவது கடினமான வாழ்க்கையை முயன்று பார்ப்பதன் மூலம், அப்படிப்பட்ட ஒன்றை நினைத்துப் பயப்படுவதை நம்மால் குறைத்துக் கொள்ள முடியும். மகாத்மா காந்தி ஒரு சட்டக் கல்லூரி மாணவராக இருந்தபோது மிகக் குறைவானவற்றைக் கொண்டு வாழக் கற்றுக் கொண்டது பின்னாளில் அவருக்கு வெகுவாக உதவியது. பசியும் தாகமும் அவருக்குப் பழகிப் போயிருந்தன. பின்னர் அவர் சிறையில் அடைக்கப்பட்டபோது, அவர் அதற்குத் தயாராக இருந்தார். அவரிடமிருந்து எதைப் பறித்தாலும் அது அவருக்கு ஒரு பொருட்டாகத் தோன்றவில்லை. ஏனெனில், அவை இல்லாமல் அவர் ஏற்கனவே வாழ்ந்து பழகியிருந்தார்.

அனைத்து சுயஒழுங்குகளும் உடலிலிருந்துதான் தொடங்குகின்றன. ஆனால், அவை மாயாஜாலமாகத் தாமாகவே நிகழ்வதில்லை. போராட்டத்தின் ஊடாக இத்திறமையை சாக்ரடீஸ் தன்னிடம் வளர்த்துக் கொண்டிருந்தார். புத்தர் எண்ணற்ற நாள்கள் வெறும் தரையில் படுத்து உறங்கியிருக்கிறார், முரட்டு ஆடைகளை அணிந்திருக்கிறார். ஒரு வாளைப் புடம்போடுவதற்கு, அவர்கள் அதை மாற்றி மாற்றிக் கடுஞ்சூட்டிலும்

கடுங்குளிரிலும் வைப்பர். அது அந்த இரும்பை உறுதிப்படுத்தும். நம்முடைய உடலையும் நம்மால் இதைப்போலப் பதப்படுத்திக் கொள்ள முடியும்.

வாழ்க்கை எதிர்காலத்தில் ஒரு கடுமையான அசௌகரியத்தை நமக்காக வைத்திருக்கலாம், யார் கண்டது?

அக்கணம் நேர்கின்றபோது, அதைக் கண்டு நாம் பயந்து நடுங்கப் போகிறோமா? அல்லது, முன்கூட்டியே அதற்கு நம்மைத் தயார்படுத்திக் கொள்ளப் போகிறோமா?

நம்மை நாம் பாதுகாத்துக் கொள்கின்ற ஒரு முயற்சியாக, நமக்கு நாமே சௌகரியங்களை மறுதலித்துக் கொள்ளலாம். பிரபல சமூகவியலாளரான டபிள்யூ. இ.பி. டூ போயிஸ் தன் மகளுக்கு எழுதிய ஒரு கடிதத்தில், “தைரியமாகக் குளிரான நீரில் குளி. உனக்கு அசௌகரியம் ஏற்படுத்துகின்ற காரியங்களில் ஈடுபடு. உன் ஆத்மாவின்மீதான உன்னுடைய கட்டுப்பாட்டை அது அதிகரிக்கும்,” என்று குறிப்பிட்டிருந்தார்.

தன் ஆத்மாவின்மீது ஆதிக்கம் செலுத்துகின்ற ஒருவனை, சௌகரியங்கள் எதுவுமில்லாமல் காலந்தள்ள முடிகின்ற ஒருவனை, திடீரென்று சூழ்ந்து கொள்கின்ற துரதிர்ஷ்டத்தைக் கண்டு அஞ்சாதிருக்கின்ற ஒருவனை ஒருக்காலும் முறியடிக்க முடியாது. அப்படிப்பட்டவர்கள் மகிழ்ச்சியாகவும் மனநிறைவுடனும் சமநிலையுடனும் இருப்பர்.

அபரிமிதம் உங்களைச் சூழ்ந்திருக்கின்றபோதே மிதத்தைக் கடைபிடிக்க நீங்கள் பழகிக் கொள்ள வேண்டும். ஏனெனில், வாழ்க்கை நமக்காக எதை வைத்திருக்கிறது என்பது நமக்குத் தெரியாது. அபரிமிதம் அப்படியே என்றென்றைக்குமாகத் தொடர்ந்து கொண்டிருக்கும் என்பதற்கு எந்த உத்தரவாதமும் இல்லை.

சுமையை நிர்வகியுங்கள்

சான் அன்டோனியோ ஸ்பர்ஸ் கூடைப்பந்து அணியின் உரிமையாளர் கிரெக் போப்போவிச், கூடுதலாக 2,50,000 டாலர்கள் செலவழிக்க வேண்டி வந்தது. ஆனால், அது அவருக்கு ஐந்தாவது முறையாக சேம்பியன்ஷிப் கோப்பையைப் பெற்றுக் கொடுத்தது. அத்துடன், அது தேசிய கூடைப்பந்துக் கழகம் மற்றும் விளையாட்டு உலகின் போக்கையும் மாற்றியது.

2012-ல் சான் அன்டோனியோ ஸ்பர்ஸ் அணி, வெவ்வேறு நகரங்களில் தொடர்ச்சியாக ஆறு போட்டிகளில் விளையாடியது. அந்த அணியிலிருந்த மானு ஜினோபிலி, டோனி பார்க்கர் ஆகிய இரண்டு ஆட்டக்காரர்கள், தங்களுடைய சொந்த நாடுகளான அர்ஜென்டினா மற்றும் பிரான்ஸுக்காக ஒலிம்பிக் போட்டிகளில் விளையாடினர். மற்றொரு சிறந்த ஆட்டக்காரரான டிம் டங்கன் அந்த அணிக்காகத் தொடர்ந்து பதினாறு ஆண்டுகள் ஆடிக் கொண்டிருந்தார். அந்த அணி தொடர்ந்து மாநில அளவிலும் தேசிய அளவிலும் பல வெற்றிகளைக் குவித்தது.

ஒரு முக்கியமான ஆட்டத்தின்போது, தன்னுடைய ஆட்டக்காரர்களில் தலைசிறந்த நான்கு ஆட்டக்காரர்களுக்கு ஓய்வளிப்பதென்று போப்போவிச் தீர்மானித்தபோது, மொத்தக் கூடைப்பந்து உலகமுமே அதிர்ச்சியடைந்தது. அணியிலிருந்த பிற ஆட்டக்காரர்கள்,

அவர்கள் தொடர்ந்து விளையாட வேண்டும் என்று விரும்பினர். இரசிகர்கள் வெகுண்டெழுந்தனர். தொலைக்காட்சி வர்ணனையாளர்களும் குழப்பமடைந்தனர். அந்த விளையாட்டுகளை ஒளிபரப்புவதற்கான உரிமையை ஒரு பெரும் விலை கொடுத்து வாங்கியிருந்த தொலைக்காட்சிச் சேனல்களும் குமுறின. பயிற்றுவிப்பாளர்களுக்கும் அது பிடிக்கவில்லை. அதற்கான தண்டனையை அந்த அணி பெற்றது.

ஆனால், போப்போவிச் நீண்டகாலத் திட்டம் ஒன்றை வைத்திருந்தார். முக்கியமான ஆட்டக்காரர்களுக்கு அவ்வப்போது ஓய்வளித்ததன் மூலம், மிக முக்கியமான ஆட்டங்களில் அவர்களால் இரட்டிப்பு வேகத்துடன் ஆட முடிந்தது. அத்துடன், அவர்களால் அந்த விளையாட்டில் நீண்டகாலம் தொடரவும் முடிந்தது.

விளையாட்டு உலகில் அதற்கு ஒரு பெயர் இருக்கிறது: சுமை நிர்வாகம்.

போப்போவிச் ஊடகவியலாளர்களிடம் பேசியபோது, "இந்த உத்தியை நாங்கள் இதற்கு முன்பும் பயன்படுத்தியுள்ளோம். ஆட்டக்காரர்கள் மத்தியில் இதற்கு வரவேற்பு இல்லை என்றாலும், இது தர்க்கரீதியாகச் சரியானது," என்று விளக்கினார். பின்னர் இந்த உத்தி அனைத்து அணியினராலும் பரவலாகக் கடைபிடிக்கப்பட்ட ஒன்றாக மாறியது.

அளவுக்கதிகமாக விளையாடுவதால் ஏற்படக்கூடிய அதீதக் களைப்பு அல்லது காயங்களால் ஆட்டக்காரர்களுக்குக் கட்டாய ஓய்வு கொடுக்கும்படி நேர்ந்தால், அதற்குக் கொடுக்கப்பட வேண்டிய விலை மிகவும் அதிகமாக இருக்கும். இந்தக் கண்ணோட்டத்தில் பார்த்தால், இது தர்க்கரீதியாகச் சரியானதுதான்.

இது எளிதானதா என்று கேட்டால், இல்லை என்பதுதான் அதற்கான பதில்.

நாம் அர்ப்பணிப்புடனும் துடிப்புடனும் செயல்படுகின்றபோது, அனைத்து ஆட்டங்களிலும் பங்கேற்க வேண்டும் என்ற விருப்பம் சிறந்த ஆட்டக்காரர்கள் அனைவருக்கும் இருக்கும். ஆனால், அவ்வப்போது ஓய்வெடுத்துக் கொள்வதற்கான தீர்மானம் நீண்டகால நோக்கில் சிறப்பான பலனைக் கொடுக்கும். நீண்டகாலப் பலனுக்காகக் குறுகியகாலத் தியாகத்தை

உள்ளடக்கியது இது.

தொழில்ரீதியாகக் குறுகிய ஆயுட்காலத்தைக் கொண்டுள்ள விளையாட்டு வீரர்களுக்கே இப்படி என்றால், நம்மைப் போன்றவர்களிடம் இது எந்த அளவுக்குத் தாக்கம் ஏற்படுத்தும் என்று யோசித்துப் பாருங்கள். நாம் நம்முடைய வேலையைப் பல பத்தாண்டுகளுக்குத் தொடர்ந்து செய்து கொண்டிருக்கப் போகிறோம்.

உங்களை அதிகமாக உந்தித் தள்ளுவதும், கூடுதலான வேலைகளை இழுத்துப் போட்டுக் கொள்வதும் உங்களுக்கு அனுகூலத்தைக் கொடுக்கும் என்று நீங்கள் நினைக்கிறீர்கள். சிறிய வலிகளை அலட்சியப்படுத்திவிட்டுத் தொடர்ந்து பீடுநடை போடுவது துணிச்சலின் அடையாளம் என்று நீங்கள் நினைக்கிறீர்கள். ஆனால், நீங்கள் உண்மையில் சில விஷயங்களைக் கோட்டைவிடுகிறீர்கள். ஜான் ஸ்டீன்பெக் இதை, “அதீத வேலையில் ஈடுபடுகின்ற ஒழுங்கீனம்,” என்று அழைத்தார். “அது மிக மிகத் தவறான பொருளாதார அணுகுமுறை,” என்று அவர் வலியுறுத்தினார்.

இதற்கான நிரூபணங்கள்? விளையாட்டைப் பொறுத்தவரை, விரைவாக உச்சத்தைத் தொட்டு விரைவாகச் சரிவைச் சந்தித்துள்ள அணிகள்; விளையாட்டுக்கு மொத்தமாக முழுக்குப் போடுவதற்கு இட்டுச் சென்ற விளையாட்டுக் காயங்கள்; அவசர அவசரமாக எழுதப்பட்ட நூல்கள்; அழுத்தங்களுக்கு இடையே எடுக்கப்பட்டத் தீர்மானங்கள்; தடுக்கப்படக்கூடிய நோய்கள் காரணமாக வேலையிலிருந்து எடுக்கப்படுகின்ற விடுப்புகள்.

அமெரிக்காவின் முதல் பாதுகாப்புச் செயலாளராக இருந்த ஜேம்ஸ் ஃபாரெஸ்டல் அளவுக்கு அமெரிக்காவுக்காகக் கடினமாக உழைத்தவர்கள் வேறு எவரும் இருக்க முடியாது. அவர் தனக்குப் பெரும் வருவாயை ஈட்டிக் கொடுத்துக் கொண்டிருந்த வால்ஸ்டிரீட் வேலையைத் துறந்தார். ஒரு முறை அல்ல, இரண்டு முறை. முதல் முறை, முதலாம் உலகப் போரின்போது ஒரு போர் விமானியாக ஆவதற்காக அவர் தன் வேலையைத் துறந்தார். இரண்டாவது முறை, கடற்படையின் துணைச் செயலாளராக ஆவதற்காக அவர் அதைத் துறந்தார். அதற்காக அவர் பல இலட்சம் டாலர்கள் வருமானத்தை இழந்தார். ஆனால் கடற்படையில் அவர் பல புதுமைகளைப் புகுத்தினார். அது இரண்டாம் உலகப் போரின் வெற்றிக்குக்

கணிசமாகப் பங்களித்தது. அவருடைய கடின உழைப்பு இல்லாமல் போயிருந்தால் ஐசன்ஹோவரும் மெக்ஆர்தரும் வெற்றி பெற்றிருந்திருக்க மாட்டார்கள்.

இரண்டாம் உலகப் போருக்குப் பின்னர் அவர் அமெரிக்காவின் முதல் பாதுகாப்புத் துறைச் செயலாளராக ஆனார். முப்படைகளையும் ஒரே துறையின் கீழ் கொண்டுவருகின்ற கடினமான பணி அவருக்கு வழங்கப்பட்டது. பெரும் பொறுப்புகளை உள்ளடக்கிய அப்பணியில் அவர் பல பெரும் ஆளுமைகளின் அகங்காரங்களைச் சமாளித்தாக வேண்டியிருந்தது. அப்பணியின் காரணமாக அவர் தன் ஆரோக்கியத்தைத் தொலைத்தார். தன்னுடைய மணவாழ்க்கையைத் தொலைத்தார். ஒரு முறை, அலுவலகத்தில் அவர் நீண்ட நேரம் இருந்ததைப் பார்த்த அவருடைய உதவியாளர், அவரிடம், “நீங்கள் வீட்டுக்குப் போகவில்லையா?” என்று கேட்டபோது, அதற்கு அவர், “அங்கே போய் நான் என்ன செய்ய?” என்று பதிலுக்குக் கேட்டாராம்.

அவர் தன் அலுவலகமே கதியாகக் கிடந்து உழைத்துக் கொண்டிருந்தார். அவருடைய உடல்நிலையும் மனநிலையும் நாளுக்கு நாள் சீரழிந்து கொண்டிருந்தன. அவர் எலும்பும் தோலுமாக ஆனார். அவர் மனச்சோர்வு அடைந்திருந்தார். ஆனாலும், அவர் தன் வேலைகளை நிறுத்தவில்லை. அவருடைய முடிவெடுக்கின்ற திறன் பாதிக்கப்பட்டது. அவர் அபூர்வமாகவே புன்னகைத்தார். தான் போதுமான அளவு பாராட்டப்படவில்லை என்ற உணர்வு அவருக்கு இருந்தது. மற்ற எந்தவோர் அரசாங்கப் பணியையும்போல அவருடைய பணியும் நிறைவுக்கு வந்தது. ஆனாலும் அவர் தன் கடின உழைப்பை நிறுத்தவில்லை.

விரைவில் அவர் மருத்துவமனையில் அனுமதிக்கப்பட்டார். அங்கிருந்தபோது, மிக உயர்ந்த ஒரு மாடியிலிருந்து சன்னல் வழியாகக் கீழே குதித்து அவர் தற்கொலை செய்து கொண்டார். இந்த உலகிலிருந்து விடைபெறுவதற்கு முன்பாக அவர் என்ன கூற நினைத்திருந்திருப்பார் என்பது நமக்குத் தெரியாது. ஆனால், அவர் கடைசியாகப் படித்துக் கொண்டிருந்த புத்தகத்தில் அவர் அடிக்கோடிட்டிருந்த பகுதி, தன்னைப் போன்ற வேலை அடிமைகளுக்கு அவர் என்ன சொல்ல விரும்பியிருந்திருக்கக்கூடும் என்பதை மறைமுகமாக நமக்கு

அறிவிக்கிறது. கிரேக்கத் துன்பியல் நாடக ஆசிரியரான சோஃபோக்ளீஸின் ஏஜாக்ஸ் என்ற நாடகத்தைத்தான் அவர் படித்துக் கொண்டிருந்தார்.

அதன் கதாநாயகன் ஏஜாக்ஸ் ஒரு மாபெரும் வீரனாக இருந்தபோதிலும், அவன் எதிர்பார்த்திருந்த பாராட்டு அவனுக்குக் கிடைக்காமல் போய்விடும். அதனால், அவன் மனமுடைந்து தற்கொலை செய்து கொள்வான்.

நம்மைப் பொறுத்தவரை, நம்முடைய வேலை முக்கியமானதுதான். நாம் விரைவாகச் செயல்பட வேண்டும்தான். நம்மை ஒரு வெற்றியாளராக ஆக்கியுள்ளது நம்முடைய துடிப்புதான். விளையாட்டின்மீது நாம் கொண்டிருந்த அளப்பரிய காதல்தான் நம்மை இந்த உயரமான இடத்திற்கு கொண்டுவந்து நிறுத்தியுள்ளது என்பதும் உண்மைதான். ஆனால், இதற்குக் கடிவாளம் போடவில்லை என்றால், நாம் வெகுநாள் தாக்குப்பிடிக்க மாட்டோம், இதில் நெடுங்காலம் கோலோச்ச வேண்டும் என்ற நம் கனவு பலிக்காமல் போய்விடும்.

நாம் தொடர்ந்து வெற்றி பெற்றுக் கொண்டிருக்க வேண்டும் என்றே நாம் விரும்புகிறோம். ஆனால், கட்டுப்பாட்டுடன் இல்லாவிட்டால், எதுவும் நீண்ட காலம் நிலைக்காது. உங்களையே உங்களால் நிர்வகித்துக் கொள்ள முடியாவிட்டால், வேறு எதையும் உங்களால் நிர்வகிக்க முடியாது. அதற்கு நீங்கள் வெறுமனே உங்களை உந்தித் தள்ளிக் கொண்டிருந்தால் மட்டும் போதாது. போதுமான ஓய்வை உங்களுக்கு நீங்களே வழங்கிக் கொள்ள வேண்டும். நீங்கள் சமநிலையைக் கடைபிடிக்க வேண்டும். "இதற்கு மேல் என்னை வளைத்தால் நான் ஒடிந்துவிடுவேன்," என்று உங்கள் உடல் முரண்டு பிடிக்கும்போது, அதை நீங்கள் காது கொடுத்துக் கேட்க வேண்டும்.

எந்தவொரு நடவடிக்கையையும் காலங்காலமாகத் தொடர்ந்து கொண்டிருக்க முடியாது என்று கதே எச்சரிக்கிறார்.

இதை லூ கெரிக் நன்றாகவே அறிந்திருந்தார். பேஸ்பால் விளையாட்டில் தொடர்ச்சியாக அவர் வெகுகாலம் விளையாடிக் கொண்டிருந்தார் என்பதை மறுப்பதற்கில்லை. ஆனால், பல சமயங்களில், தன் ஆட்டம்

சரியாக இல்லை என்று அவர் உணர்ந்தால், தன்னைத் தானே 'அவுட்' ஆக்கிக் கொண்டு, வலுவாக அடித்து ஆடக்கூடிய நபர்களை அவர் ஆட்டத்தில் இறக்கிவிடுவார்.

தோற்கடிக்கப்பட முடியாதவர் என்று எவரும் கிடையாது. யாராலும் நிறுத்தாமல் தொடர்ந்து கொண்டிருக்க முடியாது.

இல்லையெனில், ஜேம்ஸ் ஃபாரெஸ்டலுக்கு ஏற்பட்டக் கதிதான் உங்களுக்கும் ஏற்படும். இரும்புகூட இறுதியில் உடைந்துவிடுகிறது அல்லது தேய்ந்துவிடுகிறது.

சில ஆண்டுகள் கழித்து, எலும்பும் தோலுமாக இருக்கின்ற உங்களைப் பார்த்து, "இவர் மட்டும் தன்னைக் கொஞ்சம் கவனித்துக் கொண்டிருந்தால்..." என்று பரிதாபமாக நினைக்க நீங்கள் விரும்புகிறீர்களா?

நீங்கள் மட்டும் ஆரோக்கியமாக இருந்திருந்தால்... உங்களுடைய 'டேங்கில்' இன்னும் சிறிது எரிபொருளை நீங்கள் மிச்சம் வைத்திருந்திருந்தால்... உங்களுடைய அனைத்து ஆற்றலையும் தீர்க்காமல் இருந்திருந்தால்...

அதிசிறந்தவராக ஆவதற்கும் நீடித்து நிலைத்திருப்பதற்கும் ஓய்வெடுப்பது எப்படி என்பதை நீங்கள் அறிந்திருக்க வேண்டும். வெறுமனே ஓய்வெடுத்தால் மட்டும் போதாது. உங்களை ஆசுவாசப்படுத்திக் கொள்வதற்கும், பொழுதுபோக்கு நடவடிக்கைகளில் ஈடுபடுவதற்கும் நீங்கள் நேரம் ஒதுக்க வேண்டும். இல்லையெனில், உங்களுடைய வெற்றி எத்தகையதாக இருந்தாலும், அதனால் ஒரு பயனும் இருக்காது.

உங்களை அழித்துக் கொள்வதற்கான உறுதியான வழி, ஓய்வு ஒழிச்சலின்றி, ஒழுங்குமுறையின்றி, உங்களை அளவுக்கு மீறி உந்தித் தள்ளுவதாகும்.

உங்களுடைய சுமையைச் செம்மையாக நிர்வகிக்கக் கற்றுக் கொள்ளுங்கள்.

தூக்கம் நடத்தையின் ஒரு வெளிப்பாடு

1956-ல், உலகக் குத்துச்சண்டைப் போட்டி நடைபெறுவதற்கு முந்தைய நாள் இரவு, ஃபிளாய்டு பேட்டர்சன் தன்னுடைய பயிற்சியின் மிக முக்கியமான அம்சம் ஒன்றைக் கடைபிடித்தார்.

அது கடைசி நேர முன்தயாரிப்போ அல்லது தன் உத்தி குறித்த மறுபரிசீலனையோ அல்ல.

உறக்கம்தான் அது.

அதற்காக அவர் சில நிமிடங்கள் கண்ணயர்ந்தார் என்று நினைத்துவிடாதீர்கள். அவர் தொடர்ச்சியாகப் பதினொன்றரை மணி நேரம் தூங்கினார். மறுநாள் காலையில் போட்டிக்கு முன்பு வீரர்களின் உடல் எடை சோதிக்கப்படுவதற்குச் சற்று முன்புதான் அவர் கண்விழித்தார். அரங்கத்திற்குச் செல்வதற்கு முன்பு அவர் மூன்று மணி நேரம் தூங்கினார். அரங்கத்திற்குச் சென்ற பிறகு, குத்துச்சண்டை மேடைக்குச் செல்வதற்கு முன்பும் அவர் ஒரு குட்டித் தூக்கம் போட்டார். போட்டியின் ஐந்தாவது சுற்றில், களைத்துப் போயிருந்த எதிராளியை அவர் அடித்த அடியில் அந்த எதிராளி எழுந்திருக்கவே இல்லை. பேட்டர்சன் அப்போட்டியில் வெற்றி பெற்றார்.

அவர் மோதிய நபரும் சாதாரணமானவர் அல்லர். அவரும் ஒரு தலைசிறந்த குத்துச்சண்டை வீரர். சரிக்குச் சமமான அவரை வீழ்த்துவதற்கு, பேட்டர்சன் போதுமான

நேரம் ஓய்வெடுத்துக் கொள்ள வேண்டியிருந்தது. பேட்டர்சன் அளவுக்கு நீங்கள் கடினமாகப் பயிற்சி செய்தால், உடல் மீண்டெழுவதற்கு அதற்குப் போதுமான நேரத்தை நீங்கள் கொடுத்தாக வேண்டும். மற்றவர்கள் பதற்றத்துடன் தங்களுடைய திட்டங்களை மீண்டும் மீண்டும் சரிபார்த்துக் கொண்டிருக்கின்றபோது, நீங்கள் போதுமான அளவு ஓய்வெடுத்துக் கொள்வதன் மூலம் ஒரு மேம்பட்ட விதத்தில் உங்களை உங்களால் தயார்படுத்திக் கொள்ள முடியும்.

பேட்டர்சன் தூங்கியதற்கு, அவர் முக்கியமானவற்றை அலட்சியப்படுத்தியது காரணமல்ல. மாறாக, அவை குறித்து அவர் ஆழமான அக்கறை கொண்டிருந்ததுதான் அதற்குக் காரணம். படுத்தவுடன் தூங்குதலும் போதுமான அளவு ஓய்வெடுத்துக் கொள்ளுதலும் சுயஒழுங்கு சார்ந்தவையாக உங்களுக்குத் தோன்றாமல் இருக்கலாம். ஆனால், அதுதான் உண்மை. இப்போதெல்லாம் இராணுவத்தில்கூட, தூக்கத்தில் ஒழுங்கைக் கடைபிடிப்பதை வலியுறுத்துகின்றனர்.

இது நீங்கள் அவசியம் கடைபிடித்தாக வேண்டிய ஒன்றாகும். இதை நீங்கள் போதுமான நேரம் கடைபிடிப்பதோடு, அது தரமாக இருப்பதையும் நீங்கள் உறுதி செய்து கொள்ள வேண்டும். நீங்கள் அதிக மன அழுத்தமிக்க ஒரு சூழலில் வேலை பார்த்து வந்தால், உங்களிடம் கூடுதல் சுயஒழுங்கு இருக்க வேண்டும்.

பின்னாளில் ஒரு நான்கு நட்சத்திர அட்மிரலாக ஆன ஜேம்ஸ் ஸ்டாவ்ரிடிஸிடம், 1990களில் பாரசீக வளைகுடாப் போரின்போதுதான் முதன்முறையாக ஒரு கப்பலின் தலைமைப் பொறுப்பு ஒப்படைக்கப்பட்டது. அப்போது அவருக்கு வயது முப்பத்தெட்டு. பொதுவாக ஒருவருடைய இயல்பான வளர்சிதை மாற்றத்தின் இறங்குமுகம் இந்த வயதில்தான் தொடங்கும். உங்களுக்கு உங்கள்மீதும் பிறர்மீதும் குறைவான கட்டுப்பாடு இருக்கின்றபோதும், நீங்கள் அதிகக் களைப்புடன் இருக்கின்றபோதும், நீங்கள் மோசமான தீர்மானங்களை எடுக்கிறீர்கள் என்பதைப் புரிந்து கொள்ள நீங்கள் ஓர் உளவியல் வல்லுநராக இருக்க வேண்டிய அவசியமில்லை. அதனால், தன் சுயஒழுங்கின் ஓர் அம்சமாகத் தூக்கத்தைச் சேர்த்துக் கொள்ள ஸ்டாவ்ரிடிஸ் தீர்மானித்தார்.

அதற்காக, அவர் தனக்குக் கீழே பணியாற்றிய

வீரர்களின் தூக்கப் பழக்கத்தையும், அவர்களின் செயல்திறனையும் உன்னிப்பாக அவதானித்தார். அவர்கள் ஒரு குட்டித் தூக்கம் போடுவதை அவர் ஊக்குவித்தார். "நம்முடைய உடலின் ஆரோக்கியத்தைக் கண்காணிப்பது என்பது நம் நடத்தையின் ஒரு வெளிப்பாடு. அது நம்முடைய செயல்திறனை வெகுவாக மேம்படுத்தும்," என்று அவர் பின்னர் எழுதினார்.

நாம் கோபத்தில் கொந்தளித்துக் கொண்டிருக்கின்றபோதோ அல்லது அதீதக் களைப்புடன் இருக்கின்றபோதோ நாம் மிகச் சிறப்பாகச் செயல்பட்டுக் கொண்டிருப்பதில்லை.

உலகத்தின் வழமையான இரைச்சல்கள் தொடங்குவதற்கு முன்பாக அதிகாலையில் எழுந்தால், அமைதியுடன் வேலை பார்ப்பதற்குச் சில மணித்துளிகள் கிடைக்கும். ஆனால், இரவு வெகு நேரம்வரை தொலைக்காட்சியைப் பார்த்துவிட்டுப் படுத்துத் தூங்கினால், அதிகாலையில் எழுவது தனக்குச் சாத்தியமில்லை என்று டோனி மோரிசன் கூறுகிறார். காலையில் மதுத் தலைவலி ஏற்படாமல் இருந்திருந்தால், ஹெமிங்வேயின் காலைப் பொழுதுகள் இன்னும் இனிமையாக இருந்திருக்கும். காலையில் இழுத்துப் போர்த்திக் கொண்டு சுகமாகத் தூங்கிக் கொண்டிருக்க வேண்டுமா அல்லது சீக்கிரமாக எழுந்திருக்க வேண்டுமா என்று தனக்குள் விவாதித்துக் கொண்டுள்ளது குறித்து மார்க்கஸ் அரேலியஸ் எழுதியுள்ளார்.

வழமையாக நாம் ஒரு நீண்ட நாளை அலுவலகத்தில் கழித்துவிட்டுக் களைத்துப் போய் வீடு திரும்புகிறோம். அதற்குப் பின் இரவு சமைக்கிறோம், குழந்தைகளுடன் சிறிது நேரம் செலவிடுகிறோம். தூக்கம் நம் கண்களைச் சுழற்றிக் கொண்டிருந்தாலும், மின்னஞ்சல்களைப் படிப்பது, தொலைக்காட்சி நிகழ்ச்சிகளைப் பார்ப்பது போன்றவற்றில் நாம் ஈடுபடுகிறோம். உறுதியுடன் சீக்கிரமாகத் தூங்கச் செல்வதற்கும் சுயஒழுங்கு கண்டிப்பாகத் தேவை.

சீக்கிரமாகத் தூங்கச் செல்வது உங்களுடைய பல பிரச்சனைகளைத் தீர்க்கும். மாலையில் உடற்பயிற்சி செய்வதை நீங்கள் தள்ளிப்போடுவதை அது தடுக்கும்; நீங்கள் தேவையில்லாமல் காபி அல்லது நொறுக்குத் தீனி சாப்பிடுவதைத் தடுக்கும்; நீங்கள் மோசமான

தீர்மானங்களை மேற்கொள்வதைத் தடுக்கும்.

"நான் ஓர் ஆந்தை, சேவற்கோழி அல்லன்," என்று நீங்கள் உங்களை வர்ணித்துக் கொள்ளலாம். நீங்கள் காலையில் எழாமல் இருப்பதற்கு உங்களுடைய ஒழுங்கீனமான இரவுப் பழக்கம்தான் காரணம். காலையில் எதையாவது சரியாகச் செய்ய வேண்டுமென்றால், அதற்கான தொடக்கப் புள்ளி, முந்தைய நாளின் இறுதியில்தான் இருக்கிறது. தூக்கம் என்பது ஒரு பழக்கம்தான் என்பதை, ஒழுங்காகத் தூங்கி ஒழுங்காக விழிக்கின்ற பழக்கத்தைக் குழந்தைகளிடத்தில் உருவாக்க விரும்புகின்ற எவரொருவரும் அறிவர்.

வைகறைத் துயிலெழு என்பது முதுமொழி.

அதிகாலையில் போர்வைக்குள் சுருண்டு கொண்டிருப்பதன் மூலம் பிரபலமடைய முடியாது என்று தாந்தே கூறியுள்ளார். போர்வைக்குள் சீக்கிரமாகப் புகுந்து கொள்வதே அதற்கான தீர்வாகும்.

நாளைய தினம் நீங்கள் தெளிவாகச் சிந்திக்க வேண்டுமா? நாளைய தினம் சின்னஞ்சிறு விஷயங்களைச் சரியாகச் செய்ய வேண்டுமா? மறுநாளைக் கையாள்வதற்கான ஆற்றல் உங்களுக்கு வேண்டுமா?

இரவு சீக்கிரமாகப் படுக்கச் செல்லுங்கள்.

உங்களுடைய உடல் ஆரோக்கியம் அதை நம்பி இருக்கிறது என்பதால் மட்டும் அதை நீங்கள் செய்யத் தேவையில்லை. அது உங்களுடைய நடத்தையின் ஒரு வெளிப்பாடும்கூட என்பதாலும் அதை நீங்கள் செய்ய வேண்டும். உங்களுடைய முடிவெடுக்கும் திறனும் செயல்நடவடிக்கைத் திறனும் உங்களுடைய நடத்தையைச் சார்ந்துள்ளன.

உங்களால் எவற்றைத் தாக்குப்பிடிக்க முடியும்?

1915-ல், எர்னஸ்ட் ஷேக்கில்டன் மேற்கொண்ட ஆர்க்டிக் சாகசப் பயணம் ஒரு பெரும் நெருக்கடியில் சிக்கிக் கொண்டது. அவர் கடும் பனிக்குள் மாட்டிக் கொண்டார். அவர்களுடைய கப்பல் கிட்டத்தட்ட ஓராண்டாகத் திக்குத்திசையின்றி அந்தப் பனிப் பிரதேசத்திற்குள் மிதந்து கொண்டிருந்தது. பின் திடீரென்று ஒரு நாள், சுற்றியிருந்த பனியின் அழுத்தம் தாங்காமல் அவர்களுடைய கப்பலின் முன்பகுதி உடைந்தது. கப்பல் மெதுவாக மூழ்கத் தொடங்கியபோது, அவர்கள் உயிர்காக்கும் மிதவைகளில் ஏறி, 350 மைல் தூரம் பயணித்து ஒரு தீவை அடைந்தனர். பதினெட்டு மாதங்களுக்குப் பிறகு முதன்முறையாக அவர்கள் நிலத்தைப் பார்த்தனர். அத்தீவின் பெயர் ஆனைத் தீவு.

ஆனால், அது அவர்களுக்கு எந்தவிதமான ஆசுவாசத்தையும் அளிக்கவில்லை. மாறாக, அவர்களுடைய அடுத்தக் கட்டச் சோதனை அப்போதுதான் தொடங்கியிருந்தது.

அத்தீவு ஒரு கண்காணாத பகுதியில் இருந்ததால், அவர்கள் அங்கு இருந்தது கண்டுபிடிக்கப்படுவதற்கான சாத்தியக்கூறு மிகவும் குறைவாக இருந்தது. அத்தீவில்

சாப்பிடுவதற்குப் பெரிதாக எதுவும் கிடைக்கவில்லை. அத்துடன், குழுவினரின் மன உறுதியும் வேகமாகக் கரைந்து கொண்டிருந்தது. அதைக் கண்ட ஷேக்கில்டன், துணிகரமானதொரு திட்டத்தைத் தீட்டினார். அவர் தன் துணைக்குச் சிலரை அழைத்துக் கொண்டு, உதவி தேடி சுமார் 700 மைல்கள் பயணிக்கத் தீர்மானித்தார்.

இருபதடி நீளமே இருந்த ஒரு சிறிய படகில், குறைவான அளவு உணவுப் பொருள்களுடனும் ஒரு சிறு குழுவினருடனும் அவர் அத்தீவிலிருந்து கிளம்பினார். ஆழ்கடலில் அவர்கள் கடும் புயலை எதிர்கொண்டனர். சில நாள்களில் உணவுப் பொருள்களும் தீர்ந்துவிட்டன. பசியோடும் பட்டினியோடும் பயணித்த அவர்கள், 1916 ஏப்ரலில் ஜார்ஜியாவுக்கு வந்து சேர்ந்தனர்.

ஆனால், தன் நோக்கம் பாதிதான் நிறைவேறியிருந்தது என்பதை ஷேக்கில்டன் அறிந்திருந்தார். மீண்டும் ஆனைத் தீவுக்குச் சென்று, தான் அங்கு விட்டுவிட்டு வந்திருந்த தன்னுடைய மீதிக் குழுவினரை மீட்பதற்குத் தேவையான நிதியை அவர் திரட்டினார்.

அந்த முயற்சியில் அவருக்குப் பல முறை தோல்வி ஏற்பட்டது. ஆனால், விடாப்பிடியாக முயன்று, இறுதியில் நான்கு மாதங்கள் கழித்து அவர் தன் குழுவினர் அனைவரையும் உயிருடன் மீட்டுக் கொண்டு வந்தார்.

ஷேக்கில்டனுக்கு அது எப்படிச் சாத்தியப்பட்டது? அவரால் எப்படி உயிருடன் மீண்டு வந்ததோடு, மீண்டும் அங்குச் சென்று தன் குழுவினரையும் மீட்டு வர முடிந்தது? அவருடைய சொந்தக் குறிக்கோள் வாசகத்தில் அதற்கான விடை இருக்கிறது. "தாங்குதிறனே வெற்றிக்கான வழி." அவருடைய கப்பலின் பெயர் என்ன தெரியுமா? 'தாங்குதிறன்!'

பல மாதங்களாக நீடித்திருக்கின்ற ஒரு குளிர்காலத்தைக் கற்பனை செய்து கொள்ளுங்கள். ஆழ்கடலில் நீங்கள் திக்குத்திசை தெரியாமல் தவித்துக் கொண்டிருப்பதாக நினைத்துக் கொள்ளுங்கள். அவர் அவற்றைத் தாக்குப்பிடித்தார். அவர் அம்முயற்சியிலிருந்து பின்வாங்க மறுத்தார். தன் உடல் தோல்விக்கு அடிபணிய அவர் அனுமதிக்கவில்லை. அவர் எண்ணற்ற மராத்தான் போட்டிகளில் கலந்து கொண்டிருந்தார். ஒரு கப்பற்தலைவர் என்ற முறையில் தன் பொறுப்புகளும் கடமைகளும்

என்னென்ன என்பதை அவர் அறிந்து வைத்திருந்ததோடு, எந்தத் தடை வந்தாலும் அதை எதிர்கொள்வதற்கான மனத்திடத்தையும் உடல் உறுதியையும் அவர் கொண்டிருந்தார்.

நாம் என்னவென்றால், அலுவலகத்தில் சிறிது நேரம் கூடுதலாக உழைப்பதற்கு முனகுகிறோம். மைதானத்தைச் சுற்றி மேலும் ஒரு சுற்று சுற்றி வரச் சொன்னதற்காக நாம் நம்முடைய பயிற்றுவிப்பாளர்மீது வெறுப்பு கொள்கிறோம். விஷயங்கள் இலகுவாக இருக்க வேண்டும் என்று நினைப்பதற்குப் பதிலாக, அவை கடினமாக இருக்க வேண்டும் என்று நினைக்க நாம் கற்றுக் கொள்ள வேண்டும்.

ஏனெனில், எப்படியும் விஷயங்கள் கடினமாகத்தான் போகின்றன.

ஜெர்மானிய மொழியில் 'சிட்ஸ்ஃபிளீஷ்' என்ற ஒரு வார்த்தை இருக்கிறது. ஏற்றுக் கொண்ட வேலை முடியும்வரை, நாற்காலியோடு பசை போட்டு ஒட்டிக் கொண்டிருப்பதுபோல உட்கார்ந்திருக்க வேண்டும் என்பது அதன் பொருள். உங்களுடைய உடலுறுப்புகள் ஒன்றன் பின் ஒன்றாக மரத்துப் போனாலும் நீங்கள் அப்படியே அமர்ந்திருக்க வேண்டும். உங்களைச் சுற்றியுள்ளவர்கள் ஒருவர் பின் ஒருவராக அங்கிருந்து நகர்ந்துவிட்டாலும்கூட, நீங்கள் அப்படியே அமர்ந்திருக்க வேண்டும். உங்கள் வேலை முடியும்வரை நீங்கள் தினந்தோறும் அங்குத் தலைகாட்டி, உங்களுடைய உடல்வலியைப் பொறுத்துக் கொண்டு தொடர்ந்து செயல்பட வேண்டும்.

அந்தக் காலத்துக் குதிரைப்படை வீரர்கள், 'தங்களுக்கு இரும்புப் பிட்டம்' இருப்பதாக மார்தட்டிக் கொள்வர். அதாவது, எவ்வளவு நேரம் ஆனாலும் தங்களால் தங்கள் குதிரைமீது அமர்ந்திருக்க முடியும் என்று அவர்கள் முழங்கினர்.

இக்குணம் நம்மில் பலரிடம் இருப்பதில்லை. கடின உழைப்பை நம்முடைய படைப்பாற்றல் மற்றும் கூர்மதியால் இட்டு நிரப்பிவிடலாம் என்று நாம் நினைக்கிறோம். ஆனால், நாம் ஏற்றுக் கொண்டுள்ள வேலையில் முழுமையான அர்ப்பணிப்புடன் நம்மை ஆழ்த்திக் கொள்கின்ற திறனை நாம் நமக்குள் வளர்த்துக் கொள்ள வேண்டும்.

கிட்டத்தட்ட அனைத்துத் தலைசிறந்த தலைவர்களும் தத்துவவியலாளர்களும் விளையாட்டு வீரர்களும் கடின

உழைப்புக்கு அஞ்சாதவர்களாகவே இருந்து வந்துள்ளனர். தாக்குப்பிடிப்பதில் அவர்கள் வல்லவர்களாக இருந்து வந்துள்ளனர். அதற்குத் தியாகம் தேவை. விரக்தியைக் கடந்து செல்வதற்கான துணிச்சல் தேவை. விமர்சனங்களை அலட்சியப்படுத்துவதற்கான மனப்போக்கு தேவை. தனிமையைக் கண்டு கலங்காதிருப்பதற்கான உறுதி தேவை. வலியைத் தாங்கிக் கொள்வதற்கான மனத்திடம் தேவை.

இறுதியில் நமக்கு வெளிச்சத்தைக் கொண்டு வந்த மின்விளக்கைக் கண்டுபிடிப்பதற்கு முன்பாக, எடிசன் ஆறாயிரம் இழைகளை முயன்று பார்த்திருந்தார். டோனி மோரிசன் அதிகாலையில் எழுந்து சூரியன் உதிப்பதற்கு முன்பே பெரும்பாலான வேலைகளைச் செய்து முடித்தார். ஷேக்கில்டன் தன் குழுவினர் அனைவரையும் பத்திரமாக மீட்டுக் கொண்டு வருகின்றவரை, பொறுப்பைத் துறக்கவும் தன் முயற்சியைக் கைவிடவும் மறுத்தார்.

ஃபிராங்க்ளின் டெலானோ ரூஸ்வெல்ட் தன்னுடைய இளம்பிள்ளைவாத நோயிலிருந்து மீள்வதற்கு, கடும் வலி ஏற்படுத்திய சிகிச்சைகளை ஏழு ஆண்டுகள் பொறுத்துக் கொண்டார். வீட்டைவிட்டு வெளியே அடியெடுத்து வைப்பதற்கும், மேடை ஏறுவதற்கும் அவர் படாத பாடு பட வேண்டியிருந்தது. ஒரு வைரஸால் இடுப்புக்குக் கீழே செயலிழந்து போயிருந்த ரூஸ்வெல்ட்டின் நிலையைக் கற்பனை செய்து பாருங்கள். அந்த ஏழாண்டுகால சிகிச்சையைப் பொறுத்துக் கொள்வதற்கு அவர் எத்தகைய தாங்குதிறனைக் கொண்டிருந்தார் என்பதைப் பற்றி இரண்டாம் உலகப் போருக்கு முன்பு சர்ச்சில் இவ்வாறு குறிப்பிட்டார்:

> *தன் இடுப்புக்குக் கீழேயுள்ள பகுதியை ரூஸ்வெல்ட்டால் இயக்க முடியவில்லை. நடந்து செல்வதற்கு அவருக்கு ஆள்களின் உதவி அல்லது ஓர் ஊன்றுகோலின் உதவி தேவைப்பட்டது. நூற்றுக்குத் தொண்ணூற்று ஒன்பது சதவீத மனிதர்கள், அவர்களுக்கு இதுபோன்ற ஒரு நிலை ஏற்பட்டிருந்தால் பொது வாழ்க்கையிலிருந்து விலகியிருந்திருப்பர். ஆனால், அப்படிப்பட்டதொரு தண்டனையை ஏற்றுக் கொள்ள ரூஸ்வெல்ட் மறுத்துவிட்டார்.*

தீர்மானிக்கின்ற இடத்தில் யார் இருந்தார்கள் என்பதை உடல் முடிவெடுப்பதை ரூஸ்வெல்ட் அனுமதிக்கவில்லை. அவர் தன் உடல் பிரச்சனைகளுக்கு இடையிலும் மாபெரும் பொருளாதார வீழ்ச்சியைக் கையாண்ட விதத்தையும், மதுவிலக்குக் கொள்கை அமெரிக்காவில் அமலில் இருந்தபோது அங்குக் கோலோச்சிக் கொண்டிருந்த கள்ளச் சாராய சாம்ராஜ்ஜியத்தை வெற்றிகரமாக ஒழித்துக் கட்டிய சாமர்த்தியத்தையும் சர்ச்சில் பாராட்டியதில் வியப்பேதுமில்லை. ரூஸ்வெல்ட்டின் உற்சாகமும் ஆற்றலும் இரண்டாம் உலகப் போரின் காலகட்டத்திலும் அப்படியே தொடர்ந்தன.

ஆனால், நாம் என்ன செய்கிறோம்? நாம் எழுதியுள்ள புத்தகத்தின் கையெழுத்துப் பிரதியை முதல் பதிப்பகம் நிராகரித்த உடனேயே நாம் நம் முயற்சியைக் கைவிட்டுவிட்டு அதிலிருந்து விலகிக் கொள்கிறோம். நம் வேலைக்கு வாரத்திற்கு நாற்பது மணிநேரத்திற்கும் அதிகமாகச் செலவிட வேண்டி வந்தால், மனிதகுலத்திற்கு எதிரான ஒரு குற்றமாக அதை நாம் கருதுகிறோம். சில மாதங்களுக்கு நம்முடைய பொருளின் விற்பனை சரிந்தால், உடனே நான் அத்தொழிலையே இழுத்து மூடிவிடுகிறோம். ஒரு காயம் ஏற்பட்டவுடன், அதிலிருந்து மீள்வது சாத்தியமில்லை என்று நாம் சோர்ந்து போகிறோம். நாம் போதுமான அளவு பெரிதாக இல்லை, நாம் அழகானவர்கள் அல்லர், அல்லது நாம் திறமையானவர்கள் அல்லர் என்று யாராவது கூறினால், அதை உண்மை என்று நாம் ஏற்றுக் கொள்கிறோம். ஆட்டத்தின் நடுவில், நாம் பெற்றுள்ள புள்ளிகளைப் பார்த்து நாம் நம்பிக்கை இழந்துவிடுகிறோம்.

எப்போதும் தாங்குதிறனால் வெல்வது சாத்தியப்படுமா?

அது எல்லா நேரங்களிலும் சாத்தியமில்லை என்பது எல்லோரும் அறிந்த ஒன்றுதான். துண்டை உதறித் தோளில் போட்டுக் கொண்டு இடத்தைக் காலி செய்வதன் மூலம் எவரும் வெற்றி பெறுவதில்லை. பலவீனங்களின் அடிப்படையில் எவரும் வெற்றி வாகை சூடுவதில்லை.

நம்முடைய பயணத்தில் நாம் வலியை எதிர்கொள்வோம்தான். நம் பயணத்தை நிறுத்திக் கொள்வதற்கு நமக்கு ஆயிரக்கணக்கான வாய்ப்புகள் வழங்கப்படும். அவற்றுக்கான நியாயமான காரணங்களும் நம் முன் வைக்கப்படும்.

ஆனாலும், நாம் நம் பயணத்தைத் தொடர வேண்டும். நாம் தொடர்ந்து அந்த இருக்கையில் அமர்ந்திருக்க வேண்டும்.

எக்காரணம் கொண்டும் நாம் பின்வாங்கக்கூடாது.

உடலைத் தாண்டி...

ஆடம்பரத்திலும் சோம்பேறித்தனத்திலும் மூழ்கிக் கிடந்து கொண்டே ஓர் உயர்தரமான ஆன்மிக வாழ்க்கையை வாழ முடியும் என்று நீங்கள் நினைத்தால் அது தவறு.

— **லியோ டால்ஸ்டாய்**

நாம் குறுகிய காலம் வாழ்ந்து மடிகின்ற மனிதப் பிறவிகள். நாம் உயிர் பிழைத்திருப்பதற்கு, சாப்பிடுதல், உறங்குதல், இயங்குதல் ஆகியவற்றில் நாம் கட்டாயம் ஈடுபட்டாக வேண்டும். இந்த விஷயங்களை நாம் எந்த அளவுக்குச் சிறப்பாகச் செய்கிறோமோ, நாம் எந்த அளவுக்கு நம் உடலைச் சிறப்பாகப் பராமரிக்கிறோமோ, அந்த அளவுக்கு நாம் ஒரு நல்ல உடற்கட்டுடன் இருப்போம்.

ஒரு மிதமான வாழ்க்கை என்பது இன்பங்களை மறுக்கின்ற ஒரு வாழ்க்கை அல்ல என்பதை நாம் நினைவில் வைத்திருக்க வேண்டும். இன்னும் சொல்லப் போனால், நாம் நீண்டகாலத்திற்கு இன்பம் துய்ப்பதற்கு நாம் சுயஒழுங்குடன் இருப்பது இன்றியமையாதது. லூ கெரிக்கின் வாழ்க்கை உணர்த்துவதுபோல, நாம் உயிரோடு இருக்கின்ற காலம் முழுவதும் செம்மையாக வாழ்வதற்கு சுயஒழுங்கு அவசியம்.

“மக்கள் தாங்கள் செய்கின்ற காரியங்களுக்கு ஒரு விலையைக் கொடுத்தாக வேண்டும். அவர்கள் வாழப்

போகின்ற வாழ்க்கைதான் அது," என்று எழுத்தாளர் ஜேம்ஸ் பால்டுவின் கூறியுள்ளார்.

நாம் மேற்கொள்கின்ற தீர்மானங்கள்தாம், நாம் யாராக இருக்கிறோம் என்பதையும், நாம் எப்படிக் காட்சியளிக்கிறோம் என்பதையும், நாம் எப்படி உணர்கிறோம் என்பதையும் தீர்மானிக்கின்றன.

நீங்கள் நல்ல தீர்மானங்களை மேற்கொள்கிறீர்களா? கட்டுப்பாடு உங்களிடம் இருக்கிறதா அல்லது உங்கள் உடலிடம் இருக்கிறதா?

மிதம் உங்கள் உடல்மீது ஏற்படுத்துகின்ற நல்லவிதமான தாக்கம் உங்களுடைய மனத்திலும் பிரதிபலிக்கும். மிதமின்மையும் அதேபோல உடலை மட்டுமல்லாமல் மனத்தையும் பாதிக்கும். நரம்பியல் வல்லுநரான லிசா ஃபெல்டுமேன் பாரட் அதை இவ்வாறு விளக்குகிறார்: "நமது மூளை நமது உடலைக் கட்டுப்படுத்துகிறது. ஆனால், உடல்ரீதியாக நாம் திவாலாகியிருந்தால், நமது மூளையால் அதன் வேலையைச் சரிவரச் செய்ய முடியாது."

மக்கள் ஏன் மோசமான தீர்மானங்களை எடுக்கின்றனர்? அவர்கள் ஏன் கவனச்சிதறலுக்கு ஆளாகின்றனர்? மக்கள் ஏன் பயப்படுகின்றனர்? அவர்கள் ஏன் உணர்ச்சிக் கொந்தளிப்புக்குள் மாட்டிக் கொள்கின்றனர்? இக்கேள்விகளுக்கான விடை உடலிலிருந்துதான் தொடங்குகிறது.

போதை மருந்துகள், மது போன்றவற்றுக்கு அடிமையானவர்கள், கோபத்தோடும், களைப்போடும், பசியோடும், தனிமையுணர்வோடும் இருப்பர். அவர்கள் அந்தப் போதைப் பழக்கங்களிலிருந்து மீள்வதற்குச் சிகிச்சை எடுத்துக் கொள்கின்றபோது, இவை இருந்தால் அவர்கள் மீண்டும் அப்போதைக்குள் சிக்கிக் கொள்வர் என்று கணிக்கப்பட்டுள்ளது. நாம் கவனமாக இல்லாவிட்டால், விஷயங்களை நம்முடைய கட்டுப்பாட்டிற்குள் வைத்துக் கொள்ளாவிட்டால், நாம் அனைத்தையும் இழந்துவிடுவதற்கான வாய்ப்பு இருக்கிறது.

நாம் மிதத்தைப் பற்றியும், சுயஒழுங்கைப் பற்றியும் பேசுகின்றபோது, தங்களைத் தங்களுடைய கட்டுப்பாட்டிற்குள் வைத்திருக்கின்ற நபர்களைப் பற்றித்தான் நாம் பேசிக் கொண்டிருக்கிறோம். அனைத்தும் உடலிலிருந்துதான் தொடங்குகின்றன.

உடலை நாம் நம்முடைய கட்டுப்பாட்டிற்குள் வைத்திருக்க வேண்டும். நாம் அதன்மீது ஆதிக்கம் செலுத்த வேண்டும். மொத்தத்தில், நாம் நம்முடைய உடலை ஒரு கோவிலைப்போல வைத்திருக்க வேண்டும்.

எதற்காக?

அது நம் மனத்தைத் தன் கட்டுப்பாட்டிற்குள் எடுத்துக் கொண்டுவிடாமல் இருப்பதற்காக.

மனரீதியாகவும் ஆன்மிகரீதியாகவும் நாம் சுதந்திரமாக இருக்க வேண்டுமெனில், நாம் நம்முடைய உடலை நம் கட்டுப்பாட்டிற்குள் வைத்திருக்க வேண்டும்.

உணர்ச்சிகளின் தூண்டுதல்களுக்கு இரையாகிவிடுகின்ற நபர்களால் கண்டிப்பாக ஒரு நல்ல வாழ்க்கையை உருவாக்கிக் கொள்ள முடியாது. அவர்கள் தங்களுக்குள் அதிகமாக மூழ்கியிருப்பர் என்பதால், அவர்களால் பிறருக்கு எந்தவிதமான பயனும் இருக்காது. தாங்கள் விரும்புகின்ற எதை வேண்டுமானாலும் செய்வதற்கான சுதந்திரம் தங்களுக்கு இருப்பதாக மார்தட்டிக் கொள்பவர்கள் பெரும்பாலும் ஏதோ ஒன்றுடன் பிணைக்கப்பட்டிருப்பர்.

அதுபோன்ற பிணைப்புகளை அறுத்தெறிவதற்கான ஆயுதம்தான் சுயஒழுங்கு. அதன் மூலமாகத்தான் நம்மை நம்மால் விடுவித்துக் கொள்ள முடியும். அதன் மூலமாகத்தான் நம்மை நம்மால் காத்துக் கொள்ள முடியும்.

நாம் கடினமான வழியைத் தேர்ந்தெடுக்கிறோம். ஏனெனில், நீண்டகால நோக்கில் நமக்கு இருக்கின்ற ஒரே வழி அதுதான்.

பகுதி 2

மனம்

எந்த மனிதன் மகிழ்ச்சியாக இருக்கிறான்? ஓர் ஆரோக்கியமான உடல், ஒரு வளமான மனம், ஒரு சாந்தமான இயல்பு ஆகியவற்றைக் கொண்டிருக்கின்ற மனிதன்தான்.

— **தாலெஸ்**

சுயஒழுங்கிற்கான வாகனங்களில் ஒன்றுதான் நம்முடைய உடல். விளையாட்டு வீரர்கள் போன்ற திறமைசாலிகளால் வரலாறு நிரம்பிக் கிடக்கிறது. அவர்கள் தங்களுடைய உடல்மீது முழுமையான கட்டுப்பாட்டைக் கொண்டிருந்தாலும், வேறு பல விஷயங்களில் செம்மையாகச் செயல்படுவதில்லை. நாம் என்ன சாப்பிடுகிறோம், எத்தனை மணிக்கு எழுந்திருக்கிறோம் என்பன போன்ற விஷயங்களில் நாம் எவ்வளவு கட்டுப்பாட்டைக் கொண்டிருந்தாலும், நாம் கவனச்சிதறல்களால் ஆட்கொள்ளப்பட்டிருந்தால், நம்முடைய மனப்போக்கு ஊசலாடக்கூடும், நாம் சபலத்திற்கு ஆளாகக்கூடும். சிறப்பாக வாழ்வதற்கான வழி அல்ல அது. இன்னும் சொல்லப் போனால்,

அவர்களால் தங்களுடைய முழு ஆற்றலையும் ஒருக்காலும் அடைய முடியாது. நாம் செய்கின்ற காரியங்களில் மட்டும் சுயஒழுங்குடன் இருந்தால் போதாது. நாம் எப்படிச் சிந்திக்கிறோம், எப்படி உணர்கிறோம், நம்மை எப்படி ஆறுதல்படுத்திக் கொள்கிறோம் என்பதிலும் நமக்குச் சுயஒழுங்கு தேவை. ஃபிராங்க்ளின் ரூஸ்வெல்ட்டைப் பற்றி ஒருவர் இவ்வாறு குறிப்பிட்டுள்ளார்: "அவர் ஓர் இரண்டாம் தர அறிவாளியாக இருந்தாலும், முதல் தரமான மனப்போக்கைக் கொண்டிருந்தார்." அவருக்கு இருந்த உடற்குறைபாட்டைக் கணக்கில் எடுத்துக் கொண்டால், அவருடைய நிதானமான மனப்போக்கு இன்னும் அதிக முக்கியத்துவம் பெறுகிறது. நம்முடைய மூளையும் நம்முடைய இதயமும் சேர்ந்து உருவாக்குகின்ற ஓர் அமைப்புமுறைதான் நம் வாழ்க்கையை வழிநடத்துகிறது. பல கோடிக்கணக்கான ஆண்டுகாலப் பரிணாம வளர்ச்சி நமக்கு இந்த வெருமதியை வழங்கியுள்ளது. அவற்றை நம்மால் ஒரு கருவியாகப் பயன்படுத்திக் கொள்ள முடியுமா? அல்லது, நாம் அவற்றின் கைப்பாவையாக ஆவதை நாம் அனுமதிக்கப் போகிறோமா? அதை நாம்தாம் தீர்மானிக்க வேண்டும்.

மனத்தின்மீது ஆதிக்கம் செலுத்துதல்

அது தொடக்கத்திலிருந்தே அவரிடம் இருந்தது என்று கருதலாம்.

சர்ச்சில் நிச்சயமாக அதைப் பார்த்தார்.

பின்னாளில் இரண்டாம் எலிசபெத் மகாராணி என்று அழைக்கப்பட்ட அந்தக் குழந்தையைப் பார்த்தபோது, சர்ச்சில், "இக்குழந்தை வெளிப்படுத்துகின்ற ஆளுமையும், அது பிரதிபலிக்கின்ற ஆழ்சிந்தனையும் பிரமிக்க வைக்கின்றன," என்று குறிப்பிட்டார்.

எலிசபெத் பதவிக்கு வருவதற்கு இன்னும் இருபத்தைந்து ஆண்டுகள் இருந்தன. அதற்கு நடுவில் மற்றுமோர் உலகப் போர் நடந்து முடிந்தது. சுயஒழுங்கு, சேவை மனப்பான்மை, விடாமுயற்சி ஆகியவை அடங்கிய ஒரு வாழ்க்கைக்கு இட்டுச் சென்ற மனோபாவத்தைத்தான் அன்று சர்ச்சில் அந்தக் குழந்தையிடம் பார்த்திருந்தார். அத்தகைய மனரீதியான மற்றும் உணர்ச்சிரீதியான சுயஒழுங்கு, அதற்கு முன்பும் பின்பும், இங்கிலாந்தின் அரண்மனையில், குறிப்பாக, இருபத்தைந்து வயதில் திடீரென்று மகாராணிகளாகவோ அல்லது பேரரசர்களாகவோ ஆக்கப்பட்டிருந்தவர்களிடம் ஒருபோதும் பார்க்கப்பட்டிருக்கவில்லை.

நம்முடைய தலைவர்கள் துணிச்சல்காரர்கள், உத்வேகமூட்டுபவர்கள், வசீகரமானவர்கள் என்று நாம் கற்பனை செய்து கொள்கிறோம். அவர்கள் இலட்சிய

நோக்கு கொண்டிருக்க வேண்டும் என்று எதிர்பார்க்கின்ற நாம், அவர்களிடம் காணப்படுகின்ற பயங்கரமான குறைபாடுகளையும் மோசமான பழக்கங்களையும் பொருட்படுத்துவதில்லை. ஆனால், ஒரு நாட்டிற்கு நிலையான ஆட்சியைக் கொடுப்பதற்கு, ஒரு நிறுவனத்தைச் சீராக நிர்வகிப்பதற்கு, அல்லது ஒரு விளையாட்டுக் குழுவை நடத்துவதற்குத் தேவையான தலைமைத்துவப் பண்பை இக்கலவையால் உருவாக்க முடியுமா? அதற்கு இதுதான் ஒரே வழியா?

இது குறித்துப் பிளேட்டோ வேறு விதமான கருத்தைக் கொண்டிருந்தார். “ஓர் ஆட்சியாளர் இளமையாக இருக்க வேண்டும், நல்ல நினைவாற்றலைக் கொண்டிருக்க வேண்டும், கூர்மதியுடன் திகழ வேண்டும், துணிச்சலுடன் செயல்பட வேண்டும், உன்னதத்துடன் இயங்க வேண்டும். ஆனால், அவரிடம் தன்னடக்கம் என்ற பண்பு இல்லாவிட்டால், வேறு பல சிறந்த பண்புநலன்கள் இருந்தாலும், அவற்றால் எந்தப் பயனும் இருக்காது,” என்று அவர் கூறினார்.

எலிசபெத் ஓர் அரச குடும்பத்தில் பிறந்திருந்தபோதிலும், ஆட்சி அதிகாரத்திற்கு வருவதற்கான பாதை எதுவும் அவர் கண்முன் தெரியவில்லை. பிளேட்டோவின் இலட்சிய நாயகியாக அவர் திகழ வேண்டும் என்று சிலர் விரும்பினர். அவர் ஐந்தாம் ஜார்ஜ் மன்னரின் இரண்டாம் மகனின் மகள். ஐந்தாம் ஜார்ஜ் மன்னரின் மறைவுக்குப் பின்னர் அரியணை ஏறிய, எலிசபெத்தின் பெரியப்பா எட்டாம் எட்வர்டு, இரண்டு முறை விவாகரத்து பெற்றிருந்த, நாஜி ஆதரவாளரான ஒரு பெண்ணை மணமுடிப்பதற்காக மணிமுடி துறந்ததாலும், அதைத் தொடர்ந்து அரசரான எலிசபெத்தின் அப்பா திடீரென்று இறந்துவிட்டதாலும், எலிசபெத் அரசியானார்.

எலிசபெத்தின் சிறு வயதில் சர்ச்சில் அவரிடம் பார்த்திருந்த பண்புநலனை, பிளேட்டோ ஒரு தலைவரிடம் எதிர்பார்த்திருந்த அம்சங்களை, எண்ணற்றோரால் பெரிதும் மதிக்கப்பட்ட, இந்த பூமியில் நெடுங்காலம் கோலோச்சிய இரண்டாம் எலிசபெத் மகாராணியாக உருவெடுப்பதற்கு அவர் தன்னிடம் வளர்த்தெடுக்க வேண்டியிருந்தது.

முடிசூட்டப்பட்ட நாளிலிருந்து எலிசபெத் நயத்துடனும் நேர்த்தியுடனும் தன் பணியை ஆற்றி

வந்தார். நவீன பிரிட்டனில் மன்னர்களும் அரசிகளும் அப்படி என்னதான் செய்கின்றனர்? அதைத் துல்லியமாக விவரிப்பது கடினம். அவர்களால் என்ன செய்ய முடியாது என்று கூறுவது எளிது. அவர்களால் சட்டம் இயற்ற முடியாது. யார் அரசாங்கத்தைத் தலைமையேற்று நடத்த வேண்டும் என்பதை அவர்களால் தேர்ந்தெடுக்க முடியாது. அவர்களால் போர்களைத் தொடங்க முடியாது. கொள்கை தொடர்பான விஷயங்கள் குறித்து அவர்களால் கருத்து தெரிவிக்க முடியாது. ஆனால், அதே சமயம், பிரிட்டனுக்குள் நடைபெற்றுக் கொண்டிருக்கின்ற நிகழ்வுகள் குறித்தும், அது சந்தித்துக் கொண்டிருக்கின்ற பிரச்சனைகள் குறித்தும் தினமும் செய்திக் குறிப்புகள் அவர்களுக்கு அனுப்பி வைக்கப்படும். பிரதமர் அவர்களை வாரந்தோறும் சந்திப்பார். ஆனால், இத்தகவல்கள்மீது அவர்களால் வெளிப்படையாக நடவடிக்கை எடுக்க முடியாது. மொத்தத்தில், அரசின் விவகாரங்கள் எதிலும் அவர்களால் தலையிட முடியாது. இதில் வேடிக்கை என்னவென்றால், அந்த அரசாங்கத்தின் நடவடிக்கைகள் அனைத்தும் அவர்களுடைய பெயரில்தாம் நடைபெறுகின்றன.

எலிசபெத் ஒரு மகாராணி என்ற முறையில், பதினைந்து பிரிட்டன் பிரதமர்களையும், பதினான்கு அமெரிக்கக் குடியரசுத் தலைவர்களையும், ஏழு போப்பாண்டவர்களையும் சந்தித்திருந்தார். 1947-ல், தன்னுடைய இருபத்தொன்றாம் பிறந்தநாளின்போது, வானொலிக்கு அவர் அளித்த ஒரு பேட்டியில், "நான் என் வாழ்நாள் முழுவதையும் நம் நாட்டு மக்களுக்குத் தொண்டாற்றவே செலவழிப்பேன் என்று நான் உறுதி கூறுகிறேன்," என்று பிரகடனம் செய்தார்.

சில ஆண்டுகளுக்குப் பிறகு அவர் நாட்டு மக்களுக்கு ஆற்றிய ஓர் உரையில், "என்னால் போருக்கு அறைகூவல் விடுக்க முடியாது. என்னால் சட்டங்களை இயற்ற முடியாது, நீதி வழங்க முடியாது. ஆனால், இதயபூர்வமாகவும் அர்ப்பணிப்புடனும் உங்களுக்காக என்னால் பணிபுரிய முடியும்," என்று குறிப்பிட்டார்.

அச்சேவையை தான் எவ்வளவு நாள்களுக்கு ஆற்றவிருந்தோம் என்பதை அப்போது அவர் அறிந்திருப்பதற்கான சாத்தியம் இருந்ததா? அதற்கு அவர் எந்த விலையைக் கொடுக்க வேண்டியிருந்திருக்கும்?

அது அவரிடமிருந்து எவற்றையெல்லாம் எதிர்பார்த்திருந்திருக்கும்? அதற்கு அவர் எந்த அளவுக்குப் புத்திசாலித்தனத்தைப் பயன்படுத்த வேண்டியிருந்திருக்கும், இதயபூர்வமாக எந்த அளவுக்கு அவர் அதில் தன்னை ஈடுபடுத்த வேண்டியிருந்திருக்கும்?

யாங்கீஸ் அணிக்காக 2,130 ஆட்டங்களை ஆடிய ஒரு கதாநாயகர் லூ கெரிக். எலிசபெத் எழுபது ஆண்டுகளாகத் தினந்தோறும் பணியாற்றி வந்தார். அவரைப் பொறுத்தவரை ஒவ்வொரு தினமும் ஆட்ட நாள்தான். அவர் தொடர்ந்து 25,000 நாள்கள் ஆடினார். அவர் 126 நாடுகளுக்கு மேல் விஜயம் செய்திருந்தார். 1953-ல் அவர் மேற்கொண்டிருந்த ஒரு பயணத்தின்போது, அவர் கிட்டத்தட்ட 40,000 மைல்கள் பயணித்தார். அவற்றில் பெரும்பாலானவை கப்பலில் மேற்கொள்ளப்பட்டவை. அப்போது, 15,000 கைகளை அவர் குலுக்கினார், ஆயிரக்கணக்கானவர்கள் தலைகுனிந்து தெரிவித்த வணக்கங்களை ஏற்றுக் கொண்டார். அவர் கிட்டத்தட்ட 400 உரைகளை நிகழ்த்தினார். இதுபோன்ற மேலும் 100 பயணங்களை அவர் தன் வாழ்நாளில் மேற்கொண்டார். மொத்தத்தில், அவர் 10 இலட்சம் கடல் மைல்கள் பயணித்தார். அதைப்போலப் பல மடங்கு மைல்களை விமானங்கள் மூலம் அவர் கடந்திருந்தார். அவர் 40 இலட்சம் பேரைச் சந்தித்திருந்தார், 1 இலட்சம் விருதுகளையும் பதக்கங்களையும் வழங்கியிருந்தார். இவ்வளவுக்கும், அவர் பொது நிகழ்ச்சியில் ஒரே ஒரு முறை மட்டுமே தூங்கியிருந்தார் – 2004-ல் மருத்துவம் மற்றும் உயிரியலில் காந்தங்களின் பயன்பாடு குறித்த ஒரு கருத்தரங்கில் அவர் கலந்து கொண்டபோது! அப்போது அவருக்கு வயது 78.

இவற்றை நிகழ்த்துவதற்கு அவர் உடல்ரீதியான சுயஒழுங்கைக் கடைபிடித்து வந்தார். ஒரு முறை, அவர் ஒரு நிகழ்ச்சியில் கலந்து கொள்ளச் சென்றபோது, தன்னுடன் வந்திருந்த ஓர் இராணுவ உயரதிகாரி தூங்கி வழிந்து கொண்டிருந்ததைக் கவனித்த எலிசபெத், அவரிடம், “ஜெனரல், என்ன களைப்பாக இருக்கிறீர்களா?” என்று கேட்டார். அதற்கு அவர், “இல்லை, மேடம்,” என்று பதிலளித்ததைக் கேட்ட எலிசபெத், அவரிடம், “அப்படியானால், பாக்கெட்டில் வைத்திருக்கும் உங்களுடைய கைகளை வெளியே எடுத்துவிட்டு, நெஞ்சை

நிமிர்த்தி நில்லுங்கள்!" என்று அவருக்கு அறிவுறுத்தினார். அவர் மிகவும் வலுவான உடல்வாகைக் கொண்டிருந்தார் என்றும், வயதான காலத்தில்கூட நீண்ட நேரம் நின்று கொண்டே இருப்பதை எளிதாகத் தாக்குப்பிடித்தார் என்றும் அவருடைய உதவியாளர்கள் தெரிவிக்கின்றனர். அவர் சந்தித்த, பிரிட்டனின் மூன்றாவது பிரதமரான ஹெரால்டு மேக்மில்லன், ஒரு முறை, "மகாராணி ஓர் ஆண்மகனை ஒத்த உடல் வலுவைக் கொண்டவர்," என்று குறிப்பிட்டார். அவரளவுக்குப் பயணம் செய்திருந்தால், லூ கெரிக்கால்கூடத் தாக்குப்பிடித்திருக்க முடியாது.

எலிசபெத்தின் மனரீதியான மற்றும் உணர்ச்சிரீதியான சுயஒழுங்கே அவருடைய உடல் வலுவுக்கு அடித்தளமாக அமைந்திருந்தது. எடுத்துக்காட்டாக, எலிசபெத்திற்கு வியர்த்துக் கொட்டி எவரும் பார்த்ததில்லை. அவர் இடைவிடாமல் பொது நிகழ்ச்சிகளில் கலந்து கொண்டபோதிலும், அவர் எப்போதும் தோற்றப் பொலிவுடன்தோன்றியகாரணத்தால்,அந்நிகழ்ச்சிகளுக்காக அவர் எவ்வளவு கடினமாக உழைத்திருப்பார் என்பது நம் கண்களில் படாமல் போய்விட்டது.

அதை அவர் எப்படிச் சாதித்தார்? புஷ் அமெரிக்கக் குடியரசுத் தலைவராக இருந்தபோது எலிசபெத் ஒரு முறை அமெரிக்காவுக்குச் சென்றிருந்தார். ஒரு நாள் ஏகப்பட்ட நிகழ்ச்சிகள் ஏற்பாடு செய்யப்பட்டிருந்தன. அவற்றுக்கு எலிசபெத் தன்னைத் தயார் செய்து கொண்டிருந்ததை ஓர் அமெரிக்க அதிகாரி எதேச்சையாகப் பார்க்க நேர்ந்தது. அவர் அதைப் பற்றி இவ்வாறு குறிப்பிட்டார்: "அவர் ஆடாமல் அசையாமல் ஓரிடத்தில் அப்படியே நின்று கொண்டிருந்தார். அவர் உள்முகமாகத் தனக்குள் பார்த்துக் கொண்டிருந்ததைப்போல இருந்தது அது. இப்படித்தான் அவர் தனக்குப் புத்துணர்ச்சியளித்துக் கொண்டிருக்க வேண்டும்."

தான் நிறைவேற்றியே ஆக வேண்டியிருந்த கடமைகளை மேற்கொள்வதற்கு எலிசபெத் சில புதுமையான வழிமுறைகளை வகுத்துக் கொண்டார். அவர் சந்தித்த நபர்களுடன் அவர் சராசரியாக 4 நொடிகளுக்கு மேல் செலவிடவில்லை. விருந்துகளில் பரிமாறப்பட்டப் பதார்த்தங்களின் எண்ணிக்கையையும் அவர் குறைத்துவிட்டார். விருந்திற்குப் பிறகு தன்னுடைய

உரைகள் நடக்குமாறு அவர் ஏற்பாடு செய்து கொண்டார். சில வேளைகளில் விருந்திற்குப் பிறகு தன் உரையை வேகமாக முடித்துவிட்டு அங்கிருந்து புறப்பட்டுவிடுவதற்கு அது அவருக்கு வசதியாக இருந்தது. அவர் எதையும் அவசரமாகச் செய்யவில்லை என்றாலும், அனைத்தையும் ஒரே ஒரு முறையிலேயே சரியாகச் செய்வதற்கு அவர் தன்னைத் தயார்படுத்திக் கொண்டார்.

அவர் கடினமாக உழைப்பதற்குப் பதிலாக, புத்திசாலித்தனமாகக் காரியங்களைச் செய்தார்.

சுயஒழுங்கு என்பது வலு மற்றும் தாக்குப்பிடிக்கின்ற திறன் மட்டுமல்ல. ஒரு விஷயத்தைச் செம்மையாகவும் இலகுவாகவும் செய்வதற்கான வழிமுறைகளைக் கண்டுபிடிப்பது அது.

அவர் எல்லா நேரங்களிலும் அமைதியாகவும் நிதானத்துடனும் இருப்பதற்குப் பெயர் போனவர். 1964-ல், அவர் கனடாவிலுள்ள கியூபெக்கிற்கு விஜயம் செய்தபோது, மன்னராட்சிக்கு எதிராக மக்கள் மேற்கொண்ட வன்முறையான போராட்டத்தைக்கூட அவர் அமைதியாகவே எதிர்கொண்டார். 1981-ல், அவர் குதிரைச் சவாரி செய்து கொண்டிருந்தபோது அங்கு வந்த ஒரு மர்ம நபர் தன் துப்பாக்கியால் அவரை ஆறு முறை சுட்டார். அதை அவர் துளிகூடச் சலனமின்றி எதிர்கொண்டார். 1966-ல், அவர் பயணம் செய்து கொண்டிருந்த காரின் கூரையின் மேல் ஒரு கனமான சிமென்ட் கட்டி விழுந்துவிட்டது. அதை அவர் கண்டு கொள்ளவேயில்லை. “இது ஒரு வலுவான கார்,” என்று கூறிவிட்டு அவர் அதைக் கடந்து போனார். 1982-ல், மனநிலை சரியில்லாத ஒருவர் அவருடைய படுக்கையறைக்குள் அத்துமீறிப் புகுந்தார். அவர் சன்னலை உடைத்துக் கொண்டு உள்ளே வந்ததால், அவருடைய உடலிலிருந்து இரத்தம் வடிந்து கொண்டிருந்தது. எலிசபெத், நடு இரவில் பாதித் தூக்கத்திலிருந்து விழித்தபோதும், கத்திக் கூச்சலிட்டு ஆர்ப்பாட்டம் எதுவும் செய்யாமல், அந்த ஆசாமியிடம் பேச்சுக் கொடுத்து அவரைச் சமாதானப்படுத்தி, சரியான தருணத்தில் தன் பாதுகாவலர்களை அழைத்தார்.

சாதாரணமாக ஒருவரிடமுள்ள மோசமான பக்கத்தை வெளிக் கொண்டு வருகின்ற தருணங்களை எதிர்கொண்டபோதும் எலிசபெத் நிலைதடுமாறாமல்

இருந்தார். பலர் அவரை ஓர் அறிவாளி என்று ஏற்றுக் கொள்வதில்லை. “குறைவான அறிவு கொண்ட ஒரு நாட்டுப்புறப் பெண்மணி அவர்,” என்றுகூட அவரைப் பற்றிச் சிலர் குறிப்பிட்டனர். ஆனால், சுயஒழுங்கின் மூலம் அவர் தன்னை ஒரு புத்திசாலியாக ஆக்கிக் கொண்டார்.

அவர் ஒரு சிறுமியாக இருந்த காலத்திலிருந்தே, அவருடைய அப்பா, அவரை ஆட்சியதிகாரச் சூழலுக்கு அறிமுகப்படுத்தினார். அவரைத் தனக்குச் சமமான ஒருத்தியாகவே அவர் நடத்தினார். பதின்ம வயதிலிருந்தே சர்ச்சில் அவருக்கு அடிக்கடி அறிவுரை வழங்கி வந்தார். ஆறு ஆண்டுகளுக்கு, வாரம் இரு முறை, பிரிட்டனின் அரசியலமைப்புச் சட்ட நிபுணர் ஒருவர் அவருக்குச் சட்டப் பாடங்களைக் கற்றுக் கொடுத்தார். தனக்கு எவ்வளவு தெரியும் என்று அவர் கூறிக் கொண்டாரோ, எப்போதும், அதைவிட அதிகமாகவே அவர் அறிந்து வைத்திருந்தார். வாரத்திற்கு ஒரு முறை அவரைச் சந்திக்க வந்த பிரதமர்களைவிட, பிரச்சனைகளை அவர் அதிக ஆழமாகப் புரிந்து வைத்திருந்தார். ஆனாலும், அந்தச் சந்திப்புகளின்போது, அவர் பிரதமர்களைப் பேசவிட்டு வெறுமனே கேட்டுக் கொண்டிருந்தார். பிறர் தன்னைக் குறைத்து மதிப்பிடுவது குறித்து அவருக்கு எந்தவிதமான பிரச்சனைகளும் இருக்கவில்லை. ஒரு கட்டத்தில் தன் நிலைப்பாடு புரிந்து கொள்ளப்படும் என்ற நம்பிக்கை அவருக்கு இருந்ததால் அவர் எப்போதும் பொறுமை காத்தார்.

சாமர்த்தியம்? உயர்நிலையில் இருப்பவர்களிடம் அறிவுக்கூர்மை இருக்கின்ற அளவுக்கு சுயஒழுங்கு இருப்பதில்லை.

நிதானம் ஒரு வசீகரமான பண்புநலனாக இல்லாதிருக்கலாம். ஆனால், ஒருவர் நீண்டகாலம் நிலைத்திருப்பதற்கு அது மிகவும் உதவும்.

தனக்கு அனுப்பப்பட்ட இராஜாங்க ஆவணங்கள் அனைத்தையும் எலிசபெத் தவறாமல் படித்தார். அவற்றில் பல சுவாரசியமற்றவை, பல சிக்கலானவை. அவர் தினந்தோறும் காலையில் ஆறு தினசரிகளைப் படித்தார். எவரும் அவரிடம் பொது விஷயங்கள் குறித்து வினாடி-வினா நிகழ்ச்சிகளை நடத்தப் போவதில்லை என்றபோதிலும், தன் சொந்த ஆர்வம் காரணமாக அவர்

அவற்றைப் படித்தார். பல தலைவர்களைப்போல, உலக மற்றும் உள்ளூர்ச் செய்திகளின் வடிகட்டிய சுருக்கங்களைத் தனக்குத் தயாரித்துக் கொடுக்கும்படி அவரால் எளிதாகக் கேட்டுப் பெற்றிருந்திருக்க முடியும். அல்லது அவற்றை அவர் நுனிப்புல் மேய்ந்திருக்கலாம். ஆனால், அவர் அவ்வாறு செய்யவில்லை. தன் அறிவை அரசியலமைப்புச் சட்டப்படி தன்னால் பயன்படுத்த முடியாது என்பதை அவர் அறிந்திருந்தும், அத்தகைய அறிவை அவர் தன்னிடம் வளர்த்துக் கொண்டார். அதற்கு என்ன காரணம்? தன் கடமையை ஒழுங்காகச் செய்வதற்கான உறுதியான வழி அது என்று அவர் கருதியதுதான் அதற்குக் காரணம்.

மாற்றங்களைக் கொண்டு வருவதற்கு அவருக்கு ஒரே ஒரு வழிதான் இருந்தது. கேள்விகள் கேட்பதுதான் அது. அதை அவர் புத்திசாலித்தனமாகப் பயன்படுத்திக் கொண்டார். ஒரு குறிப்பிட்ட விஷயம் குறித்து அவர் அக்கறை கொண்டிருந்தாலோ அல்லது அதற்கு அவரிடம் ஆட்சேபனை இருந்தாலோ, அவர் அது குறித்து மேலும் தகவல்களைத் தனக்கு அனுப்பி வைக்குமாறு கேட்டுக் கொண்டார். அவர் எது குறித்து அக்கறை கொண்டிருந்தார் என்பது சம்பந்தப்பட்டவர்களுக்குப் புலனாகும்வரை, அது தொடர்பாக அவர் மேலும் மேலும் தகவல்களைக் கேட்டுப் பெற்றார். இறுதியில் அவர்கள் பிரச்சனையைப் புரிந்து கொண்டனர்.

“அவர் அமைதி காத்ததன் மூலம் தன் தனித்துவத்தை நிரூபித்தார். எப்போதும் மக்கள் தங்களுடைய கருத்துகளைத் தெரிவிப்பதில் குறியாக இருக்கின்ற இந்த உலகில், மகாராணி அதற்கு நேரெதிராக நடந்து கொண்டார்,” என்று அவருடைய மக்கள்தொடர்பு அதிகாரிகளில் ஒருவர் தெரிவித்திருந்தார். தன்னுடைய சொந்த அரசியல் அபிப்பிராயங்களை வெளிப்படுத்துகின்ற அதிகாரம் எலிசபெத்திற்கு இருக்கவில்லைதான். ஆனால், இதுபோன்ற விஷயங்களில் அதிகாரமற்று இருக்கின்ற உலகத் தலைவர்கள் எப்படிச் செயல்பட்டார்களோ அதைப்போலவே அவரும் நடந்து கொண்டார். தன் கட்டுப்பாட்டில் இல்லாத விஷயங்கள் குறித்தத் தன்னுடைய அபிப்பிராயங்களை வெளிப்படையாகத் தெரிவிப்பதை அவர் தவிர்த்துவிட்டார்.

மனித நடத்தையை அறிந்து கொள்வதில்

அவர் தொடர்ந்து ஆர்வம் காட்டி வந்தார். தனக்கு விதிக்கப்பட்டிருந்த கட்டுப்பாடுகள் மற்றும் தான் ஆற்றியாக வேண்டியிருந்த கடமைகள் குறித்து அவர் விரக்தி கொள்ளவில்லை. மாறாக, அது தனக்குச் சுதந்திரம் அளித்ததாகவே அவர் கருதினார். தன் ஆற்றலை அவர் பயனுள்ள காரியங்களின் பக்கம் மடை மாற்றினார். அவர் கலந்து கொண்ட நிகழ்ச்சிகளில் பல சலிப்பூட்டுபவையாக இருந்ததாக அவருடைய உதவியாளர்கள் கருதினர். ஆனால், அவை சுவாரசியமாக இருந்ததாக எலிசபெத் நினைத்தார். சின்னச் சின்ன விஷயங்களை அவர் கூர்ந்து கவனித்தார். சாதாரணமானவர்கள்மீது தான் கொண்டிருந்த அக்கறையைப் பல சமயங்களில் அவர் வெளிப்படுத்தினார். எடுத்துக்காட்டாக, ஒரு முறை, ஓர் அணிவகுப்பின்போது, படைவீரன் ஒருவன் தன் துப்பாக்கிமுனையில் இருந்த கத்தியால் காயமடைந்திருந்ததைக் கவனித்துவிட்ட எலிசபெத், அந்நிகழ்ச்சி முடிந்த பிறகு, அப்பிரிவின் இராணுவ அதிகாரியிடம் அது பற்றி விசாரித்தார். ஆனால், இதுபோன்ற ‘அற்ப’ விஷயங்கள் குறித்து அக்கறை கொள்ளாதிருந்த அந்த அதிகாரிக்கு அது பற்றி எதுவுமே தெரிந்திருக்கவில்லை என்பதால் அவர் திருதிருவென்று விழித்தார்.

பலவீனமான மனம் எப்போதும் தூண்டிவிடப்பட்டுக் கொண்டே இருக்க வேண்டும், அதற்கு சுவாரசியத் தீனி எதையாவது போட்டுக் கொண்டே இருக்க வேண்டும். ஆனால், வலுவான மனம் எந்தவிதமான பிரச்சனைகளும் இன்றித் தன்னைத் தானே பார்த்துக் கொள்ளும். தேவைப்படுகின்றபோது, அதனால் அமைதியாகவும் விழிப்புடனும் இருக்க முடியும்.

எலிசபெத் ஒரு பாரம்பரியமான பதவியை வகித்து வந்ததால் அவர் மாற்றங்களிலிருந்து பாதுகாக்கப்பட்டிருந்திருப்பார் என்றுதான் நாம் பொதுவாக நினைப்போம். ஆனால், அது உண்மையல்ல. அவருடைய வாழ்க்கை எண்ணற்ற மாற்றங்களால் நிரம்பியிருந்தது. அவர் பிறந்தபோது, இன்று உலகில் இருக்கின்ற நாடுகளில் பல நாடுகள் தோன்றியே இருக்கவில்லை. தொடர்ந்து மாறிக் கொண்டிருந்த உலகிற்கு ஏற்ப அவர் தன்னைத் தொடர்ந்து தகவமைத்துக் கொள்ள வேண்டியிருந்தது.

“மாற்றங்கள் எப்போதும் நடந்து கொண்டேயிருந்தன.

அவற்றை நிர்வகிப்பதற்கு ஒழுங்கு தேவைப்பட்டது," என்று அவர் கூறியுள்ளார். ஜோசப் டோமாசி என்ற எழுத்தாளரின், "விஷயங்கள் தொடர்ந்து சீராகச் சென்று கொண்டிருக்க வேண்டுமெனில், அவை மாற்றங்களுக்கு உட்பட்டாக வேண்டும்," என்ற மேற்கோள், எலிசபெத்தின் அரண்மனையின் குறிக்கோள் வாசகமாகவே ஆகிவிட்டிருந்தது.

சுயஒழுங்கு என்பது விஷயங்கள் எந்தவிதமான மாற்றங்களுக்கும் உள்ளாகிவிடாதவாறு அவற்றை ஓர் இரும்புக் கரம் கொண்டு நிலைநிறுத்துவது அல்ல. அதேபோல, எல்லாவற்றையும் எதிர்ப்பதும் அல்ல அது. மாறாமல் இருக்கின்ற ஓர் உலகில் சுயஒழுங்கிற்கான தேவை இருக்காது. சூழ்நிலைக்கு ஏற்ப நம்மைத் தகவமைத்துக் கொண்டு, எந்தச் சூழலிலும் வளர்வதற்கு நமக்கு என்ன வாய்ப்பு இருக்கிறது என்பதைக் கண்டுபிடிப்பதில்தான் சுயஒழுங்கின் சூட்சுமம் அடங்கியிருக்கிறது. அதை மகிழ்ச்சியுடனும், நிதானத்துடனும், நேர்த்தியுடனும் செய்வது எப்படி என்பதை நாம் அறிந்திருக்க வேண்டும்.

எலிசபெத் மேற்கொண்ட மாற்றங்களிலேயே மிகவும் சுவாரசியமானது 1993-ல் அவர் முன்மொழிந்த ஒன்றுதான். அவருக்கு வரி விதிக்க வேண்டும் என்ற யோசனைதான் அது. அது பொறுப்புடைமையின் உச்சகட்டம். அதற்கு நிகரான ஒன்று சமீப காலத்தில் வேறு எங்கும் நிகழ்ந்திருக்கவில்லை. தன் வருவாயும் தன் சொத்துகளும் பிரிட்டனின் வரி விதிப்புக்கு உட்படுத்தப்பட வேண்டும் என்று அவர் பிரிட்டன் அரசுக்குப் பரிந்துரைத்தார். அதைக் கடுமையாக எதிர்த்த முதல் நபர் யார் தெரியுமா? பிரிட்டனின் பிரதமர்தான்.

ஆனால், அதற்காக அவர் எதையும் எடுத்தோம்-கவிழ்த்தோம் என்ற ரீதியில் செய்யவில்லை. மாற்றங்கள் மெதுவாகவும்படிப்படியாகவும்தாம்கொண்டுவரப்பட்டன.

எடுத்துக்காட்டாக, எலிசபெத் ஒரு துறவியைப்போல வாழ்க்கை நடத்தவில்லை. மாறாக, அவர் ஒரு கோட்டையில் வசித்து வந்தார். விதி அவருக்கு அதை வழங்கியிருந்தது. அதனால், அதை அனுபவிப்பதில் அவருக்கு எந்தவிதமான பிரச்சனையும் இருக்கவில்லை. ஆனால், அவர் தன் வாழ்க்கையில் சுயஒழுங்கைப் பேணி வந்திருந்ததால், அந்த ஆடம்பரங்களை ஒரு வரம்புக்குள் வைத்திருக்க அவர்

விரும்பினார்.

எப்படிப் பார்த்தாலும் ஏழ்மையைவிட சொகுசு வாழ்க்கை சிறப்பானதுதான் என்றாலும், அபரிமிதத்திலும் பிரச்சனைகள் இல்லாமல் இல்லை. அதை நிர்வகிப்பதற்கு அவர் ஒரு குறிப்பிட்டக் கடமையுணர்வோடு வாழ வேண்டியிருந்தது. “விக்டோரியா மகாராணியைப்போலவே, நானும் அனைத்து விஷயங்களிலும் மிதத்தைக் கடைபிடிப்பதில் நம்பிக்கை வைத்துள்ளேன்,” என்று அவர் கூறினார். அவருடைய குடும்பத்தைச் சேர்ந்த இளையவர்கள் இத்தகைய சுயஒழுங்கைக் கடைபிடிக்க முடியாமல் தவித்தனர், அதற்கு எதிராகப் போர்க்கொடி தூக்கினர். தாங்கள் ஒரு இராஜ பரம்பரையைச் சேர்ந்தவர்களாக இருந்தாலும், தாங்கள் விரும்பிய எல்லாவற்றையும் தங்களால் செய்துவிட முடியாது, தங்களுக்கென்று சில கடமைகள் இருந்தன என்பதை ஏற்றுக் கொள்ள அவர்கள் மறுத்தனர். அதனால், அவற்றுக்கான பின்விளைவுகளை அவர்கள் எதிர்கொள்ள வேண்டியிருந்தது.

பரவசமடைவது எளிது. தங்களுடைய தனிவிருப்பத்தை வெளிப்படுத்துவதும் எளிதுதான். உணர்ச்சிகளிடம் சரணடைந்துவிடுவதும் சுலபம்தான். ஆனால், உங்களுக்கென்று ஒரு தரத்தை நிர்ணயித்துக் கொள்வது? அதிலும் குறிப்பாக, குறைவான தரத்தைக் கொடுத்தாலும் உங்களைக் கேள்வி கேட்பதற்கு யாரும் இல்லை எனும்போது? “ஒருவர் என்ன செய்தாக வேண்டும் என்று கூறுவதைக் காட்டிலும், சுயஒழுங்குடனும் செயல் நடவடிக்கைகளில் நிதானத்துடனும் இருப்பது நல்லது,” என்று ஸ்டோயிக் தத்துவவியலாளரான முசோனியஸ் ரூஃபஸ் கூறியுள்ளார். தங்களுடைய வட்டாரத்தில் கேள்வி கேட்கப்பட முடியாதவர்களாக விளங்குகின்ற பலர், தங்களுடைய சொந்த மனத்தின்மீதான கட்டுப்பாட்டைக் கொண்டிருப்பதில்லை.

ஆனாலும் எலிசபெத்தின் வாழ்க்கை கடினமானதுதான். நிகழ்ச்சிகளில் வாசிக்கப்பட வேண்டிய உரைகள் அவருக்கு எழுதிக் கொடுக்கப்படும். அவற்றில் சொற்பமான திருத்தங்களை வேண்டுமானால் அவர் மேற்கொள்ளலாம். எடுத்துக்காட்டாக, “நான் இங்கு பிர்மிங்காம் வந்திருப்பது குறித்து மட்டற்ற மகிழ்ச்சி அடைந்திருக்கிறேன்,” என்று தொடங்குகின்ற உரையில், ‘மட்டற்ற’ என்ற வார்த்தையை

வேண்டுமானால் அவர் நீக்கலாம். ஏனெனில், அது உண்மையல்ல.

சாதாரணமான மக்கள் அடுக்குமொழியில் பேசித் தப்பித்துக் கொள்ளலாம். ஆனால், ஒரு மகாராணி அப்படிப் பேசினால், அவர் ஓரிடத்தை உயர்த்தி மற்றோர் இடத்தைத் தாழ்த்திப் பேசுவதுபோல அது எடுத்துக் கொள்ளப்பட்டுவிடும்.

இப்படிச் சமநிலையுடன் நடந்து கொள்வது கடினமானது. நீங்கள் மற்ற எவரையும் போன்றவர் அல்லர். ஆனால், மக்களிடம் பேசுகின்றபோது, நீங்கள் அவர்களோடு நெருங்கி இருப்பதாக அவர்களை உணர வைக்க வேண்டும். நீங்கள் ஏதேனும் சிறு தவறு செய்கிறீர்களா என்று பலர் உங்களைக் கண்கொத்திப் பாம்பாகப் பார்த்துக் கொண்டிருப்பர்.

அப்படியெனில், எலிசபெத் எக்காரணம் கொண்டும் தன் உணர்ச்சிகளை வெளிப்படுத்தவில்லையா? அப்படி இருந்தால், அது இயந்திரத்தனமாக அல்லவா இருந்துவிடும்? அவர் அப்படி இருக்கவில்லை. எலிசபெத் தனக்கு உயர்ந்த தரத்தை நிர்ணயித்துக் கொண்டிருந்தபோதிலும், அரசாங்க நடப்பொழுங்குகள் மீறப்பட்டபோது அதைச் சகித்துக் கொள்கின்ற மனப்பக்குவம் அவரிடம் இருந்தது. எடுத்துக்காட்டுகள்: சில நேரங்களில், அவருடைய இரசிகர்களில் ஒருவர் பாதுகாவலர்களை மீறி வந்து அவரை நெருங்கித் தொந்தரவு கொடுப்பதுண்டு; சில சமயங்களில், சில அயல்நாட்டுத் தூதரக அதிகாரிகள், இடுப்பை வளைத்து வணக்கம் தெரிவிக்க மறந்துவிடுவதுண்டு. அவருடன் உரையாடுவது எளிது. சிறிது நேரத்திற்குள்ளாகவே அவரிடம் உரையாடுபவர்களை அவர் இயல்பாக உணரச் செய்துவிடுவார்.

பொது வாழ்வில் ஈடுபட்டுள்ள ஏனையோரைப்போலவே அவரும் தன் பங்கிற்கு ஏராளமான விமர்சனங்களையும் எதிர்கொண்டார். அவற்றிலிருந்து அவர் ஓடி ஒளிந்து கொண்டாரா? அது குறித்துப் புலம்பினாரா? இல்லை. 1992-ல், அவருடைய குழந்தைகளில் மூன்று பேர் விவாகரத்து பெற்றனர். அவர்களில் ஒருவர் எழுதிய சுயசரிதை, அரண்மனை இரகசியங்களை வெளிப்படுத்தியது. ஆனால், அதைக் கண்டு எலிசபெத் அசரவில்லை. அவர், “பொது

வாழ்வில் இருக்கின்ற நபர்கள் மற்றும் அமைப்புகள் குறித்து விமர்சிப்பது நல்லதுதான். சில நேரங்களில் அவை விசுவாசிகளிடமிருந்து வரும். சில நேரங்களில் விசுவாசமற்றவர்களிடமிருந்தும் வரும்," என்று கூறினார்.

அதே நேரம், பொறுப்புடன் செயல்படுவதற்கும் குரூரமாகத் தனிப்பட்ட முறையில் தாக்குவதற்கும் இடையேயுள்ள வேறுபாட்டைச் சுட்டிக்காட்டவும் அவர் தவறவில்லை. "விமர்சனங்கள் மென்மையாகவும் புரிதலுடனும் நகைச்சுவையுடனும் இருந்தால், அவை உருப்படியான விளைவுகளை ஏற்படுத்தும்," என்று அவர் பிரிட்டனின் ஊடகவியலாளர்களுக்கு நினைவூட்டினார்.

1957-ல் அப்படியொரு விமர்சனம் எலிசபெத்மீது வைக்கப்பட்டது. அவர் பத்தாம்பசலித்தனமாக இருந்தார் என்றும், அவருக்கு நவீனமாகப் பேசத் தெரியவில்லை என்றும், அவர் ஆலோசனையாளர்களை அதிகமாகச் சார்ந்திருந்தார் என்றும் ஒரு பத்திரிகை தலையங்கம் தீட்டியது. அந்த விவகாரம் ஒரு பெரிய புயலாக மாறி, அதை எழுதியிருந்த ஆல்ட்ரின்சம் பிரபு லண்டன் தெருக்களில் வைத்துத் தாக்கப்பட்டார். பொதுவெளியில் அக்கட்டுரை பற்றி எலிசபெத் எந்தவிதமான கருத்துகளையும் தெரிவிக்கவில்லை என்றாலும், அக்கட்டுரையில் கூறப்பட்டிருந்த விஷயங்களை அவர் தீவிரமாக எடுத்துக் கொண்டார். அவர் தன் உச்சரிப்பை நவீனப்படுத்திக் கொண்டார்.

மாற்றம் குறித்து பயப்படுபவர்களால் நீண்டகாலம் பொது வாழ்க்கையில் தாக்குப்பிடிக்க முடியாது. அதேபோல, எதிர்மறையான பின்னூட்டக்கருத்துகள் கிளம்பும் என்றோ அல்லது தாங்கள் தவறு செய்துவிடுவோம் என்றோ பயப்படுபவர்களால் தங்களை மாற்றிக் கொள்ள முடியாது.

எலிசபெத் தன்னுடைய 96-வது வயதுவரை தன் பொறுப்புகளைச் செவ்வனே நிறைவேற்றிக் கொண்டிருந்தார். கிட்டத்தட்ட 61 ஆண்டுகள் அவர் மகாராணியாக வலம் வந்து கொண்டிருந்தார். தனிப்பட்ட ஊழல் புகார்கள் எதிலும் மாட்டிக் கொள்ளாமல், கள்ளத் தொடர்பு போன்ற விவகாரங்கள் எதிலும் சிக்கிக் கொள்ளாமல், பெரிய சறுக்கல்கள் எதையும் சந்திக்காமல் அவர் தன் வாழ்க்கையை வாழ்ந்திருந்தார்.

ஓய்வு பெறுவதற்கு அவருக்கு அனைத்துத் தகுதிகளும் இருந்தன. ஆனால், அவர் அப்பொறுப்பில் தொடர்ந்து கொண்டே இருந்தார். ஆண்டுகள் செல்லச் செல்ல அவர் தன் பணியை மேலும் சிறப்பாகச் செய்து கொண்டிருந்தார். 2013-ல், நெதர்லாந்து, பெல்ஜியம் மற்றும் கத்தார் அரசர்கள் தங்களுடைய பதவிகளிலிருந்து கீழே இறங்கினர். ஒரு போப்பும் அதைச் செய்தார். ஆனால், எலிசபெத்திற்கு அது நினைத்துப் பார்க்கக்கூட முடியாத ஒன்றாக இருந்தது. "என்னால் அப்படியெல்லாம் செய்ய முடியாது. நான் என் பணியை என்னுடைய இறுதி மூச்சுவரை தொடர்வேன்," என்று அவர் முழங்கினார். அவர் அப்படியே செய்தும் காட்டினார்.

நீங்கள் எப்படி? எந்த அளவுக்கு நீங்கள் சுயஒழுங்கு உடையவர்? அழுத்தமான சூழலுக்கு நீங்கள் எப்படி எதிர்வினையாற்றுகிறீர்கள்?

எலிசபெத் மகாராணியைவிட அதிகாரமிக்கத் தலைவர்கள் பலர் இருக்கின்றனர்.

ஆனால், அவரளவுக்குத் தங்களைக் கட்டுப்பாட்டிற்குள் வைத்துக் கொண்டுள்ள தலைவர்கள் குறைவே.

அவருடைய தன்னலமின்மை காரணமாகவே அவர் மக்களால் பெரிதும் கொண்டாடப்பட்டார். அதுதான் அதிகாரப் போதைக்கு ஆளாகாமல் அவரைத் தடுத்தது.

மகத்துவம் என்பது ஒருவர் செய்கின்ற காரியங்களால் மட்டும் உருவாகின்ற ஒன்றல்ல. ஒருவர் செய்ய மறுக்கின்ற காரியங்களாலும் அது உருவாகிறது.

"பெரும்பாலானோர் வேலைக்குச் செல்கின்றனர். வேலை முடிந்தவுடன் வீட்டுக்குத் திரும்பிவிடுகின்றனர். ஆனால், என்னைப் பொறுத்தவரை, வேலைக்கும் வாழ்க்கைக்கும் இடையே எந்தவிதமான வித்தியாசமும் இல்லை," என்று அவர் ஒரு முறை குறிப்பிட்டார்.

சுயகட்டுப்பாடு என்பது நம் வாழ்நாள் முழுவதும் தொடர வேண்டிய ஒன்று. அதை நாம் எவ்வளவு அதிக காலம் தொடர்கிறோமோ, அது அவ்வளவு அதிக வெகுமதியளிக்கும்.

அனைத்தையும் இப்படிப் பாருங்கள்

வாழ்க்கையில் பல விஷயங்கள் ஜார்ஜ் வாஷிங்டனுக்குச் சாதகமாக அமைந்திருக்கவில்லை.

அவர் தன்னுடைய 11-வது வயதில் தன் தந்தையை இழந்தார். தன்னுடைய 22-வது வயதில் முதன்முதலாக அவர் தீவிரப் போர்ச் சூழலுக்குள் சிக்கினார். அவர் பிரெஞ்சுப் படைமீது மறைந்திருந்து தாக்குதல் நடத்தினார். அது தோற்றுவித்தச் சண்டை ஒரு போராக உருவெடுத்து ஒன்பது ஆண்டுகள் நீடித்தது. இறுதியில் அது வெற்றி பெற்றபோதும், அதனூடாகப் பல தோல்விகளையும் பின்னடைவுகளையும் அவர் சந்திக்க நேர்ந்தது. பண நெருக்கடியையும் அவர் எதிர்கொண்டார். பின்னர் அமெரிக்காவுக்குச் சுதந்திரம் கிடைத்தப் பிறகு, அவர் அரசியலுக்குள் ஈர்க்கப்பட்டார். இறுதியில் அவர் அமெரிக்காவின் குடியரசுத் தலைவராகவும் ஆனார். குடியரசுத் தலைவராக இருந்தபோது, கீழ்ப்படிதலற்ற அதிகாரிகளையும் சக அரசியல் தலைவர்களையும் அவர் கையாள வேண்டியிருந்தது. வாக்காளர்களின் கோரிக்கைகளுக்கும் அவர் செவி சாய்க்க வேண்டியிருந்தது.

வாஷிங்டனுக்கு 26 வயதாக இருந்தபோது, ஸ்டோயிக்குகள் குறித்த ஒரு நாடகத்தை அவர் பார்த்தார். அந்த நாடகத்தில் அவர் செவிமடுத்த ஒரு சொற்றொடர் அவருடைய வாழ்க்கையின் தாரக மந்திரமாக ஆயிற்று.

போர்முனைப் பின்னடைவுகளில் தொடங்கி அவருடைய அரசாங்கத்தில் இடம்பெற்றிருந்த சக தலைவர்களின் உள்குத்துகள்வரை, அவர் எதிர்கொண்ட சவாலான கணங்களில் அவர் அதைத் தனக்குள் முணுமுணுத்துக் கொண்டார். அது இதுதான்:

"மென் தத்துவத்தின் அமைதியான வெளிச்சத்தில் ..."

தன்னுடைய படைத்தலைவர்களில் ஒருவர் தன் முதுகுக்குப் பின்னால் தன்னைப் பற்றி இழிவாகப் பேசியது குறித்தச் செய்தி வாஷிங்டனின் காதுகளை எட்டியபோது, அவர் அதை அமைதியாகவே எதிர்கொண்டார். தனக்கும் தன் மனைவிக்கும் குழந்தை பாக்கியம் இல்லை என்ற செய்தியையும் அவர் அமைதியாகவே ஏற்றுக் கொண்டார். அமெரிக்க அரசுக்கு எதிராகக் கலகம் விளைவிக்க இராணுவ அதிகாரிகள் அணிதிரண்டபோது, அவர் அமைதியாக அதை எதிர்கொண்டு, அவர்களிடம் பேசி அவர்களைப் பின்வாங்க வைத்தார்.

1797 ஜூனில் மட்டும், வாஷிங்டன், தான் எழுதிய மூன்று கடிதங்களில் மேற்கண்ட கருத்தைக் குறிப்பிட்டிருந்தார். அவர் உணர்ச்சிவசப்பட்டு அவசரமாக எந்தவொரு முடிவுக்கும் வந்துவிடாமல், சூழ்நிலையை நிதானமாக அலசி ஆராய்ந்தார்.

ஆனால், அது அவருடைய உண்மையான இயல்பு அல்ல.

வாஷிங்டன் தொடக்கக் காலத்தில் உணர்ச்சிக் கொந்தளிப்புகளுக்கு ஆட்படுபவராகத்தான் இருந்தார் என்று அவருடைய இறுதியஞ்சலிக் கூட்டத்தில் அவருடைய நண்பர்களில் ஒருவர் கூறினார். அவருடைய முதல் போராட்டம் அதற்கு எதிரானதுதான். அது ஒரு நீண்ட போராட்டமாக இருந்தது. அத்துடன், அதுதான் வாஷிங்டன் பெற்றிருந்த வெற்றிகளிலேயே தலையாயது என்றும் அந்த நண்பர் குறிப்பிட்டார். வாஷிங்டன் அந்த வெற்றிக்குப் பிறகு விஷயங்களை அமைதியாக எதிர்கொள்ளத் தொடங்கினார்.

1790களில் வாஷிங்டன் ஒரு ஜெனரலாக இருந்தபோது, அவரை ஓர் ஓவியமாக வரைவதற்குப் பிரபல ஓவியர் கில்பர்ட் ஸ்டூவர்ட் அவருடன் பல

மணி நேரத்தைச் செலவிட்டார். அப்போது அவர் எதிர்கொண்ட வாஷிங்டன், தீவிரமானவராகவும் ஆக்ரோஷமானவராகவும் இருந்தார். ஆனால், அவர் கொண்டிருந்த சுயகட்டுப்பாட்டின் காரணமாக, அது வெளியே தெரியாதவாறு அவர் பார்த்துக் கொண்டார். மிகக் குறைவானவர்களே அவருடைய கோபத்தை நேரில் கண்டிருந்தனர். வாஷிங்டன் இயல்பிலேயே ஒரு ஸ்டோயிக் மனநிலையைக் கொண்டிருக்கவில்லை. ஆனால், பின்னர் அதை அவர் தன்னிடம் படிப்படியாக வளர்த்துக் கொண்டார்.

அதற்காக அவர் விரக்தியே அடையவில்லை என்றோ அல்லது திக்குமுக்காடல் உணர்வால் ஆட்கொள்ளப்படவில்லை என்றோ எண்ணிவிடாதீர்கள். அவர் எதிர்கொண்டிருந்த சூழலை நினைத்துப் பாருங்கள். எல்லா நேரங்களிலும் ஸ்டோயிக் மனநிலையில் இருப்பது சாத்தியமற்றது என்பது உங்களுக்குப் புரியும்.

வாஷிங்டனுடன் வெளிப்படையாகவே அடிக்கடி மோதிக் கொண்டிருந்த தாமஸ் ஜெஃபர்சன், வாஷிங்டனைப் பற்றி இவ்வாறு கூறியுள்ளார்: “வாஷிங்டன் எப்போதும் சூழல்களைப் பல கோணங்களிலிருந்து பக்குவத்துடன் சீர்தூக்கிப் பார்த்தப் பிறகே செயல்நடவடிக்கையில் இறங்குவார்.”

ஒரு விஷயத்திற்கு எதிராக நம்முள் உடனடியாக எழுகின்ற உணர்ச்சிகளுக்கும், அதற்கு நாம் செயல்விடை அளிப்பதற்கும் இடையே ஓர் இடைவெளி இருக்கும். அது ஒரு சிறிய இடம்தான் என்றாலும், நம்முடைய தத்துவத்தைச் செருகுவதற்கு அங்குப் போதுமான இடம் இருக்கும். அதை நாம் எப்படிப் பயன்படுத்திக் கொள்ளப் போகிறோம்? ஆழமாகச் சிந்திப்பதற்கும் அலசி ஆராய்வதற்கும் பயன்படுத்திக் கொள்ளப் போகிறோமா? அல்லது நம்முடைய உணர்ச்சிகளின் பிடியில் ஆட்பட்டுக் கொண்டு, எந்தவிதமான ஆய்வுகளையும் மேற்கொள்ளாமல், முதல் பார்வையில் நமக்கு என்ன தோன்றுகிறதோ அதன் அடிப்படையில் முடிவுகளை மேற்கொள்வதற்கு அதைப் பயன்படுத்திக் கொள்ளப் போகிறோமா?

நாம் உடனடியாக ஒரு முடிவுக்குள் குதிப்பதற்கு முன்...

முன்கூட்டியே எடைபோட்டு வைத்திருப்பதன் அடிப்படையில் இயங்குவதற்கு முன்...

முடிவு படுமோசமாகத்தான் இருக்கும் என்று அனுமானிப்பதற்கு முன்...

உங்களுடைய குழந்தைகளின் பிரச்சனைகளை நீங்களே தீர்ப்பதற்கு ஓடுவதற்கு முன்...

பிரச்சனைகளை வழமையான சட்டங்களுக்குள் அடைப்பதற்கு முன்...

பிறர்மீது பழி போடுவதற்கு முன்...

சட்டென்று கோபப்படுவதற்கு முன்...

பயத்தினால் அங்கிருந்து ஓடிவிடுவதற்கு முன்...

...நாம் கொடுக்கின்ற அந்த இடைவெளிதான் எல்லாமே.

உயர்ந்த சுயம், தாழ்வான சுயம் என்று இரண்டு சுயங்கள் உள்ளன. உளவியலாளர்கள் கூறுகின்ற வேகச் சிந்தனை மற்றும் மெது சிந்தனை ஆகிய இரண்டோடு தொடர்புடையவை இவை. வேகச் சிந்தனை பொதுவாகத் தாழ்வான சுயத்தோடு ஐக்கியப்படுகின்ற ஒன்றாக இருக்கும். உள்ளுணர்வு தாழ்வான சுயத்தோடு சேர்ந்தது. புக்கர் டி. வாஷிங்டனை வெள்ளை மாளிகைக்கு அழைத்தால், அது அரசியல்ரீதியாக மோசமான பின்விளைவுகளை ஏற்படுத்தக்கூடும் என்று தியோடோர் ரூஸ்வெல்ட் தயங்கியது இதற்கான ஓர் எடுத்துக்காட்டு. மெது சிந்தனை, உயர்ந்த சுயத்தைச் சேர்ந்தது. நீங்கள் உண்மையிலேயே யாராக ஆக விரும்புகிறீர்கள் என்ற சிந்தனை இதைச் சேர்ந்தது. அதே ரூஸ்வெல்ட், புக்கரை வெள்ளை மாளிகைக்கு அழைப்பது தொடர்பாக ஆழ்ந்து சிந்தித்து, பின்விளைவுகள் குறித்துக் கவலைப்படாமல் அவரை அழைத்துக் கௌரவித்தது இதற்கான எடுத்துக்காட்டு.

நம்மை நாம் சற்று ஆசுவாசப்படுத்திக் கொள்ள வேண்டும். நம்மை நம் கட்டுப்பாட்டிற்குள் கொண்டு வர வேண்டும். நம்மை நாமே இப்படிக் கேட்டுக் கொள்ள வேண்டும்: *"இது உண்மையா? நாம் உணர்வதுபோல இது நம்மை உண்மையிலேயே சங்கடத்திற்கு உள்ளாக்குகிறதா? நாம் முதலில் நினைத்த அளவுக்கு இது பயமுறுத்துவதாக இருக்கிறதா?"*

பயமோ, பதற்றமோ அல்லது பாகுபாட்டு உணர்வோ தீர்மானங்களை மேற்கொள்ள அனுமதிக்காதீர்கள். உங்களுடைய சாந்தமான மனப்போக்கு தீர்மானங்களை மேற்கொள்வதற்கு அனுமதியுங்கள்.

ஒரு தலைவர் உணர்ச்சி வேகத்தில் தீர்மானங்களை மேற்கொள்ளக்கூடாது. அவர் பகுத்தறிவுபூர்வமாகச் சிந்தித்து முடிவுகளை எடுக்க வேண்டும். அதற்காக அவர்களுக்கு உணர்ச்சி வேகம் ஏற்படாது என்று கூறிவிட முடியாது. ஆனால், அவர்கள் அந்த உணர்ச்சிகளின் தாக்கத்தின் கீழ் நடவடிக்கை எடுக்காமல் இருப்பதற்குத் தேவையான சுயஒழுங்கு அவர்களிடம் இருக்க வேண்டும்.

நாம் இங்குப் பேசிக் கொண்டிருப்பது ஒரு சமூக ஊடகப் பதிவைப் பற்றியதாக இருந்தாலும் சரி, அல்லது வேலையில் செய்யப்பட்ட ஒரு பிரச்சனைக்குரிய தவறு, நமக்குக் கீழே பணியாற்றுகின்ற கீழ்ப்படிதலற்ற ஓர் ஊழியர், ஒரு கடினமான தடை, ஒரு சிக்கலான பிரச்சனை என்பன போன்றவற்றைப் பற்றியதாக இருந்தாலும் சரி, அவை அனைத்தும் சீராக எடைபோட்டுப் பார்க்கப்பட வேண்டும்.

வாஷிங்டனுக்கும் விக்டர் ஃபிராங்க்கெலுக்கும் ரூஸ்வெல்ட்டுக்கும் நிகழ்ந்திருந்ததைப்போல, வாழ்க்கை உங்களை நோக்கியும் பலவற்றை வீசக்கூடும்.

அவற்றை நீங்கள் எவ்வாறு பார்க்கப் போகிறீர்கள் என்பதுதான் கேள்வி. அவற்றை ஆராய்கின்றபோது, விஷயங்களை நீங்கள் எந்த அளவுக்கு உங்களுடைய கட்டுப்பாட்டிற்குள் வைத்திருக்கப் போகிறீர்கள்?

இதற்கான பதில் முக்கியமானது. ஏனெனில், அதுதான் நீங்கள் எதைச் சாதிக்கப் போகிறீர்கள் என்பதைத் தீர்மானிக்கப் போகிறது. அதைவிட மேலாக, நீங்கள் யாராக ஆகப் போகிறீர்கள் என்பதையும் அதுதான் தீர்மானிக்கப் போகிறது.

முக்கியமான விஷயத்தை முக்கியமானதாகவே வைத்திருங்கள்

புக்கர் டி. வாஷிங்டன் எப்போதும் மும்முரமாக இருந்த ஒரு நபர். அவர் டஸ்கிஜி என்ற நிறுவனத்தைத் தோற்றுவித்து நடத்திக் கொண்டிருந்தார். அவர் தொடர்ந்து பயணங்கள் மேற்கொண்டு பொதுக்கூட்டங்களில் பேசினார், நிதி திரட்டல் நிகழ்ச்சிகளில் கலந்து கொண்டார், ஐந்து புத்தகங்களை எழுதினார்.

எப்படி அவரால் இத்தனை விஷயங்களையும் செய்ய முடிந்தது?

தாக்குபிடிக்கின்ற திறன் மற்றும் ஆற்றல் மட்டுமே அதற்குக் காரணமல்ல.

பலவற்றுக்கு 'முடியாது' என்று மறுதலிக்கின்ற சுயஒழுங்கை அவர் கொண்டிருந்தார்.

"மற்றவர்களுடைய நேரத்தை எந்தவிதமான குறிக்கோளுமின்றி விழுங்கிக் கொண்டிருக்கின்ற நபர்களின் எண்ணிக்கை கணக்கிலடங்காது," என்று அவர் கூறினார்.

அவர் விட்டேத்தியாக இருந்ததாகச் சிலர் கருதினர். அவர் ஒரு சுயநலவாதி என்ற முத்திரையைச் சிலர் அவர்மீது குத்தினர். அவரைப் பற்றி இன்னும் பல மோசமான விஷயங்களை அவருடைய முதுகுக்குப் பின்னால் அவர்கள் பேசினர்.

அவற்றை மேலோட்டமாகக் கேட்பதற்குக்கூட அவருக்கு நேரமிருக்கவில்லை. வாழ்க்கையில் முக்கியமான விஷயங்களை முக்கியமானவையாகவே வைத்திருப்பதுதான் இருப்பதிலேயே முக்கியமானது என்பதை அவர் அறிந்திருந்தார். அதிலும் குறிப்பாக, அந்த முக்கியமான விஷயம் உங்களுடைய இனத்தைத் தூக்கி நிறுத்துவதாக இருக்கும்போது!

உங்களுடைய முக்கியமான விஷயம் எது?

அது என்னவென்று உங்களுக்குத் தெரியாமல் இருந்தால், எதற்குச் 'சரி' என்று சொல்வது, எதற்கு 'முடியாது' என்று சொல்வது என்பதை நீங்கள் எப்படி அறிவீர்கள்? எங்குத் தலைகாட்ட வேண்டும் என்பதை நீங்கள் எப்படி அறிவீர்கள்? எதற்காக அதிகாலையில் எழுந்திருக்க வேண்டும் என்பதை நீங்கள் எப்படித் தீர்மானிப்பீர்கள்? எதைப் பயிற்சி செய்ய வேண்டும், எதைப் பொறுத்துக் கொள்ள வேண்டும் என்பதை நீங்கள் எப்படி முடிவு செய்வீர்கள்? அது இயலாத காரியம். "நீங்கள் தவறவிடக்கூடாத ஓர் அரிய வாய்ப்பு இது," "இதற்கு ஒரு நிமிடம்தான் ஆகும்," "இதற்காக நான் உங்களுக்கு முன்கூட்டியே வாழ்த்து தெரிவித்துக் கொள்கிறேன்," "உங்களுடைய வேலைப் பளுவைப் பற்றி நாங்கள் அறிவோம். ஆனால்..." என்பன போன்ற வேண்டுகோள்களையும் அறைகூவல்களையும் உங்களால் எப்படிச் சீர்தூக்கிப் பார்க்க முடியும்?

"ஒரு திட்டவட்டமான முடிவை நோக்கித் தன் வாழ்க்கையைச் செதுக்காத ஒருவரால் தன்னுடைய செயல்நடவடிக்கைகளை ஒழுங்குமுறையுடன் அமைத்துக் கொள்ள முடியாது," என்று மைக்கேல் டி மான்டேன் என்ற எழுத்தாளர் கூறியுள்ளார். "உங்கள் கப்பலில் நீங்கள் எங்குச் செல்லப் போகிறீர்கள் என்பதை நீங்கள் அறிந்திருக்காவிட்டால், எந்தக் காற்றும் உங்களுக்குச் சாதகமாக இருக்காது," என்று ஸ்டோயிக்குகள் கூறியுள்ளனர்.

அதற்கு, முதலில் நீங்கள் இப்போது செய்து கொண்டிருக்கின்ற வேலைகளைத் தற்காலிகமாக நிறுத்திவிட்டு, ஆசுவாசமாக அமர்ந்து யோசிக்க வேண்டும். "நான் என்ன செய்து கொண்டிருக்கிறேன்? என்னுடைய முன்னுரிமைகள் என்னென்ன? என் வேலை, என் குடும்பம்

மற்றும் இந்த உலகிற்கு நான் அளித்துக் கொண்டிருக்கின்ற மிக முக்கியமான பங்களிப்பு எது?” ஆகிய கேள்விகளை நீங்கள் உங்களிடம் கேட்க வேண்டும். அவை தெளிவானவுடன், பிற அனைத்தையும் அலட்சியப்படுத்துகின்ற சுயஒழுங்கை நீங்கள் உங்களிடம் உருவாக்கிக் கொள்ள வேண்டும்.

புக்கர் டி. வாஷிங்டன் ஒரு தெளிவான நோக்கத்தைக் கொண்டிருந்தார். கருப்பின மக்கள் கல்வி கற்க உதவுவதுதான் அது. அவரிடம் இத்தெளிவு இருந்ததால், வேறு எந்த நோக்கங்களுக்கும் நேரத்தைச் செலவிடுவதை அவரால் பிடிவாதமாக மறுக்க முடிந்தது. இல்லையெனில், அவருடைய நேரமும் ஆற்றலும் பல விதமான கவனச்சிதறல்களுக்கு உள்ளாகி வீணாகியிருக்கும்.

“எப்படி ஒரு சிலரால் நல்ல வேலைகளைத் தொடர்ந்து செய்து கொண்டே பிற சமூகப் பொருளாதார நடவடிக்கைகளிலும் ஈடுபட முடிகிறது என்பதைத் தெரிந்து கொண்டால் நன்றாக இருக்கும்,” என்று ஜான் ஸ்டீன்பெக் எழுதினார். அப்போது அவர் ஒரு புதிய நாவலைப் படைத்துக் கொண்டிருந்தார்.

அவர் கேட்ட அதே கேள்வியை நாமும் கேட்கலாம்: “அவர்கள் எப்படி அதைச் செய்கின்றனர்?”

உண்மையில் அப்படி எவரும் செய்வதில்லை.

தேவையற்றப் பிற விஷயங்கள் அனைத்திற்கும் முடியாது என்று கூறுகின்ற சுயஒழுங்கு இல்லாமல் யாராலும் தாங்கள் சாதிக்க விரும்புகின்ற வேலைக்குத் தங்களை அர்ப்பணித்துக் கொள்ள முடியாது.

ஒரு நேர்முகத் தேர்வுக்கான அழைப்பு. பிரபல சமூக ஊடகம் ஒன்றில் தோன்றுவதற்கான ஒரு வாய்ப்பு. பல முக்கியஸ்தர்கள் கலந்து கொள்கின்ற ஒரு விருந்தில் பங்கேற்பதற்கான ஓர் அழைப்பு. ஒரு சாகசப் பயணம். நல்ல வருவாய் ஈட்டித் தரக்கூடிய ஓர் உபதொழில். இவை சுவாரசியமாக இருக்காது என்று எவரும் கூறவில்லை. அவற்றினால் எந்தவிதமான நன்மைகளும் விளையாது என்று எவரும் கூறவில்லை. ஆனால், அவற்றுக்கு நீங்கள் ஒரு விலை கொடுக்க வேண்டியிருக்கும். அவற்றுக்கு நம்முடைய நேரத்தையும் ஆற்றலையும் நாம் கொடுக்க வேண்டியிருக்கும். ஆனால், ஒருவருடைய நேரமும் ஆற்றல் வளமும் வரம்புக்கு உட்பட்டவை.

எத்துறையில் வெற்றி பெற வேண்டுமென்றாலும்,

அதற்கு நீங்கள் ஏராளமான நேரத்தை ஒதுக்கியாக வேண்டும். ஆனால், பெரும்பாலானோர் ஒரு திட்டவட்டமான முறையில் தங்களுடைய நேரத்தை நிர்வகிப்பதில்லை. பின் அவர்கள், ஏன் தங்களுடைய உற்பத்தித்திறன் குறைவாக இருக்கிறது, ஏன் தங்களுக்குத் திக்குமுக்காடல் உணர்வு ஏற்படுகிறது, ஏன் தாங்கள் எப்போதும் பின்தங்கியே இருக்கிறோம் என்று யோசித்துக் கொண்டிருக்கின்றனர்.

நாம் ஒரு விஷயத்திற்குச் சரி என்று சொன்னால், மற்றொரு விஷயத்திற்கு முடியாது என்று கண்டிப்பாகச் சொல்லியாக வேண்டும். யாராலும் ஒரே சமயத்தில் இரண்டு இடங்களில் இருக்க முடியாது. யாராலும் ஒரே நேரத்தில் இரண்டு விஷயங்களில் தங்களுடைய முழுக் கவனத்தையும் செலுத்த முடியாது. இந்த நடைமுறை உண்மையை நீங்கள் உங்களுக்குச் சாதகமாகப் பயன்படுத்திக் கொள்ளலாம். நீங்கள் ஒரு விஷயத்திற்கு முடியாது என்று சொன்னால், உங்களால் மற்றொரு விஷயத்திற்குச் சரி என்று கூற முடியும், இல்லையா? உங்களுக்கு அர்த்தமுள்ளதாகப் படுகின்ற விஷயத்தில் ஈடுபடுவதற்கு அதை உங்களால் பயன்படுத்திக் கொள்ள முடியும். ஒரு வாய்ப்பை மறுதலிப்பதன் வாயிலாக, உங்களால் மற்றொரு வாய்ப்பை உருவாக்கிக் கொள்ள முடியும்.

இச்சூத்திரத்தை நீங்கள் வெற்றியை அடைவதற்கு மட்டுமல்லாமல், மகிழ்ச்சியைப் பெருக்குவதற்கும் பயன்படுத்திக்கொள்ளலாம். யாரேனும் ஒருவர் உங்களுடைய 'ஒரு சில நிமிட' நேரத்தை எடுத்துக் கொள்கின்றபோது, அவர்கள் உங்களிடமிருந்து மட்டும் திருடுவதில்லை; உங்களுடைய குடும்பத்திடமிருந்தும் திருடுகின்றனர். நீங்கள் யாருக்குச் சேவையாற்றிக் கொண்டிருக்கிறீர்களோ, அவர்களிடமிருந்தும் திருடுகின்றனர். அவர்கள் உங்களுடைய வருங்காலத்தையும் திருடுகின்றனர். முக்கியமற்ற விஷயங்களைச் செய்ய நீங்கள் ஒப்புக் கொள்கின்றபோதும், ஒரு நேரத்தில் அளவுக்கதிகமான வேலைகளை ஒப்புக் கொள்கின்றபோதும் இதேதான் நிகழ்கிறது. ஆனால், இங்கு நீங்கள்தான் அத்திருடன்.

அந்தக் கருத்தரங்கிற்குள் அடியெடுத்து வைக்கும்படி எவரும் உங்களைக் கட்டாயப்படுத்தவில்லை. இந்த நிகழ்ச்சியில் பங்கேற்குமாறோ அல்லது ஒரு விருதை ஏற்றுக் கொள்ளுமாறோ எவரும் உங்களை வற்புறுத்தவில்லை.

நீங்கள் ஒவ்வொரு மின்னஞ்சலுக்கும் பதிலளிக்க வேண்டும் என்றோ, உங்களுக்கு வருகின்ற ஒவ்வொரு தொலைபேசி அழைப்பையும் ஏற்க வேண்டும் என்றோ, அல்லது நீங்கள் பார்க்கின்ற ஒவ்வொரு செய்திக்கும் உங்களுடைய அபிப்பிராயத்தை வழங்க வேண்டும் என்றோ எந்தச் சட்டமும் உங்களைக் கட்டாயப்படுத்துவதில்லை.

ஒரு செயலியை உருவாக்கும்போது, அதை உருவாக்குபவர் கவனமாக இல்லையென்றால் தேவையற்ற அம்சங்கள் அதில் புகுந்துவிடும் என்று தொழில்நுட்ப வல்லுநர்கள் எச்சரிக்கின்றனர். அவர் எண்ணற்றோரைத் திருப்திப்படுத்த முனைகின்றபோது, அவரால் எவரையும் திருப்திப்படுத்த முடியாமல் போய்விடும். எல்லாவற்றையும் செய்ய முயற்சித்தால், எதையும் ஒழுங்காகச் செய்ய முடியாமல் போய்விடும்.

பிறருடைய கோரிக்கைகளுக்கு முடியாது என்று கூறாமல் அவற்றை நாம் ஏற்றுக் கொண்டால், நம்முடைய வேலையின் தரம் குறைவாக இருந்தால்கூட அவற்றை அவர்கள் கண்டுகொள்ளாமல் விட்டுவிடுவர் என்று நம்முடைய பலவீனமான சுயம் நம்பக்கூடும். “இவ்வளவு வேலைகளை நான் செய்யாமல் இருந்திருந்தால், இதை இன்னும் சிறப்பாக நான் செய்திருப்பேன்,” என்று சப்பைக்கட்டு கட்ட நமக்கு வசதியாக இருக்கும்.

சுயஒழுங்கு குறித்துப் பெருமை கொண்டுள்ள நம்முடைய வலுவான சுயம், பிடிவாதமாக அதை மறுத்துவிடுவதே நல்லது என்று அறிவுறுத்தும்.

எப்படி மறுப்பது என்பது தெரியாமல் நீங்கள் முழிக்கிறீர்கள் என்றால், இ.பி. ஒயிட் என்ற எழுத்தாளர் கடைபிடித்தப் பாணியை நீங்கள் கடைபிடிக்கலாம். ஒரு முறை, மதிப்புமிக்க ஆணையம் ஒன்றின் உறுப்பினராகச் சேர்ந்து கொள்ளும்படி அவருக்கு அழைப்பு விடுக்கப்பட்டபோது, அவர், “இதை நான் சில இரகசியமான காரணங்களுக்காக மறுத்தாக வேண்டும்,” என்று கூறினார். அமெரிக்க உச்ச நீதிமன்றத்தின் முதல் பெண் நீதிபதியாகப் பணியாற்றிய சான்ட்ரா டே ஓ கானரிடம் பணியாற்றிய எழுத்தர் ஒருவர், “நான் பார்த்திருந்த பெண்மணிகளிலேயே, ‘மன்னித்துக் கொள்ளுங்கள்’ என்ற வார்த்தையை ஒருபோதும் பயன்படுத்தாத ஒரே பெண்மணி அவர்தான். பிற பெண்கள், ‘மன்னித்துக் கொள்ளுங்கள். என்னால்

அதைச் செய்ய முடியாது,' என்று கூறுகின்ற இடத்தில், அவர் மட்டும், 'முடியாது' என்று ஓர் ஒற்றை வார்த்தையில்தான் பதிலளிப்பார்," என்று குறிப்பிட்டுள்ளார்.

முடியாது என்று கூறுங்கள். அதற்குப் பொறுப்பேற்றுக் கொள்ளுங்கள். முடிந்தால் அதை நயமாகக் கூறுங்கள். இல்லையென்றாலும் பரவாயில்லை.

ஏனெனில், அது உங்களுடைய வாழ்க்கையைப் பற்றியது. ஏனெனில், அது உங்களுடைய சக்தி. அதை நீங்கள் பயன்படுத்துகின்றபோதுதான் நீங்கள் அதிகாரமிக்கவராக ஆகிறீர்கள். இன்னும் சொல்லப் போனால், தங்களுடைய நாள்காட்டிகளுக்கும் தங்களுடைய ஆசைகளுக்கும் அடிமைப்பட்டுக் கிடக்கின்ற பல அதிகாரமிக்க மக்களைவிட நீங்கள் அதிக அதிகாரமிக்கவராகத் திகழ்வீர்கள். பெரும் பேரரசுகளைக் கட்டியாண்டவர்கள்கூட, பிறரின் வேண்டுகோள்களைத் தட்டிக்கழிக்க முடியாத நிலையில்தான் இருந்தனர். பெரும் செல்வந்தர்கள்கூட, பணக்கார வட்டத்திலிருந்து தாங்கள் விலக்கி வைக்கப்படக்கூடும் என்று அஞ்சுகின்றனர். தலைவர்கள் பளபளப்பான புதிய விஷயங்களைத் தேடி ஓடிக் கொண்டிருக்கின்றனர். நீங்கள் நம்புதற்கரிய பல சாதனைகளைப் படைத்திருந்தாலும், அதற்கு உங்களுடைய அன்றாடச் சுதந்திரத்தை அடகு வைக்க வேண்டியிருந்தால், அதனால் என்ன பயன்?

அதை நீங்களே தேர்ந்தெடுக்கிறீர்கள் என்பதால் நீங்கள் சுதந்திரமாக இருப்பதாக நீங்கள் கருதக்கூடும். ஆனால், எப்போதும், 'சரி' என்றே கூற வேண்டிய நிலையில் நீங்கள் இருந்தால், தேர்ந்தெடுப்பதற்கு உங்களுக்கு ஒரு தெரிவு இருக்கிறது என்று எப்படிக் கூற முடியும்?

அமெரிக்கப் பாதுகாப்புத் துறைச் செயலாளராகப் பணியாற்றிய ஜெனரல் ஜேம்ஸ் மேட்டிஸின் வாழ்க்கையில் நடைபெற்ற ஒரு சம்பவம் இதைச் சிறப்பாக எடுத்துரைக்கும். அவர் எப்போதும் தானுண்டு தன் வேலையுண்டு என்று இருந்தவர். பொதுவாக அவரைப் போன்ற அரசு உயரதிகாரிகள், ஞாயிற்றுக்கிழமைகளில் தொலைக்காட்சி விவாதங்களில் கலந்து கொள்வதற்கு முண்டியடிப்பர். ஆனால், அதில் அவருக்கு எந்த நாட்டமும் இருக்கவில்லை. தன் பணியைச் செவ்வனே பார்த்துக் கொண்டிருக்க மட்டுமே அவர் விரும்பினார்.

அரசின் ஊடகத் துறை அதிகாரிகள், ஊடகங்களில் தோன்றுமாறு ஜேம்ஸிடம் கெஞ்சிப் பார்த்தனர், அவரை நச்சரித்துப் பார்த்தனர், தொந்தரவு செய்து பார்த்தனர், விமர்சித்தும் பார்த்தனர். ஆனால், அவர் எதற்கும் மசியவில்லை. ஒரு கட்டத்திற்கு மேல் பொறுமையிழந்த அவர், அந்த அதிகாரிகளை அழைத்து இவ்வாறு கூறினார்:

"பிறரைக் கொல்கின்ற பணியில்தான் நான் என் வாழ்நாள் முழுவதையும் செலவிட்டுள்ளேன். நீங்கள் மீண்டும் ஒரு முறை என்னை அழைத்தால், நான் உங்களை ஆப்கானிஸ்தானுக்கு அனுப்பி வைத்துவிடுவேன். புரிகிறதா?"

அத்துடன் அந்த நச்சரிப்புக்கு ஒரு முற்றுப்புள்ளி வைக்கப்பட்டது.

பிறருடைய வேண்டுகோள்களுக்கு முடியாது என்று கூறாமல் எவரொருவராலும் தங்களுடைய இலட்சியத்தை நோக்கி நடைபோட முடியாது. எவரொருவராலும், தங்களுக்கு முக்கியமாகப் படுகின்ற விஷயத்தை, உண்மையிலேயே அதை முக்கியமான விஷயமாக ஆக்குகின்ற சுயஒழுங்கு இல்லாமல் அடையவே முடியாது.

கவனக்குவிப்பு, கவனக்குவிப்பு, கவனக்குவிப்பு

லுட்விக் வான் பீத்தோவன் ஓர் ஆழமான உரையாடலில் ஈடுபட்டிருக்கின்றபோது, திடீரென்று அங்கிருந்து மறைந்துவிடுவார். அவருடன் பேசிக் கொண்டிருக்கும் நபர் அவர் வெகுவாக நேசிக்கின்ற ஒரு பெண்மணியாக இருந்தாலும் சரி, அதிகாரமிக்க ஓர் இளவரசராக இருந்தாலும் சரி, அல்லது ஒரு பிரபலமான புரவலராக இருந்தாலும் சரி, அவர் அதைப் பற்றிக் கவலைப்பட மாட்டார். அவருக்கு ஒரு முக்கியமான இசை யோசனை வந்துவிட்டால், அது அவரை அப்படியே வாரிச் சுருட்டிக் கொள்ளும். அவர் அதற்குள் அப்படியே மூழ்கிவிடுவார். ஏதோ மோன நிலையை அடைந்துவிட்டவர்போல அவர் நடந்து கொள்வார். அவருடைய கவனக்குவிப்பு அவ்வளவு ஆழமாக இருந்தது.

"நான் பேசுவது உங்கள் காதில் விழுகிறதா?" என்று ஒரு நண்பர் ஒரு முறை பீத்தோவனிடம் கேட்டார். அதற்கு பீத்தோவன், "மன்னித்துக் கொள்ளுங்கள். நான் ஓர் அருமையான ஆழ்சிந்தனைக்குள் இலயித்துவிட்டேன். அதைக் கலைக்க நான் விரும்பவில்லை," என்று பதிலளித்தார்.

அதை அவருடைய பேரானந்த நிலை என்று

அவர்கள் அழைத்தனர். அவருடைய ஆழ்நிலை. அவர் இலயிப்புடன் நிலை கொண்டிருந்த இடம். அவருடைய இசை மேதைமையின் மூலாதாரம். இது போன்ற உத்வேகத் தருணங்களால் அவர் ஆட்கொள்ளப்பட்டிருந்தார். அதே நேரத்தில், அப்போது தனக்கு உதித்த யோசனைகளைச் சிக்கென்று பிடித்துக் கொள்ளவும் அவர் தவறவில்லை.

இப்படித் திடீர்த் திடீரென்று தோன்றுகின்ற எண்ணங்களுக்குள் மூழ்கிவிடுவதை ஒழுங்கீனமாகச் சிலர் பார்க்கக்கூடும். அது சரியல்ல. உண்மையில் அது கவனக்குவிப்பின் உச்சம், சுயகட்டுப்பாட்டின் மொத்த உருவம். மேலோட்டமாகச் சஞ்சரித்துக் கொண்டிருப்பது எளிது. கவனச்சிதறல்களுக்கு ஆளாவது சுலபம்.

பேரானந்த நிலை தோன்றுகின்றபோது அதை மதிப்பது; உங்களுக்கு முக்கியமாகப் படுகின்ற விஷயத்தில் உண்மையிலேயே கவனத்தைக் குவிப்பது; உங்களுக்கு உத்வேகமளிக்கின்ற யோசனை ஒன்று தோன்றும்போது மற்ற அனைத்தையும் அப்படியே போட்டுவிட்டு அதில் மூழ்குவது என்பன போன்ற மனச் சவால்களை எதிர்கொள்ள நம்மை நாம் வலுப்படுத்திக் கொள்ள வேண்டும். இத்திறமையை நம்மிடம் நாம் வளர்த்துக் கொள்ள வேண்டும். இதற்கு நம்மை நாம் முழுமையாக அர்ப்பணித்துக் கொள்ள வேண்டும்.

ஏனெனில், இது அபூர்வமானது.

கவனச்சிதறல்மிக்க இவ்வுலகில், கவனக்குவிப்புடன் இருத்தல் என்பது ஓர் அதிசக்தியாகும்.

தங்களிடம் கவனக்குவிப்பு இருப்பதாக மக்கள் தம்பட்டமடித்துக் கொள்வர். ஆனால் அவர்களுடைய தொலைபேசி ஒலித்த மறுகணம்...

அவர்களுடைய கவனம் அப்படியே சிதறிவிடும்.

ஒரு குறிப்பிட்ட விஷயத்தில் மூழ்கிவிடுகின்ற சுயஒழுங்கு அவர்களிடம் இல்லை என்பதே உண்மை.

ஒரு முக்கியமான விஷயத்தை முக்கியமான விஷயமாக வைத்திருப்பது மட்டும் போதாது. ஒவ்வொரு கணத்திலும் நீங்கள் கவனக்குவிப்புடன் இருக்க வேண்டும். நம்மிடம் தோன்றுகின்ற ஒவ்வோர் எண்ணத்தையும் நாம் கைவசப்படுத்த வேண்டும் என்று ஸ்டோயிக்குகள் கூறுகின்றனர். ஏனெனில், அவை ஒவ்வொன்றும் உங்களுக்குக் கிடைத்திருக்கின்ற வாய்ப்புகள். அவற்றை

நாம் வீணாக்கிவிடக்கூடாது.

ஓர் ஒற்றை அம்சத்தில் நீங்கள் உங்களுடைய மனத்தைக் குவிக்கின்றபோது, நீங்கள் அதைப் புரிந்து கொள்வதோடு, உங்களையும் ஒரு புதிய வழியில் நீங்கள் புரிந்து கொள்கிறீர்கள்.

பீத்தோவன், உரையாடல்களின்போது திடீரென்று கழன்று கொள்கின்ற பழக்கத்திற்கு மட்டும் சொந்தக்காரர் அல்லர். ஒரே ஓர் இசைக் கோர்வையின்மீது நீண்ட நேரம் ஒருமித்தக் கவனத்துடன் இருப்பதற்கும் பெயர் போனவர் அவர். சிம்பொனி இசை தானாகவே உருவாகிவிடாது. ஒரே ஓர் உத்வேகத்தை மட்டும் வைத்துக் கொண்டு ஓர் ஒட்டுமொத்த சிம்பொனி இசையை உருவாக்க முடியாது. அதன் ஒவ்வோர் அம்சத்தையும் பார்த்துப் பார்த்து உருவாக்குவதற்குப் பல ஆண்டுகள் ஆகும். பீத்தோவனின் கவனக்குவிப்பு தொடர்பாக ஒரு சோகமான நகைமுரணும் இருக்கிறது. பிற்காலத்தில் பீத்தோவனின் செவித்திறன் குறைந்தபோது, அவருடைய நெருங்கிய நண்பர்கள்கூட அதை அறிய முடியாமல் போயிற்று. அவர் ஆழ்ந்த சிந்தனையுடன் இசையில் ஈடுபட்டிருந்ததால்தான் தாங்கள் சொன்னது அவர் காதில் விழவில்லை என்று அவர்கள் அனுமானித்துக் கொண்டனர்.

அனைத்துத் தலைவர்களும் கலைஞர்களும் இத்திறமையை வளர்த்துக் கொள்ள வேண்டியிருந்தது. பீத்தோவனுக்கும் கதேவுக்கும் ஒத்துப் போகாது என்றாலும், இத்திறமை அவர்கள் இருவரிடமும் காணப்பட்டது. “கதே விஷயங்களைப் பொருட்படுத்தாமல் இருப்பதில் வல்லவர்,” என்று அவருடைய சுயசரிதையை எழுதியவர்களில் ஒருவர் குறிப்பிட்டார். பீத்தோவனும் கதேயும் இத்திறமையைத் தங்களுடைய கலை அர்ப்பணிப்புடன் கலந்ததன் மூலம் மாபெரும் சாதனைகளைப் படைத்தனர்.

ஒருவருக்கு உத்வேகங்கள் கிடைத்தாலும், அவரிடம் கவனக்குவிப்பு இல்லையெனில் அதனால் எந்தவிதமான பயனும் விளையாது. அவர்களுக்கு உத்வேகம் கிடைத்தாலும், கவனக்குவிப்பு இல்லாமல் இருந்தால், அதை அவர்களால் எப்படிக் கண்டுகொள்ள முடியும்?

மறதிப் பேராசிரியர்கள் என்று நாம் சிலரை எள்ளி நகையாடுவோம். மற்றவர்களைவிட அவர்களின் நிலை நகைப்புக்குரியது என்ற நினைப்புத்தான் அதற்குக்

காரணம். ஆனால், அது உண்மையல்ல. நீங்கள் முழுமையான அர்ப்பணிப்புடன் செயல்படும்போது நடைமுறையில் நீங்கள் எப்படி இருப்பீர்கள் என்பதற்கான நடமாடும் எடுத்துக்காட்டுகள் அவர்கள். சுயஒழுங்கிற்கு ஒரு விலை கொடுத்தாக வேண்டும் என்பதை நாம் உணர்வதில்லை. அதை அவர்கள் கொடுத்துள்ளனர். தங்கள் காரின் சாவியை எங்கே வைத்தோம் என்பதை அவர்களால் நினைவுகூர முடியாமல் போகலாம். அல்லது தாங்கள் ஒவ்வொரு காலிலும் வெவ்வேறு விதமான காலுறைகளை அணிந்திருப்பது குறித்தப் பிரக்ஞையின்றி அவர்கள் இருக்கலாம். ஆனால், அவர்களை நாம் நினைவு வைத்திருப்போம். எதற்காக? அவர்கள் மேற்கொண்ட சொதப்பல்களுக்காகவா? கண்டிப்பாக இல்லை. அவர்களுடைய அர்ப்பணிப்பால் விளைந்த ஒப்பற்ற மாற்றத்தைத்தான் நாம் நம் நினைவில் வைத்திருப்போம்.

அவர்கள் விழித்திருக்கின்ற ஒவ்வொரு நொடியையும், அவர்களுடைய அறிவுச் சக்தியின் ஒவ்வொரு துளியையும், தாங்கள் தீர்க்க முயல்கின்ற பிரச்சனைகளுக்காக, தாங்கள் உருவாக்க நினைத்துள்ள படைப்புகளுக்காக, உலகையே புரட்டிப் போடுவதற்காகத் தாங்கள் ஈடுபட்டுள்ள ஆய்வுகளுக்காக அவர்கள் செலவிடுவர். அப்படி அவர்கள் மூழ்கியிருக்கின்றபோது, வேண்டாத விஷயங்கள் பலவற்றை அவர்கள் ஒதுக்கித் தள்ளியிருந்திருப்பார்கள். இன்னும் சொல்லப் போனால், தாங்கள் அப்படிச் செய்திருந்தோம் என்ற பிரக்ஞைகூட அவர்களுக்கு இருக்காது. ஆப்பிள் நிறுவனத்தில் பணியாற்றிய சிறந்த வடிவமைப்பாளரான ஜான் ஐவ், “கவனக்குவிப்பு என்பது நீங்கள் அடைய விரும்பும் ஒன்றல்ல. அல்லது, திங்கட்கிழமைகளில் மட்டும் செய்கின்ற ஒன்றல்ல. ஒவ்வொரு கணமும் நீங்கள் மேற்கொள்கின்ற ஒன்று அது,” என்று கூறினார். “ஸ்டீவ் ஜாப்ஸ் என்னிடமும் என் துறையிலிருந்த பிற ஊழியர்களிடம், அப்போது நாங்கள் எதில் கவனத்தைக் குவித்திருந்தோம் என்று கேட்பார். அடுத்து, ‘எத்தனை விஷயங்களுக்கு நீங்கள் முடியாது என்று கூறியிருக்கிறீர்கள்?’ என்று ஸ்டீவ் வினவுவார்,” என்று ஜான் நினைவுகூர்கிறார். ஏனெனில், ஒரு குறிப்பிட்ட விஷயத்தில் நீங்கள் கவனத்தைக் குவிக்க வேண்டுமென்றால், முக்கியத்துவமற்ற விஷயங்களுக்கு நீங்கள் முடியாது என்று சொல்லித்தான்

ஆக வேண்டும்.

"நான் இதில் நாளையிலிருந்து தீவிரமாக ஈடுபடுகிறேன், அல்லது இதில் நான் பின்னர் கவனம் செலுத்துகிறேன்," என்று நீங்கள் கூறினால், அதற்கு என்ன அர்த்தம் தெரியுமா? அதற்கு என்ன அர்த்தம் என்பதை எபிக்டெட்டஸ் இவ்வாறு விவரிக்கிறார்: "இன்று நான் வெட்கங்கெட்டவனாகவும் பக்குவமற்றவனாகவும் கீழ்த்தரமானவனாகவும் இருப்பேன். அதன் மூலம், மற்றவர்கள் என்மீது அதிகாரம் செலுத்த நான் அவர்களை அனுமதிப்பேன்."

ஒரு விஷயம் செய்வதற்கு உகந்தது என்றால், இன்றே அதில் கவனத்தைக் குவிப்பதற்கு அது தகுதியானது என்று அர்த்தம்.

ஏனெனில், இன்னும் நாம் எவ்வளவு காலம் சிறப்பாகச் செயல்பட்டுக் கொண்டிருப்போம் என்பதோ, நம்முடைய உடலுறுப்புகள் என்றுவரை ஒழுங்காகச் செயல்பட்டுக் கொண்டிருக்கும் என்பதோ பீத்தோவனைப்போலவே நமக்கும் தெரியாது. அவற்றைப் பயன்படுத்த முடிகின்றபோதே அவற்றை நாம் பயன்படுத்திக் கொள்ள வேண்டும்.

இந்த இனிப்புக் கனிக்காகக் காத்திருங்கள்

சந்தேகத்திற்கு இடமில்லாமல், ஜாய்ஸ் கேரல் ஓட்ஸ், அவருடைய தலைமுறையைச் சேர்ந்த, அர்ப்பணிப்புடன் ஏராளமான புத்தகங்களை எழுதியுள்ள எழுத்தாளர்களில் குறிப்பிடத்தக்கவர்.

ஆனால், அதற்காக அவர் தன் புத்தகங்களை அவசர அவசரமாக எழுதியிருந்தால் அவர் இந்த அளவுக்குப் பாராட்டப்பட்டிருந்திருப்பாரா?

நிச்சயமாக இல்லை. அவர் நிறைய எழுதியிருந்ததால் அவை தரமானவையாக இல்லாதிருக்கலாம் என்று கருதிவிட முடியாது.

ஓட்ஸ் வெறுமனே ஒரு மேசையருகே அமர்ந்து கொண்டு, நினைத்தபோதெல்லாம் எதையாவது கிறுக்கித் தள்ளிக் கொண்டிருக்கவில்லை. எழுதுவதற்கு உடலுழைப்பு தேவை. தீவிரமான மன ஒழுங்கும் அதற்குத் தேவை. அத்துடன், எழுதப்பட்டவற்றைப் பல முறை படித்துப் பார்த்து மெருகேற்ற வேண்டும். அப்போதுதான் அது ஒரு புத்தகமாக வெளிவரும்.

“நான் என்னுடைய நூல்களை ஒருபோதும் உடனடியாகப் பிரசுரித்ததில்லை,” என்று ஓட்ஸ் தெரிவிக்கிறார். அவர் முதல் வரைவை எழுதிய பிறகு, அதைத் தன்னுடைய மேசையின் இழுப்பறையில் வைத்துவிடுவார். அது அங்கு அடைகாக்கப்படும். சில

நேரங்களில், ஓராண்டுக்கு மேலாகக்கூட அது அங்கு அமர்ந்திருக்கும். அச்சமயத்தில், ஓட்ஸ் மேலும் சிந்திப்பார், பிற யோசனைகளை ஆய்வு செய்வார், படித்துக் கொண்டிருப்பார். வாழ்க்கை ஓடிக் கொண்டிருக்கும்.

அதற்காக, அந்த முதல் வரைவுகள் மோசமானவை என்று அர்த்தமில்லை. நமக்கு எளிதாக வருகின்ற, நமக்கு முதலில் உற்சாகத்தைக் கொடுக்கின்ற எதையும் நாம் சந்தேகிக்க வேண்டும் என்பது அதன் பொருள். அதனால்தான் அவர் பொறுமையுடன் காத்திருந்தார். அக்காத்திருப்புக் காலகட்டத்தை, தன் படைப்பைப் பல கோணங்களில் அணுகுவதற்கு அவர் பயன்படுத்திக் கொண்டார்.

அடுத்து, தான் எழுதிய முதல் வரைவில் அவர் சில பக்கங்களைச் சேர்க்கக்கூடும். அல்லது சில காட்சிகளை அல்லது கதாபாத்திரங்களை அவர் நீக்கக்கூடும். பெரும்பாலான நேரங்களில் அவர் மேற்கொள்கின்ற திருத்தங்கள் சிறியவையாகவே இருக்கும். ஆனால், அந்த முன்னெச்சரிக்கை நடவடிக்கை இன்றியமையாதது. அனைத்துப் படைப்புசார் வேலைகளுக்கும் அது பொருந்தும். ஆபிரகாம் லிங்கன், அடிமைத்தளை விடுவிப்புப் பிரகடனத்தை எழுதிக் கொண்டிருந்தபோது, ஓர் ஓவியர் எப்படி ஓர் ஓவியத்தை விட்டு விட்டு வரைவாரோ, அதைப்போல அவர் அதைப் பல முறை ஒதுக்கி வைத்தார். அவ்வப்போது அவற்றில் ஒரு சில வாக்கியங்களை அவர் சேர்த்தார். நடப்பு நிகழ்வுகளுக்கு ஏற்ப அதில் சில திருத்தங்களை அவர் மேற்கொண்டார். முழுமையாக எழுதிய பிறகும் அதை அறிவிப்பதற்கு அவர் ஒரு சரியான தருணத்தை எதிர்பார்த்துக் காத்திருந்தார்.

அது எளிதான காரியமா? இல்லை. ஓர் அரசியல்வாதியாக இருந்தாலும் சரி, அல்லது ஓர் எழுத்தாளராக இருந்தாலும் சரி, காத்திருப்பது வேதனைக்குரிய ஒன்றுதான். அரிஸ்டாட்டில் கூறியபடி, "பொறுமை கசக்கும், ஆனால் அது ஈனும் கனி இனிக்கும்."

நாம் செய்கின்ற காரியம் எதுவாக இருந்தாலும் சரி, துடிப்பு, கடின உழைப்பு ஆகியவற்றைத் தாண்டி, பொறுமையாக இருப்பதற்கான சுயஒழுங்கை நாம் அவசியம் வளர்த்துக் கொண்டாக வேண்டும். பல மணி நேரம் ஒரே இடத்தில் அமர்ந்து எழுதுவதைவிட, பல

ஆண்டுகள் கடினமாக உழைப்பதைவிட, இத்திறமையை வளர்த்துக் கொள்வது கடினமானதாக இருக்கும். எடுத்தக் காரியத்தை நிறைவு செய்ய வேண்டும் என்ற துடிப்பை அடக்கி வைத்துக் கொள்வதுதான் இருப்பதிலேயே மிகவும் கடினமானது.

செய்திக்காகக் காத்திருப்பது.

சரியான வாய்ப்பிற்காகக் காத்திருப்பது.

விஷயங்கள் ஆறி அடங்குவதற்காகக் காத்திருப்பது.

மக்கள் நம் பக்கம் வருவதற்காகக் காத்திருப்பது.

உங்களுடைய அனுமானங்களை உறுதிப்படுத்திக் கொள்வதற்காகக் காத்திருப்பது.

சரி, காத்திருப்பின் மூலம் நாம் எதைப் பெறுகிறோம்? காத்திருப்பு...

... அரைகுறைத் தகவல்களின் அடிப்படையில் நாம் நடவடிக்கையில் இறங்குவதைத் தடுக்கிறது.

... தவறான தேர்ந்தெடுப்பு நிகழ்வதைத் தடுக்கிறது.

... காலம் கனிவதற்கு முன்பே காரியத்தில் இறங்குவதிலிருந்து தடுக்கிறது.

... விஷயங்களை வலிந்து திணிப்பதிலிருந்து தடுக்கிறது.

... மக்களை அவசரப்படுத்துவதிலிருந்து தடுக்கிறது.

... பிறர்மீது நம்பிக்கை இழப்பதிலிருந்து தடுக்கிறது.

... தவறான முடிவுகளுக்கு வருவதிலிருந்து தடுக்கிறது.

... பொறுமை காப்பவர்களுக்குக் கிடைக்கின்ற அற்புதமான வெகுமதிகளை இழப்பதிலிருந்து தடுக்கிறது.

"பொறுமைதான் மேதைமையின் முக்கியமான இடுபொருள்," என்பதை எடிசன் பல முறை நிரூபித்தார். உத்வேகமிக்க யோசனைகள் அல்லது புத்திசாலித்தனப் பளிச்சிடுதல்கள்கூட, பொறுமை என்ற அம்சத்தால் பளிச்சூட்டப்பட்டு மெருகேற்றப்படாவிட்டால், மதிப்பு வாய்ந்தவையாக இருக்காது. எடிசனின் மேதைமையின் இரகசியம் அதுதான். தன் யோசனைகளைப் பொறுமையுடன் மீண்டும் மீண்டும் பரிசோதிப்பது, தேவையான கச்சாப் பொருள்கள் கிடைக்கின்றவரை சில பரிசோதனைகளை ஒத்தி வைத்துவிட்டுப் பொறுமையாகக் காத்திருப்பது என்பன போன்றவை அதற்கான சில

எடுத்துக்காட்டுகள். அவர் முதலில் ஒரு தெருவில் நிலத்திற்கு அடியில் பொறுமையாக மின்கம்பிகளை அமைத்து, அத்தெருவிலிருந்த வீடுகளுக்கு மின்சாரத்தை அளிக்கின்ற முயற்சியில் இறங்கி அதில் வெற்றி பெற்றப் பிறகு, அத்திட்டத்தை அவர் நியூயார்க் நகருக்கு விரிவுபடுத்தினார்.

பொறுமை இல்லாத ஒரு நபரால் பிறருடன் இணைந்து பணியாற்ற முடியாது. கணிப்புத் தவறுகள் மற்றும் சரியான நேரத்தை அடையாளம் காணத் தவறுதல் போன்றவற்றைச் செய்யாமல் அவர்களால் இருக்க முடியாது. அவர்களால் முக்கியமான விஷயங்களைச் செய்ய முடியாது. ஏனெனில், முக்கியமான விஷயங்கள் நாம் நினைப்பதைக் காட்டிலும் அதிகமான நேரத்தை எடுத்துக் கொள்ளும்.

மறுபுறம், ஒரு பொறுமைசாலியுடன் இணைந்து பணியாற்றுவது எளிதாக இருக்கும். லியோனார்டோ டாவின்சி கூறியபடி, “ஆடை எப்படி ஒருவருக்குக் குளிரிலிருந்து பாதுகாப்பளிக்கிறதோ, அதைப்போலவே பொறுமையும் தவறுகள் நிகழ்வதிலிருந்து பாதுகாப்பளிக்கும். குளிர் அதிகரிக்க அதிகரிக்க நீங்கள் மேலும் பல ஆடைகளை அணிந்து கொண்டால், அக்குளிரால் உங்களைத் தொந்தரவு செய்ய முடியாது. அதனால், அதிகத் தவறுகளை நீங்கள் சந்திக்கின்றபோது, நீங்கள் கூடுதல் பொறுமை காக்க வேண்டும். அப்போது அப்பிரச்சனை உங்களைத் தொந்தரவு செய்யக்கூடிய சக்தியை இழந்துவிடும்.”

மூச்சைப் பிடித்துக் கொண்டு காத்திருங்கள். அதுதான் தேவை.

நீங்கள் கடைபிடிக்கின்ற பொறுமை ஒரு-நாள் பொறுமையாக இருந்தால் போதாது. அது நீண்டகாலப் பொறுமையாக இருக்க வேண்டும். ஷேக்கில்டன் கொண்டிருந்த அளவு பொறுமை. எழுதிய புத்தகத்தை மேசை இழுப்பறையில் பல வாரங்களுக்கு விட்டுவைக்கின்ற பொறுமை. கூட்டுவட்டி அதன் மாயாஜாலத்தை நிகழ்த்துவதற்கு அனுமதிக்கின்ற பொறுமை. போட்ட முதலீடு குறிப்பிடத்தக்க அளவு உயர்கின்றவரை காத்திருக்கின்ற பொறுமை. உங்களுடைய திட்டம் ஒரு வடிவத்தை அடைவதற்கு அனுமதிக்கின்ற பொறுமை. உங்களுடைய யோசனை சிறந்த ஒன்று என்பதை மக்கள் உணர்வதற்கு அவர்களுக்குப் போதுமான கால

அவகாசத்தை அளிக்கின்ற பொறுமை.

அப்படிப் பொறுமையாகக் காத்திருப்பதற்கு சுயஒழுங்கு தேவை.

அப்போதுதான் அந்தக் கனி கூடுதல் சுவையுடன் இருக்கும்.

கச்சிதம் ஒரு தீய பழக்கம்

1931 குளிர்காலத்தின்போது, அமெரிக்காவின் மிகப் பிரபலமான நடனக் கலைஞரான மார்த்தா கிரகாம் மிகுந்த கவலையில் இருந்தார். மாயன் மற்றும் அஸ்டெக் கலாச்சாரங்களை அடிப்படையாகக் கொண்டு அவர் உருவாக்கிக் கொண்டிருந்த 'செரிமோனியல்ஸ்' என்ற நாட்டிய நாடகம் குறித்து அவர் அதிருப்தி அடைந்திருந்தார். கச்சிதத்திற்குப் பெயர் போனவராகத் திகழ்ந்த மார்த்தா, திட்டமிட்டிருந்தபடி அதைத் தன்னால் முடிக்க முடியுமா என்று சந்தேகித்தார். அது அவருக்குள் ஒரு விதமான குற்றவுணர்வை உருவாக்கியிருந்தது. அதன் தயாரிப்புக்குத் தான் பெற்றிருந்த நிதியைத் தான் முறையாகப் பயன்படுத்தியிருக்கவில்லையோ என்று அவர் கவலைப்பட்டார். பொதுமக்கள் மத்தியில் நாளுக்கு நாள் அதிகரித்துக் கொண்டிருந்த தன்னுடைய நற்பெயருக்கு ஏற்பத் தன்னால் அந்த நாடகத்தை உருவாக்க முடியுமா என்ற சந்தேகம் அவருக்குள் எழுந்தது.

"நான் ஓராண்டை வீணாக்கிவிட்டேன். இத்தயாரிப்பு திருப்திகரமாக இல்லை," என்று அவர் தனக்குள் முணுமுணுத்துக் கொண்டார்.

ஆனால், அவருடைய அந்த நாடகத்தில் பங்கேற்கவிருந்தவர்கள் அனைவருக்கும் அந்நாடகம் மிகவும் பிடித்திருந்தது. அது சிறப்பாக வர வேண்டும்

என்பதற்காக அவர்கள் தங்களுடைய உடல், பொருள், ஆவி ஆகிய அனைத்தையும் அதற்கு அர்ப்பணித்திருந்தனர். ஆனால், அது கச்சிதமாக இல்லை என்று மார்த்தா கருதினார். அவற்றில் எவற்றையெல்லாம் மாற்ற வேண்டும் என்று அவர் யோசித்துக் கொண்டிருந்தார். அந்த எண்ணம் அவரை ஒரு விதமான படைப்புச் சிறைக்குள் அடைத்துவிட்டது.

தங்களுடைய துறைகளில் தலைசிறந்து விளங்கிய பல கலைஞர்களும் பிற படைப்பாளிகளும்கூட இதே மனநிலையைத்தான் கொண்டிருந்தனர். அவர்களுடைய வெற்றி அவர்கள் தங்களுக்குத் தாங்களே நிர்ணயித்துக் கொண்டிருந்த உயர்ந்த தரத்தின்மீதுதான் கட்டியெழுப்பப்பட்டிருந்தது. அவர்கள் நிர்ணயித்திருந்த அந்தத் தரம், பார்வையாளர்களும் விமர்சகர்களும் அவர்களிடமிருந்து எதிர்பார்த்தத் தரத்தைவிடப் பல மடங்கு அதிகமாக இருந்தது. ஆனால், இந்த நல்லொழுக்கப் பண்பு, அவர்கள் சாதித்திருந்தவற்றை அவர்கள் இரசித்து அனுபவிக்கவிடாமல் செய்து கொண்டிருந்தது. இதன் காரணமாக, அவர்கள் தங்களுடைய அடுத்தப் படைப்பை, அவர்கள் எதிர்பார்த்தத் தரத்தோடு உருவாக்க முடியாமல் தவித்தனர்.

ஏனெனில், அது ஒருபோதும் அவர்களுக்குத் திருப்தியாக இருக்கவில்லை. அதை மேம்படுத்துவதற்குச் சாத்தியம் இருந்தது. தங்களுடைய கடந்தகாலப் படைப்பைவிட அது மேம்பட்டு இருக்க வேண்டும் என்று அவர்கள் நினைத்தனர்.

இது டாவின்சியை ஆட்டிப் படைத்துக்கொண்டிருந்தது. அதனால், அவர் தன் ஓவியத்தை முடிப்பதற்கு மிகவும் சிரமப்பட்டார். கச்சிதமான மெக்கின்டாஷ் கணினியை வெளியிடுவதற்குத் தாமதப்படுத்திக் கொண்டிருந்த ஸ்டீவ் ஜாப்ஸை, அவர் உருவாக்கியிருந்த நிறுவனமே வெளியே தூக்கியெறிந்தது. ரால்ஃப் எல்லிசன் என்ற பிரபல நாவலாசிரியரின் சுயசரிதையை எழுதியவர், இந்தக் கச்சித நோயால் எல்லிசன் வாடிக் கொண்டிருந்ததாகக் குறிப்பிட்டுள்ளார். எல்லிசன் பல ஆண்டுகள் உழைத்து உருவாக்கியிருந்த ஒரு தலைசிறந்த நாவலைப் பற்றிச் சுருக்கமாக எழுதிக் கொடுக்குமாறு அவரிடம் கேட்கப்பட்டபோது, அவர் அது தொடர்பாக நாற்பது

வரைவுகளை எழுதினார். ஆனால், அவை எதுவும் அவருக்குத் திருப்தியளிக்கவில்லை. அத்துடன், அவருடைய அந்தத் தலைசிறந்த படைப்பான 'இன்விசிபிள் மேன்' நாவலுக்கு ஒரு துணை நாவலை உருவாக்கும் முயற்சியில் அவர் ஈடுபட்டு ஆயிரக்கணக்கான பக்கங்கள் எழுதி வைத்திருந்தபோதிலும், அதை அவர் ஒருபோதும் பிரசுரிக்கவே இல்லை.

அதற்கு என்ன காரணம்? அடக்கமா? சிறிய விஷயங்களைக்கூடக் கச்சிதமாகச் செய்ய வேண்டும் என்ற அதீத விருப்பமா? அது படைப்பாளிகள் தங்களுக்குத் தாங்களே சொல்லிக் கொள்கின்ற நொண்டிச் சமாதானம். அவர்கள் கொண்டிருக்கின்ற சுயமோகத்தின் வெளிப்பாடு அது. நாம் என்ன செய்து கொண்டிருக்கிறோம் என்பது குறித்து மக்கள் பெரும் அக்கறை கொண்டிருக்கிறார்கள் என்ற மிதப்பின் காரணமாக அவர்கள் முடங்கிப் போகின்றனர்.

கச்சிதம் குறித்த அதீத மோகம் காரணமாக அவர்களுடைய முதலுக்கே மோசம் ஏற்பட்டுவிடுகிறது. ஏனெனில், அதன் காரணமாக அவர்களுடைய படைப்புகள் தாமதமாகின்றன அல்லது நின்றுவிடுகின்றன. நீங்கள் தயாரிக்காமல் இருக்கின்ற ஒரு பொருளும் சரி அல்லது தயாரித்தும் வெளியிடாமல் இருக்கின்ற ஒரு பொருளும் சரி, தோல்விப் பட்டியலில்தான் சேர்க்கப்பட வேண்டும். கச்சிதமான ஒன்றை அடைவதற்கு நீங்கள் காத்துக் கொண்டிருந்தாலும் சரி, வேறு ஏதோ காரணத்திற்காக நீங்கள் அதைத் தள்ளிப் போட்டுக் கொண்டிருந்தாலும் சரி, விளைவு ஒன்றுதான். அதை நீங்கள் செய்து முடித்திருக்கவில்லை.

ஒரு விஷயத்தைக் கச்சிதமாகச் செய்ய வேண்டும் என்பதற்காக நாம் அதைத் தொடர்வதை நிறுத்திவிடக்கூடாது என்று ஸ்டோயிக்குகள் எச்சரிக்கின்றனர். நம்மால் வெல்ல முடியுமா என்ற சந்தேகத்தின் காரணமாக நாம் அதைத் தொடராமல் இருக்கலாம். மக்களுக்கு அது பிடிக்காமல் போகலாம் என்பதால் அதை நாம் தொடராமல் இருக்கலாம். ஆனால், அதை விவரிப்பதற்கு வேறொரு வார்த்தை இருக்கிறது: கோழைத்தனம்.

முன்னேறிச் செல்வதற்கான துணிச்சல் நமக்கு

வேண்டும். அதை ஒரு கை பார்த்துவிடலாம் என்று நாம் துணிய வேண்டும். இது நம்முடைய முறை என்று நாம் முயன்று பார்க்க வேண்டும். நாம் தோற்கக்கூடும் என்றாலும், நாம் களத்தில் இறங்க வேண்டும்.

நல்லவேளையாக, மார்த்தாவுக்குச் சில நல்ல கூட்டுறவாளிகள் இருந்தனர். மார்த்தா கச்சிதமெனும் காய்ச்சலால் அவதிப்பட்டபோது, அவர்கள் அவரைச் சமாதானப்படுத்தி, அவர் செய்து கொண்டிருந்த வேலைகளை அவர் தொடரும்படி செய்தனர். அவர் செரிமோனியல்ஸ் நாடகத்தைக் கச்சிதமாக்குவதற்கு நாள்களை வீணடித்துக் கொண்டிருந்தபோது, அவருடைய நாடகத்தின் இசை இயக்குநரான லூயிஸ் ஹோர்ஸ்ட் அவரிடம் வந்து, "ஒருவர் எப்போதும் ஒரே தரத்துடன் படைப்புகளை அளித்துக் கொண்டிருக்க முடியாது. ஐந்தாம் சிம்பொனிக்குப் பிறகு ஆறாம் சிம்பொனி வந்தது. ஆனால், ஆறாம் சிம்பொனி தயாரிக்கப்பட்டிருக்காவிட்டால், மிகச் சிறந்த சிம்பொனிகளில் ஒன்றாகக் கருதப்படுகின்ற ஏழாம் சிம்பொனி வந்தே இருக்காது. எந்த விஷயம் எதற்கு இட்டுச் செல்லும் என்பது நமக்குத் தெரியாது. சாதனைகள் அளவுக்கு இடைநிலைகளும் முக்கியமானவையே," என்று கூறினார்.

கச்சிதம் என்பது நல்லதன் எதிரி அல்ல என்று கூறப்படுவதுண்டு. ஆனால், அதற்குப் பின்னர் வருகின்ற அனைத்திற்கும் அது எதிரியாக இருக்கும். நீங்கள் ஓரிடத்தில் மாட்டிக் கொண்டால், உங்களுடைய திறமையும் அதன் காரணமாகச் சறுக்கத் தொடங்கும். அதனால், தொடங்கிய ஒன்றை முடிப்பதே சில நேரங்களில் ஒரு சாதனையாக இருக்கும். அதற்கு ஏகப்பட்ட சுயஒழுங்கு தேவைப்படும்.

நீங்கள் உங்களுடைய படைப்பை மெருகேற்றிக் கொள்ள விரும்பக்கூடும். ஆனால், ஒரு கட்டத்தில் அதற்கு நீங்கள் ஒரு முற்றுப்புள்ளி வைத்தாக வேண்டும். இத்துடன் போதும் என்று கூறுவதற்கான துணிச்சல் உங்களுக்கு இருக்க வேண்டும். தனியாக உங்களால் அதைச் செய்ய முடியாது என்று நீங்கள் நினைத்தால், உங்களைத் தட்டிக் கேட்கின்ற, உங்களுக்கு நியாயமான அறிவுரைகளை வழங்குகின்ற நபர்களை நீங்கள் உங்களுடைய அணியில் சேர்த்துக் கொள்ள வேண்டும்.

தன்னைச் சுற்றிலும் தலையாட்டி பொம்மைகளை

வைத்துக் கொள்ளக்கூடிய அளவுக்கு மார்த்தா பிரபலமாக இருந்தபோதிலும், அவர் அவ்வாறு செய்யவில்லை. தான் தலைசிறந்த படைப்புகளை உருவாக்க வேண்டுமென்றால், அறிவார்ந்த ஆலோசனையாளர்களையும் நம்பகமான நபர்களையும் தன்னருகே வைத்துக் கொள்ள வேண்டும் என்பதை அவர் அறிந்திருந்தார். ரால்ஃப் எல்லிசனும் டாவின்சியும் தலைசிறந்த மேதைகளாக இருந்தபோதிலும், இந்த விஷயத்தில் அவர்கள் தடுமாறினர்.

மார்த்தாவின் சுயசரிதையை எழுதியவர் லூயிஸ் ஹோர்ஸ்ட் பற்றி இவ்வாறு குறிப்பிடுகிறார்:

> *தான் தொடங்கிய காரியத்தை முடிப்பதற்கான ஒழுங்கை வளர்த்துக் கொள்ளும்படி மார்த்தாவை வழிநடத்தக்கூடிய ஒரே நபராக லூயிஸ் திகழ்ந்தார். அதை லூயிஸ் நடைமுறைக்கேற்ற ஒரு விதத்தில் செய்தார். அவர் இதற்கு அவசரப்படவில்லை. பல வாரங்கள், சில சமயங்களில் பல மாதங்கள்கூட அவர் காத்துக் கொண்டிருந்தார். அக்காத்திருப்பு ஒரு கட்டத்தை அடைந்தவுடன் அவர் நேராக மார்த்தாவிடம் சென்று பேசுவார். மார்த்தா அதைக் கேட்டுத் தாம் தூம் என்று குதிப்பார். ஆனால், இறுதியில் மெருக்கேற்றப்படுதல்கள் நிறுத்தப்பட்டு நாடகம் அரங்கேற்றப்படும்.*

லூயிஸின் காரணமாகவே மார்த்தாவின் படைப்புகள் முதல் அரங்கேற்றத்திற்குச் சென்றன.

ஒரு முதல் அரங்கேற்றம் இல்லாமல், நாம் எல்லோரும் அடைய அரும்பாடு பட்டுக் கொண்டிருக்கின்ற கச்சிதத்தை நம்மால் ஒருபோதும் நெருங்கக்கூட முடியாது.

கடினமான விஷயங்களை முதலில் செய்து முடித்துவிடுங்கள்

"ஒருவன் தினமும் காலையில் ஒரு தவளையை விழுங்கிவிட வேண்டும். ஏனெனில், அப்போதுதான், அன்று அதைவிட அருவருக்கத்தக்க எந்தவொரு வேலையையும் செய்ய வேண்டிய தேவை அவனுக்கு எழாது," என்ற நிக்கோலஸ் சம்ஃபோர்ட்டின் மேற்கோள் அளவுக்கு தவறாகப் புரிந்து கொள்ளப்பட்டுள்ள, தவறாகச் சுட்டிக்காட்டப்படுகின்ற மேற்கோள் வேறு எதுவும் இருக்க முடியாது.

இதைக் கூறியவர் மார்க் டுவெயின் என்ற பொதுவான கருத்து நிலவுகிறது. ஆனால், அது தன் சொந்த மேற்கோள் அல்ல, அதை உண்மையில் எழுதியவர் எம்.டி. லாசே என்று நிக்கோலஸே குறிப்பிட்டுள்ளார். காலையில் எழுந்தவுடன் ஒரு தவளையை விழுங்கிவிட்டால், அந்த நாள் அதைவிட மோசமாக ஆவதற்குச் சாத்தியமே இல்லை என்பதுதான் அதற்கு அர்த்தம். இதையே இன்னும் நேர்த்தியாக, கவிஞர் வில்லியம் ஸ்டாஃபோர்டின் தினசரி விதி இவ்வாறு கூறுகிறது: "கடினமான விஷயங்களை முதலில் செய்து முடித்துவிடுங்கள்."

காத்திருக்காதீர்கள். "இதை நான் சற்று ஆறப் போடப் போகிறேன்," என்று உங்களிடம் கூறிக்கொண்டிருக்காதீர்கள். முதலில் வேறொரு விஷயத்தை முடித்துவிட்டுப் பின்னர்

இதற்கு வருவதாக வெறும் சாக்குப்போக்குகளைக் கூறித் திரியாதீர்கள்.

அதை இக்கணமே செய்யுங்கள்.

அதை முதலில் செய்யுங்கள்.

இது முன்னுரிமைப்படுத்துதல் என்று அழைக்கப்படுகிறது.

அதைச் செய்து முடித்துவிட்டால், பிறகு அதை மறந்துவிடலாம்.

அதைச் சுயபேணல் என்று அழைக்கலாம்.

டோனி மோரிசன் 'ஏகாந்தமாக' இருப்பதற்காக அதிகாலையில் எழவில்லை. காலை நேரம் துணிகளை மடித்து வைப்பதற்கோ அல்லது செய்திகளைப் படிப்பதற்கோ ஆனது அல்ல. அவருக்குக் காலையில் சிறிதளவு நேரமே கிடைத்தது. ஆனால், அதை அவர் சிறப்பாகப் பயன்படுத்திக் கொண்டார்.

அது அவருக்கு எளிதானதாக இருக்கவில்லை. பல நாள்கள் அவர் எழுந்திருக்க விரும்பவில்லை. ஆனால், தன்னை உந்தித் தள்ளிக் கொண்டு எழுந்திருந்ததன் மூலம், ஒரு தலைசிறந்த எழுத்தாளராக ஆக வேண்டும் என்ற தன்னுடைய இலட்சியத்தை நோக்கி அவர் மெதுவாக நகர்ந்து கொண்டிருந்தார். காலையிலேயே தவளையை விழுங்கியதன் மூலம், அந்த மொத்த நாளும் அவருடைய கட்டுப்பாட்டின் கீழ் வந்துவிட்டது. எழுந்திருப்பதற்கு அவர் மேற்கொண்ட போராட்டம் அளவுக்கு அந்த நாளின் பிற போராட்டங்கள் எதுவும் இருக்கவில்லை.

நாள்கள் எவ்வாறு காலைநேரங்களால் உருவாக்கப்படுகின்றனவோ, அதைப்போலவே வாழ்க்கையும் நாள்களால் உருவாக்கப்படுகிறது. அதனால், ஒரு நாளின் எந்த நேரத்திலும், அது காலையோ அல்லது மாலையோ, நீங்கள் உங்களுடைய வேலையைத் தள்ளிப்போட்டால், அதற்கான விலையை நீங்கள் கொடுத்தாக வேண்டும்.

"அனைத்து முட்டாள்களும் செய்கின்ற ஒரு காரியம், வாழ்க்கையை வாழ எப்போதும் தங்களைத் தயார்படுத்திக் கொண்டே இருப்பதுதான்," என்று செனீக்கா கூறியுள்ளார். தாங்கள் சில விஷயங்களை ஒழுங்கு செய்த பிறகு ஒரு குறிப்பிட்டக் காரியத்தில் இறங்கப் போவதாக அவர்கள் தங்களிடம் கூறிக் கொள்வர். அந்தக் காரியத்தைத்

துவக்குகின்ற மனநிலையில் இப்போது தாங்கள் இல்லை என்று அவர்கள் தங்களுடைய செயலுக்கு நியாயம் கற்பிப்பர்.

அவர்கள் முதலில் எந்த விஷயங்களை ஒழுங்கு செய்யப் போகிறார்களாம்?

எந்தப் புண்ணாக்கும் கிடையாது.

அதை அவர்கள் ஒருபோதும் செய்யப் போவதில்லை.

நீங்கள் அதைவிட அதிகப் புத்திசாலித்தனமாகச் செயல்பட வேண்டும், அதிக ஒழுங்குடன் இயங்க வேண்டும்.

" 'இன்னொரு நாள் உன்னால் எதைச் செய்ய முடியுமோ, அதை இன்றே உன்னால் செய்து முடித்துவிட முடியும்,' என்று எனக்கு நானே ஒரு மந்திரம்போலக் கூறிக் கொள்வேன்," என்று மான்டேன் கூறியுள்ளார்.

"சரியான முறையில் வாழ்வதற்கான நேரத்தைத் தள்ளிப் போடுகின்றவன், நதி வற்றிய பிறகு அதைக் கடக்கலாம் என்று காத்துக் கொண்டிருப்பவனுக்கு ஒப்பானவன்," என்று ஹோரேஸ் எழுதியுள்ளார்.

இன்றே உங்களால் சிறப்பாகச் செயல்பட முடியும் என்று ஸ்டோயிக்குகள் தெரிவிக்கின்றனர். ஆனால், நீங்கள் அதற்கு மறுநாளைத் தேர்ந்தெடுக்கிறீர்கள்.

விஷயங்களைத் தள்ளிப்போடுவது என்பது அகங்காரத்தனமானது. அதைச் செய்வதற்கு பின்னர் நேரம் கிடைக்கும் என்று அது அனுமானித்துக் கொள்கிறது. அதைச் செய்து முடிப்பதற்குத் தேவையான சுயஒழுங்கு நாளை உங்களிடம் தோன்றிவிடும் என்று நம்புவது அது. இன்று இல்லாத அந்தச் சுயஒழுங்கு நாளை மட்டும் வானிலிருந்து வந்து குதித்துவிடுமா என்ன?

இழக்கப்பட்டச் சாத்தியக்கூறுகள் புதைக்கப்பட்டுள்ள இடுகாடுகள், 'முதலில்' வேறொன்றைச் செய்ய விரும்பியவர்களால் நிரம்பி வழிகின்றன.

எதைச் செய்வதற்குமான சரியான வேளை இதுதான்.

எதைத் துவக்குவதற்குமான சரியான நேரம் இதுதான்.

ஒன்றைத் துவக்குவதுதான் இருப்பதிலேயே மிகவும் கடினமானது. அதுதான் நீங்கள் செய்ய விரும்பாத காரியமும்கூட. துவக்கத்தையும் கடனே என்று நீங்கள் செய்யக்கூடாது. அதில் நீங்கள் உற்சாகத்துடன் ஈடுபட வேண்டும், அதைச் செம்மையாகச் செய்ய முயல

வேண்டும். கடின உழைப்புக்கு உங்களுடைய உடலையும், கவனக்குவிப்புக்கு உங்களுடைய மனத்தையும் நீங்கள் தயார்படுத்திக் கொள்ள வேண்டும்.

இதைச் செய்ய முடியாத அளவுக்கு முட்டாள்கள் பலவீனமானவர்கள், பயந்தாங்கொள்ளிகள், மற்றும் சுயஒழுங்கற்றவர்கள். அது அவர்களுக்கு ஒரு பிரச்சனை. அதை உங்களால் மீற முடிந்தால், அதை ஒரு வாய்ப்பாக உங்களால் பயன்படுத்திக் கொள்ள முடியும்.

ஏனெனில், அந்த இடத்தில்தான் உங்களால் வெல்ல முடியும். அவர்கள் தாமதப்படுத்திக் கொண்டிருப்பர். நீங்கள் முன்னே சென்று கொண்டிருப்பீர்கள்.

ஆனால், அதற்கு நீங்கள் இக்கணமே தொடங்க வேண்டும்.

உங்களால் மீண்டெழ முடியுமா?

1959-ல், பிரபல குத்துச்சண்டை வீரர் ஃபிளாய்டு பேட்டர்சன், இன்ஜெமர் ஜோகான்சனுடன் ஒரு போட்டியில் மோதவிருந்தார். அப்போது அவர் உலகக் குத்துச்சண்டை சாம்பியனாக இருந்தார்.

அவர் அதற்காகக் கடுமையான பயிற்சி மேற்கொண்டிருந்தபோதிலும், ஏதோ ஒன்று குறைவாக இருந்ததுபோல அவருக்குத் தோன்றியது. ஒருவேளை, அவர் ஏற்கனவே உலகச் சாம்பியனாக இருந்ததால் அவரிடம் தாகம் இருக்கவில்லையோ என்னவோ. அல்லது, போதுமான அளவு அர்ப்பணிப்பு அவரிடம் இல்லாமல் இருந்திருக்கலாம்.

ஆனால், உண்மையில் அவர் பொறுமையில்லாமல் இருந்தார். அவர் சுவாரசியமற்று இருந்தார். எல்லாவற்றுக்கும் மேலாக, அவர் மட்டுமீறிய தன்னம்பிக்கையுடன் இருந்தார்.

அது போட்டி வளையத்தில் வெளிப்பட்டது. "தனக்கு என்ன நேருமோ என்ற பயம் ஒவ்வொரு குத்துச்சண்டை வீரனுக்கும் இருக்க வேண்டும்," என்று பீட்டர்சன் பின்னர் கூறினார். "ஏனெனில், பயம் உங்களுடைய மனத்தைக் கூர்மையாக வைத்திருக்கும். பயப்படுவதற்கு உங்களிடம் எதுவும் இல்லையென்றால், உங்களுடைய மனம் மழுங்கிவிடும்."

தான் வீழ்த்தப்பட முடியாதவன் என்று அவர்

நினைத்துக் கொண்டிருந்தார். அவருடைய மனம் போதுமான அளவு கூர்மையுடன் இருக்கவில்லை என்பது வெளிப்படையாகத் தெரிந்தது.

மூன்றாவது சுற்றில் அவர் கீழே சாய்க்கப்பட்டார். வெறுமனே ஒரு முறையோ அல்லது இரண்டு முறையோ அல்ல, ஏழு முறை. இறுதியில் போட்டி நிறுத்தப்பட்டது.

எதிராளி அடித்த அடியிலிருந்து அவர் மீண்டபோது, அவருக்கு ஒரு பேருண்மை புலப்பட்டது. "நான் என்னுடைய உலகச் சாம்பியன் பட்டத்தை இழந்துவிட்டேன்." அதை அவரால் நம்பவே முடியவில்லை. அதில் சோகமான விஷயம், அதற்கு அவர்தான் முழுக் காரணம்.

அத்துடன் கதை முடிந்திருந்திருக்கலாம். அதற்கு முன்புவரை நடந்த அனைத்துப் போட்டிகளிலும் அப்படித்தான் நடந்திருந்தது. தன்னுடைய சாம்பியன் பட்டத்தை இழந்த எந்தவொரு குத்துச்சண்டை வீரரும் அதை மீண்டும் ஒருபோதும் மீட்டெடுத்ததில்லை. அத்துடன் அவர்களுடைய கதை முடிந்தது, அவ்வளவுதான்.

பீட்டர்சன் பல வாரங்கள் அழுது புரண்டார். தன்னைத் தானே நொந்து கொண்டார். அவருடைய குற்றவுணர்வு அவரை வெகுவாகத் துன்புறுத்தியது. அவரால் தூங்க முடியவில்லை, தன் குழந்தைகளை நேருக்கு நேராகப் பார்க்க முடியவில்லை. தான் வீழ்த்திச் சாய்க்கப்பட்டுவிட்டோம் என்ற உணர்வு அவரைப் பிடுங்கித் தின்றது.

பின் அவருக்கு ஆர்ச்சி மூர் என்ற குத்துச்சண்டை வீரரிடமிருந்து ஒரு கடிதம் வந்தது. பீட்டர்சன் அவரை முறியடித்துத்தான் உலகக் குத்துச்சண்டை சாம்பியன் பட்டத்தை வென்றிருந்தார். ஆர்ச்சி அக்கடிதத்தில் இவ்வாறு எழுதியிருந்தார்: "அன்புள்ள ஃபிளாய்டு, உங்களுடைய உணர்வை என்னால் புரிந்து கொள்ள முடிகிறது. ஆனால், தொடர்ந்து நீங்கள் அப்படி உணராமல் இருக்க வேண்டும் என்று நான் விரும்புகிறேன். இது எண்ணற்றக் குத்துச்சண்டை வீரர்களுக்கு நிகழ்ந்துள்ளது. நான் உங்களிடம் தோற்றதில் எனக்கு வருத்தம்தான். ஆனால், அது என் விதி என்று நான் எடுத்துக் கொண்டுவிட்டேன்." பின் ஆர்ச்சி, பீட்டர்சனின் உத்திகள் குறித்தும் அவருடைய பலவீனங்கள் குறித்தும் விரிவாகக் குறிப்பிட்டுவிட்டு, அவருக்கு ஓர் அறிவுரையும் வழங்கினார்: "நீங்கள் ஜோகான்சனுடன் ஒரு போட்டியில்

கலந்து கொள்ளுங்கள். அதில், நீங்கள் உங்களுடைய குத்தில் கவனத்தைச் செலுத்தி, எதிராளியைச் சுற்றிச் சுற்றி வந்து தாக்கினால், உலகச் சாம்பியன் பட்டத்தை இழந்த பிறகு அதை மீண்டும் பெற்ற முதல் நபராக உங்களால் ஆக முடியும். உங்களால் முடியும், ஃபிளாய்டு. அன்புடன், ஆர்ச்சி மூர்."

ஒரு முன்னாள் சாம்பியன், தான் யாரிடம் தோற்று அப்பட்டத்தை இழந்திருந்தாரோ, அந்த வீரர் துவண்டு போயிருந்த ஒரு நேரத்தில் அவரை ஊக்குவிக்கும் விதமாக அவருக்குத் தானே முன்வந்து ஓர் அறிவுரை வழங்கிய செயல் பாராட்டுக்குரியது. ஆர்ச்சி நினைத்திருந்தால், பீட்டர்சனைக் கேலி செய்து அவரைச் சீண்டியிருந்திருக்கலாம். ஆனால், அவர் அப்படிச் செய்யவில்லை. மாறாக, பீட்டர்சன் தன்மீது நம்பிக்கை வைக்க அவர் அவருக்கு உதவினார்.

சோகத்திலும் பின்வருத்தத்திலும் மூழ்கிக் கிடந்த பீட்டர்சனுக்கு அக்கணத்தில் துல்லியமாக அதுபோன்ற ஓர் ஊக்குவிப்புதான் தேவைப்பட்டது. அவருடைய சரிவு ஒரு முடிவுக்கு வந்தது. சுயகழிவிரக்கத்திற்கு ஒரு முற்றுப்புள்ளி வைக்கப்பட்டது. தன்னால் ஒரு புதிய சாதனையைப் படைக்க முடியும் என்று ஒருவர் அவருக்கு நினைவூட்டியிருந்தார். பீட்டர்சன் மீண்டும் தீவிரப் பயிற்சியில் ஈடுபட்டார். தான் தோற்றிருந்த போட்டியின் வீடியோ காட்சியை அவர் மீண்டும் மீண்டும் போட்டுப் பார்த்துத் தன் தவறுகளை அவதானித்தார். 1960 ஜூனில், அவர் தோற்ற நாளிலிருந்து கிட்டத்தட்ட ஓராண்டு கழித்து, ஜோகான்சனை ஐந்தாவது சுற்றில் தாக்கிக் கீழே வீழ்த்தி, சாம்பியன் பட்டத்தை அவர் மீண்டும் பெற்றார். குத்துச்சண்டை வளையத்தில் ஜோகான்சனுக்கு நினைவு திரும்புவதற்கு ஐந்து நிமிடங்கள் ஆயின.

சாம்பியன் பட்டத்தை இழந்த ஒருவர் மீண்டும் அப்பட்டத்தைப் பெற்ற நிகழ்வு அப்போதுதான் முதன்முறையாக நிகழ்ந்தது. அச்சாதனையை அவருக்குப் பிறகு முகம்மது அலி உட்பட மூன்றே மூன்று பேர்தான் நிகழ்த்தியிருந்தனர். தோல்வி என்பது நிரந்தரமானதல்ல என்பதற்கும், பின்னோக்கிய சரிவுகள் தடுத்து நிறுத்தப்பட முடியும் என்பதற்குமான ஆற்றல்மிக்க நினைவூட்டலாக அது அமைந்துவிட்டது.

நாம் எல்லோருமே சொதப்பத்தான் போகிறோம்.

வாழ்க்கையையே மாற்றக்கூடிய ஒரு வாய்ப்பை எந்தவிதமான முன்தயாரிப்புகளுமின்றி நாம் எதிர்கொள்ளத்தான் போகிறோம். நாம் உணவுப் பத்தியங்களை மீறத்தான் போகிறோம். நிறுத்திவிட்டிருந்த மதுப்பழக்கத்தை நாம் மீண்டும் தொடரத்தான் போகிறோம். நாம் நம்முடைய கட்டுப்பாட்டை இழந்து செயல்பட்டு அதனால் அவமானப்படத்தான் போகிறோம். நாம் தவறுகள் புரியத்தான் போகிறோம். நாம் வாழ்க்கையில் அடிவாங்கத்தான் போகிறோம்.

ஆனால், அதுதான் இறுதியா? அதுதான் இப்போதிருக்கின்ற நாமா? அல்லது, அதிலிருந்து நம்மால் மீண்டெழ முடியுமா?

தோல்வியடைதல் நம் கைகளில் இல்லை. ஆனால், ஒரு தோல்வியாளனாகத் தொடர்வது நம் கைகளில்தான் இருக்கிறது. இது நமக்குச் சரிப்பட்டு வராது என்று ஒதுங்கிக் கொள்ளாமல் இருப்பது நம் கைகளில்தான் இருக்கிறது.

இயல்பாகவே நீங்கள் கச்சிதமானவராகவோ அல்லது அமைதியானவராகவோ இல்லாமல் இருப்பது குறித்து நீங்கள் விரக்தி கொள்ளத் தேவையில்லை. ஏனெனில், அப்படி எவரும் இருப்பதுமில்லை. அப்படி எவரும் உங்களிடமிருந்து எதிர்பார்ப்பதும் இல்லை.

உங்களுக்கு நீங்களே ஒரு குறிப்பிட்டத் தரத்தை நிர்ணயித்துக் கொண்டு அதை உங்களால் அடைய முடியாமல் போகின்றபோது, அதிலிருந்து விலகிக் கொள்ள முடிவு செய்தால், சாக்குப்போக்குகளைக் கூறுவதில் நீங்கள் வல்லவர் என்று அதற்கு அர்த்தம்.

கச்சிதம் ஓர் ஆபத்தான விஷயம் என்பதற்கான காரணங்களில் இதுவும் ஒன்று. நாம் சறுக்குகின்றபோது, நாம் அடிப்படையில் குறைபாடு உடையவர்கள் என்பது வெளிப்படுத்தப்படுகின்றபோது, நாம் வீழ்த்தப்படக்கூடியவர்கள் என்பது நிரூபணமாகின்றபோது, அதிலிருந்து மீள்வது கடினமாக இருக்கும். பீட்டர்சனையும் மார்த்தாவையும்போல நம்மிடம் நாம் மிகவும் கடுமையாக நடந்து கொண்டால், போட்டிக்குள் நுழைவதற்கு முன்பே நம்மை நாமே வீழ்த்திவிடுகிறோம்.

எவரும் தொடர்ந்து வெற்றிக் கொடி நாட்டிக் கொண்டே இருப்பதில்லை. வீழ்ச்சி நிச்சயம்.

ஆனால், அதற்குப் பிறகு என்ன?

நம்மால் அதிலிருந்து மீண்டெழ முடியுமா என்பதுதான் கேள்வி. எழுந்த பிறகு, மீண்டும் நம்மால் முயற்சி செய்ய முடியுமா?

ஏழு முறை கீழே விழுந்தாலும் எட்டாவது முறை மீண்டும் எழ வேண்டும் என்று பைபிளும் கூறுகிறது, ஜென் பாரம்பரியமும் கூறுகிறது.

"ஒரு விளையாட்டு வீரனைப் பொறுத்தவரை, தோற்பது என்பது, நாளை மீண்டும் வந்து முன்பைவிட மேம்பட்ட விதத்தில் முயற்சி செய்வதற்கான ஒரு வாய்ப்பு," என்று பிரபல பேஸ்பால் ஆட்டக்காரரான சதாஹாரு ஓ கூறியுள்ளார். அது வெற்றிக்கும் பொருந்தும்.

ஒரு தொழில்முறைக் கலைஞன் அப்படித்தான் செய்வான். வெற்றி, தோல்வி ஆகிய இரண்டையுமே தன்னை மேம்படுத்திக் கொள்வதற்கான ஒரு வாய்ப்பாக அவன் பார்ப்பான். அந்த இடத்திற்குத் திரும்பி வந்து உங்களை அதற்குள் பொருத்திக் கொள்வது அது. ஏனெனில், அங்கேதான் நீங்கள் மகிழ்ச்சியாகவும் சுயகட்டுப்பாட்டுடனும் இருப்பீர்கள்.

தீவிர சுயஒழுங்குடன் இருப்பவர்கள்கூட, தங்களுடைய நடத்தையின் காரணமாகவோ அல்லது சூழ்நிலையின் காரணமாகவோ தடுமாறக்கூடும். நாஜிக்களின் வதைமுகாம்களில் பயங்கரமான சூழல்களைச் சந்தித்திருந்த பிறகும், மனிதர்கள்மீது நம்பிக்கை இழக்காமல், தடுமாற்றமற்ற நன்னம்பிக்கையாளராகத் திகழ்ந்த ஒருவராக விக்டர் பிராங்க்கெல் கொண்டாடப்படுகிறார். ஆனால், 1945-ல், இரண்டாம் உலகப் போர் முடிவடைந்தவுடன், தன் நண்பருக்கு எழுதிய ஒரு கடிதத்தில் அவர் இவ்வாறு குறிப்பிட்டிருந்தார்:

> நான் எந்த அளவுக்குச் சோர்வாக இருக்கிறேன், எந்த அளவுக்கு வருத்தமாக இருக்கிறேன், எந்த அளவுக்குத் தனிமையாக இருக்கிறேன் என்பதை வார்த்தைகளில் வடிக்க முடியாது... வதைமுகாமில் இருந்தபோது, வாழ்க்கையில் அதற்கு மேல் கீழே செல்ல முடியாததொரு கீழ்மட்ட நிலையை நீங்கள் அடைந்துவிட்டீர்கள் என்று நீங்கள் உண்மையிலேயே நம்பினீர்கள். ஆனால், அதிலிருந்து உயிருடன் மீண்டு வந்த பிறகு, அதுவரை உங்களைத் தாங்கிப் பிடித்துக் கொண்டிருந்த அனைத்தும் அழித்தொழிக்கப்பட்டுள்ளதையும், நீங்கள் மீண்டும் ஒரு

> *மனிதனாக மாறும் நேரத்தில் நீங்கள் முன்னைவிட அதிக ஆழமான வேதனைக்குள் மூழ்கக்கூடும் என்பதையும் காண வேண்டிய துரதிர்ஷ்டமான நிலைமைக்கு நீங்கள் உட்படுத்தப்பட்டீர்கள்.*

இதற்காக அவரைக் குறை சொல்ல முடியாது. ஆனால், அவர் அதிலேயே உழன்று கொண்டிருந்திருப்பாரேயானால், மொத்த மனிதகுலத்தின்மீதும் நம்பிக்கை இழந்திருந்திருப்பாரேயானால், மனிதகுலம் எதையெதையெல்லாம் இழந்திருக்கும் என்பதை எண்ணிப் பார்க்க முடியவில்லை. இரண்டாவது முறையாக வாழ்க்கை அவருக்கு வழங்கியிருந்ததை அவர் அப்படியே ஏற்றுக் கொண்டார். மகிழ்ச்சி மற்றும் மனநிறைவை நோக்கி அவர் மெதுவாக நகர்ந்தார்.

அவர் எதிர்கொண்டிருந்த அவ்வளவுக்குப் பிறகும் அவரால் அதைச் செய்ய முடிந்ததென்றால், நம் ஒவ்வொருவராலும் அது முடியும்.

வலிக்கு எதிரான போராட்டம்

ஜான் எஃப். கென்னடி ஒரு செல்வந்தராகவும் வசீகரமான தோற்றத்துடனும் பிறந்திருக்கக்கூடும். ஆனால், வாழ்க்கையெனும் சீட்டுக்கட்டு விளையாட்டில் அவருக்குக் கிடைத்திருந்த சீட்டுகள் சிறப்பானவையாக இருக்கவில்லை. அவருடைய அப்பா ஓர் அதிகார மனப்போக்குடையவராக இருந்தார். அவருடைய குடும்ப உறுப்பினர்களில் பலர் மது, போதை மருந்துகள் போன்றவற்றுக்கு அடிமைப்பட்டுக் கிடந்தனர். அவருடைய உடலும் அவருக்கு ஏகப்பட்டத் தொல்லைகளைக் கொடுத்துக் கொண்டிருந்தது. வயிற்றுப் புண், 'அடிசனின் நோய்' என்று அழைக்கப்படுகின்ற அட்ரினலின் சுரப்பி குறைபாட்டு நோய், மோசமாகிக் கொண்டிருந்த முதுகு வலிப் பிரச்சனை என்று அப்பட்டியல் நீண்டு கொண்டே போனது. கால்பந்து விளையாட்டின்போது ஏற்பட்ட அவருடைய முதுகுவலி, அவர் போரில் ஈடுபட்டபோது தீவிரமடைந்தது. ஒட்டுமொத்தத்தில், கென்னடி எப்போதும் வலியில்தான் இருந்தார். அவருடைய வேதனைமிக்கக் குழந்தைப்பருவம், கஷ்டங்கள் நிறைந்த அவருடைய வேலை ஆகியவை அவருடைய மன அழுத்தத்தை மேலும் அதிகரித்தன.

அவை எதுவும் அவருடைய தவற்றால் விளைந்தவை அல்ல.

அவை விரக்தியளித்ததோடு மட்டுமல்லாமல் வலியும் ஏற்படுத்தின. சில நாள்கள், படுக்கையைவிட்டு எழுந்திருக்க முடியாத நிலையில் அவர் இருந்தார். இன்னும் சில நாள்கள், தூக்கத்தில் படுக்கையிலிருந்து உருண்டு தரையில் விழுந்து கிடந்தார். அதுபோன்ற சமயங்களில், எழுந்து என்ன செய்யப் போகிறோம் என்ற எண்ணம் அவருக்கு ஏற்பட்டது.

அவர் தன் உடல் பிரச்சனைகளைத் தீர்ப்பதற்கு எத்தகைய சிகிச்சைக்கும் தன்னை ஆட்படுத்திக் கொள்ளத் தயாராக இருந்தார். அவர் எண்ணற்ற வலி நிவாரணிகளையும் கணக்கு வழக்கில்லாத எண்ணிக்கையில் மருந்துகளையும் உட்கொண்டார்.

அவர் எண்ணற்ற மருந்துகளின் கலவையை ஓர் ஊசி மூலம் செலுத்துவதைக் கவனித்துவிட்ட ஒரு மருத்துவர் அதைத் தடுக்கப் பார்த்தபோது, கென்னடி அவரிடம், "இது குதிரை மூத்திரமாக இருந்தால்கூட அதைப் பற்றி எனக்குக் கவலையில்லை. இது எனக்கு வேலை செய்கிறது, அவ்வளவுதான் எனக்கு வேண்டும்," என்று கூறினாராம்.

கென்னடி கூறியபடி அது அவருக்குப் பயன்பட்டதா?

சந்தேகம்தான்.

ஏனெனில், அவருக்கு மேலும் மேலும் மருந்துகள் தேவைப்பட்டுக் கொண்டேயிருந்தன.

அவர் பல மருத்துவர்களை அணுகினார். அவர்களில் சிலர் சந்தேகத்திற்கு இடமான சிகிச்சைமுறைகளைப் பின்பற்றி வந்தனர். அவர்களைப் பற்றி அறிந்தவர்கள் கென்னடியிடம் எச்சரித்தும் அதை அவர் கண்டுகொள்ளவில்லை. இறுதியில் அவர் கடுமையான மனச்சோர்வுக்கு ஆளானார். அதிலிருந்து தன்னை விடுவித்துக் கொள்ள அவர் மனநோய் மருந்துகளை நாடினார். அவற்றில் குறிப்பிடத்தக்கது ஸ்டெலாஸைன் என்ற மருந்து. அது போதுமான அளவு வேலை செய்யாதபோது, அதன் அளவுகளை அவர் அதிகரித்தார்.

கியூப ஏவுகணை நெருக்கடி என்று அழைக்கப்பட்ட, கடும் பதற்றம் நிலவிய அந்த 13 நாட்களும் கென்னடி நிதானத்துடன் நடந்து கொண்டதற்காக வரலாறு அவரைக் கொண்டாடியது.

கென்னடி ஸ்டெலாஸைன் மாத்திரைகளை உட்கொண்டிருந்ததை அறிந்த ஒரு மருத்துவர், அதை

எடுத்துக் கொண்டே எப்படி ஓர் அமெரிக்கக் குடியரசுத் தலைவர் ஒரு போர்ச் சூழலைக் கையாளலாம் என்று கொதிப்படைந்தார். அதைக் கென்னடி நிறுத்தவில்லை என்றால், அவர் அந்த மருந்தை எடுத்துக் கொண்டிருந்த செய்தியைப் பொது மக்களின் முன்பு போட்டுடைப்பதாக அந்த மருத்துவர் மிரட்டினார்.

உடல் வலிக்கு எடுத்துக் கொள்கின்ற சில மருந்துகள், அதை எடுத்துக் கொள்பவரின் மனத்தின்மீதும் மனநிலையின்மீதும் பெரும் தாக்கம் ஏற்படுத்தும். ஆனால், மனப்போக்கைப் பேணுவதற்கு நாம் அதிக முக்கியத்துவம் கொடுக்க வேண்டும்.

அப்படியானால், மனச்சோர்வுக்குப் பாதுகாப்பான மருந்துகள் எதுவும் இல்லையா என்ற கேள்வி எழலாம்.

கண்டிப்பாக இருக்கிறது. மனச்சோர்வு மற்றும் நிரந்தரமான வலிக்கு மருத்துவரீதியான உதவியை ஒருவர் தாராளமாக நாடலாம். எபிக்டெட்டஸ் தான் அனுபவித்தச் சித்திரவதையின் காரணமாகத் தன்னுடைய வாழ்நாள் முழுவதும் கால் வலியால் அவதிப்பட்டார். அதைக் குறைப்பதற்கு ஒரு பாதுகாப்பான வழி இருந்திருந்தால், அதை நாடாமல் இருக்குமளவுக்கு அவர் ஒரு முட்டாள் அல்லர். யார் வேண்டுமானாலும் ஒரு விபத்தில் சிக்கிக் கொள்ளக்கூடும். நமது உடலுக்கு வயதாகும். நம் இதயம் உடைந்து போகும்.

ஆனால், தன் வலியைப் பறந்து போகச் செய்கின்ற மாயாஜாலமான ஒரு மாத்திரையைக் கென்னடி தேடிக் கொண்டிருந்ததுதான் பிரச்சனை. மாத்திரைகளை ஒரு கருவியாகப் பயன்படுத்தாமல், வலியிலிருந்து தப்பித்துக் கொள்வதற்காக அவர் பயன்படுத்தினார். அவருடைய வலிக்கு அவர் காரணமல்லர். ஆனால், அதைக் களைவதற்கு அவர் கடைபிடித்தத் தவறான வழிமுறைகளுக்கு அவர்தான் பொறுப்பு.

குறிப்பாக, ஒரு மருத்துவர் பரிந்துரைத்த ஒரு சிகிச்சைமுறை கென்னடியின் முதுகுவலியைக் கணிசமாகக் குறைத்தது. கென்னடி ஏராளமான மருந்துகளைத் தொடர்ந்து உட்கொண்டு வந்ததால், அவரால் ஒரு சிறு உடற்பயிற்சியைக்கூடச் செய்ய முடியவில்லை என்பதை ஒரு மருத்துவர் கண்டறிந்து அவரை எச்சரித்தார்: “நீங்கள் உடனடியாக உடற்பயிற்சியைத் தொடங்கவில்லை

என்றால், கூடிய விரைவில் நீங்கள் ஓர் ஊனமுற்ற நபராக ஆகிவிடுவீர்கள். அதனால், நீங்கள் வாரத்தில் ஐந்து நாள்கள் உடற்பயிற்சி செய்தாக வேண்டும். அதுவும், அதை இக்கணமே தொடங்க வேண்டும்.” கை-கால்களை அசைத்தல், மூச்சுப் பயிற்சி, எடை தூக்குதல் மற்றும் பிற உடற்பயிற்சிகளைக் கென்னடி தொடர்ந்து செய்யத் தொடங்கியதும் அவருடைய உடல்நிலையில் நல்ல முன்னேற்றம் ஏற்பட்டது. வலியும் கணிசமாகக் குறைந்தது. “இதைப் பத்தாண்டுகளுக்கு முன்பே யாராவது என்னிடம் கூறியிருந்தால் நன்றாக இருந்திருக்கும்,” என்று கென்னடி அந்த மருத்துவரிடம் கூறினார்.

எல்லாப் பிரச்சனைகளையும் சுத்தமான காற்று மற்றும் உடற்பயிற்சியின் மூலம் தீர்த்துவிட முடியாது என்றாலும், உங்களுடைய வலியை மாயமாக மறைந்து போகச் செய்துவிடுவதாக யாராவது உங்களிடம் கூறினால், நீங்கள் அது குறித்து எச்சரிக்கையாக இருக்க வேண்டும்.

ஆனாலும், மக்கள் தலைமுறை தலைமுறையாக இந்த உண்மையை அலட்சியப்படுத்தி வருகின்றனர். இன்று பலவிதமான மனநோய் மருந்துகளை மக்கள் தாறுமாறாகப் பயன்படுத்திக் கொண்டிருக்கின்றனர்.

மருந்து மாத்திரைகளோடு விளையாடாமல் இருப்பது நல்லது.

ஓர் ஒற்றை மருந்து தனக்கு நிவாரணம் அளித்துவிடாதா என்று கென்னடி அலைந்து கொண்டிருந்தார். இன்று அப்படி எண்ணற்றோர் புறப்பட்டிருக்கின்றனர். இப்படிப்பட்ட மக்களைக் குறி வைக்கின்ற போலிச் சாமியார்கள் மற்றும் போலி மருத்துவர்களிடம் அவர்கள் மாட்டிக் கொள்கின்றனர். இப்படி ஆசை வார்த்தை காட்டும் நபர்களிடம் மக்கள் எச்சரிக்கையாக இருக்க வேண்டும். மக்கள் தங்களுடைய பிரச்சனையின் மூல காரணத்தைக் கண்டறிந்து அதற்குச் சிகிச்சையெடுத்துக் கொள்ள வேண்டும். வெறும் அறிகுறிகளைக் களைகின்ற காரியங்களில் இறங்கக்கூடாது. அதற்குத் துணிச்சலும் சுயஒழுங்கும் தேவை. ஏனெனில், இதற்கு நீண்ட காலம் பிடிக்கும்.

அத்துடன், சிகிச்சையெடுத்துக் கொள்கின்ற காலகட்டத்தில், வலியைத் தாங்கிக் கொள்வதற்கு நீங்கள் தயாராக இருக்க வேண்டும்.

தாங்கிக் கொள்ளப்பட வேண்டியவற்றைத் தாங்கிக் கொள்ளத்தான் வேண்டும் என்று ஸ்டோயிக்குகள் கூறுகின்றனர். லூ கெரிக் இதைத் தன் வாழ்வில் கடைபிடித்தார். அவர் நீண்ட காலம் விளையாடியதால், அவர் ஏராளமான காயங்களை அனுபவிக்க வேண்டியிருந்தது. அவருடைய சக ஆட்டக்காரர்களில் ஒருவர், “ஒரு முறை, லூ கெரிக்கின் வலது கை நடுவிரல் உடைந்து போயிற்று. அவர் பந்தை அடித்த ஒவ்வொரு முறையும் அவருக்குக் கடும் வலி ஏற்பட்டது. பந்தைப் பிடிக்கும்போது அவர் இன்னும் கஷ்டப்பட்டார். ஆனாலும் அவர் தொடர்ந்து விளையாடினார்,” என்று குறிப்பிட்டிருந்தார். அத்துடன், லூ கெரிக் அடிக்கடி இடுப்பு வலியால் அவதிப்பட்டார். பல நேரங்களில், நிற்பதே அவருக்குக் கடினமாக இருந்தது. “இது உங்களுடைய ஆட்டத்திற்கு முடிவுரை எழுதிவிடுமா?” என்று அவரிடம் கேட்கப்பட்டபோது, “அதை நான் எளிதாகச் சமாளித்துக் கொள்வேன். அப்படித்தான் இதுநாள் வரையில் பல காயங்களை நான் சமாளித்து வந்துள்ளேன்,” என்று லூ கெரிக் பதிலளித்தார். அவர் மதுவின் பக்கம் போயிருந்திருக்கலாம். ஆனால் அவர் மதுவைத் தொடக்கூட இல்லை. அவர் தொடர்ந்து விளையாடினார்.

ஆனால், வலி ஓர் எச்சரிக்கை அறிவிப்பாகவும் இருக்கலாம். உங்களுடைய செயல்பாட்டு வேகத்தைக் குறைத்துக் கொள்வதற்கு அல்லது மாற்றங்களைக் கொண்டு வருவதற்கு உங்களுக்கு நினைவூட்டுகின்ற ஒன்றாக அது இருக்கலாம். கிரெக் போப்போவிச் தன் அணியிலிருந்த விளையாட்டு வீரர்களுக்கு ஓய்வு அளித்ததற்கு அதுதான் காரணம். அதற்கு அவருக்கு அபராதம் விதிக்கப்பட்டது. அதை அவர் ஏற்றுக் கொண்டார். வீரர்களுக்குக் காயம் ஏற்படுவதைவிட அது மேலானது என்று அவர் கருதினார். ஆனால், கென்னடி, மருந்துகளின் எண்ணிக்கையைக் குறைத்துக் கொள்ளவும் இல்லை, தன் போக்கை மாற்றிக் கொள்ளவும் இல்லை. தான் கடைபிடித்து வந்த வாழ்க்கைமுறையை அப்படியே தொடர்வதற்கான வழிமுறைகளை அறிந்து கொள்வதிலேயே அவர் ஆர்வம் காட்டினார்.

அவருடைய உடல் அவருக்கு அபாய மணி அடிக்க முயன்றது. அவருடைய மருத்துவர்கள் அவரை

எச்சரித்தனர்.

ஆனால், அவற்றை அவர் அலட்சியம் செய்துவிட்டார்.

எலிசபெத் மகாராணி தன் உடலைப் பேணுவதில் அக்கறை காட்டினார். ஒரு முறை அவரைச் சந்திக்க வந்திருந்த ஒரு இராஜாங்கத் தூதுவரின் இளம் மனைவி நீண்ட நேரம் நின்று கொண்டிருக்க நேர்ந்ததால், அவருக்கு வலி ஏற்பட்டது. அவரிடம் எலிசபெத், “கால்களை அகல வைத்து நில்லுங்கள். உடல் எடையை சமமாகப் பரவச் செய்யுங்கள்,” என்று அறிவுரை கூறினார்.

அது மட்டும் போதாது என்றாலும், அது ஒரு நல்ல தொடக்கப் புள்ளி என்பதில் சந்தேகமில்லை.

நாம் வலியைத் தாங்கிக் கொள்ள வேண்டும் என்றாலும், அதன் மூல காரணத்தை அறிந்து அதற்குச் சிகிச்சையெடுத்துக் கொள்ள வேண்டும்.

உடலும் மனமும் தாம் இணைந்து இயங்குவதற்கு ஒரு வழியைக் கண்டுபிடித்துக் கொள்ள வேண்டும். அதற்கு மிதமாக இருப்பதும் பேணுவதும் உதவும்.

இன்பத்திற்கு எதிரான போராட்டம்

எபிகியூரஸ் இன்ப நுகர்வுக்கு அடிமை என்றொரு கருத்து நிலவுகிறது. அவருடைய தோட்டத்தின் தோரணவாயிலில் எழுதப்பட்டிருந்த வாசகங்கள் இதற்கு வலு சேர்த்தன. "இங்கே நுழையும் அந்நியரே, இங்கே எவ்வளவு நேரம் வேண்டுமானாலும் நீங்கள் சுற்றிக் கொண்டிருக்கலாம். இங்கு உங்களுக்கு இன்பம் வழங்குவதே எங்கள் நோக்கம். இதன் காப்பாளர் உங்களுக்காகத் தயாராக இருப்பார். அவர் உங்களுக்கு ரொட்டியும் நீரும் தந்து உபசரிப்பார். அவற்றுக்கு இங்கு ஒருபோதும் பஞ்சமிருக்காது. உங்களிடம் அவர், 'நீங்கள் இங்கு நன்றாக கவனித்துக் கொள்ளப்பட்டீர்களா?' என்று விசாரிப்பார். இத்தோட்டம் உங்களுடைய தாகத்தைத் தணிக்கவே உருவாக்கப்பட்ட ஒன்று."

இங்கு அவர் எத்தகைய இன்பத்தை அளிப்பதாக வாக்குறுதி அளிக்கிறார்?

உணவு?

மது?

சிற்றின்பம்?

அக்காலகட்ட மக்களுக்கு அது குறித்தத் தெளிவு இருக்கவில்லை. ஆயிரக்கணக்கான ஆண்டுகள் கழித்து இப்போதும் நமக்கு அது குறித்துச் சந்தேகம் இருக்கிறது. உடல்ரீதியான இன்ப நுகர்வை விவரிப்பதற்கு அவருடைய

பெயரைத் தாங்கி நிற்கின்ற 'எபிகியூரியன்' என்ற சொல் பயன்படுத்தப்படுவது இதற்கான சான்றாகும்.

ஆனால், எபிகியூரஸின் தத்துவங்களை ஒழுங்காகப் படிக்கின்ற எவரொருவராலும், இன்பம் என்பதற்கு அவர் எப்படி விளக்கமளிக்கிறார் என்பதை எளிதாகப் புரிந்து கொள்ள முடியும். ஒரு முறை, எபிகியூரஸ் ஒரு பணக்கார நண்பருடன் பேசிக் கொண்டிருந்தார். அந்த நண்பர், எபிகியூரஸ் கேட்ட எதை வேண்டுமானாலும் தருவதற்குத் தான் தயாராக இருந்ததாக அறிவித்தார். அவரிடம் எபிகியூரஸ், தனக்கு ஒரு துண்டு சீஸ் வேண்டும் என்று கேட்டார். கிரேக்கத் தத்துவவியலாளர்களின் வாழ்க்கை வரலாறுகளை எழுதியுள்ள டியோஜெனஸ் லார்டியஸ், "எபிகியூரஸ் அப்படிப்பட்ட ஒரு நபர். இன்ப நுகர்ச்சி என்பது வாழ்க்கையின் முடிவு என்ற கருத்தை அவர் கொண்டிருந்தார்," என்று குறிப்பிடுகிறார்.

எபிகியூரஸைப் பொறுத்தவரை, இன்ப நுகர்வு என்பது பெருந்தீனி தின்பது அல்ல. நம் உடல் கேட்கின்ற அனைத்தையும் கண்மூடித்தனமாக அதற்கு அளிப்பதும் அல்ல.

"இன்பம் என்பதை வலியில்லாத உடல் என்றும், பிரச்சனையில்லாத மனம் என்றும் வர்ணிக்கலாம். மூக்கு முட்டக் குடித்தல், மிதமிஞ்சிய சிற்றின்பத் திளைப்பு, ஓர் ஆடம்பரமான மேசையில் அமர்ந்து அளவுக்கு மீறி உண்ணுதல் போன்றவை அல்ல அது. நாம் மேற்கொள்கின்ற ஒவ்வொரு தேர்ந்தெடுப்பு, நாம் தவிர்க்கின்ற ஒவ்வொரு விஷயம் ஆகியவற்றின் நோக்கம் குறித்து ஆராய்வது அது," என்று எபிகியூரஸ் கூறியுள்ளார்.

எபிகியூரஸ் நான்காம் ஜார்ஜ் மன்னர் அல்லர். அவரைப்போல இருக்கவும் அவர் விரும்பியிருந்திருக்க மாட்டார். ஜார்ஜ் ஒரு பெருந்தீனிக்காரர் என்பதோடு, தான் விரும்பிய அனைத்தையும் உடனடியாகப் பெறவும் செய்தார். ஆனால், அவை அனைத்தும் அவருடைய பிரச்சனைகளை அதிகரிக்க மட்டுமே பயன்பட்டன. பேப் ருத் அளவுக்கதிகமாக உணவை உண்டு மது அருந்தியதால் மருத்துவமனையில் அனுமதிக்கப்பட்டபோது, அது அவருக்கு ஒரு வேடிக்கையான விஷயமாக இருந்திருக்காது.

நாம் எதிலும் அளவுக்கதிகமாக ஈடுபடாமல் இருப்பதற்குக் காரணம் அது பாவம் என்பது அல்ல. இங்கு

நாம் வாழ்கின்ற வாழ்க்கை நரகமாக ஆகிவிடக்கூடாது என்ற சுயஒழுங்குதான் அதற்குக் காரணம்.

நம்முடைய உடல் முட்டாள்தனமாகச் செயல்படும். நம்முடைய மனப்போக்கின் மூலமாகத்தான் அதை அதனிடமிருந்து நம்மால் காப்பாற்ற முடியும். வயிறு முட்டத் தின்பதற்கே உடல் விரும்பும். ஆனால், அதைத் தாண்டிய பிறகே அது நிறுத்தும். தள்ளாடும்வரை குடிக்கவே உடல் விரும்பும். தான் மரத்துப் போய் இருப்பதற்கு அது ஆசைப்படும். கென்னடி கூறியதுபோல, 'குதிரை மூத்திரத்தைக்கூட' அது சகித்துக் கொள்ளும். தான் விரும்புவது இப்போதே தனக்கு வேண்டும் என்று உடல் ஆசைப்படும். விளைவுகளைப் பின்னர் பார்த்துக் கொள்ளலாம் என்று அது நினைக்கும். ஆனால், அவ்வாறு நிகழ்வதற்கு முன் அதில் தலையிடுகின்ற அளவு நாம் புத்திசாலித்தனத்துடன் செயல்பட வேண்டும், சுயகட்டுப்பாட்டுடன் நடந்து கொள்ள வேண்டும். உணவோ அல்லது மதுவோ, எவற்றை நாம் மட்டுமீறிப் பயன்படுத்துவோமோ அது குறித்து எச்சரிக்கையுடன் முன்கூட்டியே நடவடிக்கையில் இறங்க வேண்டும். பிளேட்டோ கொடுத்த ஒரு விருந்தில் கலந்து கொண்ட டிமோதியஸ் என்ற ஏதெனியப் பிரபு, அவரிடம், "உங்களுடைய விருந்து, சாப்பிடும்போது மட்டுமல்லாமல் மறுநாள் காலையிலும் நல்ல உணர்வைக் கொடுக்கிறது," என்று தெரிவித்தார். உணவு என்பது அதுபோல இருக்க வேண்டும். சாப்பிட்டு முடித்தவுடன் உங்களுக்குத் திக்குமுக்காடல் உணர்வு ஏற்படுகிறது என்றால், சிறிது நேரத்திற்குப் பிறகு நீங்கள் மந்தமாக உணர்கிறீர்கள் என்றால், பின்னர் அது குறித்து நீங்கள் வருத்தம் கொள்கிறீர்கள் என்றால், மறுநாள் காலையில் தலைவலி மண்டையைப் பிளக்கிறது என்றால், முந்தைய நாள் என்ன நடந்தது என்பது குறித்து உங்களுக்கு எதுவுமே நினைவில்லை என்றால், அந்த அனுபவத்தை எப்படிச் சிறந்த ஒன்று என்று கூற முடியும்?

நாம் செய்கின்ற அனைத்துக் காரியங்களுக்கும் இது பொருந்தும் என்று ஸ்டோயிக்குகள் கூறுகின்றனர். எபிக்டெட்டஸ் இதை மிக அருமையாக விவரிக்கிறார்: "நீங்கள் ஒரு விருந்தில் கலந்து கொண்டிருப்பதுபோலவே வாழ்க்கையையும் நடத்துங்கள். ஒரு பதார்த்தம்

பரிமாறப்பட்டு உங்களருகே வருகின்றபோது அதில் மிதமான ஓர் அளவை எடுத்துக் கொள்ளுங்கள். அது உங்களைக் கடந்து சென்றுவிட்டதா? அதை நிறுத்தாதீர்கள். அது இன்னும் வரவேயில்லையா? அதற்காக உங்களுக்குள் கொழுந்துவிட்டெரியும் ஆசையை வளர்த்துக் கொள்ளாதீர்கள். அது உங்கள் முன் தோன்றும்வரை காத்துக் கொண்டிருங்கள். இதே அணுகுமுறையை உங்களுடைய குழந்தைகளிடமும், வாழ்க்கைத் துணைவரிடமும், பதவியிடமும், செல்வத்திடமும் கடைபிடியுங்கள். இதன் மூலம், ஒரு நாள் கடவுள் அளிக்கின்ற விருந்தில் கலந்து கொள்கின்ற தகுதியை நீங்கள் உங்களிடம் வளர்த்துக் கொள்வீர்கள்."

வின்ஸ்டன் சர்ச்சில் ஒரு முறை தன் மனைவியிடம் இவ்வாறு கூறினார்: "இதை நீ நினைவில் வைத்துக் கொள். மது என்னிடமிருந்து எடுத்துக் கொண்டதைவிட, நான் எப்போதும் அதனிடமிருந்து அதிகமாக எடுத்துக் கொள்கிறேன்." இது ஒரு முக்கியமான பரிசோதனை. ஒரு விஷயம் உங்களுக்கு எவ்வளவு இன்பமளிக்கிறது என்பதை மட்டும் பார்க்காதீர்கள். அது உங்களிடமிருந்து எவ்வளவு எடுத்துக் கொள்ளப் போகிறது என்பதையும் பாருங்கள். நீங்கள் துரத்திச் சென்று கொண்டிருக்கும் விஷயம் வருங்காலத்தில் எப்படி விரியப் போகிறது என்று யோசியுங்கள். ஒன்றைப் பற்றிப் பின்னர் நீங்கள் எப்படி நினைப்பீர்கள் என்று யோசியுங்கள். எடுத்துக்காட்டாக, மதுத் தலைவலி மண்டையைப் பிளக்கின்றபோது, உங்களுடைய காற்சட்டை உங்கள் வயிற்றை இறுக்கிப் பிடிக்கின்றபோது, கண்ணாடியில் பார்க்கின்றபோது இது எப்படி நிகழ்ந்தது என்று நீங்கள் வியக்கின்றபோது, அதற்குக் காரணமான நிகழ்வுகள் குறித்து நீங்கள் என்ன நினைப்பீர்கள் என்று யோசியுங்கள்.

மது, சிகரெட், அசைவ உணவு போன்றவற்றை விலக்கி வைத்திருத்தலும், அவற்றை மட்டுக்குள் வைத்திருத்தலும் வெவ்வேறு விஷயங்கள். விலக்கி வைத்தல் என்பது முற்றிலும் தவிர்த்தல். மற்றது, பொறுப்பு தொடர்பானது. இவற்றை எப்படிப் பொருத்தமான முறையில் கையாள்வது என்பதைப் பற்றியது அது. "சரியான எல்லைவரை செல்வதும், அதைத் தாண்டாதிருப்பதும்தான் மிதம்," என்று சி.எஸ். லூயிஸ் கூறியுள்ளார்.

“இன்பம் என்று வருகின்றபோது, சுயகட்டுப்பாடுபோல இனிமையானது வேறு எதுவுமில்லை. சுயகட்டுப்பாடின்மைபோல வலிமிக்கதும் வேறு எதுவுமில்லை,” என்று முசோனியஸ் ரூஃபஸ் குறிப்பிடுகிறார். அளவுக்கு மீறி ஒன்றில் தங்களை மூழ்கடித்துக் கொள்பவர்கள் எவரும் அது குறித்து நல்லவிதமாக உணர்வதில்லை. தங்களுடைய இச்சைகளுக்கு அடிமைப்பட்டுக் கிடப்பவர்கள் சுதந்திரமானவர்கள் அல்லர்.

உங்களை நீங்கள் வெறுக்கின்ற நிலையை அடைவதற்கு முன்பாக உணவு மேசையிலிருந்து எழுந்திருப்பதற்குத் துணிச்சல் வேண்டும். தள்ளாடுகின்றவரை மீண்டும் மீண்டும் வாங்கிக் குடிப்பதற்குப் பதிலாக, ஒரே ஒரு கோப்பை மதுவையே விருந்தின் இறுதிவரை உறிஞ்சிக் கொண்டிருப்பதற்குத் துணிச்சல் வேண்டும். அதேபோல, ஒரு பெரிய வீடு உங்களுக்கு மகிழ்ச்சியை அளிக்காது என்பதையும், அதிகமான பணமோ, அதிகமான இரசிகர்களோ, அதிகமான எதுவுமோ உங்களுக்குத் தேவையில்லை என்பதையும் நீங்கள் அறிந்திருக்க வேண்டும். உங்களுக்கு மகிழ்ச்சியை அளிக்கின்ற ஒரு விஷயம் குறித்து நீங்கள் பின்வருத்தம் கொள்ளக்கூடிய ஒரு கட்டத்தைக் கடப்பதைப் பற்றி மட்டுமல்லாமல், அதை நெருங்குவதைப் பற்றிக்கூட நீங்கள் யோசிக்கக்கூடாது. இதற்குச் சுயகட்டுப்பாடு தேவை. அதிலும், உங்களைச் சுற்றி இருப்பவர்கள் விருந்தைத் தொடர்ந்து கொண்டிருக்கின்றபோது அதைச் செய்வதற்கு உங்களுக்கு அதிகத் துணிச்சல் தேவை.

சுயஒழுங்கு என்பது ஒரு தண்டனையல்ல. மாறாக, தண்டனையிலிருந்து தப்புவதற்கான வழி அது. நம்மை நாம் நேசிப்பதால் இதை நாம் செய்ய வேண்டும். நம்மை நாம் மதிப்பதால் இதை நாம் செய்ய வேண்டும். அத்துடன், இது விஷயங்களை நாம் இன்னும் கூடுதலாக இரசித்து அனுபவிப்பதற்கு உதவும். குறைவான அளவோடு திருப்தியடைகின்ற ஒருவனுக்கு ஒரு சிறிய கேக் கிடைத்தால்கூட அது அவனுக்கு அதிக மகிழ்ச்சியை அளிக்கும். ஏதோ காணக் கிடைக்காத ஒரு பொக்கிஷம்போல அவன் அதைக் கருதுவான்.

மகிழ்ச்சியாக இருங்கள், இன்பத்தின் கொத்தடிமையாக ஆகிவிடாதீர்கள்.

உங்களுடைய உடல் அல்லாமல், உங்களுடைய மனம் ஆதிக்கம் செலுத்தட்டும்.

வம்புக்கு இழுத்தால் விட்டுவிடாதீர்கள்

பிரபல டென்னிஸ் வீரர் ஆர்தர் ஆஷின் அப்பாவான ஆஷ் சீனியர், விர்ஜினியா மாநிலத்திலுள்ள ரிச்மான்ட் நகரிலிருந்த ஒரு பணக்கார யூதரான வில்லியம் தால்ஹைமரிடம் ஓட்டுநராக வேலை பார்த்து வந்தார். தால்ஹைமர் அந்த நகரின் மறுகோடியிலிருந்த ஒரு குறிப்பிட்ட இடத்தை வாங்க விரும்பியதால், ஆஷ் சீனியர் அவரை அங்கு அழைத்துச் சென்றார். 1950களில் யூதர்களுக்கு எதிரான மனநிலை அந்த மாநிலத்தில் நிலவிக் கொண்டிருந்தது. அந்த நிலத்தின் உரிமையாளர் ஒரு வெள்ளைக்காரர். அவர் யூதரான தால்ஹைமரைக் கீழ்த்தரமாக நடத்தியதை ஆஷ் சீனியர் நேரில் கண்டார்.

தால்ஹைமருக்கும் அந்த நபருக்கும் இடையே பேச்சுவார்த்தை நடைபெற்றுக் கொண்டிருந்தபோது, அந்த வெள்ளைக்காரர், தால்ஹைமரைத் தொடர்ந்து அவமானப்படுத்திக் கொண்டும், ஏளனமாகப் பேசிக் கொண்டும், எள்ளி நகையாடிக் கொண்டும் இருந்தார். அந்த நபருக்கு ஒரு யூதருடன் ஒரு வர்த்தகப் பரிவர்த்தனை நடத்த வேண்டிய சூழல் கடும் எரிச்சலைக் கொடுத்திருந்தது வெளிப்படையாகவே தெரிந்தது. ஆனால், தால்ஹைமர் அனைத்தையும் பொறுமையாக சகித்துக் கொண்டார். இறுதியில், அந்தப் பேரப்பேச்சு முடிந்து, அந்த நிலத்தைத் தால்ஹைமருக்கு விற்க அந்த வெள்ளைக்காரர் ஒப்புக்

கொண்டார். பின்னர் தால்ஹைமரும் ஆஷ் சீனியரும் தங்கள் காரில் வீடு திரும்பினர்.

அதற்கு மேல் பொறுத்துக் கொள்ள முடியாத ஆஷ் சீனியர், தால்ஹைமரிடம், "நீங்கள் ஏன் இவ்வளவு அவமானத்தைப் பொறுத்துக் கொண்டீர்கள்?" என்று கேட்டார்.

"நான் இந்த நிலத்தை வாங்குவதற்காகத்தான் இங்கு வந்தேன். அதை வாங்கியும் விட்டேன். இப்போது அது எனக்குச் சொந்தம், அந்த நபருக்கு அல்ல. அந்த நபர் என்னைப் பற்றி எவ்வளவு நேரம் வேண்டுமானாலும் ஏசிக் கொண்டிருக்கட்டும். இப்போது அந்த நிலம் என் கையில் இருக்கிறது," என்று தால்ஹைமர் பதிலளித்தார்.

தன்னை அவமானப்படுத்திய அந்த வெள்ளைக்காரரின் முகத்தில் ஒரு குத்துவிட தால்ஹைமர் விரும்பினார் என்பதை மறுப்பதற்கில்லை. அப்படி அவர் நடந்து கொண்டிருந்தால் என்ன நடந்திருக்கும்? யூத எதிர்ப்புணர்வு கொண்டிருந்த அந்த நபரின் நம்பிக்கை மேலும் உறுதிப்பட்டிருக்கும், இல்லையா? யூதர்களோடு உறவாடக்கூடாது என்ற அவருடைய எண்ணம் வலுவடைந்திருக்கும். தான் விரும்பிய அந்த நிலம் தால்ஹைமருக்கு கிடைத்திருக்காது. ஒருவேளை அவர் சிறையில் அடைக்கப்பட்டும் இருக்கலாம்.

இன்று, பல ஆண்டுகாலம் கழித்து அந்த நிகழ்வைச் சீர்தூக்கிப் பார்த்தால், அங்கு நிகழ்த்தப்பட்ட அநீதி கண்டு பொங்கவும், அக்கணத்தில் தால்ஹைமர் கண்ணியத்துடனும் சுயகட்டுப்பாட்டுடனும் நடந்து கொண்ட விதத்தை எண்ணி வியக்கவும் நம்மால் முடியும். அப்போது தால்ஹைமர் நடந்து கொண்டிருந்த விதத்தை, கருப்பின மக்கள்மீது அடக்குமுறை ஏவப்பட்டுக் கொண்டிருந்த அந்தக் காலகட்டத்தைச் சேர்ந்த ஆஷ் சீனியர் நன்றாகவே மெச்சியிருந்திருப்பார். அந்த நிகழ்வு தன் தந்தையின் வாழ்க்கையில் ஒரு முக்கியமான தாக்கம் ஏற்படுத்தியிருந்ததை ஆர்தர் ஆஷ் பின்னர் நினைவுகூர்ந்தார். அதற்குப் பிறகு ஆஷ் சீனியர் கூடுதல் பொறுமையுடனும் சுயகட்டுப்பாட்டுடனும் நடந்து கொண்டார். மக்கள் தன்னைப் பற்றி என்ன சொன்னார்கள் என்பதைப் பற்றி அவர் கவலைப்படவில்லை. மக்கள் தன்னை நடத்திய விதம் குறித்தும் அவர் அலட்டிக் கொள்ளவில்லை. தன் குடும்பத்தை நல்லவிதமாகப் பேண வேண்டும் என்று

அவர் தனக்குள் சூளுரைத்துக் கொண்டார். தன் மகன்கள் இருவரும் வாழ்க்கையில் வெற்றி பெற்றுவிடக்கூடாது என்று கங்கணம் கட்டிக் கொண்டிருந்த இந்த உலகத்தின் முன்னால் அவர்களைப் பெரிய மனிதர்களாக ஆக்கிக் காட்ட வேண்டும் என்ற வெறியுடன் அவர் செயல்படத் தொடங்கினார். ஆஷ் சீனியர் 'அந்த' நிலத்தை வாங்கவிருந்தார்!

இதுபோன்ற ஒரு நிகழ்வு நடைபெறாமல் இருந்தால் நன்றாக இருந்திருக்கும் என்பது உண்மைதான். எவரும் மற்றொருவரைக் கீழ்த்தரமாகவும் பாகுபாட்டுடனும் நடத்தாமல் இருந்திருந்தால், எல்லோரும் நம்மீது பரிவு காட்டிக் கொண்டிருந்தால், நாம் மோசமாக எடைபோடப்படாமலும் தாக்கப்படாமலும் கேவலமாக நடத்தப்படாமலும் இருந்திருந்தால் நன்றாக இருந்திருக்கும்தான். ஆனால், எதார்த்த உலகம் அப்படி இல்லை.

நாம் முன்பு பார்த்த மார்க்கஸ் போர்சியஸ் கேட்டோவின் பேரனான கேட்டோ இளையவர் பற்றி ஒரு கதை உண்டு. ஒரு முறை அவர் ஒரு பொதுக் குளியல் அரங்கிற்குச் சென்றார். அங்கு மூண்ட ஒரு சிறு தகராறில் அவரை யாரோ அடித்துவிட்டனர். பின்னர் மற்றவர்கள் வந்து அந்த நபரை விலக்கினர். தன்னை நிதானப்படுத்திக் கொண்ட பிறகு, கேட்டோ, தன்னைத் தாக்கியவரின் மன்னிப்பை ஏற்க மறுத்துவிட்டார். ஆணவம் காரணமாக அவர் அதை மறுக்கவில்லை. அவர் கூறிய காரணம் இதுதான்: "நான் தாக்கப்பட்டதுகூட எனக்கு நினைவில்லை." அவர் மன்னிப்பை ஏற்க மறுத்ததுடன், அந்த நபர்மீது பகைமை பாராட்டாமலும் இருந்துவிட்டார்.

1961-ல், அமெரிக்காவில், கருப்பின மக்களுக்கு வழங்கப்பட்ட சம உரிமையை நிலைநிறுத்துவதற்காக 'ஃபிரீடம் ரைடர்ஸ்' என்ற ஓர் அமைப்பு உருவாக்கப்பட்டது. அந்த அமைப்பைச் சேர்ந்தவர்கள், சட்டப்படி தங்களுடைய உரிமைக்காக அமைதியான முறையில் போராடுவர். தாங்கள் தாக்கப்பட்டாலும் அவர்கள் எதிர்த்துத் தாக்க மாட்டார்கள். அந்த அமைப்பில் இருந்த ஒரே ஒரு வெள்ளையரான ஜேம்ஸ் பெக் தன் அனுபவத்தை இவ்வாறு நினைவுகூர்ந்தார்: "நான் தாக்கப்படுகின்றபோது அதை நான் எதிர்க்காமல் இருப்பது என்னைத் தாக்கியவர்களுக்கு

அதிர்ச்சியளிக்கும். அவர்கள், 'ஏன் இந்த நபர் என் அளவுக்கு வெறுப்பால் கொதித்துப் போயிருக்கவில்லை? நான் கட்டுப்பாடு இழந்துள்ளதைப்போல அவர் ஏன் கட்டுப்பாட்டை இழக்கவில்லை? ஒருவேளை அவர் உண்மையில் என்னைவிட மேம்பட்டவரா?' என்று தங்களுக்குத் தாங்களே கேள்வி எழுப்பிக் கொள்வர்."

இதை எப்போதும் நினைவில் வைத்துக் கொள்ளுங்கள்: அவர்கள் பக்கம் எவ்வளவு தவறுகள் இருந்தாலும், அவர்கள் எந்த அளவுக்கு எரிச்சல் மூட்டினாலும், இரண்டு கைகள் அடித்துக் கொண்டால்தான் அங்கு ஒரு முரண்பாடு தோன்றும். ஸ்டோயிக்குகள் சொல்கின்றபடி, நாம் அவமதிக்கப்படுகின்றபோது நாம் எதிர்த்துச் சண்டையிட்டால், நாமும் அதற்கு உடந்தையாகிவிடுகிறோம். அதில் ஈடுபடுவதை நாம் தேர்ந்தெடுக்கிறோம். நாம் நம்முடைய சுயகட்டுப்பாட்டை இறக்கி வைத்துவிட்டு, அங்கு சுயசெருக்கை உட்கார வைத்துவிடுகிறோம். கோபத்தில் கொதித்துக் கொண்டிருக்கின்றபோது நம்மால் சரியான தீர்மானங்களை எடுக்க முடியாது என்பதை நாம் அறிந்திருந்தாலும், அதில் நாம் ஈடுபடுகிறோம்.

வாழ்க்கையும் மக்களும் இதுபோன்ற வாய்ப்புகளை உங்களுக்கு வழங்குவர். ஆனால், அவற்றை நீங்கள் ஏற்றுக் கொள்ளத் தேவையில்லை.

'சிங்கமும் குளவியும்' என்ற ஈசாப் கதையில் வருகின்ற சிங்கம், ரீங்காரமிட்டுக் கொண்டிருக்கின்ற ஒரு குளவியிடம் அதிகாரத்துடன் பேசி அதனிடம் கொட்டு வாங்கிய கதையை நீங்கள் கேள்விப்பட்டிருப்பீர்கள். சில்லறை விஷயங்களை அலட்சியப்படுத்தவும், அற்ப விஷயங்களைப் பொறுத்துக் கொள்ளவும், தேவையில்லாதவற்றை மறக்கவும் நாம் கற்றுக் கொள்ள வேண்டும். அடாவடிக்காரர்களின் குரூரமான வம்புக்கிழுத்தல்களை மட்டுமல்லாமல், நாம் மதிக்கின்ற அல்லது நேசிக்கின்ற மக்களின் தற்செயலான புண்படுத்தல் நடவடிக்கைகளையும் தவறுகளையும்கூட அலட்சியப்படுத்த நாம் பழகிக் கொள்ள வேண்டும். இல்லையெனில், ஈசாப் கதையில் வரும் சிங்கத்திற்கு நேர்ந்த கதிதான் நமக்கும் ஏற்படும்.

அமெரிக்க உச்ச நீதிமன்றத்தில் நீதிபதியாகப் பணியாற்றிய ருத் பேடர் கின்ஸ்பர்க், தன்னுடைய மாமியார் கொடுத்த ஓர் அறிவுரையைத் தன்

வாழ்நாள் முழுவதும் பின்பற்றினார். இதுதான் அந்த அறிவுரை: "கொஞ்சம் செவிடாக இருப்பது நல்லது." அது அவருக்கு அவருடைய ஐம்பத்தாறு ஆண்டுகால மணவாழ்க்கையிலும், இருபத்தேழு ஆண்டுகால நீதிபதி வாழ்க்கையிலும் வெகுவாகக் கைகொடுத்தது. குறிப்பாக, அவர் நீதிபதியாகப் பணியாற்றிக் கொண்டிருந்தபோது அவர் அடிக்கடி தன் சக நீதிபதிகளுடன் பல விஷயங்களில் முரண்பட வேண்டியிருந்தது. அதில் குறிப்பிடத்தக்கவர் அன்டோனின் ஸ்கேலியா. அவர் ருத்தின் நெருங்கிய நண்பராக இருந்தாலும், சித்தாந்தரீதியாக இருவரும் இரு வேறு துருவங்களாக இருந்தனர்.

ருத், ஆஷ் சீனியர், தால்ஹைமர் போன்றோர் எவற்றையெல்லாம் பொறுத்துக் கொள்ள வேண்டியிருந்தது என்று எண்ணிப் பாருங்கள். சட்டங்களும் சமூகப் பழக்கவழக்கங்களும் அவர்களுக்குச் சாதகமாக இல்லாதிருந்த வரலாற்றுக் காலகட்டத்தில் அவர்கள் வாழ்ந்திருந்தனர். ஆனால், இன்று நீங்கள் லேசான பாகுபாட்டைக்கூடச் சகித்துக் கொள்ள முடியாதவர்களாக இருக்கிறீர்கள். அதைக் கண்டு வெடிக்கிறீர்கள்.

அவற்றைக் கண்டும் காணாததுபோல இருக்க நம்மால் முடியும். ஒருவர் மற்றொருவருடன் பரிமாறிக் கொண்ட மின்னஞ்சலில் நம்மைப் பற்றிக் கூறியவற்றை நம்மால் எளிதாக ஒதுக்கித் தள்ள முடியும். நிலைமை நம் கைமீறிப் போய்விட்டதாக நாம் கற்பனை செய்ய வேண்டிய அவசியமில்லை. ரீங்காரமிட்டுக் கொண்டிருக்கின்ற அந்தக் குளவியை ஒரு பூதாகரமான பிரச்சனையாக நாம் மாற்ற வேண்டியதில்லை. ஒரு சிறிய பிரச்சனை நம்மைக் கதிகலங்கச் செய்ய நாம் அனுமதிக்க வேண்டியதில்லை.

நாம் அதை ஏன் அலட்சியப்படுத்த வேண்டும்?

ஏனெனில், உங்களுக்கு வேறு உருப்படியான வேலைகள் இருக்கின்றன. ஏனெனில், நீங்கள் மனமுடைய வேண்டும் என்பதுதான் அவர்களுடைய விருப்பம். ஏனெனில், நீங்கள் உங்கள்மீது நடத்தப்படுகின்ற ஒவ்வொரு தாக்குதலுக்கும் பதிலடி கொடுக்க முனைந்தால், உங்களால் வேறு எதையும் செய்ய முடியாது. உங்களால் ஒருபோதும் மகிழ்ச்சியாக இருக்க முடியாது. அவர்களை நீங்கள் வெல்ல வைத்துவிடுவீர்கள்.

ஓர் அடாவடித்தனமான நடவடிக்கையை

இன்னோர் அடாவடித்தனமான நடவடிக்கையின் மூலம் எதிர்கொள்வதுதான் இருப்பதிலேயே மிகவும் எளிதான காரியம். "அவர் தன் சுயகட்டுப்பாட்டை இழந்தார். அதனால்தான் நானும் என் சுயகட்டுப்பாட்டை இழந்தேன்," என்று நீங்கள் உங்களுடைய செயலை நியாயப்படுத்த முடியாது. அப்படிப்பட்டதொரு மனப்போக்கு, வெற்றி மற்றும் சாதனைக்கு இட்டுச் செல்லாது.

ஆர்தர் ஆஷ் சுயகட்டுப்பாட்டைத் தன் தந்தையிடமிருந்து கற்றுக் கொண்டார். அவருடைய அப்பா அதைத் தால்ஹைமரிடமிருந்து கற்றுக் கொண்டார்.

ஆர்தர் ஆஷ் தனக்கு நேர்ந்த அவமானங்களை நல்லவிதமாக மடை மாற்றியதன் மூலம் ஒரு நல்ல டென்னிஸ் ஆட்டக்காரராக ஆனார். அவர் டென்னிஸ் மைதானத்திற்கு வந்து, அங்கு எதற்காக வந்தோரோ அந்த வேலையில் மட்டும் தன் கவனத்தைக் குவித்தார்.

வேறு எதுவும் தன் கவனத்தைச் சிதறடிக்காமல் அவர் பார்த்துக் கொண்டார்.

அவரை எதுவொன்றாலும் தடுத்து நிறுத்த முடியவில்லை.

இந்தப் பைத்தியக்காரத்தனம் குறித்து எச்சரிக்கையாக இருங்கள்

2004-ல் நடைபெற்ற வெஸ்டர்ன் கான்ஃபரன்ஸ் அரையிறுதிப் போட்டியின் ஏழாவது ஆட்டத்தில், சாம் காசல், பந்தை மைதானத்தின் ஒரு மூலையிலிருந்து நேராகக் கூடைக்குள் எறிந்தார். அதன் காரணமாக அவருடைய அணி எதிரணியைவிட இரண்டு புள்ளிகள் கூடுதலாக எடுத்து முன்னணியில் இருந்தது. அதுபோன்ற ஆட்டத்தைத் தலைசிறந்த ஆட்டக்காரர்களால் மட்டுமே ஆட முடியும். அதுவும், அழுத்தமிக்க அச்சூழலில் அவர் அதைச் சாதித்திருந்தார்.

தன் சாதனை குறித்து மிகவும் மகிழ்ச்சியடைந்த சாம், மிக உயரமாகத் துள்ளிக் குதித்தார். அதன் காரணமாக அவருடைய இடுப்பில் ஒரு சிறு எலும்பு முறிவு ஏற்பட்டுவிட்டது.

தன் இடத்திற்குத் திரும்பிக் கொண்டிருந்த சாம், அசாதாரணமாக நடந்து சென்று கொண்டிருந்ததைக் கண்ட இரசிகர்கள் கவலையடைந்தனர். அவருடைய காயத்தின் விளைவாக, அதுவரை சிறப்பாக விளையாடிக் கொண்டிருந்த அவருடைய அணி, இறுதிப் போட்டியில் தோற்றுவிட்டது.

தனக்கு அப்படி நடக்கும் என்று தெரிந்திருந்தால் சாம்

கண்டிப்பாக அப்படித் துள்ளிக் குதித்துத் தன் ஆட்டத்தைக் கொண்டாடியிருந்திருக்க மாட்டார் என்பது வெளிப்படை. எவரொருவரும் சாம்பியன் கோப்பைப் போட்டி போன்ற ஒரு முக்கியமான போட்டியைப் பணயம் வைத்திருக்க மாட்டார்கள். ஆட்ட உற்சாகத்தில் அவர் அப்படி நடந்து கொண்டுவிட்டார்.

சில நேரங்களில் உற்சாக மிகுதியான வெளிப்பாடுகள் நம் கைமீறிப் போய்விடுகின்றன. அப்போது பொறுமையைக் கடைபிடிப்பது என்பது கிட்டத்தட்ட இயலாத காரியம். சபலத்தை மீறுவது கடினம்.

ஆனால், அதற்கு நாம் ஒரு பெரிய விலையைக் கொடுக்க வேண்டியிருக்கும். அது குறித்து நாம் பின்வருத்தம் கொள்ள வேண்டியிருக்கும்.

ஒரு கணநேர உற்சாக மிகுதி. அல்லது சில நொடி அகங்காரம். அல்லது கோபம். அல்லது பதற்றம். அல்லது பேராசை. அல்லது பொறாமை.

அல்லது இச்சை.

அதிகாரமிக்க ஆண்கள் மற்றும் பெண்களில் எண்ணற்றோரின் தொழில்வாழ்க்கையைக் கள்ளத் தொடர்புகள் கவிழ்த்துள்ளன. அதுவரை அவர்கள் அதிகாரமிக்கவர்களாகவும் செல்வாக்குமிக்கவர்களாகவும் திகழ்ந்து கொண்டிருந்தனர். ஒரு பிரகாசமான வருங்காலம் அவர்களுக்காகக் காத்துக் கொண்டிருந்தது. ஒரு கண நேரம் மட்டுமே நிலைத்திருக்கின்ற இன்பத்திற்காக, அவர்களுடைய புகழ், செல்வாக்கு, அதிகாரம், வருங்காலம் ஆகிய அனைத்தையும் பணயம் வைக்க எது அவர்களைத் தூண்டியது? மார்ட்டின் லூதர் கிங் ஜூனியர் போன்ற துணிச்சல்மிக்க, பண்பார்ந்த நபர்கள் எதற்காகத் தங்கள் மனைவியருக்குத் துரோகம் இழைக்கின்றனர்? சிற்றின்பத்தை லேசான பைத்தியக்காரத்தனம் என்று டெமோகிரிட்டஸ் சரியாகத்தான் வர்ணித்துள்ளார். நாம் பைத்தியக்காரத்தனமான நடவடிக்கைகளில் இறங்க அது நம்மைத் தூண்டுகிறது. அவமானகரமான காரியங்களைச் செய்ய அது நமக்கு ஆசை காட்டுகிறது.

கோபம் அதைவிடச் சற்றுக் குறைவான பைத்தியக்காரத்தனம். "கடவுள் யாரை அழிக்க நினைக்கிறாரோ, அவர்கள் கோபப்படும்படி செய்கிறார்," என்று ஒரு தத்துவவியலாளர் கூறியுள்ளார்.

லிங்கன் கோபத்துடன் பலருக்குக் கடிதம் எழுதும் பழக்கமுடையவர். ஆனால், அவற்றை அவர்களுக்கு அனுப்பாமல், தன் மேசை இழுப்பறைக்குள் வைத்துப் பூட்டிவிடுகின்ற சுயஒழுங்கு அவரிடம் இருந்தது. ட்ரூமன் அதற்கு நேர்மாறாக நடந்து கொண்டார். அவர் எழுதி அனுப்பிய காட்டமான குறிப்புகள் பெரும் சர்ச்சைகளை உருவாக்கின. ஒரு முறை, அவருடைய மகளைப் பற்றி ஏதோ எதிர்மறையாக எழுதிவிட்ட 'நியூயார்க் டைம்ஸ்' பத்திரிகை நிருபர் ஒருவருக்கு அவர் அனுப்பிய காரசாரமான குறிப்பு ஒரு பெரும் பிரளயத்தைக் கிளப்பியது. பொதுவாக சுயஒழுங்குடன் நடந்து கொண்ட ட்ரூமனுக்கு, இப்படிக் கோபத்தில் வெடிக்கின்ற குணமும் இருந்தது.

கிட்டத்தட்ட ஒவ்வொரு தவறும், ஒவ்வொரு பின்வருத்தமும், ஒவ்வொரு தலைக்குனிவும், அது தொழில்வாழ்க்கை ரீதியானதாக இருந்தாலும் சரி, தனிப்பட்ட வாழ்க்கை ரீதியானதாக இருந்தாலும் சரி, அல்லது வரலாற்று ரீதியானதாக இருந்தாலும் சரி, அவற்றுக்கு இடையே ஓர் ஒற்றுமை இருந்தது. யாரோ ஒருவர் உணர்ச்சிவசப்பட்டிருந்தார் என்பதுதான் அது. அல்லது யாரோ ஒருவர் பயந்துவிட்டிருந்தார் அல்லது தன்னைத் தற்காத்துக் கொள்ள முயன்றிருந்தார். யாரோ ஒருவர் அடுத்தச் சில கணங்களைத் தாண்டிச் சிந்திக்காமல் இருந்துவிட்டார்.

இப்போதெல்லாம், ஒருவர் கண்டிப்பாக ஆழ்விருப்பம் அல்லது தீவிரப் பற்று கொண்டிருக்க வேண்டும் என்று பேசுவது வாடிக்கையாகிவிட்டது. பண்டைய கிரேக்கத்தில் இந்த வார்த்தை இதற்கு நேர் எதிரான பொருளிலேயே புரிந்து கொள்ளப்பட்டது. எதன்மீதும் தீவிரப் பற்று கொண்டிருப்பது மிகவும் ஆபத்தானது என்று அப்போது கருதப்பட்டது. அதனிடம் எச்சரிக்கையாக இருக்க வேண்டும் என்று கூறப்பட்டது. அது நேர்மறையானதாக இருக்கின்றபோதுகூட – பெரும்பாலான நேரங்களில் அது அப்படி இருப்பதில்லை – அது நம்மைப் புதைகுழியில் தள்ளிவிடும். அது நம்முடைய உடலையும் மனத்தையும், சில நேரங்களில் இரண்டையுமே களவாடிவிடும். 'உணர்ச்சி வேகத்தில் செய்யப்படுகின்ற குற்றங்கள்' என்ற ஒரு வகையே சட்டத்தில் குறிப்பிடப்பட்டுள்ளது.

உங்களுடைய தூண்டுதல்களுக்கு இப்போதே

உங்களால் கடிவாளம் போட முடியாவிட்டால், இன்று ஒரு பொம்மலாட்ட பொம்மையைப்போல நீங்கள் ஆட்டுவிக்கப்பட நீங்கள் அனுமதித்தால், நீங்கள் ஆசைப்படுகின்ற நிலையை நீங்கள் அடைகின்றபோது என்ன ஆகும் என்று நினைத்துப் பாருங்கள். உங்களுக்கு அதிக அதிகாரம் இருக்கின்றபோது, நீங்கள் சொல்வதற்கெல்லாம் தலையாட்ட மக்கள் தயாராக இருக்கின்றபோது, உங்களிடம் ஏராளமான வளவசதிகள் இருக்கின்றபோது என்னவாகும் என்று யோசியுங்கள்.

உங்களைவிடக் குறைவான முக்கியத்துவமிக்க வேலைகளைச் செய்து கொண்டிருக்கின்ற நபர்கள் சுயகட்டுப்பாட்டுடன் இல்லாவிட்டாலும் அது அவர்களைப் பெரிதாக பாதிக்காது. ஆனால், உங்கள் நிலை அப்படியல்ல.

ஒரு கணநேர உற்சாக மிகுதி அல்லது அகங்காரம் காரணமாக ஒரு சாம்பியன் கோப்பையை இழப்பது உங்களுக்குக் கட்டுப்படியாகாது. ஒரு கணநேரத் தூண்டுதல் உங்களுடைய பயிற்சியைப் பாழடிக்கின்ற நிலையில் நீங்கள் இல்லை. உங்களுடைய தீவிரப் பற்று உங்களுடைய அமைதியைக் குலைக்க நீங்கள் அனுமதிக்கலாகாது.

பிறருக்கு வேண்டுமானால் அது கட்டுப்படியாகலாம். ஆனால், உங்களுக்கு அது சரிப்பட்டு வராது.

அப்படியானால், தன்னிச்சையாக நீங்கள் உங்களுடைய உணர்ச்சிகளை ஒருபோதும் வெளிக்காட்டவே கூடாதா? அப்படியில்லை. நேசியுங்கள், நேசிக்கப்படுவதற்கு அனுமதியுங்கள். நீங்கள் மனச்சோர்வுடன் இருக்கின்றபோது, நீங்கள் நேசிக்கின்ற நபரிடம் குரூரமான வார்த்தைகளைப் பயன்படுத்தாமல் இருப்பதைப் பற்றியது இது. அல்லது ஒரு கணநேரச் சபலத்தின் காரணமாக உங்களுடைய வாழ்க்கைத் துணைக்கு நம்பிக்கைத் துரோகம் செய்துவிடாமல் இருப்பதைப் பற்றியது இது. கோபப்பட்டுக் கொள்ளுங்கள், ஆனால் அந்தக் கோபத்தின் வெளிப்பாடாக எதையும் செய்துவிடாதீர்கள்.

ஜான் உட்டன், தன் அணியில் இருந்தவர்கள் அவர்களுடைய தீவிரப் பற்றை மட்டுக்குள் வைத்திருக்கும்படி செய்ய முயன்றார். அது ஓர் ஆபத்தான, பொருத்தமற்ற எரிபொருள் என்று அவர் கருதினார். "என் அணியிலுள்ளவர்கள் எப்போதும் கவனக்குவிப்புடனும்,

தீவிரத்துடனும், முழுமையான சுயகட்டுப்பாட்டுடனும் இருக்க வேண்டும் என்று நான் விரும்புகிறேன். இவை திறமையுடனும் சிறப்பான பயிற்சியுடனும் கைகோர்க்கின்றபோது, அவர்களால் உயர்ந்த தரத்தை வெளிப்படுத்த முடியும். நீங்கள் உணர்ச்சிக்கு அடிமைப்பட்டுக் கிடந்தால் இது சாத்தியப்படாது," என்று ஜான் கூறினார்.

மற்ற மோசமான பழக்கங்களோடு ஒப்பிடுகையில், தீவிரப் பற்றைக் கைவிடுவதுதான் இருப்பதிலேயே மிகவும் கடினமானது. ஏனெனில், பொதுவாக அது வெடித்துக் கிளம்புகின்ற ஓர் உணர்ச்சியாகும். நாம் அதன் ஆக்கிரமிப்பிற்குள் ஆட்பட்டுள்ளோம் என்பதை நாம் புரிந்து கொள்வதற்கு முன்பாகவே சேதம் நிகழ்ந்துவிடும். தீவிரப் பற்று இருக்கலாம், ஆனால் நாம் அதற்கு அடிமைப்பட்டுக் கிடப்பது ஆபத்தானது.

நம்முடைய நடவடிக்கைகளின் வேகத்தை மட்டுப்படுத்திக் கொள்வதுதான் இதை வெல்வதற்கான வழி. விஷயங்களை ஆழமாக அலசுங்கள். மதுவருந்த வேண்டும் என்ற ஏக்கம் ஒரு குடிகாரனுக்கு ஏற்படுகின்றபோது, அதை அவன் எப்படி ஓர் எச்சரிக்கை மணியாக எடுத்துக் கொள்வானோ, அதுபோலவே, தீவிரப் பற்றைப் பற்றி எரியச் செய்கின்ற தூண்டுகோல்களை நாம் அடையாளம் காண வேண்டும். அது, ஒரு விஷயம் அல்லது ஒரு நபர் குறித்தப் பதற்றமோ, ஒரு கொண்டாட்டமோ, அல்லது நிச்சயமின்மையால் உருவாகின்ற திக்குமுக்காடல் உணர்வோ, அதை நாம் முளையிலேயே கிள்ளி எறிந்துவிட வேண்டும்.

வெளியேறுவதற்கு ஒரு சிறு வாய்ப்புக் கிடைத்தாலும் நாம் அங்கிருந்து உடனடியாகக் கழன்று கொள்ள வேண்டும்.

எலிசபெத் மகாராணியைப் பற்றி இப்படி ஒரு கதை உண்டு. அவர் தன் கணவருடன் ஓரிடத்திற்குப் பயணம் செய்திருந்தார். அன்றைய நீண்ட பயணத்திற்குப் பிறகு அவர்கள் இருவரும் களைத்துப் போயிருந்தனர். அப்போது, அவருடைய கணவர் பிலிப், எலிசபெத்துடன் ஒரு வாக்குவாதத்தில் ஈடுபட்டார். தன் கணவரின் நடத்தைக்குப் பின்னால் இருந்த காரணத்தைப் புரிந்து கொண்ட எலிசபெத், உடனடியாக அவருடைய கவனத்தைத் திசை

திருப்ப முயன்றார். எலிசபெத், அவர்களுக்கு முன்னால் இருந்த ஒரு காட்சிப்பெட்டியைச் சுட்டிக்காட்டி, “எவ்வளவு அழகான மட்பாண்டம் அது,” என்று வியந்தார். பிலிப் தன் உணர்ச்சிக் கொந்தளிப்பிலிருந்து வெளியே வர அது அவருக்கு உதவியது. இதைச் சற்றுத் தள்ளியிருந்து கேட்டுக் கொண்டிருந்த ஓர் அரசியல்வாதி, பின்னர் எலிசபெத் நின்று கொண்டிருந்த இடத்திற்குச் சென்றார். ஆனால், அங்கு எந்தவிதமான மட்பாண்டங்களும் காட்சிக்கு வைக்கப்பட்டிருக்காததைக் கண்டு அவர் வியப்படைந்தார்.

நீங்கள் உணர்ச்சிகரமானதொரு சூழலில் மாட்டிக் கொண்டிருக்கின்றபோது, நீங்கள் முற்றிலும் வேறொரு காரியத்தைச் செய்ய முயல வேண்டும். வேறு ஒருவர் அப்படி உணர்ச்சிக் கொந்தளிப்பில் சிக்கிக் கொண்டிருப்பதை நீங்கள் கண்டால், அவருடைய கவனத்தை உண்மையான அல்லது கற்பனையான ஒன்றின்மீது திருப்ப முயல்வதன் மூலம் அவரை அதிலிருந்து உங்களால் விடுவிக்க முடியும்.

ஏனெனில், இங்கு நாம்தான் பொறுப்பில் இருக்கிறோம். நம்முடைய பயிற்சி நமக்குக் கைகொடுக்க வேண்டும். நம்முடைய மனப்போக்கு நமக்கு வழிகாட்ட வேண்டும்.

நம்முடைய தீவிரப் பற்றுக்கு நாம் அந்த இடத்தை வழங்கக்கூடாது.

மௌனமே பலம்

ஸ்பார்ட்டன்களின் துணிச்சலைக் கண்டு வியந்து நிற்கின்றபோது, அவர்களுடைய பிற பலங்களை நாம் தவறவிட்டுவிடுவது இயல்புதான்.

"செர்செஸின் அம்புகள் சூரியனையே மறைத்துவிடக்கூடியவை," என்று கூறப்பட்டபோது, அதற்கு லியோனிடாஸ், "அப்படியானால், நாம் நிழலில் இருந்து கொண்டு சண்டையிடலாம்," என்று பதிலளித்தார். மற்றோர் ஆக்கிரமிப்பாளர், "என்னுடைய படைகள் உங்களுடைய கோட்டை மதில்களை முறியடித்துவிட்டால், உங்களுடைய படைவீரர்கள் அனைவரையும் நாங்கள் கொன்று குவிப்போம்," என்று மார்தட்டியபோது, ஸ்பார்ட்டன்கள் அதற்கு இந்த ஒற்றை வார்த்தையில் பதிலளித்தனர்: "முறியடித்தால் ..."

சாவை எதிர்நோக்கியிருக்கின்ற தருணத்தில்கூட இப்படிப் பதிலடி கொடுப்பதற்கு அசாத்தியமான துணிச்சல் தேவை. ஸ்பார்ட்டன்கள் சொற்சிக்கனத்திற்குப் பெயர் போனவர்கள். அது அவர்களுடைய கலாச்சாரத்தோடு ஊறிப் போன ஒன்று. ஓர் ஒற்றை வார்த்தை போதுமானதாக இருந்தால், அவர்கள் ஒருபோதும் அதற்கு இரண்டு வார்த்தைகளைப் பயன்படுத்த மாட்டார்கள். இன்னும் சொல்லப் போனால், அவர்கள் தேவைக்கு அதிகமாக வாயைத் திறக்க மாட்டார்கள்.

ஒரு ஸ்பார்ட்டன் விருந்தின்போது ஆர்க்கிமிடிஸ் இவ்வாறு கூறினார்: "எப்போது பேசக்கூடாது என்பதையும் அறிந்து வைத்திருப்பவன்தான் பேச்சுக் கலையில் வல்லவன்." மற்றவர்கள் தங்களைப் பற்றித் தாழ்வாக நினைக்கக்கூடும் என்கின்ற சூழலில்கூட அவர்கள் அதிகம் பேசுவதில்லை. ஒரு பெரிய வாக்குவாதம் நிகழ்ந்து கொண்டிருந்தபோது, ஒரு ஸ்பார்ட்டன், எதிராளி கூறிக் கொண்டிருந்ததை வெறுமனே கேட்டுக் கொண்டிருந்தான், ஆனால் அவன் தன் வாயைத் திறக்கவேயில்லை. அதைப் பார்த்துக் கொண்டிருந்த ஒருவன், அந்த ஸ்பார்ட்டனிடம், "நீ என்ன மடையனா?" என்று கேட்டான். அதற்கு அவன், "ஒரு மடையனால் கண்டிப்பாகத் தன் வாயை மூடிக் கொண்டிருந்திருக்க முடியாது," என்று பதிலளித்தான். அதிகமாகத் தெரிந்து வைத்திருந்து குறைவாகப் பேசுகின்ற நபர்கள் அரிதானவர்கள் என்ற ஒரு கூற்று ஸ்பார்ட்டன்களிடையே மிகவும் பிரபலமாக இருந்தது.

ராபர்ட் கிரீன் இதை இவ்வாறு கச்சிதமாகக் குறிப்பிட்டுள்ளார்: "அதிகாரமிக்கவர்கள், குறைவாகப் பேசுவதன் மூலம் பிறருடைய மனத்தில் பிரமிப்பு கலந்த அச்சுறுத்தலை ஏற்படுத்துகின்றனர்."

இதில் வேடிக்கை என்னவென்றால், அதிகாரம் உங்கள் கைக்கு வருகின்றபோது, நீங்கள் விரும்புகின்ற எதையும், நீங்கள் விரும்புகின்ற எவரிடமும், நீங்கள் நினைக்கின்ற எந்நேரத்திலும் கூறுவதற்கான உரிமத்தை அது உங்களுக்கு வழங்குகிறது. ஆனால், துல்லியமாக அதைச் செய்யாதிருப்பதன் மூலமே அதிகாரமிக்கவர்கள் தங்களுடைய ஆளுமையைப் பிறர் உணரும்படி செய்கின்றனர்.

அது அவ்வளவு எளிதல்ல, குறிப்பாக இன்றைய சூழலில். தான் சொல்ல விரும்புவதைப் பேச நம்முடைய அகங்காரம் விரும்பும். இன்றைய தொழில்நுட்பம் நம் அகங்காரத்திற்கு மேலும் தீனி போட்டுக் கொண்டிருக்கிறது. நீங்கள் விரும்பாத விஷயங்களைப் பகிர்ந்து கொள்ள, அளவுக்கதிகமாகப் பேச, தேவையற்ற வாதங்களில் குதிக்க, உணர்ச்சிக் கொந்தளிப்புடன் வெடிக்க, இன்றைய தொழில்நுட்பம் உங்களைத் தூண்டுகிறது.

நேரில் ஆனாலும் சரி, இணையத்தில் இருந்தாலும் சரி, வாயை மூடிக் கொண்டு உங்களால் சும்மா இருக்க

முடியாது. நாம் அதற்கு எதிர்வினையாற்றியே ஆக வேண்டும் என்று நாம் நினைப்பதால் நாம் அதில் குதித்துவிடுகிறோம். நம்மை ஒரு முட்டாளாகக் காட்டிக் கொள்ளக்கூடாது என்பதற்காக நாம் அதில் பங்கேற்க விழைகிறோம். ஆனால், உண்மையில், வாயைத் திறப்பதன் மூலம் அதை நாம் உறுதி செய்கிறோம்!

இது நம்மை எங்கே கொண்டு போய் நிறுத்தும்? பெரும்பாலும் பிரச்சனைக்குள்தான். அரிதாகவே அதனால் ஒரு நேர்மறையான வித்தியாசத்தை ஏற்படுத்த முடியும். நாம் முக்கியமாகக் கருதிக் கொண்டிருக்கின்ற விஷயத்திற்கு அது ஒருபோதும் உதவாது. இன்னும் சொல்லப் போனால், நாம் முக்கியமாகக் கருதிக் கொண்டிருக்கின்ற விஷயத்தை அடைவதற்குக் குறுக்கேதான் அது நிற்கும்.

உங்களால்...

- இரகசியத்தைக் காப்பாற்ற முடியுமா?
- உங்களுக்குப் பிடிக்காத ஒருவரைப் பற்றி அல்லது ஒன்றைப் பற்றி வாயைத் திறக்காமல் இருக்க முடியுமா?
- நீங்கள் தெரிவிக்க விரும்புகின்ற செய்தியை வேறு ஒருவரைக் கொண்டு உங்களால் வழங்க முடியுமா?
- நீங்கள் தவறாகப் புரிந்து கொள்ளப்பட்டுக் கொண்டிருந்தால், அதை உங்களால் சகித்துக் கொள்ள முடியுமா?

சமநிலைதான் முக்கியம். உண்மையை உரக்கச் சொல்கின்ற துணிச்சலை நம்மிடம் நாம் அவசியம் வளர்த்துக் கொள்ள வேண்டும் என்றாலும், எப்போது வாயை மூடிக் கொண்டிருக்க வேண்டும் என்பதையும் நாம் அறிந்திருக்க வேண்டும்.

உங்களுடைய அனைத்து எண்ணங்களையும் நீங்கள் வார்த்தைகளில் வடிக்க வேண்டியதில்லை. நீங்கள் எப்போதும் உங்களுடைய அபிப்பிராயங்களை வழங்கிக் கொண்டிருக்க வேண்டியதில்லை – குறிப்பாக, அது உங்களிடம் கேட்கப்படாதபோது! எதிராளி ஓர் இடைவெளி விட்டார் என்பதற்காக, நீங்கள் குறுக்கே புகுந்து எதையும் சொல்ல வேண்டியதில்லை. எல்லோரும்

பேசிக் கொண்டிருக்கிறார்கள் என்பதற்காக நீங்கள் பேச வேண்டியதில்லை. உங்களுடைய மௌனத்தை உங்களுக்குச் சாதகமாகப் பயன்படுத்திக் கொள்ளலாம். பொறுமையாகக் காத்திருந்துவிட்டு, பேசலாமா அல்லது வேண்டாமா என்பதைப் பின்னர் முடிவு செய்யலாம்.

எப்போதும் நீங்கள் உங்களுடைய வாய்வார்த்தைகளினால்தான் பேசிக் கொண்டிருக்க வேண்டும் என்று அவசியமில்லை. உங்களுடைய செயல்நடவடிக்கைகளின் மூலம் நீங்கள் பேசலாம்.

ஏஞ்சலா மெர்க்கெல், பேசுகின்றபோது உரிச்சொற்களைப் பயன்படுத்துவதில்லை. ஆனால், அவர் பேசுகின்றபோது நீங்கள் உன்னிப்பாகக் கவனிப்பீர்கள். ஏனெனில், அதில் இடம்பெற்றிருக்கும் ஒவ்வொரு வார்த்தையும் ஒரு காரணத்திற்காக அங்கு இடம்பெற்றிருக்கும். தான் சொல்ல நினைக்கும் வார்த்தைகளைச் சொல்லாமல் விடுவது நல்ல விளைவுகளை ஏற்படுத்தாது என்று தோன்றுகின்றபோது மட்டும்தான் கேட்டோ பேசினார். வாயைத் திறப்பதன் மூலம், நாம் ஒரு முட்டாள் என்று நிரூபிப்பதைவிட, வாயைத் திறக்காதிருப்பதன் மூலம், மற்றவர்கள் நம்மைச் சாதாரணமானவன் என்று நினைத்துக் கொள்ள அனுமதிப்பதே நல்லது. சொன்ன சொல்லுக்காகப் பின்வருத்தம் கொள்வதைவிட, சொல்லாத சொல்லுக்காகப் பின்வருத்தம் கொள்வது சிறந்தது.

கச்சிதமற்ற வார்த்தைகளைப் பயன்படுத்துவதன் மூலமும், முக்கியமான வார்த்தைகளை அளவுக்கதிகமாகப் பயன்படுத்துவதன் மூலமும் நீங்கள் ஒரு மோசமான சிந்தனையாளர் என்பதை வெளிக்காட்டிக் கொள்வதோடு, உங்களுடைய மோசமான மனப்போக்கையும் நீங்கள் பறையறிவிக்கிறீர்கள். நீங்கள் ஒன்றைச் சொன்னால், அதற்கு அர்த்தம் இருக்க வேண்டும்.

இதை நினைவில் வைத்துக் கொள்ளுங்கள்: பேச்சு சுதந்திரம் என்பது உரிமை. அது ஒரு கடப்பாடு அல்ல. "உங்களுக்கு இரண்டு காதுகள் இருந்தாலும் ஒரு வாய்தான் இருக்கிறது என்பதை நினைவில் கொள்ளுங்கள். பேச்சின்போது அந்த விகிதத்தைக் கடைபிடியுங்கள்," என்று ஜீனோ தன் மாணவர்களுக்கு அறிவுறுத்தினார்.

நீங்கள் இன்னும் கூடுதலாகப் பேசியிருந்திருக்கலாம்

என்று அவர்கள் ஏங்கட்டும். நீங்கள் என்ன சிந்தித்துக் கொண்டிருக்கிறீர்கள் என்று அவர்கள் மண்டையைப் பிய்த்துக் கொள்ளட்டும். சிக்கனச் சொற்கள் கூடுதல் பலத்தைக் கொண்டிருக்கும்.

பிறருடைய கேள்விக்கு, “எனக்குத் தெரியாது,” என்று நீங்கள் பதிலளிக்கலாம். உங்களுக்கு நிகழ்த்தப்படுகின்ற அவமதிப்பை நீங்கள் அலட்சியப்படுத்தலாம். உங்களுக்கு விடுக்கப்படுகின்ற அழைப்பை நீங்கள் மறுக்கலாம். அதற்கான காரணங்களை எடுத்துரைக்காமல் இருப்பதை நீங்கள் தேர்ந்தெடுக்கலாம். நீங்கள் இடைவெளி விடலாம். பிறர் பேசுவதைக் கேட்டுக் கொண்டு மட்டும் இருக்கலாம். நீங்கள் மௌனமாக அமர்ந்திருக்கலாம். உங்களுடைய செயல்களே பதில்களாக இருக்கும்படி நீங்கள் பார்த்துக் கொள்ளலாம். பேசுவதற்குப் பதிலாக உங்களுடைய எண்ணங்களை ஒரு குறிப்பேட்டில் குறித்து வைத்துக் கொள்ளலாம்.

பேசுவதைவிட அதிகமாகக் கேட்கலாம். நீங்கள் சொல்ல நினைக்கும் வார்த்தைகளைச் சொல்லாமல் விட்டுவிடுவது நல்ல விளைவுகளை ஏற்படுத்தாது என்று தோன்றுகின்றபோது மட்டும் நீங்கள் பேசலாம்.

இவையெல்லாம் உங்களால் முடியும். ஆனால், செய்வீர்களா?

எடுத்த எடுப்பிலேயே வெடித்துவிடாதீர்கள்

தாக்குவதற்குச் சர்ச்சில் துடித்துக் கொண்டிருந்தார்.

தலைமைத்துவத்தை அடைவதற்கு அவர் பல ஆண்டுகளாகக் கடுமையாகப் போராடிக் கொண்டிருந்தார். நாஜிக்களின் அட்டூழியங்கள் குறித்துப் பல ஆண்டுகளாக அவர் எடுத்துரைத்துக் கொண்டிருந்தார். வாழ்நாள் முழுவதும் அவர் காத்துக் கிடந்த வாய்ப்பு இப்போது அவருக்குக் கிடைத்திருந்தது.

அவர் பத்தாண்டுகளுக்கும் மேலாகப் பதவியில் இல்லாமல் இருந்தார். இதை அடைவதற்கு அனைத்து வழிகளிலும் அவர் முயன்றிருந்தார்.

இப்போது அக்கணம் அவர் வசம் வந்தடைந்திருந்தது.

1940-ன் தொடக்கத்தில், நாஜிக்கள் பிரெஞ்சுக்காரர்களை முறியடித்து, பிரான்ஸுக்குள் முன்னேறிக் கொண்டிருந்தனர். தங்கள் உதவிக்கு வருமாறு பிரான்ஸ் பிரிட்டனைக் கெஞ்சிக் கொண்டிருந்தது. இந்த வாய்ப்பைத் தனக்குச் சாதகமாகப் பயன்படுத்திக் கொள்ள முடிவு செய்த இத்தாலி, நாஜிக்களோடு சேர்ந்து கொண்டு, பிரான்ஸ், பிரிட்டன் ஆகிய இரு நாடுகளையும் தன் எதிரி நாடுகளாக அறிவித்தது. உலகப் போர் வாசற்கதவைத் தட்டிக் கொண்டிருந்தது. பாரீஸ் நகருக்கு வெளியே நடைபெற்ற ஒரு கூட்டத்தில், பிரெஞ்சுப் படைகளின் தளபதி மேக்ஸிம் வேகான்ட், சர்ச்சிலிடம், "நீங்கள்

முடிவெடுக்க வேண்டிய கணம் வந்துவிட்டது. பிரிட்டனின் படைவீரர்கள் அனைவரையும் நீங்கள் இங்கு அனுப்பி வைக்க வேண்டும்," என்று மன்றாடினார். சர்ச்சில் காத்துக் கொண்டிருந்த பொன்னான வாய்ப்பு அது. அத்துடன், அப்போது அதை நிறைவேற்றக்கூடிய அதிகாரங்களைப் படைத்த பிரிட்டனின் பிரதமராகவும் அவர் இருந்தார்.

அவர் அந்த வாய்ப்பைச் சிக்கெனப் பிடித்துக் கொண்டாரா?

இல்லை.

"இது தீர்மானம் எடுக்கின்ற கணம் அல்ல," என்று சர்ச்சில் அவருக்குப் பதிலளித்தார். "ஹிட்லர் தன் விமானப் படையை எங்கள் நாட்டிற்கு அனுப்பும்போதுதான் அக்கணம் வரும். அப்போது நாங்கள் போரில் குதிப்போம். உங்களுக்கு ஆதரவளிப்போம். உங்களை மீட்டுக் கொடுப்போம்."

தங்களுக்கு இராணுவரீதியாக உதவ வேண்டும் என்று பிரெஞ்சுத் தளபதி வேண்டுகோள் விடுத்தபோது, அதற்கு உடனடியாகச் சரி என்று சொல்ல வேண்டும் என்று சர்ச்சில் துடித்திருந்திருப்பார். அதற்கான அனைத்துக் காரணங்களும் வரிசை கட்டி நின்று கொண்டிருந்தன. இலட்சக்கணக்கான மக்களின் உயிர் ஊசலாடிக் கொண்டிருந்தது. பெரும் நாசம் விளைவதற்காகக் காத்திருந்தது. ஆனாலும், சர்ச்சில் தன்னுடைய நட்பு நாட்டின் கோரிக்கையை நிராகரித்தார். இவ்வளவுக்கும், அப்போது பிரான்ஸுக்கு பிரிட்டன் மட்டுமே கடைசி நம்பிக்கையாக இருந்தது. ஆனால், ஜெர்மனி தாக்குகின்றபோது தன் தாய்நாட்டைக் காப்பதற்குத் தன் விமானப்படை தேவைப்படும் என்ற காரணத்தினால் அவர்களுடைய கோரிக்கையை ஏற்க சர்ச்சில் மறுத்துவிட்டார். ஆனால், அவருடைய முடிவு சரியானதுதான் என்பதை வரலாறு நிரூபித்தது.

நீங்கள் இந்த நிலையில் இருந்திருந்தால் இப்படிப்பட்டதொரு முடிவை எடுத்திருப்பீர்களா? தனிமைப்பட்டு இருப்பதற்கு நீங்கள் துணிந்திருப்பீர்களா? சரியான செயலைச் செய்ய முயன்றதற்காக நீங்கள் கடுமையாக விமர்சிக்கப்படுகின்றபோது, நீங்கள் அதைத் தாக்குப்பிடித்து நிற்பீர்களா? அதற்கு நீங்கள் ஒரு பெரும் விலையை அளிக்க நேரும் பட்சத்தில்கூட?

அவ்வாறு செய்ய முடியாத ஒரு தலைவரை ஒரு

தலைவர் என்று கூற முடியாது.

இரண்டாம் உலகப் போரின் ஒவ்வொரு கட்டத்திலும் சர்ச்சில் வம்புக்கு இழுக்கப்பட்டார்.

செயல்நடவடிக்கையில் இறங்க வேண்டும் என்று நேச நாடுகள் அவருக்குத் தொடர்ந்து அழுத்தம் கொடுத்துக் கொண்டிருந்தன. பிரிட்டிஷ் மக்களும் அவருக்கு அழுத்தம் கொடுத்தனர். எதிரியிடமிருந்தும் அவருக்கு அழுத்தம் வந்தது.

ஆனால், வெற்றி எப்போதும் ஒரு புத்திசாலித்தனமான கட்டுப்பாட்டிலிருந்துதான் பிறக்கிறது.

ஐரோப்பாவில் பிரிட்டிஷ் படையை இறக்க வேண்டும் என்ற அழுத்தம் சர்ச்சிலுக்கு 1942 மற்றும் 1943 ஆம் ஆண்டுகளிலும் கொடுக்கப்பட்டது. ஆனால், சர்ச்சில் அதற்கு மசியவில்லை. ஏற்கனவே நாஜி விமானங்களின் குண்டுவீச்சுகளால் பெரும் சேதமடைந்திருந்த பிரிட்டிஷ் நாடாளுமன்றக் கட்டடத்திற்கு ஓர் அமெரிக்க இராஜதந்திரியை அழைத்துச் சென்ற சர்ச்சில், தன்னால் ஏன் அவசரப்பட்டுப் போரில் குதிக்க முடியாது என்பதை அவரிடம் விளக்கினார்: "இந்த அவையை நோக்குகின்றபோது, இதில் இருந்திருக்க வேண்டிய பலரின் முகங்கள் என் மனக்கண்ணில் தோன்றுகின்றன. முதலாம் உலகப் போரில் ஜெர்மனிக்கு எதிராகப் போரிட்டு மரித்தவர்கள் அவர்கள். என் சகாக்களான அவர்கள் இறந்துவிட்டிருந்ததால் இங்கு நான் இருக்கிறேன். இன்னொரு பிரிட்டிஷ் தலைமுறை முற்றிலுமாக அழித்தொழிக்கப்படுவதை இந்த நாட்டினால் தாங்கிக் கொள்ள முடியாது."

பிரிட்டிஷ் படையினரை ஐரோப்பாவுக்குள் இறக்குகின்ற யோசனைக்கு அரசியல்ரீதியாக ஆதரவு தெரிவிப்பது எளிது. இராணுவமும் அதைத்தான் விரும்பியது. மக்களும் அதையே விரும்பினர். ஆனால், முதலாம் உலகப் போரில் ஐரோப்பாவுக்காகப் போராடி உயிர் நீத்திருந்த பிரிட்டிஷ் படைவீரர்களின் பிரேதங்கள் சர்ச்சிலின் தூக்கத்தைக் கெடுத்துக் கொண்டிருந்தன. ஐரோப்பாவில் சென்றிறங்குவதற்கு அவர்களுக்கு ஒரே ஒரு வாய்ப்பு மட்டுமே கிட்டும் என்பதை சர்ச்சில் நன்றாகவே அறிந்திருந்தார். அதனால், அந்த அரிய வாய்ப்பைக் கெடுத்துக் கொள்ளக்கூடாது என்பதில் அவர்

உறுதியாக இருந்தார். பிற நேச நாட்டுப் படைகளும் இரண்டு ஆண்டுகளாக ஐரோப்பாவில் இறங்காதவாறு அவர் அவற்றைத் தடுத்து வைத்திருந்தார். அதற்குக் காரணம் பயம் அல்ல. முன்தயாரிப்புக்கும் பயிற்சிக்கும் தன்னுடைய இராணுவத்திற்குக் கூடுதல் நேரம் தேவை என்பதை அவர் உணர்ந்திருந்ததுதான் அதற்குக் காரணம். 1943 செப்டம்பரில் நேசப் படைகள் இத்தாலியில் இறங்கி அங்குப் போரிட்டு வென்றபோதும், அதற்கு அவர்கள் ஒரு பெரும் விலையைக் கொடுக்க வேண்டியிருந்தது. அது மிக மெதுவாகவும் நடைபெற்றது. ஆனால், அது பிரான்ஸில் இறங்குவதற்கான ஒரு நல்ல பயிற்சியாக அமைந்தது.

1944 ஜூன் 6 அன்று, நேசப் படைகள், பிரான்ஸிலுள்ள நார்மன்டி கடற்கரையில் தரையிறங்கின. பிரிட்டிஷ் படை மட்டும் 60,000 பேரைக் கொண்டிருந்தது. சர்ச்சில் சரியான தருணத்திற்குக் காத்திருந்து ஜெர்மனிக்கு மரண அடி கொடுத்தார்.

நம்முடைய துடிப்பு நம்மை உந்தித் தள்ளுகிறது. ஒரு குழுவில் நாம் சேர்த்துக் கொள்ளப்பட மாட்டோம் என்ற பயம் நம்மைப் பிடித்து ஆட்டுகிறது. சந்தேகங்கள் நம்மைச் சித்திரவதை செய்கின்றன. எல்லோரும் ஏற்கனவே அதில் குதித்துவிட்டிருந்தனர். நம்முடைய கணத்தை நாம் இழந்துவிட்டால் என்னவாகும்? அந்த அழுத்தத்தை எதிர்த்து நிற்பதற்கு ஒரு வலுவான மனக்கட்டுப்பாடு தேவை. சில வேளைகளில், முன்னே செல்லலாம் என்று அறிவிப்பதற்காகக் கையைத் தூக்காமல், சற்றுப் பொறுங்கள் என்பதை அறிவிப்பதற்காக நாம் கையைத் தூக்க வேண்டியிருக்கும்.

மற்றவர்கள் பங்குச் சந்தையில் தீவிரமாக இருந்தாலும், நீங்கள் உங்களுடைய கணத்திற்காகப் பொறுமையாகக் காத்திருங்கள். உங்களுடைய தகுதிக்கு ஏற்ற வேலையைப் பெறுவதற்காகப் பொறுமையுடன் காத்திருங்கள். அதற்காக, உங்களுக்குக் கொடுக்கப்படுகின்ற பதவி உயர்வை நீங்கள் மறுக்க வேண்டியிருக்கலாம்.

உங்களுடைய போட்டியாளர் போடுகின்ற தூண்டில் புழுவைக் கவ்வ மறுங்கள். அவர்களுடைய பொறியில் மாட்டிக் கொள்ளாமல் தப்பியுங்கள். தங்களுடைய கழுத்தில் சுருக்கை இழுத்துக் கொண்டிருக்கின்ற உங்களுடைய எதிரிகளுடைய செயல்களில் குறுக்கிட எழுகின்ற

சபலத்திற்குப் பலியாகாதீர்கள். முன்னதாகவே போதுமான அளவு ஓய்வெடுத்துக் கொள்ளுங்கள். அப்போதுதான் சரியான தருணத்தில் பாய்ந்து தாக்க உங்களால் முடியும், வெற்றிக்கனியைத் தட்டிப் பறிக்க முடியும்.

இதை ஸ்டோயிக்குகளும் கூறியிருக்கின்றனர் என்றாலும், ஜான் டிரைடென் என்ற ஆங்கிலேயக் கவிஞர் அளவுக்கு இதைச் சிறப்பாக வேறு எவரும் எடுத்துரைத்திருக்கவில்லை. "பொறுமையான மனிதனின் சீற்றம் குறித்து எச்சரிக்கையாக இருங்கள்," என்று அவர் கூறியிருக்கிறார்.

சர்ச்சில் கடும் கோபத்தில் இருந்ததால், காத்திருப்பது அவருக்குக் கடினமாக இருந்தது. அவர் எப்போதுமே ஒரு செயல்வீரராகவே இருந்து வந்திருந்தார். இப்போது அவர் காத்திருக்கும்படி நிர்ப்பந்திக்கப்பட்டிருந்தார். பொறுமையுடன் காத்திருந்த அவர் சீறி எழுந்தபோது, எதிரி சின்னாபின்னமானான்.

எப்படியோ எதையோ செய்து சமாளித்துக் கொள்ளலாம் என்ற குருட்டு நம்பிக்கை அல்ல அது. காத்திருப்பு எனும் கடுமையான தடையைக் கடந்தாகிவிட்டது. இனி எகிறி அடிப்பது ஒன்றுதான் மிச்சம்.

நீங்கள் எப்படி?

வாழ்க்கையிலும் சரி, தொழிலிலும் சரி, போரிலும் சரி, உங்களுக்கு ஒரே ஒரு கணம் மட்டுமே கிடைக்கும், ஒரே ஒரு வாய்ப்பு மட்டுமே கிட்டும். தோற்றுவிட்டாயா, பரவாயில்லை, மீண்டும் ஒரு முறை முயன்று பார் என்று எவரும் உங்களுக்கு மற்றொரு வாய்ப்பு கொடுக்கப் போவதில்லை. இன்னும் செம்மையாகத் தயாரித்துக் கொண்டு, ஒரு மேம்பட்ட முறையில் உத்திகளை வகுத்துக் கொண்டு, வித்தியாசமான முறையில் தாக்குதலை நிகழ்த்த உங்களுக்கு மற்றொரு வாய்ப்பு கிடைக்கப் போவதில்லை.

ஒரே ஒரு வாய்ப்பு மட்டுமே.

அதற்காகக் காத்திருக்கும் அளவுக்கு நீங்கள் வலுவானவராக இருக்கிறீர்களா? உங்களுடைய பதற்றத்தைக் கட்டுக்குள் வைத்திருக்கின்ற சுயஒழுங்கு உங்களிடம் இருக்கிறதா? அதை நம்பலாமா?

கண்டிப்பாக.

நம்பித்தான் ஆக வேண்டும்.

உங்களுடைய இலட்சியத்திற்குக் கடிவாளமிடுங்கள்

1791-ல், இளம் வயது நெப்போலியன் ஒரு கட்டுரைப் போட்டியில் கலந்து கொள்ளச் சென்றார். அதற்கான பரிசுத் தொகையான 1,200 ஃபிராங்க்கைப் பெறுவது அவருடைய நோக்கமாக இருந்தது. "ஒரு மனிதன் மகிழ்ச்சியாக இருப்பதற்குக் கற்றுக் கொள்ள வேண்டிய முக்கியமான உண்மைகள் மற்றும் உணர்வுகள் எவை?" என்பது அப்போட்டியின் தலைப்பு.

அக்கட்டுரையை எழுதுவதற்கு நெப்போலியனுக்கு ஆறு மாதங்கள் ஆயின. அப்போட்டியில் அவருக்குப் பரிசு எதுவும் கிடைக்கவில்லை. அப்போது இருபத்திரண்டு வயதுக்காரராக இருந்த நெப்போலியன் அக்கட்டுரையில் குறிப்பிட்டிருந்த சில விஷயங்கள் பின்னாளில் அவர் கொண்டிருந்த பெரும் இலட்சியங்களுக்குக் கட்டியம் கூறுவதாக அமைந்திருந்தன.

அதில் அவர் இவ்வாறு எழுதியிருந்தார். "மாவீரன் அலெக்சான்டர் தீப்ஸிலிருந்து முதலில் பெர்சியாவுக்கும் பின்னர் இந்தியாவுக்கும் சென்றபோது என்ன செய்து கொண்டிருந்தார்? சஞ்சலத்துடன் இருந்த அவர், மனநிலை பிறழ்ந்து, தன்னை ஒரு கடவுளாகக் கருதத் தொடங்கினார்." அதையடுத்து, "இங்கிலாந்தைச் சேர்ந்த ஆலிவர் கிராம்வெல்

என்ன ஆனார்?” என்ற கேள்வியைக் கேட்டுவிட்டு, அதற்கான பதிலையும் நெப்போலியன் தெரிவிக்கிறார். “அவர் ஆட்சியாளராக ஆனார். ஆனால், ஃபியூரீக்களின் (கிரேக்கப் பாதாள உலகக் கடவுளர்) பட்டாக்கத்திகளைக் கண்டு அவர் கலக்கமடையவில்லையா?” (இங்கிலாந்தில் முடியாட்சி முடிவுக்கு வந்து, முதலாம் சார்லஸ் சிரச்சேதம் செய்யப்பட்டதைத்தான் அவர் இப்படிச் சுட்டிக்காட்டுகிறார்.)

தன்னடக்கமின்மையின் உச்சகட்ட வெளிப்பாடு அது. ஆனால், நெப்போலியன் அத்துடன் நிறுத்திக் கொள்ளவில்லை. அவர் மேலும் இவ்வாறு தொடர்கிறார்:

> இலட்சிய வெறி. இது அரசுகளைத் தூக்கியெறிகிறது. தனிமனிதர்களின் சொத்துகளை நிர்மூலமாக்குகிறது. அது இரத்தத்தில் குளித்து, குற்றங்களில் திளைக்கிறது. வாழ்க்கை முடிவுக்கு வரும்போதுதான் அதுவும் முடிவுக்கு வரும். அனைத்தையும் சாம்பலாக்கிய பின்னர் முடிவுக்கு வருகின்ற காட்டுத்தீயைப் போன்றது அது.

நெப்போலியன் வளர்ந்த பிறகு இதை யாராவது அவருக்கு நினைவுபடுத்தியிருந்தால் நன்றாக இருந்திருக்கும். தன்னை பிரான்ஸின் பேரரசராக அறிவித்துக் கொண்டிருந்த அந்தக் கொந்தளிப்பான, நாசகரமான காலகட்டத்தில் இதை யாராவது அவருக்கு நினைவுபடுத்தியிருந்தால் நன்றாக இருந்திருக்கும். அவர் தன்னுடைய உதவாக்கரை உறவினர்களையெல்லாம் ஐரோப்பிய அரசுக் கட்டில்களில் உட்கார வைத்து அழகு பார்த்தபோது இதை யாராவது அவருக்கு நினைவுபடுத்தியிருந்தால் நன்றாக இருந்திருக்கும்.

கொஞ்சம் பொறுங்கள்! உண்மையிலேயே ஒருவர் இதை அவருக்கு நினைவுபடுத்தினார்.

1800களின் தொடக்கத்தில், அவருடைய வெளியுறவுத் துறை அமைச்சரான டேல்லிரேன்ட், நெப்போலியன் சிறு வயதில் எழுதிய அக்கட்டுரையை ஆவணக் காப்பகத்திலிருந்து தோண்டி எடுத்து, அதை ஒரு பரிசாகவும் ஓர் எச்சரிக்கையாகவும் நெப்போலியனுக்குக் கொடுத்தார். ஆனால், நெப்போலியன் அதை ஒரு பரிசாக ஏற்றுக் கொள்ளவும் தயாராக இல்லை, அதை ஓர் எச்சரிக்கையாக எடுத்துக் கொள்ளவும் தயாராக இல்லை.

"இந்த அபத்தத்தை நானா கூறினேன்? இது போற்றிப் பாதுகாக்கத்தக்க ஒன்றல்ல," என்று கூறிவிட்டு, அதுதான் ஒரே பிரதி என்று நம்பிக் கொண்டு, அதைத் தீயில் போட்டுப் பொசுக்கிவிட்டார்.

சில காலத்திற்குப் பிறகு, கடலுக்கு நடுவே இருந்த ஒரு பாறைத்தீவில் அவர் சிறை வைக்கப்பட்டார்.

எல்லை கடந்த தீவிரப் பற்று இறுதியில் ஒருவரை எங்குக் கொண்டு சென்று நிறுத்தும் என்பதற்கான எடுத்துக்காட்டாக வரலாறு நெடுகிலும் அலெக்சான்டரின் கதைதான் கூறப்பட்டது. அவர் மிகவும் புத்திசாலி என்பதில் சந்தேகம் கிடையாது. மகத்தான பல சாதனைகளை அவர் படைத்திருந்தார் என்பதில் சந்தேகம் கிடையாது. ஆனால், அது அவரை எதற்கு இட்டுச் சென்றது? வெறுமை. தனிமை. மகிழ்ச்சியின்மை. அலெக்சான்டர் ஒருபோதும் திருப்தியடைய மாட்டார் என்பதை ஒரு கட்டத்தில் புரிந்து கொண்ட அவருடைய வீரர்கள், தங்கள் வீடுகளுக்குத் திரும்பிச் செல்ல விரும்பினர். அதைத் தெரிந்து கொண்ட அலெக்சான்டர், அவர்களிடம் இப்படி இரைந்தார்: "போங்கள்! போய், உலகம் முழுவதையும் வெற்றிக் கொள்ளப் போய்க் கொண்டிருந்த அலெக்சான்டரைப் பாதியில் விட்டுவிட்டு நாங்கள் வந்துவிட்டோம் என்று சொல்லுங்கள்!"

அப்படி முழங்கிய அலெக்சான்டர் வெகு சீக்கிரமே இறந்துவிட்டார். அத்துடன், அவருடைய பேரரசுக்கும் முடிவுரை எழுதப்பட்டுவிட்டது. இந்த உலகத்தையே வெல்ல நினைத்தவனுக்கு இறுதியில் ஓர் ஆறடி நிலமே போதுமானதாக இருந்தது.

எல்லாம் எதற்காக? நெப்போலியனைப்போலவே, அலெக்சான்டரும் தன் நாட்டு மக்களுக்காக அதைச் செய்யவில்லை. அல்லது ஓர் உன்னதமான இலட்சியத்திற்காக அதைச் செய்யவில்லை. அவர் அனைத்துப் போர்களையும் தனக்காக மட்டுமே மேற்கொண்டார். தான் தனிப்பட்ட முறையில் சாதிக்க வேண்டும் என்ற வெறி அது. ஆனால், அதற்கான விலையை எண்ணற்றோர் கொடுக்க வேண்டியிருந்தது.

மோசமான பழக்கங்களை நிறுத்துவதற்கு நமக்கு ஏராளமான சுயஒழுங்கு தேவை. ஆனால், இலட்சிய வெறிதான் இருப்பதிலேயே கட்டுப்படுத்துவதற்கு மிகக்

கடினமானது. மதுவுக்கு அடிமையாதலைப்போல அல்லாது, இதைச் சமூகம் கொண்டாடுகிறது, அதற்கு வெகுமதியளிக்கிறது. வெற்றியாளர்களை நாம் அண்ணாந்து பார்க்கிறோம். அவர்கள் என்ன செய்து கொண்டிருக்கிறார்கள், ஏன் அதைச் செய்து கொண்டிருக்கின்றனர் என்று நாம் கேட்பதில்லை. அவர்கள் அதை எப்படிச் செய்தனர் என்று மட்டுமே நாம் அவர்களிடம் கேட்கிறோம். அவர்களுடைய சாதனை அவர்களுக்கு மிகக் குறைவான திருப்தியை மட்டுமே கொண்டுவந்துள்ளது என்பதையும், அவர்கள் எந்த அளவுக்குப் பரிதாபகரமாக இருக்கிறார்கள் என்பதையும், தங்களைச் சுற்றியுள்ளவர்களுக்கு அவர்கள் எந்த அளவுக்கு வேதனையைக் கொண்டு வருகிறார்கள் என்பதையும் நாம் சௌகரியமாக ஒதுக்கித் தள்ளிவிடுகிறோம்.

செனீக்காவின் காலகட்டத்தைச் சேர்ந்த நெப்போலியனை ஒத்த ஓர் இராணுவத் தலைவரைப் பற்றி அவர் இவ்வாறு குறிப்பிடுகிறார்: “கயஸ் மரியஸ் ஒரு பெரும் இராணுவத்தை வழிநடத்தினார். ஆனால், அவரை அவருடைய இலட்சிய வெறி வழிநடத்தியது.” தங்களுடைய ஆதிக்க மனோபாவத்தின் மூலமாக இந்த உலகிற்குப் பெரும் இடையூறுகளைச் செய்துள்ள மன்னர்கள், தொழிலதிபர்கள் மற்றும் அரசியல்வாதிகளை செனீக்கா கடுமையாகச் சாடுகிறார். அலெக்சான்டர், நெப்போலியன், மரியஸ் ஆகியோர் அதிகாரமிக்கவர்களாகத் திகழ்ந்தனர். ஆனால், இறுதியில் ஒன்றுமில்லாதவர்களாக ஆயினர். ஏனெனில், அவர்களால் நிறுத்த முடியவில்லை. போதும் என்ற திருப்தி அவர்களுக்கு ஒருபோதும் ஏற்படவில்லை. இலட்சக்கணக்கானவர்கள்மீது ஆதிக்கம் செலுத்த அவர்கள் ஏங்கினர். ஏனெனில், அவர்களுக்குத் தங்கள்மீது எந்தவிதமான கட்டுப்பாடும் இருக்கவில்லை.

கருவிகள் அல்லது போதை வஸ்துகளுடன் உறவு கொண்டிருக்கின்ற நாம் நம்மிடம் இக்கேள்வியைக் கேட்டுக் கொள்ள வேண்டும்: “இங்கு யார் பொறுப்பு? நம்முடைய மனமா? அல்லது, ஒரு மாபெரும் வெற்றியாளராக, மாபெரும் செல்வந்தராக, மாபெரும் அதிகாரமுடையவராக, மாபெரும் பிரபலமாக ஆக வேண்டும் என்ற நம்முடைய வெறியா? மீண்டும் மீண்டும் இன்னும் அதிகமாகச் செய்ய வேண்டும், அதிகமாகப்

பெற வேண்டும், அதிகமாகச் சாதிக்க வேண்டும் என்ற தேவையா?" நம்மிடம் நாம் இப்படிக் கேட்டுக் கொள்ள வேண்டும்: "இது உண்மையிலேயே எனக்கு எதைக் கொண்டுவரப் போகிறது? உண்மையிலேயே இதிலிருந்து நான் எதைப் பெறப் போகிறேன்?"

நெப்போலியனின் சாதனைகள் அவருக்கு உண்மையிலேயே மகிழ்ச்சியைக் கொண்டு வந்தனவா? அதிகாரத்தாலும் செல்வத்தாலும் அவருக்குப் பாதுகாப்பைக்கூட வழங்க முடியவில்லை! குற்ற உணர்வாலும் அவமான உணர்வாலும் வாடி, ஆழ்கடலுக்கு நடுவேயிருந்த ஒரு தீவில் தன்னந்தனியாக அவர் இறந்து போனார்.

அதற்காக, நெப்போலியனின் அனைத்துச் சாதனைகளும் இகழ்ச்சிக்குரியவை என்று நான் சொல்ல வரவில்லை. இந்த உலகில் எவருமே எதையுமே செய்ய முன்வராவிட்டால் இந்த உலகம் எப்படி இருக்கும்? மேலும் அதிகமானவற்றைச் செய்ய எவரும் முன்வராவிட்டால்? நம்மிடம் இலட்சிய நோக்கே இல்லாவிட்டால்? ஒரு பெரிய இலக்கை நாம் நாடிச் செல்லாவிட்டால், எந்த விஷயங்கள் அற்பமானவை என்பதை நம்மால் எப்படிக் கண்டறிய முடியும்?

இலட்சியங்களைக் கொண்டிருப்பதில் பிரச்சனையில்லை. அதை மட்டுக்குள் வைத்திருக்க வேண்டும், அவ்வளவுதான். ஒரு விதத்தில் பார்த்தால், தன்னுடைய தேவைகளைக் கிட்டத்தட்ட ஒன்றுமே இல்லாத அளவுக்குக் குறைத்துக் கொண்டு, ஆன்மிகரீதியான கச்சிதத்தை நாடிச் செல்வதை நோக்கமாகக் கொண்டு எல்லோரையும் மற்றும் எல்லாவற்றையும் ஒதுக்கித் தள்ளுகின்ற ஒரு துறவிக்கும், மேலும் மேலும் கட்டி எழுப்பிக் கொண்டிருக்கின்ற ஒரு கோடீஸ்வரருக்கும், திறமை தேய்பிறையான பிறகும் ஓய்வு பெறத் தயாராக இல்லாத ஒரு விளையாட்டு வீரருக்கும் இடையே பெரிய வேறுபாடுகள் எதுவும் கிடையாது. அதேபோல, எந்தக் கனவும் இல்லாத நபர்கள், எதிலும் நம்பிக்கையற்றவர்கள், எதையும் முயற்சிக்காதவர்கள்? அதிலும் அர்த்தமில்லை.

இங்கு நாம் உண்மையில் மனோபாவத்தைப் பற்றிப் பேசிக் கொண்டிருக்கிறோம். நாம் நம்முடைய சுயமதிப்பை உணர்ந்திருக்க வேண்டும். ஆனால், அது தறிகெட்டு

அலைய நாம் அனுமதிக்கக்கூடாது.

தடுப்பான் எதுவும் இல்லாமல் நம் இலட்சியம் தறிகெட்டு ஓட நாம் அனுமதித்தால், அது நம்முடைய மகிழ்ச்சியைச் சூறையாடுவதோடு, நம்மையே அழித்து நாசமாக்கிவிடும், அல்லது பிறரை அழித்துவிடும். வரலாற்றில் எண்ணற்ற ஆக்கிரமிப்பாளர்கள் போரில் தாங்களும் அழிந்துள்ளதோடு, ஆயிரக்கணக்கான அப்பாவி மக்களையும் காவு கொடுத்துள்ளனர். பலர், ஏராளமானவர்கள்மீது ஏறி மிதித்து மேலே சென்று அங்கிருந்து தலைகுப்புற விழுந்துள்ளனர். இன்னும் சிலர், தங்களுடைய குடும்ப உறவுகளை அலட்சியப்படுத்திவிட்டு முரட்டுத்தனமாக முன்னேறிச் சென்று தங்கள் முதுகெலும்பை உடைத்துக் கொண்டுள்ளனர்.

நன்றாக உணர்வதற்கு நாம் சாதனைகள் எதையும் செய்ய வேண்டியதில்லை. அப்படியானால், அதற்கு என்ன தேவை?

உண்மையைச் சொல்ல வேண்டுமென்றால், அதிகமாக ஒன்றும் தேவையில்லை.

சிறிதளவு உணவு, தண்ணீர் மற்றும் தூக்கம். நமக்கு ஓரளவு சவாலாக இருக்கின்ற ஒரு வேலை. சோதனைகள் வந்தால் அவற்றைத் தாங்கிக் கொள்கின்ற ஓர் அமைதியான மனப்போக்கு. ஓர் உறுதியான நடைமுறை ஒழுங்கு. நம்மை அர்ப்பணித்துக் கொள்வதற்கு ஏற்ற அர்த்தமுள்ள ஒரு காரணம். படிப்படியாக நாம் மேம்பட்டுக் கொண்டிருப்பதற்கான ஒரு வாய்ப்பு.

பிற அனைத்தும் உபரி. அவை அனுகூலமானவையாகவும் இருக்கலாம், அல்லது வரலாறு எண்ணற்ற முறை எடுத்துக்காட்டியுள்ளதுபோல நம் வீழ்ச்சிக்கான மூலாதாரமாகக்கூட இருக்கலாம்.

பணம் ஓர் ஆபத்தான கருவி

ஒரு சராசரி மனிதன் தன் வாழ்நாள் முழுவதும் உட்கார்ந்து தின்றால்கூடக் காலியாகாத அளவு பெரும் பணத்தை, தலைசிறந்த பேஸ்பால் வீரரான பேப் ருத் தன்னுடைய விளையாட்டில் சம்பாதித்திருந்தார்.

ரொட்டி 5 சென்ட்டுகள் விற்றுக் கொண்டிருந்த காலத்தில் அவர் பேஸ்பால் விளையாடத் தொடங்கினார். அப்போது அவருடைய அணியின் நிர்வாகம் அவருக்கு ஆண்டுக்கு 600 டாலர்கள் வழங்கியது. அதை அவர்கள் மாதந்தோறும் 50 டாலர்கள் என்ற கணக்கில் அவருக்குக் கொடுத்தனர். அவர் தனக்குக் கிடைத்த முதல் சம்பளத்தில் ஒரு சைக்கிள் வாங்கினார். பின்னர் அவர் ஆயிரக்கணக்கில் சம்பாதிக்கத் தொடங்கியதும், ஆடம்பரக் கார்கள், விலையுயர்ந்த கோட்டுகள், பட்டுச் சட்டைகள், 'டையில்' குத்திக் கொள்வதற்கான வைரம் பதித்தப் 'பின்கள்' போன்றவற்றில் அவர் தன் பணத்தைச் செலவழித்தார். சூதாட்ட அரங்குகளுக்கும் குதிரைப் பந்தயங்களுக்கும் அவர் அடிக்கடிச் சென்றார். அவருடைய திருமணம் தடுமாறிக் கொண்டிருந்ததாக ஒரு வதந்தி கிளம்பியபோது, 5,000 டாலர்கள் விலைமதிப்பு வாய்ந்த கோட்டு ஒன்றை அவர் தன் மனைவிக்குப் பரிசளித்தார். 1928-ல் அவருடைய யாங்கீஸ் அணி சாம்பியன் கோப்பையை வென்றபோது, அவர் ஓர் ஆடம்பர

ஓட்டலில் நான்கு அறைகளை வாடகைக்கு எடுத்து, தன் குழுவிலிருந்த அனைவருக்கும் ஒரு பெரிய விருந்தளித்தார். அவர் அந்த ஓட்டல் அறைக்குச் சென்றபோது, அங்குப் பியானோ இல்லாததை அறிந்தபோது, ஒரு பியானோவை விலை கொடுத்து வாங்கினார். அவருடைய சம்பளம் அமெரிக்க அதிபரின் சம்பளத்தைவிட அதிகம். ஆனாலும், விளையாட்டுப் பருவம் தொடங்குகின்றபோது அவர் தன் சக ஆட்டக்காரர்களிடம் கடன் வாங்குவார். பின் முதல் சம்பளம் வந்தவுடன் அதைத் திருப்பிக் கொடுத்துவிடுவார். “அவருக்குப் பணத்தைப் பற்றி எதுவும் தெரியாது. அது காலியாகிவிடும் என்று அவர் யோசித்ததில்லை. கண்ணில் பட்ட அனைத்தையும் அவர் வாங்கிவிடுவார்,” என்று ஒரு மேலாளர் கூறினார்.

அணியில் புதிதாகச் சேர்ந்திருந்த லூ கெரிக்கிடம், பேப் ருத், “பணத்தைச் சேமித்து வைத்துக் கொள். விளையாட முடியாத கட்டம் குறித்து ஒரு வீரன் யோசிக்க வேண்டும்,” என்று அறிவுரை கூறியபோது, அந்த வீரர்கள் குழுமியிருந்த ஓய்வறை சிரிப்பால் அதிர்ந்தது. ஏனெனில், ஓர் ஆடம்பரமான வாழ்க்கையை வாழ்வதற்காக அதுவரை ருத் இலட்சக்கணக்கான டாலர்களைக் கரியாக்கியிருந்தார்.

அவர் வாழ்க்கையை வேடிக்கையும் விளையாட்டுமாகக் கழித்தார். ஆனால், அவர் பின்னாளில் அது குறித்தும் தன்னுடைய பெருந்தீனிப் பழக்கம் குறித்தும் வருந்தினார். அவருடைய வாரிசுகள் அதைவிட அதிகமாக வருந்தினர்!

இதைப் போன்ற நிலையை எண்ணற்றச் ‘செல்வந்தர்கள்’ அடைந்திருந்தனர். வெற்றியை அடைவதன் நோக்கமே பொருளாதாரப் பாதுகாப்பு, அது அளிக்கின்ற சுதந்திரம் மற்றும் மனநிறைவு ஆகியவைதாம். ஆனால், நடைமுறையில், பதற்றத்தையும் பொறாமையையும் நிலையின்மையையும் மட்டுமே வெற்றியாளர்களில் பலருக்கு அது பெற்றுக் கொடுக்கிறது.

“வாழ்க்கையில் எனக்குக் கவலையளிக்கின்ற ஒரே விஷயம் பணம்தான்,” என்று சர்ச்சில் ஒரு முறை தன் சகோதரரிடம் புலம்பியிருந்தார். பிற பிரித்தானிய மேட்டுக்குடியினரைப்போலன்றி, சர்ச்சில் தன் எழுத்துப் பணியின் மூலமும் பெரும் பணத்தை ஈட்டிக் கொண்டிருந்தார். உலகிலேயே அதிகமான பணத்தைப் பெற்றுக் கொண்டிருந்த எழுத்தாளர்களில் அவரும்

ஒருவராக இருந்தார். ஆனால், பணத்தைத் தண்ணீர்போல வாரி இறைக்கின்ற பழக்கத்தைக் கொண்டிருந்த அவர், பணம் குறித்துக் கவலை கொண்டிருந்ததில் வியப்பில்லை.

அவர் வேகமாகப் பணத்தை ஈட்டி, படுவேகமாக அதைச் செலவழித்துக் கொண்டிருந்தார். பின்னர், தான் சம்பாதித்தப் பணமெல்லாம் எங்குச் சென்றது என்று அவர் யோசித்தார். அவருக்கு மிகவும் பிடித்தமான, ஒரு கிராமப் பகுதியில் இருந்த சார்ட்வெல் என்ற பண்ணை வீட்டை ஒரு பெரும் விலை கொடுத்து அவர் வாங்கியபோது, அவருடைய திருமணம் கிட்டத்தட்ட முறிகின்ற நிலைக்கு வந்துவிட்டிருந்தது. 1929-ல் நடந்த பணவீழ்ச்சியின்போது, சர்ச்சில், பங்குச் சந்தையில் 50,000 டாலர்களுக்கு மேல் இழந்தார். அது அவருக்குக் கட்டுப்படியாகாத ஓர் இழப்பு. அத்துடன், அதிலிருந்து அவர் எதையும் கற்றுக் கொள்ளவும் இல்லை. பங்குச் சந்தை சீரானவுடன், மீண்டும் அதில் பணத்தைப் போட்டு, அவர் ஒரே மாதத்தில் மேலும் 3,000 டாலர்களை இழந்தார். ஐரோப்பாவின் சூதாட்ட அரங்குகளில் அவர் ஆயிரக்கணக்கான டாலர்களை இழந்தது ஒரு தனிக் கதை.

இவற்றுக்கு என்ன காரணம்? சுயஒழுங்கின்மைதான் காரணம். அவருடைய பெற்றோர் அவரை நடத்தியிருக்காத விதத்தில் தன்னைத் தானே நடத்திக் கொள்ள அவர் மேற்கொண்ட முயற்சி அது. வேடிக்கையையும் சுவாரசியத்தையும் விலை கொடுத்து வாங்க அவர் மேற்கொண்ட முயற்சி அது. தன்னுடைய சமகாலத்திய புத்திசாலிகளுக்கும் செல்வந்தர்களுக்கும் தான் சளைத்தவன் அல்லன் என்பதை நிரூபிக்க அவர் மேற்கொண்ட முயற்சி அது. இவ்வளவுக்கும், அவர் எப்போதும் துடிப்பான, உற்சாகமான, ஆற்றல் கொப்பளித்துக் கொண்டிருந்த ஒரு நபராகவே இருந்தார். ஆனால், அதில் பெரும்பாலான ஆற்றலை அவர் தேவையில்லாத விஷயங்களில் விரயமாக்கினார்.

உங்களுடைய தேர்ந்தெடுப்புகள், பணத்தைப் பற்றிக் கவலைப்படுகின்ற ஒரு நபராக உங்களை ஆக்கினால், நீங்கள் எவ்வளவு வருவாய் ஈட்டினாலும் சரி, நீங்கள் ஒரு செல்வந்தர் அல்லர்.

சர்ச்சிலின் சமகாலத்தவரான அமெரிக்க எழுத்தாளர் எஃப். ஸ்காட் ஃபிட்ஸ்ஜெரால்டு, இதே போன்றதொரு

பாணியில் தன்னை அழித்துக் கொண்டார். அவர் செல்வம் மற்றும் பிரபலத்துவம் குறித்து அதீத ஈர்ப்பு கொண்டிருந்தார். அவர் அசாத்தியமான திறமைசாலியாகவும் துடிப்புமிக்கவராகவும் திகழ்ந்தார். அதே நேரத்தில், அவர் பக்குவமற்றவராகவும் இருந்தார். அவருடைய பழக்கவழக்கங்களின் காரணமாக அவருடைய திருமணமும் தள்ளாடிக் கொண்டிருந்தது. அவருடைய கடன் மலையெனக் குவிந்தபோது, அதிலிருந்து தப்பிப்பதற்காக அவர் அதிகமாக எழுத வேண்டிய கட்டாயத்திற்கு ஆளானார். அப்போது, "ஒரு காலத்தில் நான் எனக்காக எழுதிக் கொண்டிருந்தேன்," என்று அவர் குறிப்பிட்டார். அது அவருடைய தன்னம்பிக்கையைச் சீர்குலைத்தது. அது, தன் சொந்தப் படைப்புத் திறமையையே திருடுவதற்கு அவரை நிர்ப்பந்தித்தது. இன்றைய கணக்கில் அவர் இலட்சக்கணக்கான டாலர்களைத் தன் எழுத்தின் மூலம் சம்பாதித்திருந்தபோதிலும், இறுதியில் ஓர் ஓட்டல் அறையில் ஓர் ஓட்டாண்டியாகத் தனிமையில் இறந்து போனார். சமுதாயம் அவரிடமிருந்து பெற்றிருக்கக்கூடிய இன்னும் பல தலைசிறந்த படைப்புகளை இழந்தது.

நாற்பத்து நான்கு வயதில் இறந்து போன தன் நண்பருக்கு இறுதி அஞ்சலி செலுத்த வந்த நாவலாசிரியர் டோரத்தி பார்க்கர், "என்னவொரு விரயம் இது," என்று அங்கலாய்த்துக் கொண்டார். எல்லாவற்றையும்விட, சவப்பெட்டியில் வைக்கப்பட்டிருந்த ஃபிட்ஸ்ஜெரால்டின் கைகளில் இருந்த சுருக்கங்களும் தளர்ச்சியும்தாம் டோரத்திக்குக் கடும் அதிர்ச்சி ஏற்படுத்தின. ஃபிட்ஸ்ஜெரால்டு பல விஷயங்களில் மிதமிஞ்சி ஈடுபட்டிருந்ததைத்தான் அது வெளிப்படுத்தியது.

உங்களிடம் பணம் இருந்தால் அதைச் செலவழிப்பதில் தப்பில்லை. ஆனால், மக்கள் தங்களிடம் இல்லாத பணத்தைக் கொண்டு, தங்களுக்குத் தேவையில்லாத பொருட்களை, அவற்றின் உண்மையான மதிப்பைப்போலப் பன்மடங்கு விலை கொடுத்து வாங்குகின்றபோதுதான் பிரச்சனை வருகிறது.

அதிர்ஷ்டவசமாக, சர்ச்சிலுக்குப் போதுமான அளவு சுயகட்டுப்பாடு இருந்ததால் அவர் முழுமையாக நாசமாகாமல் தப்பித்துவிட்டார். அல்லது, அது அவருடைய நல்ல நேரமாக இருக்கலாம். அவர் ஒருபோதும்

அதலபாதாளத்திற்குச் செல்லவில்லை. ஆனால், அவர் அதைக் கிட்டத்தட்ட எட்டிப் பார்த்திருந்தார். அவர் மட்டும் அப்படிச் சரிந்திருந்தால், இந்த உலகம் இப்போது எப்படி இருந்திருக்கும் என்று சொல்ல முடியாது.

இப்படிப்பட்ட ஆபத்துகள் உங்களுக்குக் கட்டுப்படியாகும் என்று எது உங்களைச் சிந்திக்க வைக்கிறது? உங்களுடைய திறமை வற்றவே வற்றாது என்ற நினைப்பா? உங்களுடைய மெழுகுவர்த்தியின் இருமுனைகளைப் பற்ற வைத்தாலும் அது தீர்ந்து போகாது என்ற எண்ணமா? மேலும் மேலும் அதிகரித்துக் கொண்டிருக்கின்ற உங்களுடைய தேவைகளால் நீங்கள் பாதிக்கப்பட மாட்டீர்கள் என்ற யோசனையா?

உங்களுடைய வருவாய்க்கு மீறிய வாழ்க்கைமுறையை மேற்கொள்வது மட்டுமே பொறுப்பற்ற நிதி மேலாண்மை அல்ல. கஞ்சத்தனமாக இருப்பதும் அதைச் சேர்ந்ததுதான்.

பணம் தொடர்பான சுயஒழுங்கு என்பது ஒப்பீட்டுரீதியானது. பணக்காரர்கள்கூடத் தள்ளுபடிக்கு அலைந்து கொண்டிருப்பதைப் பற்றியும், குப்பைப் பைகளை மறுசுழற்சி செய்வதன் மூலம் சொற்பப் பணத்தைச் சேமிக்க முயன்று கொண்டிருப்பதைப் பற்றியும் இணையத்தில் ஏராளமான செய்திகள் இடம்பெற்றுள்ளன. அவர்கள் அற்ப விஷயங்களுக்காகத் தேவையில்லாமல் அலட்டிக் கொள்கின்றனர். நாம் சேமிக்க வேண்டியது முக்கியம்தான். ஆனால், நம்மிடம் இருப்பதிலேயே அரிய வளமான நேரத்தை அதற்காகக் காவு கொடுப்பது மதியீனம். அத்துடன், அவர்களால் தங்களுடைய வாழ்க்கைத் துணைவருடனும் குழந்தைகளுடனும் ஒரு நல்ல உறவைப் பேண முடியாமல் போய்விடும்.

பல நூற்றாண்டுகளாக, இந்த இரு துருவங்களும் பணத்தின் மதிப்பையும் அதன் நோக்கத்தையும் சரியாகப் புரிந்து கொண்டிருக்கவில்லை. செல்வந்தர்கள் சிறப்பானவர்கள், மற்றவர்களிடமிருந்து முற்றிலும் வேறுபட்டவர்கள் என்று ஃபிட்ஸ்ஜெரால்டு கருதினார். அதற்கு ஹெமிங்வே சரியான பதிலடி கொடுத்திருந்தார்: "ஆமாம். அவர்களிடம் அதிகப் பணம் இருந்தது. அது ஒன்றுதான் வித்தியாசம்."

அடிப்படையில் பணம் மோசமானதோ அல்லது நல்லதோ அல்ல. அது ஒரு கருவி மட்டுமே. சர்ச்சில்

அரசியலிலிருந்து ஒதுக்கி வைக்கப்பட்டிருந்தபோது, எழுத்துதான் அவருக்குச் சோறு போட்டது. பணம் ஒருவருக்குச் சுதந்திரத்தையும் நெகிழ்வுத்தன்மையுடன் செயல்படுவதற்கான வாய்ப்பையும் வழங்கினால், அது நல்லதுதான். ஆனால், அது ஒரு போதையாகவோ அல்லது உங்களுக்குக் கவனச்சிதறலை ஏற்படுத்துகின்ற ஒன்றாகவோ இருந்தால் அது பிரச்சனைதான். பிற கருவிகளைப்போலவே, பணத்திலும் சில ஆபத்துகள் இருக்கின்றன. அதனால் அதைப் பாதுகாப்பாகவும் பிரக்ஞையுடனும் கையாள வேண்டும். அது பலவீனமானவர்களுக்கான கருவி அல்ல.

பணத்தால் மகிழ்ச்சியை வாங்க முடியாமல் இருக்கலாம். ஆனால், விரக்தியிலிருந்து உங்களை அதனால் வெளியே கொண்டுவர முடியும். நீங்கள் உங்களுக்குத் தேவையில்லாதவற்றை வாங்கிக் குவிப்பதற்கு அதை நீங்கள் நம்பியிருந்தால், அதனால் உங்களுக்குச் சுதந்திரத்தைக் கொடுக்க முடியாது.

நம்மால் போதுமான அளவு சம்பாதிக்க முடிந்தால், நம்மால் போதுமான அளவு வெற்றியை அடைய முடிந்தால், இவற்றைப் பற்றி நாம் துளிகூடக் கவலைப்படத் தேவையில்லை என்று நம்மில் பலர் நினைப்பதுதான் பிரச்சனையே. அப்போது நாம் எதையும் எண்ணி எண்ணிச் செலவழிக்க வேண்டியிருக்காது, மிதமாக இருக்க வேண்டிய அவசியத்தை நாம் கடந்திருப்போம் என்று நாம் நினைக்கிறோம். ஒரு சராசரி மனிதனின் அன்றாடக் கவலைகள் எதையும் நாம் எதிர்நோக்க வேண்டியிருக்காது என்று நாம் எண்ணுகிறோம். நாம் விரும்புவதை, நாம் விரும்புகின்ற அளவுக்கு, நாம் விரும்புகின்ற நேரத்தில் நம்மால் பெற்றுக் கொள்ள முடியும் என்று நாம் நினைக்கிறோம்.

ஆனால், அது ஒருபோதும் நிகழப் போவதில்லை.

பணத்தைப் பற்றி ஒருபோதும் கவலைப்பட வேண்டியிருக்காத, அதிகப் பணம் இருக்கின்ற ஒரு நிலையை அடைவது என்பது ஒரு மாயை. நீங்கள் அதை ஒருபோதும் அடையப் போவதில்லை. அதை எவரும் அடைந்திருக்கவில்லை. ஏழைகள், ஏழை மக்களின் பிரச்சனைகளால் அவதிப்படுகின்றனர், பணக்காரர்கள், பணக்கார மக்களின் பிரச்சனைகளால் கஷ்டப்படுகின்றனர். ஏனெனில், மக்களுக்கு எப்போதும்

ஏதாவது ஒரு பிரச்சனை இருந்து கொண்டுதான் இருக்கும். உங்களுடைய வாழ்க்கையை ஒழுங்காக நடத்துவதற்கு உங்களுக்கு எப்போதும் சுயஒழுங்கு தேவைப்பட்டுக் கொண்டுதான் இருக்கும்.

எவ்வளவு இருக்கிறது என்பதே தெரியாத அளவுக்குப் பணத்தைக் குவிக்க நினைப்பது உண்மையிலேயே ஒரு போற்றத்தக்க இலக்கா? யாரைப் பற்றியும், எதைப் பற்றியும் கவலைப்பட வேண்டியிருக்காத அளவுக்குப் பணத்தைப் பெற்றிருப்பது நல்லதா? அது ஒரு நல்லொழுக்கம் அல்ல, அது குழந்தைத்தனம். "இல்லை, எனக்கு வேண்டாம்," என்று ஒன்றை நாகரிகமாக மறுக்கின்ற அளவுக்குப் போதுமான பணம் உங்களிடம் இருந்தாலே போதுமானது. உங்களுடைய விழுமியங்களுக்கு எதிரான ஒன்றைக் காசுக்காக ஒருபோதும் செய்ய வேண்டியிருக்காத நிலை இருந்தால் போதும். உங்களுக்கு முக்கியமானது, அர்த்தமுள்ளது என்று படுகின்ற ஒன்றை மட்டும் தொடர்ந்து செய்து வர முடிந்தாலே போதும்.

உங்களிடம் எவ்வளவு பணம் இருந்தாலும் அது ஒருபோதும் உங்களை உண்மையிலேயே விடுவிக்காது. ஆனால், பணத்தை அதிகமாகச் சார்ந்திராமல் இருப்பது, அது குறித்து அளவுக்கதிகமாகக் கவலைப்பட்டுக் கொண்டிருக்காமல் இருப்பது என்பன போன்றவை உங்களை உண்மையிலேயே விடுவிக்கும். அதுவும் இப்போதே!

ஏராளமான மக்கள் ஏராளமான பணம் வைத்திருக்கின்றனர். லூ கெரிக்கும் பேப் ருத்தும் படிப்படியாகச் சம்பாதித்தனர். நான்காம் ஜார்ஜ் மன்னரும் எலிசபெத் மகாராணியும் ஒரு பெரும் சொத்தை மரபுரிமைப்படி பெற்றனர். நாம் எத்திசையில் பயணிக்க வேண்டும் என்பதை நாம்தான் தீர்மானிக்கிறோம் - நல்லதற்கோ அல்லது கெட்டதற்கோ! நம் சொத்து நமக்கு ஓர் ஆடம்பரமாக இருக்கலாம் அல்லது ஒரு சுமையாக இருக்கலாம்.

நமக்குக் கிடைத்துள்ளதற்கு நாம் தகுதியானவர்களா என்பதை நாம்தான் தீர்மானிக்கிறோம்.

தினந்தோறும் மேம்பட்டுக் கொண்டேயிருங்கள்

சாக்ரடீஸுக்கு நிறைய விஷயங்கள் தெரியாது, பல விஷயங்கள் குறித்து உறுதியாகத் தெரியாது.

"ஆனால், நாம் எப்படி இருக்கிறோமோ அப்படியே இருந்துவிடக்கூடாது," என்பதில் தான் உறுதியாக இருந்ததாக அவர் கூறினார்.

நீங்கள் யார் என்பது முக்கியமல்ல. நீங்கள் என்ன செய்துள்ளீர்கள் என்பதும் முக்கியமல்ல.

நம்மில் எவரொருவரும், நம்மால் எந்த அளவுக்குச் சிறப்பாக இருக்க முடியுமோ அந்த அளவுக்குச் சிறப்பாக இருப்பதில்லை. எவருமே கச்சிதமானவர்கள் அல்லர்.

எல்லோராலும் தங்களை மேம்படுத்திக் கொள்ள முடியும்.

மேம்படுத்திக் கொள்வதற்கு உங்களிடம் இடமிருக்கிறது என்று நீங்கள் நினைத்தால் உங்களால் உங்களை மேம்படுத்திக் கொள்ள முடியும். நீங்கள் மேம்படுத்திக் கொள்ளவும் செய்வீர்கள். இப்போதே நீங்கள் சிறப்பாகத்தான் செயல்பட்டுக் கொண்டிருக்கிறீர்கள் என்று நீங்கள் நினைத்தால், உங்களால் உங்களை மேம்படுத்திக் கொள்ள முடியாது.

தலைசிறந்த அமெரிக்கக் கால்பந்தாட்டக்காரரான

டாம் பிரேடி, மிகச் சிறிய வயதிலும் மிக மூத்த வயதிலும் ‘சூப்பர் பவுல்’ சாம்பியன் கோப்பையைக் கைப்பற்றியிருந்த ஒரே ஆட்டக்காரர். ஆனால், அவர் ஒருபோதும் வெற்றி குறித்து அதீதப் பற்று கொண்டிருக்கவில்லை. அவர் அதில் தன் கவனத்தைச் செலுத்தவில்லை. அவர் தன் ஆட்டத்தைத் தொடர்ந்து மேம்படுத்திக் கொள்வதில்தான் தன் கவனத்தைக் குவித்தார். ஏற்கனவே இருந்ததைவிட மேலும் வேகமாகப் பந்தை விடுவிப்பதில் அவர் கவனம் செலுத்தினார். அவர் தன் ஆட்டத்தில் தலைசிறந்தவராக விளங்கிக் கொண்டிருந்தபோதிலும், அப்படியே இருந்துவிட அவர் விரும்பவில்லை. தன்னைத் தொடர்ந்து மேம்படுத்திக் கொண்டிருக்க வேண்டும் என்பதுதான் அவருக்குப் போதையூட்டியது. அதன் மூலம்தான் எதிர்பார்ப்புகளையும் மூப்பையும் அவர் முறியடித்தார்.

ஜப்பானியர்கள் இதைக் ‘கய்ஜென்’ என்று அழைக்கின்றனர். இடைவிடாத மேம்பாடு. மேம்படுத்திக் கொண்டிருப்பதற்கு ஏதாவது ஒன்றைக் கண்டுபிடித்துக் கொண்டேயிருப்பது அது. திருப்தியடைந்துவிடாமல், மேலும் வளர்வதற்கான வழியைத் தேடிக் கொண்டிருப்பது அது.

புரட்சி? பரிபூரண மாற்றம்? எந்தவொரு விஷயத்திலும் பொழுதுபோக்கிற்காக ஈடுபட்டிருப்பவர்கள் செய்பவை அவை. ஆனால் முழுமையாக ஒன்றுக்குத் தங்களை அர்ப்பணித்துக் கொண்டிருப்பவர்கள் பரிணாம வளர்ச்சியில்தான் அக்கறை கொண்டிருப்பர்.

தாங்கள் அர்ப்பணிப்புக் கொண்டுள்ள ஒரு விஷயத்தில் தினமும் ஈடுபடுவது முதல் படி. தினந்தோறும் அதை எப்படி மேம்படுத்தலாம் என்று பார்த்துக் கொண்டிருப்பது அடுத்தப் படி. அதை நீங்கள் தொடர்ந்து செய்கின்றபோது, அதன் கூட்டு விளைவு பிரமிக்கத்தக்கதாக இருக்கும்.

பெரும்பாலான மக்கள், தாங்கள் அர்ப்பணிப்புக் கொண்டுள்ள விஷயங்களில்கூடத் தினந்தோறும் ஈடுபடுவதில்லை. அப்படிச் செய்பவர்களும்கூட, அதை மேம்படுத்திக் கொள்வதற்குத் தங்களை உந்தித் தள்ளுவதில்லை. தினசரி தலைகாட்டுவதோடு, அதை மேம்படுத்திக் கொள்வதிலும் ஈடுபடுகின்ற ஒரு நபரா நீங்கள்? நீங்கள் அரிதினும் அரிதானவர்.

தினந்தோறும் மேம்படுவது கஷ்டம் என்று நீங்கள்

நினைத்தால், நீங்கள் செய்கின்ற தவறுகளைக் குறைத்துக் கொள்ள முயற்சி செய்யலாம், இல்லையா?

லூ கெரிக்கைப் பற்றி அவருடைய அணியின் மேலாளர் இப்படித்தான் கூறினார். கெரிக்கின் அசாத்தியமான வெற்றிக்குக் காரணம் அவருடைய அர்ப்பணிப்பு மட்டுமல்ல. எந்தவொரு தவற்றையும் ஒரு முறைக்கு மேல் செய்யாமல் இருந்தது அவருடைய வெற்றியில் ஒரு முக்கியப் பங்கு வகித்தது. தொடக்கத்தில் ஓர் ஆட்டத்தில் ஒரு தவற்றைச் செய்து கொண்டிருந்த அவர், அதை வாரத்திற்கு ஒரு தவறாகக் குறைத்தார். பின்னர் அதை மாதத்திற்கு ஒன்றாக மேலும் குறைத்தார்.

தவறு செய்வது மனித இயல்புதான். ஆனால், தினந்தோறும் அத்தவறுகளின் எண்ணிக்கையைக் குறைத்துக் கொண்டே செல்வதன் மூலம் தெய்விகத்தை அடையலாம்.

நாம் நமக்கென்று ஒரு தரத்தை உருவாக்கிக் கொண்டால் மட்டும் போதாது. அதைத் தொடர்ந்து மேம்படுத்திக் கொண்டே இருக்க வேண்டும். எடைகளைத் தூக்கிப் பயிற்சி செய்கின்றபோது, அதில் ஈடுபடுபவர்கள், தாங்கள் தூக்குகின்ற எடைகளை தொடர்ந்து அதிகரித்துக் கொண்டேயிருப்பர். அதைத்தான் நாம் பிற விஷயங்களிலும் பின்பற்ற வேண்டும். நம்முடைய செயல்திறன் குறித்து நாம் திருப்தி அடைந்துவிடக்கூடாது. அந்த அதிருப்திதான் நம்மை முன்னே உந்தித் தள்ளும்.

நாம் எதிர்பார்த்திருக்கின்ற இடத்தை நாம் ஒருபோதும் ‘வந்தடையாமல் இருப்பது’ நம்மை ஊக்கமிழக்கச் செய்யுமா? நமக்கு நாமே நிர்ணயித்துக் கொண்டுள்ள தரங்கள் நம்முடைய திறன்களுக்கு அப்பாற்பட்டவையாக இருக்குமா? கண்டிப்பாக இல்லை. நாம் தொடர்ந்து புதிய இலக்குகளை நிர்ணயித்துக் கொள்வது உண்மையில் விஷயங்களை சுவாரசியமாக்கவே செய்யும். எல்லாவற்றையும்விட முக்கியமாக, அது ஒருபோதும் முற்றுப் பெறாது. இறுதியில் இது நமக்குக் கூடுதல் திருப்தியையும் மகிழ்ச்சியையும் கொண்டுவரும். நாம் ஒருபோதும் கற்பனை செய்திராத உயரங்களைத் தொடுவது நமக்குச் சாத்தியப்படும்.

நீங்கள் தொடர்ந்து பழுத்துக் கொண்டிருக்க விரும்புகிறீர்களா அல்லது அழுகிப் போக

ஆசைப்படுகிறீர்களா? உங்களுடைய மேம்பாடு தொடர்ந்து அதிகரித்துக் கொண்டிருக்காவிட்டால், ஒருவேளை நீங்கள் மோசமடைந்து கொண்டிருக்கக்கூடும்.

நீங்கள் ஒரு தொழில்முறை ஆட்டக்காரராக இருந்தாலும் சரி, அல்லது ஒரு துப்புரவுத் தொழிலாளியாக இருந்தாலும் சரி, உங்களுடைய பணியில் உங்களை உங்களால் கண்டிப்பாக மேம்படுத்திக் கொள்ள முடியும். ஒரு தனிநபராக, ஒரு குடிமகனாக, ஒரு மகனாக, அல்லது ஒரு மகளாக உங்களால் மேம்பட்டுக் கொண்டிருக்க முடியும். நீங்கள் எப்படிச் சிந்திக்கிறீர்கள் என்பதையும், எதைப் பற்றிச் சிந்திக்கிறீர்கள் என்பதையும், விஷயங்களில் எப்படிக் கவனத்தைக் குவிக்கிறீர்கள் என்பதையும் உங்களால் தொடர்ந்து மேம்படுத்த முடியும்.

“ஒருவன் தன் பண்ணையை மேம்படுத்த விரும்புவான். மற்றொருவன் தன் குதிரைப் பராமரிப்பை மேம்படுத்த ஆசைப்படுவான். நான் என்னை மேம்படுத்திக் கொள்வதில் கவனம் செலுத்துகிறேன்,” என்று எபிக்டெட்டஸ் கூறினார். அடிமைத்தளையிலிருந்து படிப்படியாக வெளியே வந்தவர் அவர். அவர் நாடுகடத்தப்பட்டபோது, வெளியே இருந்து அவர் இப்படிக் கூறினார். அப்போதே அவர் இந்த உலகின் தலைசிறந்த அறிவாளிகளில் ஒருவராக அறியப்பட்டிருந்தார். ஆனாலும், தினந்தோறும் தன்னை மேம்படுத்திக் கொள்கின்ற முயற்சியில் அவர் ஈடுபட்டிருந்தார்.

அவருடைய வாழ்க்கையின் இருண்ட காலகட்டத்தின்போது இத்தகைய சுயஒழுங்கு எபிக்டெட்டஸுக்கு வெகுவாகக் கைகொடுத்திருக்கும் என்று நம்பலாம். ஏனெனில், அவருடைய எஜமானரோ, சமுதாயமோ, சமூகத்தில் அவர் வகித்த நிலையோ இதைத் தீர்மானிக்கவில்லை. மாறாக, அதை அவர்தான் தன் முழுக் கட்டுப்பாட்டில் வைத்திருந்தார். அதே சமயம், அந்த சுயஒழுங்கு, நீங்கள் ஒரு நல்ல நிலையை அடைந்த பிறகும், நீங்கள் திருப்தியடைந்துவிடாமல் இருக்கவும், இறுமாப்பு அடைந்துவிடாமல் இருக்கவும் உங்களுக்கு உதவும்.

மதிப்பெண் புள்ளிகள் என்ன சொல்கின்றன என்பதோ, உங்களுடைய வங்கிக் கணக்கில் எவ்வளவு பணம் இருக்கிறது என்பதோ, உங்களுடைய பொருள் எவ்வளவு விற்பனையாகியுள்ளது என்பதோ முக்கியமல்ல.

அதை நீங்களே அறிவீர்கள். நீங்கள் மேம்பட்டுக் கொண்டிருக்கிறீர்களா அல்லது கீழ்நோக்கிச் சென்று கொண்டிருக்கிறீர்களா என்பது உங்களுக்கு நன்றாகவே தெரியும். நீங்கள் மேம்பட்டுக் கொண்டிருக்கவில்லை என்றால்? அது நல்லதுதான். மேம்பாட்டுக்கு இடம் இருக்கிறது என்று உங்களுக்குத் தெரிய வந்தால்? இன்னும் நல்லது. மேம்படுவதற்கான வழிமுறைகளை நீங்கள் பார்க்க வேண்டும், அவ்வளவுதான்.

வெற்றி, தோல்வி, புகழ், துரதிர்ஷ்டம் ஆகியவற்றில் எதை நீங்கள் எதிர்கொண்டாலும் சரி, நீங்கள் உங்களுடைய தொடர் மேம்பாட்டில் கவனத்தைக் குவிக்கும்போது, கண்ணாடியின் முன் நின்று கொண்டு அதில் தெரிகின்ற உங்களுடைய உருவத்தைப் பார்த்து உங்களால் பெருமை கொள்ள முடியும்.

அது ஒரு வாழ்க்கைப் பயணம். உங்களுடைய வாழ்நாள் முழுவதும் நீங்கள் அன்றாடம் தொடர்ந்து உங்களை மேம்படுத்திக் கொண்டிருந்தால் உங்களால் எந்த அளவுக்கு முன்னேற முடியும் என்று கற்பனை செய்து பாருங்கள். நீங்கள் மேற்கொள்கின்ற மேம்பாடுகள் உங்களுக்குப் புதிய புதிய வாய்ப்புகளைக் கொண்டு வருகின்றபோது, அந்த வாய்ப்புகளை நீங்கள் பயன்படுத்திக் கொள்கின்றபோது, இந்த வாழ்க்கைப் பயணம் எப்படி இருக்கும்?

அப்படிப்பட்டதொரு வாழ்க்கைப் பயணத்தை நீங்கள் மேற்கொள்வீர்களா? நீங்கள் நினைத்திருந்ததைக் காட்டிலும் அதிக உயரத்தை நீங்கள் அடைந்த பிறகும் நீங்கள் உங்களுடைய பயணத்தைத் தொடர்வீர்களா? அல்லது நிறுத்திவிடுவீர்களா?

உங்களை மேம்படுத்திக் கொள்கின்ற வழக்கத்தைத் தொடர்வீர்களா? அல்லது இதுவே போதும் என்று நினைப்பீர்களா?

நீங்கள் இப்போது எங்கு இருக்கிறீர்களோ அதே இடத்தில் இருந்தாலே போதும் என்று நீங்கள் எண்ணுவீர்களா? அல்லது உங்களால் ஆகக்கூடிய ஆகச் சிறந்த வடிவமாக மாற முயல்வீர்களா?

ஏனெனில், நீங்கள் மேம்பட்டுக் கொண்டிருப்பதை நிறுத்தினால், அங்கிருந்து நீங்கள் செல்வதற்கு ஒரே ஒரு திசை மட்டும்தான் இருக்கிறது.

“உங்களால் ஆகச் சிறப்பாக எதைச் செய்ய முடியுமோ

அதைச் செய்யுங்கள். பின் அதை மீண்டும் செய்யுங்கள். பின் அதை மேலும் மேம்படுத்துங்கள். அது மிகச் சிறியதொரு மேம்பாடாக இருந்தால்கூடப் பரவாயில்லை," என்று 'மெமோயர்ஸ் ஆஃப் ஹேட்ரியன்' என்ற நாவலில் வருகின்ற ஒரு கதாபாத்திரம் கூறும்.

இது ஓர் அழகான நகைமுரண். நீங்கள் ஒருபோதும் உங்களுடைய முன்னேற்றம் குறித்துத் திருப்தியடைவதில்லை என்றாலும், நீங்கள் எப்போதும் மனநிறைவுடன் இருப்பீர்கள். ஏனெனில், நீங்கள் முன்னேறிக் கொண்டிருக்கிறீர்கள்.

சுமையைப் பகிர்ந்து கொள்ளுங்கள்

1956-ல் ஹாரி பெலஃபான்ட் என்ற ஜமைக்க இசைக் கலைஞர், மார்ட்டின் லூதர் கிங் ஜூனியரின் மனைவியான கோரெட்டா ஸ்காட் கிங்கைத் தொலைபேசியில் தொடர்பு கொண்டார். கிங் மீண்டும் கைது செய்யப்பட்டிருந்ததால், குடிமை உரிமைப் போராட்ட இயக்கத்திற்கு ஏதாவது உதவி தேவையா என்பதைக் கேட்பதற்காகவே ஹாரி கோரெட்டாவை அழைத்திருந்தார். ஆனால், கோரெட்டாவுடன் அவரால் தொடர்ந்து உரையாட முடியவில்லை. ஏனெனில், கோரெட்டா இடையிடையே தன் குழந்தைகளைக் கவனித்துக் கொள்ள வேண்டியிருந்தது, அவர்களுக்கு உணவு சமைக்க வேண்டியிருந்தது, வீட்டுக்கு வந்து கொண்டிருந்தவர்களைக் கவனிக்க வேண்டியிருந்தது.

அவர் அனைத்து வேலைகளையும் தனியாகச் செய்து கொண்டிருந்ததை உணர்ந்து கொண்ட பெலஃபான்ட், கிங் ஏன் வீட்டில் வேலைக்காரர்கள் எவரையும் வைத்துக் கொள்ளவில்லை என்று நாசூக்காக அவரிடம் கேட்டார். "கிங் அதை அனுமதிக்கவில்லை," என்று கோரெட்டா பதிலளித்தார். ஒரு சாதாரணமான கிறித்தவப் பாதிரியாரின் சம்பளத்தில் அது தங்களுக்குக் கட்டுப்படியாகாது என்று அவர் தங்களுடைய நிலைமையை விளக்கினார். மக்கள் தங்களைப் பற்றித் தவறாக நினைத்துக் கொள்ள அது இடம் கொடுத்துவிடும் என்று கிங் கவலைப்பட்டார்.

இலட்சக்கணக்கான கருப்பின மக்கள் கடுந்துன்பங்களை எதிர்கொண்டிருந்தபோது, அவர்களுக்காகப் பாடுபட்டுக் கொண்டிருந்ததாகக் கூறிக் கொண்டிருந்த தாங்கள் இதுபோன்ற வசதிகளைத் தங்களுக்கு ஏற்படுத்திக் கொண்டால் அது சரியாக இருக்காது என்று கிங் நினைத்தார்.

“இது பைத்தியக்காரத்தனமாக இருக்கிறது,” என்று பெலஃபான்ட் வெடித்தார். “கருப்பின மக்களுக்கான போராட்டத்தின் மையமாக அவர்தான் இருக்கிறார். உங்களுக்கு யாராவது உதவி செய்தால், அதைப் பற்றிப் பிறர் என்ன நினைப்பார்கள் என்று அவர் கவலைப்பட்டுக் கொண்டிருக்கிறாரா?” என்று கேட்ட ஹாரி, கோரெட்டாவிடம், “உங்களுடைய வாழ்க்கை இக்கணமே மாறப் போகிறது,” என்று அறிவித்ததோடு நிற்காமல், உடனடியாகக் கிங்கின் வீட்டிற்குப் பணியாட்களை நியமித்து அச்செலவுகளை அவரே ஏற்றுக் கொண்டார். கிங்கால் அது குறித்து எதுவும் செய்ய முடியவில்லை.

அதிக வேலைப்பளுவுடன் கஷ்டப்பட்டுக் கொண்டிருந்த ஒரு குடும்பத்திற்கு உதவிய ஓர் இனிய செயல் மட்டுமல்ல அது. அது ஓர் அற்புதமான யோசனையும்கூட. ஏனெனில், கிங்கிற்கும் அவருடைய மனைவிக்கும் ஹாரி வெறும் உதவியை மட்டும் அளித்திருக்கவில்லை. அவர் அவர்களுக்கு நேரத்தையும் பெற்றுக் கொடுத்திருந்தார். மனநிம்மதியைப் பெற்றுக் கொடுத்திருந்தார். பாதுகாப்பைப் பெற்றுக் கொடுத்திருந்தார். அவர்களுக்கு உதவி கிடைத்தால், அவர்கள் கூடுதல் ஆற்றலுடன் செயல்படுவர், தங்களுடைய சமூகப் பணியில் கூடுதலாகக் கவனம் செலுத்துவர் என்பதை அவர் அறிந்திருந்தார். அவர்கள் இன்னும் அதிக வலுவாக இருப்பர், அவர்களுடைய செயல்திறன் அதிகரிக்கும். ஓர் அமைதி ஊர்வலத்தை அதற்குத் தலைமையேற்று வழிநடத்திக் கொண்டிருக்கின்றபோது, மார்ட்டின் லூதர் கிங் ஜூனியர், வீட்டில் குழந்தைகளுக்குப் பால் இருக்கிறதா என்று கவலைப்பட்டுக் கொண்டிருக்கக்கூடாது என்று பெலஃபான்ட் கருதினார்.

எல்லாவற்றையும் உங்கள் தலையில் இழுத்துப் போட்டுக் கொள்ளப் போவதாக நீங்கள் அடம்பிடிக்காமல் இருப்பதற்கும் சுயஒழுங்கு தேவை. குறிப்பாக, அந்த வேலைகள் அனைத்தையும் உங்களால் சிறப்பாகச் செய்ய

முடிகின்றபோது அது அவசியம் தேவை. குறிப்பாக, அவை எப்படிச் செய்யப்பட வேண்டும் என்பதற்கு நீங்கள் ஓர் உயர்ந்த தரத்தை நிர்ணயித்துக் கொண்டிருக்கின்றபோது அது இன்றியமையாதது. உங்கள் வீட்டுத் தோட்டத்தில் புல் வெட்டுவது, உங்கள் சொற்பொழிவை எழுதுவது, உங்கள் நேர அட்டவணையைத் தயாரித்துக் கொள்வது, தொலைபேசி அழைப்புகளை நீங்களே ஏற்றுக் கொள்வது என்பன போன்றவற்றைச் செய்வதை நீங்கள் வெகுவாக இரசித்தாலும்கூட நீங்கள் அவற்றில் ஈடுபடக்கூடாது.

ஒரு விஷயத்தை எப்படிச் செய்வது என்று ஒரு தலைவர் அறிந்து வைத்திருக்க வேண்டும் என்றாலும், தங்களால் எல்லாவற்றையும் செய்ய முடியாது என்பதை அவர்கள் உணர்ந்திருக்க வேண்டும். அது உடல்ரீதியாகவும் சாத்தியமில்லை, மனரீதியாகவும் சாத்தியமில்லை.

சுமையை நிர்வகிப்பதற்கு அதைப் பகிர்ந்து கொள்வதுதான் சிறந்த வழியாக இருக்கும்.

அற்ப விஷயங்களில் ஒருவர் தன் ஆற்றல்கள் அனைத்தையும் வீணடித்துவிடுகின்றபோது, முக்கியமான கணம் வருகின்றபோது, அதைச் செய்வதற்கு அவரிடம் ஆற்றல் எதுவும் இல்லாமல் போய்விடும். அவர்கள் எல்லாவற்றையும் தங்கள் தோள்மீது போட்டுக் கொள்வதால் அவர்கள் விரைவில் களைப்புற்றுவிடுவர். விஷயங்கள் தவறாகச் செல்கின்றபோதோ அல்லது தொய்வு விழுகின்றபோதோ ஏற்படுகின்ற மனஅழுத்தத்தைத் தாங்கிக் கொள்ள அவர்களால் முடியாமல் போய்விடும்.

பெருந்தீனிக்காரன் என்பவன் அளவுக்கதிகமாக உணவு உண்பவன் அல்லன். நம்மில் பலர் அளவுக்கதிகமாக நமக்கு நாமே தண்டனை கொடுத்துக் கொள்பவர்களாக இருக்கிறோம். அளவுக்கதிகமாகக் கட்டுப்பாட்டை விரும்புபவர்களாக இருக்கிறோம். அளவுக்கதிகமாக வேலையில் ஈடுபடுபவர்களாக இருக்கிறோம். ஆனால், பல நேரங்களில் இதை அடையாளம் காண்பதே சிரமமானதாக இருக்கும். மார்ட்டின் லூதர் கிங் ஜூனியர் இதற்கான நல்லதோர் எடுத்துக்காட்டு. நாம் பிறருக்குக் கடமைப்பட்டுள்ளதாக நாம் உணர்கிறோம். பணத்தைச் செலவழிப்பதில் நாம் மோசமாக இருப்பதாக நாம் நினைக்கிறோம். பிறரிடம் உதவி கேட்பதில் நாம் குற்றவுணர்வு கொள்கிறோம். நம்முடைய நோக்கம்

சிறந்ததாக இருந்தாலும்கூட விளைவுகள் ஒரே மாதிரியாகத்தான் இருக்கும். நம்மை நாமே அதிகமாகக் களைப்புறச் செய்துவிடுவோம். நமக்கும் நாம் சார்ந்துள்ள இயக்கத்திற்கும் நாம் ஊறு விளைவிப்போம். நமக்கு அர்த்தமுள்ளதாகப் படுகின்ற விஷயங்களை நம்மை அறியாமலேயே நாம் அலட்சியப்படுத்திவிடுவோம்.

நீங்கள் பந்தைப் பிறருக்குக் கடத்திவிட வேண்டியது அவசியம். குறிப்பாக, அந்த நபர் உங்களைவிட அதிகத் திறமைசாலியாகவும், அதை வரவேற்கின்றவராகவும் இருக்கின்றபோது, அதை நீங்கள் செய்தே ஆக வேண்டும். அதுதான் ஒரு குழுவிற்கு அழகு.

பாதுகாப்பாக உணராதவர்களால் இதைச் செய்ய முடியாது. தாங்கள் விமர்சிக்கப்படுவோம் என்று அவர்கள் பயப்படக்கூடும். திரைக்குப் பின்னால் நடக்கின்ற காரியங்களைப் பிறர் பார்த்துவிடக்கூடும் என்று அவர்கள் அஞ்சுவர். கொடுங்கோலர்களால் இதைச் செய்ய முடியாது. அகங்காரக்காரர்களால் இதைச் செய்ய முடியாது. மலிவானவர்களால் இதைச் செய்ய முடியாது. எல்லாவற்றையும் தாங்களே பெற வேண்டும் என்று அவர்கள் விரும்புவர். தாங்கள்தாம் விஷயங்களின் மையமாக இருக்க வேண்டும் என்று அவர்கள் ஆசைப்படுவர். அதை இழக்க அவர்களுக்கு மனம் வராது. புகழ் அனைத்தும் தங்களுக்கு மட்டுமே கிடைக்க வேண்டும் என்று அவர்கள் பேராசைப்படுவர்.

ஆனால், கொடுங்கோலர்கள் அனைவருக்கும் இறுதியில் என்ன கதி ஏற்படுகிறது? அவர்கள் வீழ்த்தப்படுகிறார்கள்.

எல்லாவற்றையும் நீங்களே செய்ய முயல்வதில் எந்தவிதமான அர்த்தமும் கிடையாது. பொறுப்புகளை நீங்கள் பிறருக்குப் பிரித்துக் கொடுக்க வேண்டும். சரியான நபர்களை அடையாளம் கண்டு, உங்களுக்கு உதவுகின்ற அதிகாரத்தை அவர்களுக்கு நீங்கள் அளிக்க வேண்டும். கட்டுப்பாட்டைத் துறப்பதற்கும், சாவியை மற்றவர்களிடம் கொடுப்பதற்கும் நீங்கள் தயாராக இருக்க வேண்டும். முக்கியமான விஷயங்களை முக்கியமானவையாக வைத்திருக்க வேண்டும் என்று நீங்கள் விரும்பினால், உங்களுடைய வேலைகளை உங்களுக்காகச் செய்யத் தயாராக இருப்பவர்களை நீங்கள் உங்களுக்காக நியமித்துக் கொள்ள வேண்டும். இன்னும் சொல்லப் போனால், உங்கள்

சார்பில் 'முடியாது' என்று கூறுகின்ற அதிகாரத்தையும் நீங்கள் அவர்களுக்கு வழங்க வேண்டும்.

நம்முடைய மனஉறுதி மட்டும் நமக்குப் போதாது. பொறுப்புகளை நாம் பகிர்ந்து கொள்ள வேண்டும். நீங்கள் பிரம்மாண்டமாக வளர வேண்டும் என்று நீங்கள் விரும்பினால், அது இன்றியமையாதது. உங்களைவிடப் பெரிதான ஒன்றை, அர்த்தமிக்க ஒன்றை உருவாக்க நீங்கள் விரும்பினால், அதற்கு நீங்கள் துணிய வேண்டும்.

இது எல்லோருக்கும் சாத்தியப்படாது என்பதை மறுப்பதற்கில்லை. வேலைக்கு ஆட்களை நியமித்துக் கொள்வது என்பது எல்லோருக்கும் கட்டுப்படியாகாது என்பது உண்மைதான். அல்லது நம்முடைய வேலைக்காரர்களுக்கு ஆகின்ற செலவை ஏற்றுக் கொள்ளத் தயாராக இருக்கின்ற ஒருவர் நம் எல்லோருக்கும் கிடைக்க மாட்டார். ஆனால், நம்முடைய ஒவ்வொரு மணி நேரமும் எந்த அளவுக்கு மதிப்பானது என்பதை நாம் ஒவ்வொருவரும் தெரிந்து வைத்திருக்க வேண்டும். நம்முடைய நேரத்தை ஆகச் சிறந்த முறையில் எப்படிச் செலவழிப்பது என்பதை நாம் கண்டுபிடித்தாக வேண்டும். சிறப்பான விளைவுகளைக் கொண்டு வருவதற்கு நேரத்தை நாம் எப்படிச் செலவழிக்க வேண்டும் என்பதை நாம் அறிந்திருக்க வேண்டும்.

நாம் யாராக இருந்தாலும், சில வேலைகளைத் தன்னியக்க முறையில் செய்து முடிப்பதற்கான ஏற்பாட்டை நம்மால் செய்து கொள்ள முடியும். சில வேலைகளை நம்மால் எளிதாகப் பிறருக்குப் பிரித்துக் கொடுக்க முடியும். வாழ்க்கையிலுள்ள அனைத்துமே பலர் சேர்ந்து விளையாடுகின்ற ஒரு குழு விளையாட்டுதான்.

நம்மால் எல்லாவற்றையும் திறம்படச் செய்ய முடியாது என்பதை நாம் அறிந்திருந்தாலும்கூட, அவற்றில் சிலவற்றையேனும் பிறரிடம் ஒப்படைக்க நாம் மறுக்கிறோம். மற்றவர்களின் வேலைகளை நாமே செய்ய முயற்சிக்கிறோம்.

பிறருக்கு வேலைகளைப் பகிர்ந்தளிப்பதை நீங்கள் தள்ளிப்போடக்கூடாது.

இது மலிவானது அல்ல என்பது உண்மைதான். ஆனால், அதிலிருந்து கிடைக்கின்ற பயன்கள் நீங்கள் அதற்காகச் செலவழிப்பதைவிடப் பன்மடங்கு அதிகமாக

இருக்கும். குறிப்பாக, இந்த உலகிலேயே மிகவும் மதிப்பு வாய்ந்த ஒன்றை அதனால் உங்களுக்குப் பெற்றுக் கொடுக்க முடியும். நேரம்தான் அது.

மார்ட்டின் லூதர் கிங் ஜூனியர் தன் வேலைகளைப் பகிர்ந்தளிக்க வேண்டும் என்று பெலஃபான்ட் அவரைக் கட்டாயப்படுத்தியதன் மூலம், அவர் தன் சமூகப் பணிகளைச் செய்வதற்குக் கூடுதல் நேரத்தைப் பெற்றுக் கொடுத்திருந்தார். நேரம் என்பது எல்லோருக்குமே ஒரு வரம்புக்கு உட்பட்டதுதான். ஆனால், கிங்கின் விஷயத்தில் அது அவருக்கு மிகவும் பற்றாக்குறையாக இருந்த ஒன்றாகும். கிங்கும் அவருடைய மனைவியும், வீட்டில் அன்றாடம் செய்யப்பட்டாக வேண்டிய சலிப்பூட்டும் வேலைகளைச் செய்ய வேண்டியிராத ஒவ்வொரு நிமிடத்தையும் ஒரு பயனுள்ள விதத்தில் செலவழிக்க முடியும்.

வேலைகளைப் பிரித்தளிப்பது நேரத்தை மட்டுமல்லாமல் சுதந்திரத்தையும் அளிக்கும். நமக்குக் கிடைக்கின்ற நேரத்தை, சிந்திப்பதற்கும், புதிய தொடர்புகளை ஏற்படுத்திக் கொள்வதற்கும், பாராட்டப்பட வேண்டிய விஷயங்களைப் பாராட்டுவதற்கும் நம்மால் பயன்படுத்திக் கொள்ள முடியும். ஒரு முறை கிங்கிடம் ஒரு பத்திரிகையாளர், “உங்களுக்கு ஒரு வார காலம் இடையூறற்ற ஓய்வு கிடைத்தால் நீங்கள் என்ன செய்வீர்கள்?” என்று கேட்டார். செய்யப்பட வேண்டிய வேலைகள் கணக்கு வழக்கற்று இருந்த நேரத்தில், அதுபோன்ற நடைமுறைச் சாத்தியமற்ற ஒரு கேள்வியைக் கேட்டதற்காக முதலில் அந்தப் பத்திரிகையாளரைக் கோபித்துக் கொண்ட கிங், அவரிடம் தன் கண்ணோட்டத்தைப் பகிர்ந்து கொண்டார்.

> *ஒரு வாரகால தங்குதடையற்ற ஓய்வு எனக்குக் கிடைத்தால், படிப்பதற்கும், ஆழமாகச் சிந்திப்பதற்கும், அறிவுரீதியாகவும் ஆன்மிகரீதியாகவும் என்னைப் புதுப்பித்துக் கொள்வதற்கும் அதை நான் பயன்படுத்திக் கொள்வேன். எல்லையற்ற முறையில் நீண்டு கொண்டிருக்கின்ற இப்போராட்டத்தைப் பற்றி நான் சிந்திக்கின்றபோது, நான் என்றென்றும் கொடுத்துக் கொண்டிருப்பவனாகவே இருப்பதை நான் கண்டுள்ளேன். நின்று நிதானித்து அதைப் பற்றி அலசுவதற்கு எனக்கு நேரமே கிடைப்பதில்லை. நேரம் கிடைத்தால், இந்த இயக்கத்தின் மூலமாக இதுவரை என்னென்ன செய்யப்பட்டுள்ளன, இந்த இயக்கம் எப்படி*

இயங்கிக் கொண்டிருக்கிறது, இதன் அர்த்தம் என்ன ஆகியவை குறித்து ஆழமாக அலச நான் விரும்புவேன்.

நீங்கள் எப்படி? உங்களுக்கு இப்படி ஒரு வாரம் கிடைத்தால் நீங்கள் என்ன செய்வீர்கள்? அல்லது, ஒரு மணி நேரம் கிடைத்தால் என்ன செய்வீர்கள்? உங்களுக்குப் பிறருடைய உதவி கிடைத்தால், இப்படிப்பட்ட நேரத்தை உங்களுக்காக உருவாக்கிக் கொள்ள உங்களால் முடியுமா? அந்த நேரத்தை, சிந்திப்பதற்கும் அலசிப் பார்ப்பதற்கும், அதிலிருந்து கிடைக்கின்ற படிப்பினைகளிலிருந்து பாடம் கற்றுக் கொள்வதற்கும், திட்டங்கள் தீட்டுவதற்கும் பயன்படுத்திக் கொள்வது உங்களுக்குச் சாத்தியப்படுமா?

தினந்தோறும் அப்படிப்பட்ட ஒரு நேரத்தை உங்களால் கண்டுபிடிக்க முடிந்தால்? எவை உங்களுக்கு முக்கியமானவை என்பது குறித்தும், வாழ்க்கையில் நீங்கள் எப்படிச் செயல்பட்டுக் கொண்டிருக்கிறீர்கள் என்பது குறித்தும் சிந்திக்க அந்த நேரத்தை உங்களால் பயன்படுத்திக் கொள்ள முடியும்.

அதற்கு நீங்கள் முற்றிலும் தகுதியானவர்தாம். ஆனால், அதைப் பெறுவதற்கு ஒரே ஒரு வழிதான் இருக்கிறது.

உங்களுடைய வேலைகளையும் பொறுப்புகளையும் பிறருக்குப் பகிர்ந்தளிப்பதன் மூலமாக மட்டுமே அதை உங்களால் அடைய முடியும். பிறரிடம் உதவி கேட்பதன் மூலமாகத்தான் அதை உங்களால் சாத்தியமாக்க முடியும். மாற்றங்களை ஏற்படுத்துவதன் மூலமாகத்தான் அதை நிஜமாக்க முடியும்.

நேரத்தை மதியுங்கள்

ஃபில் ஜாக்சன், ஓர் இளம் கூடைப்பந்தாட்டக்காரராக நியூயார்க் நிக்ஸ் அணிக்குள் நுழைந்தபோது, அவர் பெரும்பாலும், காத்திருக்கின்ற வீரர்களின் பட்டியலில்தான் இடம்பெற்றிருந்தார். ஒரு நாள் இரவில், ஓர் ஆட்டம் நிறைவடைய இருந்த நேரத்தில், அந்த அணியின் பயிற்றுவிப்பாளர் ரெட் ஹோல்ஸ்மேன் அவரிடம், "ஜாக்சன், இன்னும் எவ்வளவு நேரம் இருக்கிறது?" என்று கேட்டார். அதற்கு ஜாக்சன், "ஒரு நிமிடம் இருபத்தெட்டு நொடிகள்," என்று பதிலளித்தார். அதற்கு ஹோல்ஸ்மேன், "நான் அதைக் கேட்கவில்லை. 'ஷாட் கிளாக்கில்' எவ்வளவு நேரம் மீதமிருக்கிறது என்றுதான் நான் கேட்டேன்," என்று கூறினார். அதற்கான பதிலை ஜாக்சன் அறிந்திருக்கவில்லை. இதனால் எரிச்சலடைந்த ஹோல்ஸ்மேன், "விரைவில் நீ எப்படியும் இந்த அணிக்காக விளையாடப் போகிறாய். இது உனக்குத் தெரியவில்லை என்றால், உன்னால் அணிக்கு மிகப் பெரிய இழப்பு ஏற்படும். அடுத்த முறை நான் கேட்கின்றபோது இதைச் சரியாக அறிந்து வைத்துக் கொள்," என்று ஜாக்சனை எச்சரித்தார்.

நமக்கு ஒரு நாளைக்கு இருபத்து-நான்கு மணி நேரம் இருப்பதுபோல, கூடைப்பந்து ஆட்டக்காரர்களுக்கு, கூடையில் பந்தைப் போட இருபத்து-நான்கு நொடிகள் அளிக்கப்படும். ஓர் அணியின் வசம் பந்து சென்றவுடன்,

அவர்கள் இருபத்து-நான்கு நொடிகளுக்குள் அப்பந்தைக் கூடையில் போட்டுவிட வேண்டும். அரங்கில் இருக்கின்ற அந்த 'ஷாட் கிளாக்' இருபத்து-நான்கு நொடிகளிலிருந்து பின்னோக்கி நேரத்தைக் கழிக்கத் தொடங்கும். பூஜ்ஜியம் வருவதற்குள் நீங்கள் எதிரணியின் கூடைக்குள் பந்தைப் போட்டுவிட வேண்டும். அதை அறிந்திராமல் இருப்பது வடிகட்டிய மடத்தனமாகும்.

கூடைப்பந்து விளையாட்டில் நீங்கள் நேரத்தில் கண்ணும் கருத்துமாக இருக்க வேண்டும். அது எப்போது காலியாகும் என்பது உங்களுக்குத் தெரியாது. இது வாழ்க்கைக்கும் பொருந்தும்.

சுயஒழுங்கோடு இருப்பதை நாடுவது என்றால், அனைத்து விஷயங்களிலும், குறிப்பாகச் சிறிய விஷயங்களில் சுய ஒழுங்கோடு இருப்பது என்று அர்த்தம். நேரத்தை நாம் எப்படிச் செலவிடுகிறோம் என்பது மிகவும் முக்கியம். சிறுகச் சிறுக அதை நாம் செலவழிப்பதுதான் மொத்தமாக நாம் அதை எப்படிச் செலவழிக்கிறோம் என்பதைத் தீர்மானிக்கிறது.

நேரம் என்பது ஒரு மனிதக் கட்டமைப்பு மட்டுமே என்று சிலர் கருதுகின்றனர். உண்மையில், மனிதகுலத்தின் மாபெரும் கண்டுபிடிப்பாக அதை நாம் கொண்டாடலாம். நம்மிடம் இருக்கின்ற, மீண்டும் புதுப்பிக்கப்பட முடியாத ஒரு வளத்தை நேரத்தைக் கொண்டுதான் நாம் அளவிடுகிறோம். எவரும் அதை அதிகமாக உற்பத்தி செய்து கொண்டிருக்கவில்லை. இழந்தால் இழந்ததுதான். அதை மீண்டும் பெற முடியாது. அத்துடன், அது ஓர் ஆற்றல்மிக்க சக்தியும்கூட. சிறிய அளவு வட்டி காலப்போக்கில் எப்படிப் பல்கிப் பெருகுகிறது என்பதை அவதானித்துள்ள எவரொருவரும் அது உண்மை என்று சத்தியம் செய்வர்.

நாம் வீணாக்குகின்ற நேரம் நம்மை வீணாக்குகிறது. நேரத்தை நாம் கொல்கின்றபோது, அது நம்மைக் கொல்கிறது. நேரத்தைப் பயன்படுத்துவது எப்படி என்பதை நாம் கற்றுக் கொள்ளாவிட்டால், அது நம்மைப் பயன்படுத்திக் கொள்ள நாம் அதை அனுமதித்துவிடுவோம்.

அதனால்தான் நாம் நம்முடைய வேலைகளைச் செம்மையாகச் செய்கிறோம். அதனால்தான் நாம் நேரடியாக விஷயத்திற்கு வருகிறோம். அதனால்தான் நாம் திட்டமிட்டபடி காரியங்களைச் செய்து முடிக்கிறோம்.

அதனால்தான் நாம் விஷயங்களை இழுத்தடிக்காமல் இருக்கிறோம். அதனால்தான் கவனச்சிதறல்களுக்கு நாம் ஆட்படாதிருக்கிறோம். அதனால்தான் நாம் நம்முடைய மேசையைச் சுத்தமாக வைத்துக் கொள்கிறோம். இல்லையெனில், தேடுவதிலேயே நம்முடைய நேரம் வீணாகிவிடும். அதனால்தான் நாம் சீக்கிரமாக எழுந்திருக்கிறோம். அப்போதுதான், நாளின் மீதிப் பகுதியில் கூடுதலான நேரம் நமக்குக் கிடைக்கும். அதனால்தான், எதற்குச் சரி என்று சொல்ல வேண்டும், எதற்கு முடியாது என்று சொல்ல வேண்டும் என்பது குறித்து நாம் ஆழமாக அலசுகிறோம். நேரம் என்பது ஒரு வெகுமதி என்பதை நாம் உணர்ந்திருப்பதால்தான், அர்த்தமுள்ள விஷயங்களில் அதை நாம் செலவிடுகிறோம்.

கவிஞர் டபிள்யூ.எச்.ஆடன், "தீவிரப் பற்றை மட்டுக்குள் வைத்துக் கொள்வதற்கான நம்பகமான வழி, நேரத்தைக் கட்டுக்குள் வைத்திருப்பதுதான் என்பதை நவீன ஸ்டோயிக்குகள் அறிந்துள்ளனர். உங்களுக்கு என்ன வேண்டும் அல்லது எதை நீங்கள் செய்தாக வேண்டும் என்பதை நீங்கள் முதலில் தெளிவாகத் தீர்மானித்துக் கொள்ள வேண்டும். பின் அதைத் தினந்தோறும் ஒரே நேரத்தில் செய்து வர வேண்டும். அப்படிச் செய்தால், தீவிரப் பற்று உங்களுக்கு எந்தப் பிரச்சனையையும் கொடுக்காது," என்ற நடைமுறைச் சாத்தியமிக்க அறிவுரையை வழங்கியுள்ளார். அவர் கூற வருவது இதுதான்: நேர நிர்வாகத்தில் வழமை ஒரு முக்கியமான கருவி. உங்களுக்குக் கவனச்சிதறல்களை ஏற்படுத்துகின்ற, விஷயங்களைத் தள்ளிப்போட உங்களைத் தூண்டுகின்ற, சோம்பேறித்தனத்தை உங்களிடம் வளர்த்தெடுக்கின்ற சக்திகளை அடக்கி வைக்க அது இன்றியமையாதது.

தான் விரும்புகின்ற எந்த நேரத்திலும் விழித்தெழுந்து, தான் விரும்புகின்ற எதுவொன்றையும் செய்கின்ற ஒருவனுக்கு ஒருபோதும் நேரம் போதுமானதாக இருக்காது. சுயஒழுங்குடன் இருக்கின்ற நபர்கள், டோனி மோரிசனைப்போல, தாங்கள் எப்போது தூங்கி எழுந்திருக்க வேண்டுமோ அந்த நேரத்தில் விழித்தெழுவர். கடினமான திட்டங்களை முதலில் செய்து முடிக்கின்ற வில்லியம் ஸ்டாஃபோர்டு போன்றவர்கள், எவை முதலில் செய்து முடிக்கப்பட வேண்டுமோ அவற்றை முதலில்

செய்து முடிப்பர். தேவையற்ற விஷயங்களுக்கு முடியாது என்று கூறுகின்ற புக்கர் டி. வாஷிங்டன் போன்றவர்கள், தங்களுடைய நேரத்தை முழுமையாகப் பயன்படுத்திக் கொள்கின்றனர்.

கடந்த ஆண்டு, கடந்த மாதம், கடந்த வாரம் அல்லது நேற்று நீங்கள் உங்களுடைய நேரத்தை எப்படிச் செலவிட்டீர்கள் என்று நினைவுகூருங்கள். அவற்றில் எவ்வளவு நேரத்தை நீங்கள் வீணாக்கி இருந்தீர்கள், எவ்வளவு நேரத்தை அரைகுறை மனத்துடன் செலவழித்திருந்தீர்கள், எவ்வளவு நேரத்தை உங்களுடைய கட்டுப்பாட்டில் இல்லாத விஷயங்களைக் கையாள்வதற்குப் பயன்படுத்தியிருந்தீர்கள் என்று யோசியுங்கள். உங்களுடைய நேரத்தின் பெரும்பகுதியை நீங்கள் ஓரளவு நன்றாகவே செலவழித்திருந்தீர்கள் என்று வைத்துக் கொண்டாலும், உங்களுடைய நேரப் பயன்பாட்டை மேம்படுத்திக் கொள்வதற்கு அங்குக் கண்டிப்பாக இடமிருக்கும். அது நம் அனைவருக்குமே பொருந்தும்.

கணத்திற்குக் கணம் நேரம் நம் ஊடாகக் கடந்து செல்ல நாம் அனுமதிக்கிறோம். பல விஷயங்களைக் கவனக்குறைவுடன் நாம் செய்வதால் அவற்றில் பலவற்றை நாம் மீண்டும் செய்தாக வேண்டிய கட்டாயத்திற்கு நாம் ஆளாகிறோம். நாம் ஒப்புக் கொள்ளத் தேவையில்லாத விஷயங்களை நாம் ஒப்புக் கொள்கிறோம். அவை அனைத்தையும் இன்னும் மேம்பட்ட முறையில் நம்மால் செய்திருந்திருக்க முடியும். ஆனால், அப்படி நாம் செய்வதில்லை. கடந்து போன கணங்கள் கடந்து போனவைதாம், அவற்றை ஒருபோதும் உங்களால் மீட்டெடுக்க முடியாது என்ற எதார்த்தத்திலிருந்து நம்மால் ஒருக்காலும் தப்ப முடியாது.

உங்களை மேம்படுத்திக் கொள்வதற்கு உங்களுக்குக் கிடைத்த அருமையான வாய்ப்புகளை நீங்கள் தவறவிட்டுவிட்டீர்கள். முன்னேறுவதற்கு உங்களுக்குக் கிடைத்தச் சந்தர்ப்பங்களை நீங்கள் நழுவ விட்டுவிட்டீர்கள். பொறுமை உங்களுக்காக வேலை செய்ய நீங்கள் அனுமதிக்காமல் இருந்துவிட்டீர்கள். பிறரைக் காக்க வைத்திருந்ததன் மூலம் நீங்கள் அவர்களுக்கு அவமரியாதை செய்துவிட்டீர்கள். நீங்கள் செல்லாதிருந்ததன் மூலம், நீங்கள் எதற்காகப் போராடினீர்களோ அதற்கு அவமரியாதை

செய்துவிட்டீர்கள்.

இதில் உங்களுக்கு ஓர் ஆறுதல் இருக்கிறது. வாழ்க்கை உங்களுக்கு இரண்டாம் வாய்ப்பை அளித்துள்ளது.

குறைந்தபட்சம் இப்போதைக்கு. ஏனெனில், உங்களுக்கு இன்று மட்டுமே உள்ளது. உங்களுக்கு இக்கணம் மட்டுமே உள்ளது.

அதை நீங்கள் எப்படிச் செலவிடப் போகிறீர்கள்? அதிலிருந்து எதை நீங்கள் அறுவடை செய்யப் போகிறீர்கள்?

அதற்காக நீங்கள் விஷயங்களை அவசர அவசரமாகச் செய்ய வேண்டியதில்லை. எலிசபெத் மகாராணியின் தாயார் ஒரு நிகழ்ச்சியில் கலந்து கொண்டபோது, அவருடைய உதவியாளர் நேரப் பற்றாக்குறையின் காரணமாக நிகழ்ச்சியை வேக வேகமாக முடிக்க முயன்றார். மகாராணியின் தாயார், அவரிடம், "நேரம் என்னுடைய சர்வாதிகாரி அல்ல," என்று கூறிவிட்டு, அங்கிருந்த ஒவ்வொருவருக்கும் கை கொடுத்தார். பின் அவர் தன் உதவியாளரிடம், "நேரத்திற்கு ஆணையிடுபவள் நான்," என்று கூறினார்.

பூமியில் நாம் எவ்வளவு காலம் இருப்பது என்பதைத் தீர்மானிக்கின்ற காரணத்தால் நேரம் இறுதியில் நம்முடைய சர்வாதிகாரியாக ஆகிவிடுகிறது என்பது உண்மைதான் என்றாலும், அதை எப்படிச் செலவிடுவது என்பதைத் தீர்மானிப்பது நாம்தான். நேரம் குறித்தும், அதன் மதிப்பு குறித்தும், அதை நிர்வகிப்பதன் முக்கியத்துவம் குறித்தும் நீங்கள் விழிப்புணர்வுடன் இருக்கின்ற வரையில், நேரத்தை உங்களால் கட்டுப்படுத்த முடியும். அதை நமக்காக வேலை செய்ய வைக்க முடிகின்றவரை, ஒட்டுமொத்தத்தில் அது நமக்கு எதிராகச் செயல்பட்டுக் கொண்டிருந்தாலும் அதை நம்மால் கட்டுப்படுத்த முடியும்.

இக்கணம்தான் அது. ஏனெனில், அது மட்டும்தான் நமக்குக் கிடைத்துள்ள ஒரே நேரம்.

வரம்பெல்லைகளை வகுத்துக் கொள்ளுங்கள்

ஜார்ஜ் வாஷிங்டன் தன் உணர்ச்சிகளை வெளிக்காட்டிக் கொள்ளாதவர். ஏஞ்சலா மெர்க்கலின் நெருங்கிய உதவியாளர்கள், அவருடைய வீட்டின் உட்பகுதியை ஒருபோதும் பார்த்ததில்லை.

எலிசபெத் மகாராணி தன் வாழ்நாள் முழுவதும் கேமராவின் முன்னால் ஏகப்பட்ட நேரத்தைச் செலவழித்தவர். இலட்சக்கணக்கானவர்களை நேரில் சந்தித்தவர். எண்ணற்றச் சொற்பொழிவுகளை நிகழ்த்தியவர். ஏராளமான உலகத் தலைவர்களைச் சந்தித்தவர். ஆனால், பின்வரும் கேள்விக்கு யாராலும் பதில் கூற முடியவில்லை:

"மகாராணி எப்படிப்பட்டவர்?"

அவர் மகாராணியாக வலம் வந்த எழுபது ஆண்டுகளில், ஒரு முறைகூட அவர் பத்திரிகையாளர்களுக்குப் பேட்டியளித்ததில்லை. ஈரானின் கடைசி மன்னராக இருந்த ஷா, ஒரு முறை, "உங்களுடைய பதவிக் காலத்தில் எத்தனை கன்சர்வேடிவ் கட்சிப் பிரதமர்கள் இருந்தனர், எத்தனை லேபர் கட்சிப் பிரதமர்கள் இருந்தனர்?" என்று எலிசபெத்திடம் கேட்டபோது, அதற்கான பதிலை எலிசபெத் அறிந்திருக்கவில்லை. அதை அறிந்திருப்பது அவருடைய

வேலை அல்ல.

எலிசபெத் தன் பதவியோடு வந்த விதிமுறைகளைக் கச்சிதமாகப் பின்பற்றியவர் மட்டுமல்லர், அதையும் தாண்டிப் பலவற்றைச் செய்தவர். மன்னர்களும் மகாராணிகளும் அரசியலில் ஈடுபாடு காட்டக்கூடாது என்பதால் அதில் அவர் ஆர்வம் காட்டவில்லை. அவர் தன்னுடைய பேரக்குழந்தைகளுக்குக்கூட வெளிப்படையான அறிவுரை எதையும் வழங்கியதில்லை. அவர்கள் எதைச் செய்ய வேண்டும் என்று ஒரு முறைகூட அவர் அவர்களிடம் கூறியதில்லை. ஆனால், அவர்களை எடைபோடாமல், அவர்கள் கூறியவற்றை நன்றாகக் காது கொடுத்துக் கேட்டார், சரியான கேள்விகளை அவர்களிடம் தொடுத்தார். எல்லாவற்றையும் அவர்கள் தாங்களாகவே தெரிந்து கொள்ள அவர்களை அவர் அனுமதித்தார்.

இதை ஒற்றை வார்த்தையில் சொல்வதென்றால் எப்படிச் சொல்வது?

வரம்பெல்லைகள்!

ஆனால், இத்தகைய ஒழுங்கு தற்போது அரிதாக இருப்பது வருத்தத்திற்குரியது.

சமூக ஊடகங்கள் தாண்டவமாடிக் கொண்டிருக்கின்ற, உடனடித் திருப்தி கோலோச்சிக் கொண்டிருக்கின்ற, வெட்கங்கெட்டத்தனம் கொண்டாடப்பட்டுக் கொண்டிருக்கின்ற இன்றைய காலகட்டத்தில், தங்களுக்கென்று வரம்பெல்லைகளை வகுத்துக் கொண்டிருக்கின்ற மக்களை நாம் பெரிதாக மதிப்பதில்லை. அவர்கள் பிறருடைய விஷயங்களில் மூக்கை நுழைப்பதில்லை. அவர்கள் பிறருடன் எப்படி உறவாட வேண்டும் என்பது குறித்துத் தெளிவான ஒரு வரையறையை வகுத்து வைத்திருக்கின்றனர். அவர்கள் தங்களைச் சகதிக்குள் இழுக்கப் பிறரை அனுமதிப்பதில்லை. தங்களுக்கு எது பிடிக்கும், எது பிடிக்காது என்பதை அவர்கள் தெளிவாக வெளிப்படுத்திவிடுகின்றனர். மற்றவர்களின் முன்னுரிமைகளை மதித்து அவர்கள் புழங்குவதற்கு இடம் வழங்க அவர்கள் தயங்குவதில்லை.

இவை பார்ப்பதற்கு மிகவும் அடிப்படையான விஷயங்கள்போலத் தோன்றும். ஆனால், இவற்றைப் பெரும்பாலானோர் கடைபிடிப்பதில்லை.

நாம் மக்களை வர்ணிப்பதற்கு எந்தெந்த

வார்த்தைகளையெல்லாம் பயன்படுத்துகிறோம் என்று யோசித்துப் பாருங்கள்:

- அதீதப் பகிர்வாளர்கள்
- இடக்குமடக்கானவர்கள்
- மிதியடிகள்
- நாடக இராணிகள்
- சுறுசுறுப்புத் திலகங்கள்
- முட்டித் தள்ளுவோன்கள்
- குப்பையைக் கிளறுபவர்கள்
- வதந்தி விரும்பிகள்

பக்குவமற்ற, சுயநலமிக்க, முட்டாள்தனமான, ஆபாசமிக்கதொரு காலகட்டத்தில் நாம் வாழ்ந்து கொண்டிருக்கிறோம். அதீதத்தையும், மேலோட்டமான விஷயங்களையும், மடத்தனங்களையும் பரப்புவதற்கான உரிமையை நம்முடைய சுதந்திரம் நமக்கு வழங்கியிருப்பதாக நாம் நினைத்துக் கொள்கிறோம். இன்று நம்முடைய கதாநாயகர்கள் யார் என்று பாருங்கள்: எதார்த்தத் தொலைக்காட்சிகளின் கதாபாத்திரங்கள்; சமூக ஊடகச் செல்வாக்காளர்கள்; தொழில்முறை மல்யுத்த வீரர்கள்; யூடியூபர்கள்; வெறுப்புணர்வைத் தூண்டும் பேச்சாளர்கள்.

இவர்கள் உதாரணபுருஷர்கள் அல்லர். இவர்கள் கதாநாயகர்கள் அல்லர். இவர்கள் கொண்டாடத்தக்கவர்கள் அல்லர். இவர்களிடம் நாம் எச்சரிக்கையாக இருக்க வேண்டும். நாம் பார்த்து வியக்க வேண்டிய பின்பற்றத்தக்கவர்கள் சத்தமில்லாமல் இயங்கிக் கொண்டிருக்கிறார்கள். அவர்கள் கண்ணியமானவர்கள், தங்கள் வேலையை மட்டும் தீவிரத்துடன் பார்த்துக் கொண்டிருப்பவர்கள், தொழில்முறைரீதியாகப் பணியாற்றிக் கொண்டிருப்பவர்கள், தங்களையும் பிறரையும் மதிப்பவர்கள்.

“தங்கள் பணிகளைச் செவ்வனே ஆற்றிக் கொண்டிருக்கின்ற ஆட்சியாளர்கள் தங்களுடைய குடிமக்கள் தங்களைத் தொழ வேண்டும் என்று எதிர்பார்க்க மாட்டார்கள்,” என்று புளூடார்ச் தெரிவிக்கிறார். இதைத்தான் ஜார்ஜ் வாஷிங்டன், எலிசபெத் மகாராணி, ஏஞ்சலா மெர்க்கல் போன்றோர் கடைபிடித்தனர்.

ரோம் நகரத்தில் கடைபிடிக்கப்பட்டு வந்த எழுதப்படாத பாரம்பரிய விதிகளை கேட்டோ வெகுவாக ஆதரித்தார். இது, நம்முடைய தாத்தாக்களும் பாட்டிகளும் தங்களுடைய வாழ்க்கைமுறை மூலமாக மௌனமாக வெளிப்படுத்திய அறிவுறுத்தல்களையும், நமக்கு வெளிப்படையாக அளித்த அறிவுரைகளையும் ஒத்தது. இங்கிதம், அறநெறி ஆகிய இரண்டுக்கும் இடைப்பட்ட நிலையில் அந்த அறிவுறுத்தல்களும் அறிவுரைகளும் இருக்கும். சமூகத்தில் நாம் எப்படி நடந்து கொள்ள வேண்டும், பிறரை எப்படி நடத்த வேண்டும், நம் தோரணையை எப்படி வெளிப்படுத்த வேண்டும், போக்குவரத்து விதிகளை மீறிப் பிடிபட்டால் அதை எப்படிக் கையாள வேண்டும், சட்ட விதிகளுக்கும், சட்டவிதிகளை மீறினாலும் அதிலிருந்து தப்பித்துக் கொள்வதற்கு இருக்கின்ற வாய்ப்புகளுக்கும் இடையே இருக்கின்ற இடைவெளியை எப்படி அணுக வேண்டும் என்பன போன்றவை அவற்றில் அடங்கும்.

வரம்பெல்லைகளை வரையறுத்துக் கொள்ளுதல் என்பது உங்களைச் சுற்றி நீங்கள் வரைந்து கொள்கின்ற சில கோடுகளாகும். நீங்கள் எதைப் பகிர்ந்து கொள்வீர்கள், எதைப் பகிர்ந்து கொள்ள மாட்டீர்கள், எதை ஏற்றுக் கொள்வீர்கள், எதை ஏற்றுக் கொள்ள மாட்டீர்கள், நீங்கள் எப்படி நடத்தப்பட வேண்டும் என்று நீங்கள் எதிர்பார்க்கிறீர்கள், நீங்கள் பிறரை எப்படி நடத்துவீர்கள், எவை உங்களுடைய பொறுப்புகள், எவை உங்களுடைய பொறுப்புகள் அல்ல என்பன போன்றவற்றை வரையறை செய்வது அவற்றில் அடங்கும். வெற்றி மற்றும் பிரபலத்துவத்திற்குத் தன்னைப் பொருத்திக் கொள்வது குறித்துப் பிரபல இசைக் கலைஞரான ஜே-ஸியிடம் கேட்கப்பட்டபோது, அவர் இவ்வாறு பதிலளித்தார்: “நீங்கள் யார் என்பதையும், உங்களுக்கு எது சௌகரிய உணர்வை அளிக்கிறது என்பதையும் அறிந்து வைத்துக் கொண்டு, மக்கள் உங்களை ஆயிரக்கணக்கான வெவ்வேறு வழிகளில் இழுக்க அனுமதிக்காதிருப்பதுதான் அது. ஏனெனில், நீங்கள் அதை அனுமதித்தால், பிறர் தாங்கள் விரும்பும் விஷயங்களை நீங்கள் செய்து கொண்டிருக்கும்படி செய்துவிடுவார்கள். ஆனால், அது உங்களுக்கு அர்த்தமுள்ளதாக இருக்க வேண்டியது இன்றியமையாதது.”

முடியாது என்று சொல்வதற்கு உங்களுக்குத்

துணிச்சல் இல்லாதிருந்தால், அல்லது மக்கள் உங்களிடம் தங்களுடைய வேலைகளை அளவுக்கு மீறித் திணிப்பதைத் தடுக்க முடியாத நிலையில் நீங்கள் இருந்தால், உங்களுக்கு முக்கியமாகப் படுகின்ற விஷயங்களை, முக்கியமான விஷயங்களாகவே தொடர்ந்து வைத்திருக்க உங்களால் முடியாமல் போய்விடும். நீங்கள் யார் என்பது குறித்தும், நீங்கள் எந்த இலட்சியத்திற்காகக் குரல் கொடுத்துக் கொண்டிருக்கிறீர்கள் என்பது குறித்தும் உங்களுக்கு எந்தவிதமான யோசனைகளும் இருக்காவிட்டால், அழுத்தமிக்கச் சூழலில் நீங்கள் நீங்களாகவே இருக்க முடியாது. நீங்களே குழப்பத்தில் உழன்று கொண்டிருந்தாலோ அல்லது இப்போதும் நீங்கள் உங்களுடைய பெற்றோரின் பிடியில் சிக்கிக் கொண்டிருந்தாலோ, உங்களால் ஒரு வலுவான பெற்றோராக இருக்க முடியாது. சமூக ஊடகங்களின் சபலம் உங்களுடைய வாழ்க்கையில் ஆதிக்கம் செலுத்த நீங்கள் அனுமதித்துக் கொண்டிருந்தால், உங்களால் எதைத்தான் உருப்படியாகச் செய்ய முடியும்? மற்றவர்கள் என்ன நினைப்பார்கள் என்பது குறித்து நீங்கள் அதீதமாகக் கவலைப்பட்டுக் கொண்டிருந்தால், நீங்கள் ஒரு பின்னடைவைச் சந்திக்கின்றபோது உங்களால் எப்படி அதிலிருந்து மீண்டெழ முடியும்? மற்றவர்களுடைய வேலைகளை நீங்கள் நுணுக்கமாக நிர்வகித்துக் கொண்டிருந்தால், நீங்கள் மேற்கொள்ளக்கூடிய ஆகச் சிறந்த வேலைகளை உங்களால் எப்படிச் செய்ய முடியும்?

'ஆற்றல் காட்டேரிகள்' என்றொரு பதம் இப்போது பரவலாகப் பயன்படுத்தப்படுகிறது. தங்களுக்கென்று வரையறை எதையும் வகுத்துக் கொள்ளாத காரணத்தால், தங்களுடைய தேவைகளுக்காகவும், சுயநலத்திற்காகவும், தங்களுடைய திறமைக்குறைவை இட்டு நிரப்புவதற்காகவும், இரத்தத்தை உறிஞ்சுகின்ற காட்டேரிகளைப்போலப் பிறருடைய ஆற்றலை உறிஞ்சிவிடுகின்ற நபர்கள் அப்படி அழைக்கப்படுகின்றனர். நீங்கள் அப்படிப்பட்டதொரு நபராக இல்லாதிருப்பதோடு, அப்படிப்பட்ட நபர்கள் குறித்து எச்சரிக்கையாக இருக்கவும் வேண்டும். அவர்கள் அழகாக இருந்தாலும் சரி, திறமைசாலிகளாக இருந்தாலும் சரி, உங்கள் குடும்ப உறுப்பினர்களாக இருந்தாலும் சரி, பழைய நண்பர்களாக இருந்தாலும் சரி, அவர்களுடைய இயலாமை உங்களுடைய இதயத்தைச் சுண்டியிழுத்துக்

கொண்டிருந்தாலும் சரி, அவர்களை நீங்கள் சற்று எட்டியே வைத்திருக்க வேண்டும்.

எல்லைகள் இல்லாத ஒரு நாட்டை ஒரு நாடு என்று அழைக்க முடியாது என்பதை நாம் அறிவோம். அது மக்களுக்கும் பொருந்தும். வரம்பெல்லைகளை வகுத்துக் கொள்ளாவிட்டால் நாம் திக்குமுக்காடிப் போவோம்.

அதனால்தான் நாம் நம்முடைய மேசையை ஒழுங்குடன் வைத்திருக்க வேண்டியிருக்கிறது; நமக்குத் துளிகூடத் தொடர்பு இல்லாத தூண்டுதல்களை நாம் அலட்சியப்படுத்த வேண்டியிருக்கிறது; நமக்குள் உதிக்கின்ற எண்ணங்கள் அனைத்தையும் குறித்து நாம் வெளிப்படையாகப் பேசாமல் இருக்க வேண்டியிருக்கிறது; நம்முடைய பணத்தைப் பொறுப்புடனும், நேரத்தைத் திறமையுடனும் நிர்வகிப்பதற்கான வழிமுறைகளை நாம் அறிந்து கொள்ள வேண்டியிருக்கிறது; நாம் தினமும் போதுமான அளவு தூக்கத்தைப் பெற முனைய வேண்டியிருக்கிறது.

சிறப்பாகச் செயல்பட்டுக் கொண்டிருக்கும் பலரை நீங்கள் கேள்விப்பட்டுக்கூட இருக்க மாட்டீர்கள். அவர்கள் அப்படியிருக்க விரும்புவதுதான் அதற்குக் காரணம். மகிழ்ச்சியாக இருக்கின்ற நபர்கள், தாங்கள் எவ்வளவு மகிழ்ச்சியாக இருக்கிறோம் என்பதை நீங்கள் அறிந்து கொள்ள வேண்டும் என்று விரும்புவதில்லை. ஏனெனில், அவர்களின் சிந்தனையில் நீங்கள் இடம்பெற்றிருக்கவே இல்லை. எல்லோருக்கும் ஏதோ சில பிரச்சனைகள் இருக்கத்தான் செய்யும். ஆனால், சிலர், தங்களுடைய பிரச்சனைகளைப் பிறர்மீது வாந்தியெடுக்க விரும்புவதில்லை. வலுவானவர்கள் சுயகட்டுப்பாட்டுடன் இருக்கின்றனர். அவர்கள் தங்களுடைய விவகாரங்களைத் தங்களுக்குள் மட்டும் வைத்துக் கொள்கின்றனர்.

மோசமாக நடந்து கொண்டும்கூட அதன் எதிர்விளைவுகளிலிருந்து தப்பித்துக் கொள்கின்ற சிலர் இருக்கின்றனர் என்பது உண்மைதான். அது அவர்கள் பாடு.

"தங்களுக்கென்று வலுவான வரம்பெல்லைகளை வகுத்துக் கொண்டிருப்பவர்கள் பிறரை ஆள்கின்றனர்," என்று வில்லியம் பென் கூறியுள்ளது குறிப்பிடத்தக்கது.

உங்களுக்கென்று வரம்பெல்லைகளை வகுத்துக்

கொள்ளுங்கள். அவற்றைக் கடைபிடிப்பதில் உறுதியாக இருங்கள். ஆனால், அவற்றை மென்மையாக அமல்படுத்துங்கள். அதேபோல, மற்றவர்களுடைய வரம்பெல்லைகளை மதியுங்கள்.

எல்லோரும் உணர்ச்சிவசப்பட்டு நடந்து கொள்கின்ற இந்த உலகில் நீங்கள் பக்குவமடைந்துள்ள ஒருவராக இருங்கள்.

உங்களால் முடிந்த அளவு சிறப்பாகச் செயல்படுங்கள்

அமெரிக்கக் கடற்படையில் ஓர் இளம் அதிகாரியாகப் பணியாற்றிக் கொண்டிருந்த ஜிம்மி கார்ட்டர், கடற்படையின் அணுசக்தி நீர்மூழ்கிக் கப்பல் திட்டத்தில் தன்னை இணைத்துக் கொள்ள விரும்பினார். நேர்முகத் தேர்வுக்கு வந்திருந்த அவரை அட்மிரல் ஹைமன் ரிக்கோவர் இரண்டு மணி நேரத்திற்கும் மேலாகத் துளைத்தெடுத்துக் கொண்டிருந்தார். உலகில் அணுசக்தியால் இயங்கிய முதல் கடற்படையை உருவாக்கி, முப்பதாண்டுகளுக்கும் மேலாக அதை வழிநடத்தியவர் ஹைமன். அத்துறையில் சேர்வதற்கு விண்ணப்பித்திருந்தவர்கள் ஒவ்வொருவரையும் தானே நேர்முகத் தேர்வு செய்வதை ஹைமன் வழக்கமாக வைத்திருந்தார்.

நடப்பு நிகழ்வுகள், கடற்போர் உத்திகள், மின்னணுத் தொழில்நுட்பம், இயற்பியல் போன்ற பலதரப்பட்ட விஷயங்களைப் பற்றி ஹைமன் கார்ட்டரிடம் கேள்வி கேட்டார். அந்த நேர்முகத் தேர்வுக்காகக் கார்ட்டர் பல வாரங்கள் தன்னைத் தயார்படுத்தியிருந்தார். ஒருபோதும் புன்னகைக்காத ஹைமன், கேள்வியின் தீவிரத்தன்மையைப் படிப்படியாக அதிகரித்துக் கொண்டே போனார். பதிலளித்துக் கொண்டிருந்த கார்ட்டர், வியர்வையில்

குளித்துக் கொண்டிருந்தார். பின் இறுதியாக, ஹைமன் கார்ட்டரிடம் ஒரு மென்மையான கேள்வியைக் கேட்டார். “கடற்படைப் பயிற்சிக் கல்லூரியில் உங்களுடைய வகுப்பில் நீங்கள் எந்த ரேங்க்கில் தேர்ச்சியடைந்தீர்கள்?”

“சார், 820 பேர் கொண்ட வகுப்பில் நான் 59-வது ரேங்க் வாங்கியிருந்தேன்,” என்று கார்ட்டர் பெருமை பொங்கப் பதிலளித்தார். ஆனால், கார்ட்டரைவிடப் பெரும் திறமைசாலிகள் எண்ணற்றோரைப் பார்த்திருந்த ஹைமனிடம் அது பெரிதாகத் தாக்கம் ஏற்படுத்தவில்லை. “ஆனால், உங்களுடைய ஆகச் சிறந்த முயற்சியை நீங்கள் அதற்கு அளித்தீர்களா?” என்று ஹைமன் அவரிடம் கேட்டார்.

இதுபோன்ற ஒரு கேள்வி நம்மிடம் கேட்கப்பட்டால், நாம் உடனடியாக, “ஆமாம், நிச்சயமாக அளித்தேன்,” என்றுதான் பதிலளித்திருப்போம். கார்ட்டரும் தன்னைப் பற்றி அப்படித்தான் உணர்ந்தார். அத்தகைய ஒரு பதில் அவருடைய தொண்டைக்குழிவரை வந்துவிட்டது. ஆனால், அவருக்குள் இருந்த ஏதோ ஒன்று அவரைத் தடுத்து நிறுத்தியது. அவர் களைப்பாக இருந்த நேரங்கள்; அவர் கேள்விகள் கேட்காதிருந்த தருணங்கள்; அவர் கவனச்சிதறலுக்கு ஆளாகியிருந்த கணங்கள்; சலிப்பூட்டியவர்களாகத் தான் கருதிய பேராசிரியர்களின் வகுப்புகளில் தான் கவனம் செலுத்தாமல் இருந்தது; ஆயுத அமைப்புமுறைகள், வரலாறு, அறிவியல், முக்கோணவியல் போன்றவற்றில் கூடுதலாகப் படித்திருக்கக்கூடிய சாத்தியக்கூறுகளைத் தவறவிட்டது; காலையில் நடந்த உடற்பயிற்சி வகுப்புகளில் வேண்டா வெறுப்பாகக் கலந்து கொண்டது போன்றவை குறித்துக் கார்ட்டர் சிந்தித்தார்.

“இல்லை, சார். நான் எப்போதும் ஆகச் சிறந்த முறையில் செயல்பட்டிருக்கவில்லை,” என்று கார்ட்டர் அவரிடம் ஒப்புதல் வாக்குமூலம் அளித்தார்.

அத்துடன் தன் இருக்கையிலிருந்து எழுந்துவிட்ட ஹைமன், அந்த அறையிலிருந்து வெளியேறுவதற்கு முன்பு கடைசியாக ஒரு கேள்வியைக் கார்ட்டரிடம் வீசினார்:

“அதற்கு என்ன காரணம்?”

“நீங்கள் ஏன் ஆகச் சிறந்த முறையில் செயல்பட்டுக் கொண்டிருக்கவில்லை?” கார்ட்டர் தன் வாழ்க்கையைச் செம்மையாக வடிவமைத்துக் கொள்வதற்கு இக்கேள்வி

அவருக்கு அவருடைய வாழ்நாள் முழுவதும் உதவியது.

இக்கேள்வியை உங்களால் பல விதங்களில் கேட்க முடியும்:

நீங்கள் ஏன் உங்களையே இழுத்துப் பிடித்துக் கொண்டிருக்கிறீர்கள்?

நீங்கள் ஏன் ஓர் அரைகுறை மனத்துடன் இதைச் செய்கிறீர்கள்?

முயற்சி செய்வதற்கு நீங்கள் ஏன் இப்படிப் பயந்து நடுங்குகிறீர்கள்?

இது முக்கியமானது என்று நீங்கள் ஏன் கருத மறுக்கிறீர்கள்?

நீங்கள் உண்மையான அர்ப்பணிப்புடன் செயல்பட்டால் உங்களால் என்னவெல்லாம் செய்ய முடியும்?

ஒரு விஷயத்தில் உங்களால் முடிந்த அளவு சிறப்பாகச் செயல்பட முடியாவிட்டால், அதை ஏன் நீங்கள் தொடர்ந்து செய்து கொண்டிருக்க வேண்டும்?

ஹைமனின் இக்கேள்வியை வைத்து, தோல்விகளைச் சிறிதும் பொறுத்துக் கொள்ளாத, பிறரைச் சக்கையாகப் பிழிந்தெடுக்கின்ற ஒரு நபர் அவர் என்று நீங்கள் கருதினால், அதில் ஓரளவு உண்மை இருக்கிறது. ஹைமன் தனக்கென்று மிக உயர்ந்த தரத்தை நிர்ணயித்துக் கொண்டிருந்தார். அதை அவர் பிறரிடமிருந்தும் எதிர்பார்த்தார். அதன் காரணமாக, அமெரிக்கா ஓர் உலக சக்தியாக மாறுவதற்கு அவர் உறுதுணையாக இருந்தார். பின்னாளில் கார்ட்டர் அமெரிக்காவின் குடியரசுத் தலைவராக உயர்வதற்கு அவரை உந்தித் தள்ளியதில் ஹைமனுக்கு ஒரு பெரும் பங்கு இருந்தது.

ஆனாலும், கார்ட்டர் அமெரிக்கக் குடியரசுத் தலைவராக நான்கு ஆண்டுகள் மட்டுமே பதவி வகித்தபோதிலும், அவர் ஏராளமான விஷயங்களைச் சாதித்தார். அவருடைய காலகட்டத்தில், அமெரிக்கா எந்தவோர் அந்நிய நாட்டுடனும் போரில் இறங்கவில்லை. எகிப்துக்கும் இஸ்ரேலுக்கும் இடையே ஓர் அமைதி உடன்பாடு ஏற்பட அவர் உதவினார். பனாமா நாட்டுடன் பேச்சுவார்த்தை நடத்தி, பனாமா கால்வாய் ஒப்பந்தத்தை அவர் அமலுக்குக் கொண்டுவந்தார். சீனாவுடன் இராஜாங்க உறவுகளைப் புதுப்பித்தார். இவை அனைத்திற்கும் அவர்

பெரும் போராட்டங்களை நிகழ்த்த வேண்டியிருந்தது. அவருடைய பதவிக் காலத்தில் அவர் சந்தித்த மிக முக்கியமான நெருக்கடி, பெட்ரோல் தொடர்பான பிரச்சனை. அவர் பதவியேற்பதற்குச் சில ஆண்டுகளுக்கு முன், 1973-ல் அரபு நாடுகளுக்கும் இஸ்ரேலுக்கும் இடையே மூண்ட போரில் அமெரிக்கா இஸ்ரேலுக்கு ஆயுத உதவி செய்ததற்குக் கண்டனம் தெரிவிக்கும் விதமாக, எண்ணெய் ஏற்றுமதி செய்த அரபு நாடுகள், அமெரிக்காவுக்குப் பெட்ரோலியப் பொருட்களின் ஏற்றுமதிக்குத் தடை விதித்தன. அது அமெரிக்க மக்களின் மின்சக்திப் பயன்பாடு மற்றும் வாகனப் பயன்பாட்டின்மீது கடும் பாதிப்பு ஏற்படுத்தியது. கார்ட்டர் பதவியேற்றபோது அப்பிரச்சனை முழுமையாகத் தீர்ந்திருக்கவில்லை. 1977-ல் தன்னுடைய நாட்டு மக்களுக்கு நிகழ்த்திய ஓர் உரையில், அவர், அப்பிரச்சனை தீர்க்கப்படும்வரை மக்கள் தங்களுடைய எரிபொருள் பயன்பாட்டை மட்டுப்படுத்திக் கொள்ள அறைகூவல் விடுத்தார். பெட்ரோலுக்கு மாற்று சக்திகளைக் கண்டுபிடிக்க வேண்டியதன் அவசியத்தை அவர் வலியுறுத்தினார். அவர் கொண்டிருந்த முன்னோக்கு அந்த உரையில் தெளிவாக வெளிப்பட்டது. அதை அமெரிக்க மக்கள் இரசிக்கவில்லை. தான் முன்மொழியும் திட்டங்கள் காரணமாகத் தனக்கு அமெரிக்க மக்களின் மத்தியில் பிரபலத்துவம் குறையும் என்பதை நன்றாக அறிந்திருந்தும் அவர் அவற்றை அறிவித்தார். அந்தக் காலத்திலேயே, வெள்ளை மாளிகையில், சூரிய ஒளியிலிருந்து மின்சக்தி பெறுகின்ற தகடுகளைப் பொருத்தியதற்காக அவர் கேலி செய்யப்பட்டார். அவர் காங்கிரஸுக்கு எதிராகக் கடுமையாகப் போராடியும் அவரால் அதில் முழுமையாக வெற்றி பெற முடியவில்லை.

ஆனால், அதை ஹைமன் வெகுவாகக் கொண்டாடினார்.

கார்ட்டரின் திட்டங்கள் குறித்துப் பேசியபோது ஹைமன் இவ்வாறு தெரிவித்தார்: “தங்களுடைய நலனைப் பாதுகாக்க முனைந்த, முன்னோக்குள்ள ஒரு மனிதராகப் பின்னர் அமெரிக்க மக்கள் அவரைப் பார்ப்பர் என்பதில் துளிகூடச் சந்தேகம் கிடையாது. இயேசு கிறிஸ்துவின் போதனைகள் ஏற்றுக் கொள்ளப்படுவதற்கு நானூறு ஆண்டுகள் பிடித்தன. அதுவரை அவர் ஒரு

தோல்வியாளராகவே பார்க்கப்பட்டார். ஒருவன் தன் மனத்திற்குச் சரியென்று படுகின்ற ஒன்றை நிறைவேற்றத் தன்னால் முடிந்த ஆகச் சிறந்த முயற்சிகளை மேற்கொண்டால், அதன் விளைவுகள் எப்படி இருந்தாலும் அவன் ஒரு வெற்றியாளனே."

உங்களால் முடிந்த அளவு சிறப்பாகச் செயல்பட முயற்சிப்பதிலுள்ள அற்புதமான விஷயம் இதுதான். அகங்காரத்திடமிருந்தும் அது உங்களைப் பாதுகாக்கும். இங்கு நீங்கள் விளைவுகள் குறித்து அக்கறை கொண்டிருக்கவில்லை என்று அர்த்தமில்லை. உங்களால் அதைவிடச் சிறப்பாகச் செயல்பட முடியும் என்பதை நீங்கள் அறிந்திருப்பீர்கள் என்பதால், வெற்றி மமதை உங்களுடைய மண்டைக்குள் செல்லாது. தோல்வியும் உங்களை மனமுடையச் செய்யாது. ஏனெனில், அதற்கு மேல் உங்களால் எதையும் செய்திருக்க முடியாது என்பதை நீங்கள் அறிவீர்கள்.

உங்களால் முடிந்த ஆகச் சிறந்த முயற்சியைக் கொடுப்பது என்பது எப்போதும் முழுக்க முழுக்க உங்களுடைய கைகளில்தான் இருக்கிறது. அதை எவரொருவராலும் தடுத்து நிறுத்த முடியாது.

உங்களுடைய வகுப்பில் நீங்கள் முதல் ரேங்க் எடுத்தாக வேண்டிய கட்டாயமில்லை. எல்லாவற்றையும் எல்லா நேரங்களிலும் நீங்கள் வென்றாக வேண்டியதில்லை.

நீங்கள் உங்களால் முடிந்த அளவு சிறப்பாகச் செயல்பட்டிருந்தீர்கள் என்பதுதான் இங்கு முக்கியம். அதைவிடக் குறைவாகச் செயல்படுவது என்பது உங்களுக்குக் கொடுக்கப்பட்டுள்ள பரிசை நீங்கள் தவறாகப் பயன்படுத்துவதாகும்.

உங்களுடைய திறமை எனும் பரிசை.

உங்களுக்குக் கிடைத்துள்ள வாய்ப்பு எனும் பரிசை.

உங்களுக்கு அறிமுகப்படுத்தப்பட்டுள்ள கலை எனும் பரிசை.

உங்களுக்கு வழங்கப்பட்டுள்ள பொறுப்பு எனும் பரிசை.

மற்றவர்கள் உங்களுக்கு அளித்துள்ள அவர்களின் நேரம் மற்றும் அறிவுரை எனும் பரிசை.

வாழ்க்கையெனும் பரிசை.

பிரபல நாவலாசிரியரான ரால்ப் எல்லிசன், டஸ்கிஜீ

பல்கலைக்கழகத்தில் படித்துக் கொண்டிருந்தபோது, அங்கு அவர் பியானோ கற்றுக் கொள்ள விரும்பினார். அவருக்குப் பியானோ கற்றுக் கொடுத்தப் பல்கலைக்கழக ஆசிரியரான ஹேசல் ஹாரிசன், தன்னுடைய நேரம் மற்றும் ஆற்றலோடு சேர்த்து, அற்புதமான அறிவுரை என்ற ஒரு பரிசையும் அவருக்கு வழங்கினார். ஒவ்வொரு திறமையான கலைஞனுக்கும் இருக்கின்ற பொறுப்பைப் பற்றி அவர் எல்லிசனுக்குப் போதித்தார். "நீங்கள் ஓர் இசைக் கலைஞராக இருந்தால், எப்போதும் நீங்கள் ஆகச் சிறந்த முறையில் இசையைக் கொடுக்க வேண்டும். எந்த இடத்தில் நீங்கள் வாசிக்கிறீர்கள் என்பது ஒரு பொருட்டல்ல – அது சேஹா இரயில் நிலையத்தின் பயணிகள் காத்திருப்பு அறையாக இருந்தாலும்கூட! ஏனெனில், அங்குள்ள அடுப்புக்குப் பின்னாலுள்ள ஓர் எளிய மனிதன் உங்களுடைய இசைத் திறமையை எடைபோட்டுக் கொண்டிருக்கக்கூடும், யார் கண்டார்கள்?"

அவர் கூறிய சேஹா நிலையம் அந்தப் பல்கலைக்கழகத்திற்கு அருகில் இருந்தது. அவர் குறிப்பிட்டிருந்த அந்த 'அடுப்புக்குப் பின்னாலுள்ள ஓர் எளிய மனிதன்'? அது, எல்லிசனின் 'கலை மனசாட்சியாக' மாறி, ஹைமனின் அறிவுரை எப்படிக் கார்ட்டருக்கு வழிகாட்டியாக இருந்ததோ, அதைப்போலவே, எல்லிசனின் வாழ்நாள் முழுவதும் அவரை வழிநடத்திக் கொண்டிருந்தது.

"உங்களுடைய ஆகச் சிறந்த முயற்சி போதுமானது."

கச்சிதமான ஒன்றைப் பற்றி இங்கு நாம் பேசவில்லை. உங்களுடைய ஆகச் சிறந்த முயற்சியைப் பற்றி மட்டுமே நாம் இங்குப் பேசிக் கொண்டிருக்கிறோம்.

மற்றவற்றை, ஆட்டப் புள்ளிகளை அறிவிக்கின்ற மதிப்பெண் பலகைகளிடமும், நடுவர்களிடமும், கடவுளரிடமும், விதியிடமும், விமர்சகர்களிடமும் விட்டுவிடுங்கள்.

மனத்தைத் தாண்டி...

தன் உடல், மனம் ஆகிய இரண்டோடும் போட்டி போடுகின்றவன் அபூர்வமாகவே இரண்டாவது இடத்தில் வருவான்.

— **பீட் கேரில்**

ஒரு புத்திசாலியாகவோ, வெற்றியாளராகவோ அல்லது அதிகாரமிக்கவராகவோ இருப்பது அனைத்துக் கதவுகளையும் திறந்துவிடும் என்றால் அற்புதமாகத்தான் இருக்கும். ஆனால், அப்படி நடப்பதில்லை.

அதற்கு நேர்மாறானதே உண்மை. நாம் திறமைசாலியாக இருந்தால், நாம் வளவசதிகளைக் கொண்டிருந்தால், நாம் பெரும் பொறுப்புகளைச் சுமந்து கொண்டிருந்தால், நாம் இன்னும் கூடுதலாக நம்மீது கட்டுப்பாட்டைச் செலுத்த வேண்டியிருக்கிறது. நம் உணர்வுகளுக்கு நாம் அதிகமாகக் கடிவாளம் போட வேண்டியிருக்கிறது.

'உன்னை அறிந்து கொள்!' என்ற பழைய அறிவுரையை நாம் உடல்ரீதியாகவும் மனரீதியாகவும் பின்பற்ற வேண்டும். அத்துடன் நிற்காமல், 'எதிலும் அதீதம் இருக்கக்கூடாது!' என்ற இரண்டாவது அறிவுரையையும் நாம் சேர்த்துக் கொள்ள வேண்டும்.

நாம் கடினமாக உழைக்கிறோம், ஆழமாகச் சிந்திக்கிறோம், உயர்தரங்களுக்கு நம்மை ஆட்படுத்திக் கொள்கிறோம். அவற்றை நாம் தொடர்ச்சியாகச் செய்து

வந்தால், நாம் மகிழ்ச்சியாகவும் ஆக்கபூர்வமாகவும் இருப்போம். அரிதாக நாம் தோற்கின்றபோது, அதை நம்மால் சமாளித்துக் கொள்ள முடியும். ஏனெனில், நம்மால் முடிந்த அளவு சிறப்பாக நாம் செயல்பட்டுள்ளோம் என்பதை நாம் இதயபூர்வமாக அறிந்திருப்போம் என்பதுடன், நம்முடைய பயணத்தில் பின்னடைவுகள் ஏற்பட்டால் அவற்றைத் தாங்கிக் கொள்கின்ற பலமும், அவற்றிலிருந்து மீண்டெழுகின்ற மனஉறுதியும் நம்மிடம் இருக்கின்றன என்பதையும் நாம் அறிந்திருப்போம்.

அப்படி இல்லாமல், நாம் அதீதமாக ஒன்றில் ஈடுபட்டால், நம்முடைய தரத்தை நாமே கடைபிடிக்கவில்லை என்றால் என்னவாகும்? நாம் கவனக்குறைவாகவும், சோம்பேறித்தனமாகவும், பலவீனமாகவும் இருந்தால் என்னவாகும்? நம்மை நாம் மேம்படுத்திக் கொள்வதை நிறுத்திவிட்டால் என்னவாகும்? எபிக்டெட்டஸ் கூறியுள்ளபடி, நம்மால் முன்னேற முடியாமல் போய்விடும், நாம் ஒரு சராசரியான வாழ்க்கையை வாழ்ந்து விரக்தியோடு மரித்துப் போவோம்.

ஒரு காலத்தில் சாக்ரடீஸின் நம்பிக்கைக்குரிய மாணவராக இருந்து பின்னர் தடம் மாறிச் சென்றுவிட்டிருந்த அல்சிபியாடெஸைப் பற்றி புளூடார்ச் கூறும்போது, அதீதம் நம்மை மட்டுமல்லாமல் நம்மைச் சார்ந்துள்ளவர்களையும் வெகுவாகப் பாதிக்கும் என்பதை எடுத்துரைக்கிறார்.

> அல்சிபியாடெஸிடம் இருந்த சுயஒழுங்கின்மையும், அவன் தேர்ந்தெடுத்திருந்த ஆடம்பர வாழ்க்கைமுறையும், அவனுடைய அடங்காத காமமும் அவனை அழித்தொழித்தன. அவனால் பயன் பெற்றிருந்திருக்க வேண்டிய இந்நகரமும் பலவற்றை இழந்தது.

சுயஒழுங்கு என்பது ஒரு கடமை.

நம்முடைய திறமையை சுயஒழுங்குடன் பயன்படுத்த வேண்டிய கடமை நமக்கு இருக்கிறது.

நம்முடைய நாட்டுக்கு ஆற்ற வேண்டிய கடமை நமக்கு இருக்கிறது.

நாம் தேர்ந்தெடுத்துள்ள இலட்சியத்திற்கு ஆற்ற வேண்டிய கடமை நமக்கு இருக்கிறது.

நம் குடும்பத்திற்கு ஆற்ற வேண்டிய கடமை நமக்கு இருக்கிறது.

நமது சக மனிதர்களுக்கு ஆற்ற வேண்டிய கடமை நமக்கு இருக்கிறது.

நம்மை அண்ணாந்து பார்ப்பவர்களுக்கு ஆற்ற வேண்டிய கடமை நமக்கு இருக்கிறது.

நம்மைப் பின்பற்றுபவர்களுக்கு ஆற்ற வேண்டிய கடமை நமக்கு இருக்கிறது.

ஏனெனில், விரைவில் நாம் நிஜமாகவே சோதிக்கப்படுவோம். அப்போது, நீங்கள் உங்களுடைய ஆகச் சிறந்த வடிவை அடைவதற்கான பயணத்தில் எதிர்கொள்கின்ற சவால்களை நீங்கள் எதிர்த்து நிற்க வேண்டியிருக்கும். வாழ்க்கை உங்களிடமிருந்து மாபெரும் விஷயங்களை எதிர்பார்க்கும், கதாநாயகத்தனத்தை உங்களிடமிருந்து வேண்டும்.

அதற்கு உங்களுடைய உடல், மனம், ஆத்மா ஆகிய மூன்றும் ஒருங்கிணைந்து செயல்பட வேண்டும். அப்போது, நீங்கள் நினைத்திருந்ததைக் காட்டிலும் சிறப்பாக உங்களால் செயல்பட முடியும் என்பதை நீங்கள் கண்டறிவீர்கள். அத்துடன், இதற்கு முன்பு உங்களிடம் கேட்கப்பட்டிருந்ததைவிட மிக அதிகமாக உங்களிடம் கேட்கப்படும்.

பகுதி 3

ஆத்மா

நம்மை நாம் ஆள்கின்றபோது, நம்முடைய பொறுப்பு ஒரு குடிமகனின் பொறுப்பாக இருப்பதில்லை. மாறாக, ஆள்பவனின் பொறுப்பாக இருக்கும்.

— **தியோடோர் ரூஸ்வெல்ட்**

தங்களுடைய உடலைத் தங்களுடைய முழுமையான கட்டுப்பாட்டில் வைத்திருக்கின்ற நபர்களைக் காண்பது அரிதல்ல. அதேபோல, தங்களுடைய மனத்தை முழுமையாகத் தங்களுடைய கட்டுப்பாட்டில் வைத்திருப்பவர்களைக் காண்பதும் அரிதல்ல. ஆனால், இவ்விரண்டையும் ஒருங்கே பெற்றிருக்கின்ற ஒருவர், பொதுவாழ்வில் ஒரு சமூகப் பங்களிப்பாளராக இருப்பதைப் பார்ப்பது அரிதிலும் அரிது. மிதம், சுயகட்டுப்பாடு ஆகிய இரண்டையும் கடைபிடிக்கின்ற நபர்களை ஆன்மிக மடங்களில் எளிதாகக் காணலாம். ஆனால், நாம் நாடுவது அதையல்ல. அந்த அமைதியை, அந்தச் சமநிலையை, குழப்பங்களும் நெருக்கடிகளும் சூழ்ந்துள்ள, சபலங்கள் முண்டியடித்துக்

கொண்டிருக்கின்ற அன்றாட நடைமுறை வாழ்க்கையில் எட்டுவது சாத்தியமா என்பதே கேள்வி. உங்களைச் சுற்றியுள்ள கூட்டம், நீங்கள் வாழ்க என்று கோஷமிட்டாலும் சரி, நீங்கள் ஒழிக என்று கோஷமிட்டாலும் சரி, அதை உங்களால் கடைபிடிக்க முடியுமா? அந்த உன்னதத்தைத்தான் நாம் தேடிக் கொண்டிருக்கிறோம். அந்த உன்னதமான இடத்தில்தான், வாழ்க்கையின் அழுத்தமிக்கச் சூழல்களை நாம் எதிர்கொள்கின்றபோதும், விஷயங்கள் நம்முடைய எதிர்பார்ப்புகளின்படி செல்லாதபோதும், கடும் பிரச்சனைகள் நம்மைச் சூழ்ந்து கொள்கின்றபோதும், உடல், மனம், ஆத்மா ஆகிய மூன்றும் ஒருங்கிணைந்து செயல்பட்டு நம்மை உயர்த்தும். நம்முடைய தியாகங்கள் எதற்காக என்பதையும், நம்முடைய மனஉறுதி எப்படிப்பட்டது என்பதையும், நம் ஆத்மாவை அடகு வைக்காமலேயே நம்மால் இந்த உலகை நம் வசப்படுத்த முடியும் என்பதையும் வெளிச்சம் போட்டுக் காட்டுகின்ற இடமாக அது இருக்கும்.

ஆத்மாமீது ஆதிக்கம் செலுத்துதல்

இருபத்தைந்து ஆண்டுகளுக்கும் மேலாக, அன்டோனினஸ், ரோமானிய அரசியல் களத்தின் ஊடாகப் பெரும் போராட்டத்துடன் நீந்தி, இறுதியில் ஒருவழியாக ஓர் உயர்ந்த இடத்தை அடைந்தார். அப்போது, மரணப்படுக்கையில் இருந்த பேரரசர் ஹேட்ரியன், தான் சம்பாதித்திருந்ததாக அன்டோனினஸ் நம்பிய ஒன்றை அவருக்கு அளிக்கத் தயாராக இருந்தார். ரோமானிய மணிமகுடம்தான் அது.

அனைவராலும் விரும்பப்பட்ட அன்டோனினஸைப் பொதுமக்கள் முன்னிலையில் அறிமுகப்படுத்தி, ஹேட்ரியன் இவ்வாறு பிரகடனம் செய்தார்: "உங்களை ஆள்வதற்கு நான் ஒரு மென்மையான, மேன்மையான, நயமான, புத்திசாலித்தனமான, பொருத்தமான நபரைக் கண்டுபிடித்துள்ளேன். இந்த அன்டோனினஸ் அரேலியஸ்தான் அவர்!"

ஆனால், இதில் விதி ஒரு சூட்சுமத்தை முடிந்து வைத்திருந்தது.

அன்டோனினஸ், குவெஸ்டர், பிரேட்டர், கான்சல் மற்றும் செனட்டர் என்று பல பதவிகளை வகித்துப் படிப்படியாக முன்னேறி வந்திருந்தார். பேரரசர்தான் அவருடைய வழிகாட்டியாக இருந்து வந்திருந்தார். அன்டோனினஸ் அப்பழுக்கற்றப் பண்புநலன்களைக்

கொண்டிருந்தார். ஒரு பேரரசராக ஆவதற்கான அனைத்துத் தகுதிகளையும் அவர் பெற்றிருந்தார். அவர்மீது ஹேட்ரியன் மிகுந்த நம்பிக்கை வைத்திருந்தபோதிலும், ரோமானியப் பேரரசின் வளமான எதிர்காலம் வேறொருவரின் கையில் இருந்ததாக ஹேட்ரியன் முடிவு செய்தார். தனக்குப் பின் அவர்தான் ஆட்சிக் கட்டிலில் அமர வேண்டும் என்று அவர் விரும்பினார். அந்த நபரின் பெயர் மார்க்கஸ். ஆனால், அதில் ஒரு சிக்கல் இருந்தது. மார்க்கஸ் அப்போது தன் பதின்ம வயதில் இருந்தார். தனக்கு உடல்நலம் குன்றிக் கொண்டிருந்ததை அறிந்திருந்த ஹேட்ரியன், தன் வாழ்நாளில் மார்க்கஸை ஓர் அரசனாகப் பார்க்க முடியாது என்பதை உணர்ந்து கொண்டார். அதே நேரத்தில், ஒரு சிறுவனை மன்னனாக ஆக்குவதிலும் அவருக்கு உடன்பாடு இருக்கவில்லை. அதனால், மார்க்கஸ் பதவியேற்கத் தயாராகும்வரை, அன்டோனினஸ் பேரரசராகப் பணியாற்ற வேண்டும் என்ற ஏற்பாட்டை ஹேட்ரியன் செய்தார். அத்துடன், மார்க்கஸை வளர்ப்பு மகனாக சுவீகரித்துக் கொள்ளுமாறும் அன்டோனினஸிடம் அவர் கேட்டுக் கொண்டார்.

எலிசபெத் மகாராணியின் காலத்தில், மன்னர்களும் மகாராணிகளும் வெறும் அலங்காரப் பதுமைகளாக இருந்தனர். ஆனால், பண்டைய ரோமானியக் காலகட்டம், வன்முறை நிறைந்த ஒன்றாக, கொடூரமான ஒன்றாக இருந்தது. வெகுகாலம் காத்திருந்து பதவிக்கு வந்திருந்த அன்டோனினஸ், பதவிக்கு வந்தவுடன் தன் நிலையை உறுதிப்படுத்திக் கொள்வார், தன்னைப் பாதுகாத்துக் கொள்வார், வரலாற்றில் தன் புகழ் என்றென்றும் நிலைத்திருப்பதற்குத் தேவையான அனைத்தையும் செய்வார் என்று பலரும் எதிர்பார்த்தனர்.

ஆனால், அப்படி எதுவும் நடைபெறவில்லை.

இருபத்து மூன்று ஆண்டுகள் பேரரசராகப் பணியாற்றி, ஓர் இளைஞனைத் தன் அரசுக் கட்டிலில் அமர வைப்பதற்குத் தயார் செய்த பொறுப்பை அன்டோனினஸ் அபாரமாக நிறைவேற்றியிருந்தார். அவர் பதவி வகித்தபோது, பொதுமக்களால் அவர் பெரிதும் நேசிக்கப்பட்டார்.

அவர் ஒருபோதும் தன்னை முன்னிலைப்படுத்திக் கொள்ளவே இல்லை. அவர் ஒருபோதும் தன் சொந்தக்

குடும்பத்தின் நலனுக்கு முன்னுரிமை கொடுக்கவில்லை. தனக்கு அநீதி இழைக்கப்பட்டதாகக் குமுறி எழுந்து, சதித் திட்டங்கள் எதையும் அவர் தீட்டவில்லை. அவர் இரத்தக்கறை படியாத கைகளைக் கொண்டவர் என்று வரலாற்றியலாளர்களால் கொண்டாடப்பட்டார். அவர் முடிசூட்டிக் கொண்டதும், அவர் அன்டோனினஸ் பயஸ் என்று அழைக்கப்பட்டார்.

சுமார் ஏழு அல்லது எட்டுக் கோடி மக்கட்தொகை கொண்ட, 35 இலட்சம் சதுர மைல்கள் பரப்பளவு கொண்ட ஒரு பெரிய நாட்டை, இந்த அளவு நிதானத்துடனும் அளவு கடந்த அர்ப்பணிப்புடனும் அவர் ஆட்சி செய்ததை ஒரு புனிதமான விஷயமாகவே கொண்டாட வேண்டும்.

ஒரு பேரரசர் என்ற முறையில், எந்தவொரு சட்டத்தை இயற்றுவதற்கும், அவற்றை அமல்படுத்துவதற்கும், தீர்ப்புகளைப் பரிசீலிப்பதற்கும் அவருக்கு அனைத்து அதிகாரங்களும் இருந்தன. உலகிலேயே மிகவும் மூர்க்கமான ஒரு படையின் தலைவராக இருந்த அவர், எந்த நாட்டுடனும் போர் தொடங்குவதற்கான அதிகாரத்தைப் பெற்றிருந்தார். ரோமானிய நாள்காட்டியில் மாதங்களிலுள்ள நாள்களின் எண்ணிக்கையைக் கூட்டுவதற்கும் குறைப்பதற்குமான அதிகாரம் அவருக்கு இருந்தது. ரோமானிய மத விவகாரங்களின் தலைவர் என்ற முறையில், அந்த மதத்தின் கோட்பாடுகளை மாற்றி எழுதுவதற்கான முழு அதிகாரமும் அவரிடம் இருந்தது.

உலகின் பெரும்பாலான பேரரசர்கள் தங்களுடைய அதிகாரத்தை வைத்துக் கொண்டு எப்படி ஆட்டம் போட்டார்கள் என்பதை நாம் அறிவோம். அவர்களின் அடாவடித்தனமான நடவடிக்கைகளைப் பற்றி எழுதப்பட்ட நூல்கள் பல நூலகங்களில் பல அலமாரிகளை அடைத்துக் கொண்டிருக்கின்றன.

அப்படியிருக்கும்போது, எல்லாவற்றிலிருந்தும் விதிவிலக்காகச் செயல்பட்டிருந்த அன்டோனினஸின் ஆட்சி பற்றி ஏன் பரவலாக அறியப்படவில்லை?

நிதானத்துடன் நடந்து கொள்வதிலுள்ள நகைமுரண் அது. அது நம்மை உன்னதமானவராக ஆக்குகின்ற அதே நேரத்தில், அங்கீகாரம் குறித்து நம்மை ஏங்க வைப்பதில்லை. அன்டோனினஸ் மேலோட்டமான கௌரவங்கள் குறித்து விட்டேத்தியாக இருந்ததோடு, அவற்றை அவர் தீவிரமாகத்

தவிர்த்தும் வந்தார். அவருடைய ஆட்சியின் கடைசிக் கட்டத்தில், அவர்மீது இருந்த அன்பு மற்றும் மரியாதையின் காரணமாக, செப்டம்பர் மாதத்தை அவருடைய பெயரிலும், அக்டோபர் மாதத்தை அவருடைய மனைவியின் பெயரிலும் மாற்றுவதற்கு ரோமானிய செனட் முன்வந்தபோது, அதை அவர் நிராகரித்துவிட்டார். ஜூலை மாதம் ஜூலியஸ் சீசர் பெயராலும், ஆகஸ்ட் மாதம் அகஸ்டஸ் சீசரின் பெயராலும் அழைக்கப்பட்டன. ஆனால், அடக்கம் காரணமாக, காலம் கடந்து நிற்கின்ற அத்தகைய புகழைக்கூட அவர் மறுத்துவிட்டார்.

மறுபுறம், அன்டோனினஸ் தன் வெற்றியின் பலிகடாவாக ஆகியிருந்தார். 19-ம் நூற்றாண்டு வரலாற்றியலாளரான எர்னஸ்ட் ரீனன் அவரைப் பற்றி இவ்வாறு குறிப்பிடுகிறார்: "தன்னைப் பேரரசராக நியமித்திருந்த பேரரசரின் விருப்பப்படி, அவருக்குப் பின் பதவியேற்ற மார்க்கஸ் அரேலியஸை அன்டோனினஸ் தன்னைவிட மேம்பட்ட ஒருவராகச் செதுக்கி இருந்திருக்காவிட்டால், அவர் ரோமானியப் பேரரசர்களிலேயே தலைசிறந்த ஒருவராகக் கொண்டாடப்பட்டிருந்திருப்பார். அதற்கு அவருடைய அடக்கமும் நல்ல உள்ளமும்தாம் காரணம்." தனக்குப் பின் பதவியேற்கவிருந்த ஒருவர் என்று தெரிந்த பின் அவர்களைக் கொலை செய்த பல மன்னர்களைப்போல அவர் நடந்து கொள்ளவில்லை. மார்க்கஸ் அரேலியஸ் இன்றளவும் பேசப்படுகின்ற ஒரு மாபெரும் பேரரசராக உருவானதில் அன்டோனினஸின் பங்கு அதிகம். மார்க்கஸ் அரேலியஸ் தன் வளர்ப்புத் தந்தையான அன்டோனினஸைவிடச் சொக்கத் தங்கமாக ஜொலித்தக் காரணத்தால், அன்டோனினஸ், வரலாற்றின் அடிக்குறிப்பில் இடம்பெறும் நிலைக்குத் தள்ளப்பட்டுவிட்டார்.

சுயஒழுங்கு என்ற இலத்தீன் வார்த்தைக்குச் சீடன் என்று பொருள். குரு இல்லாமல் சீடன் இருக்க முடியாது என்றாலும், அது சீடனுக்கு முக்கியத்துவம் அளித்தது. அப்படிப்பட்டதோர் அழகான உறவுதான் மார்க்கஸ் அரேலியஸுக்கும் அன்டோனினஸுக்கும் இடையே நிலவியது. தனக்குப் பின் அரியணை ஏறுவதற்காக நிச்சயிக்கப்பட்டிருந்தவனுக்கு அனைத்தையும் கற்றுக் கொடுக்கின்ற சுயஒழுங்கையும் பரிவையும் ஒருவர்

கொண்டிருந்தார். மற்றவர், அந்த நபரிடம் கற்றுக் கொள்வதற்கான விருப்பத்தையும், அவருக்குக் கீழ்ப்படிந்து நடப்பதற்கான சுயஒழுங்கையும் கொண்டிருந்தார்.

அவர்கள் இருவருமே, அசாதாரணமானதொரு சூழல் தங்கள்மீது சுமத்தியிருந்த பொறுப்பை உணர்ந்து செயல்பட்டனர். அந்த உறவு கண்டிப்பாக இரத்தக்களரியில்தான் முடியும் என்று ஆவலுடன் எதிர்பார்த்திருந்தவர்களின் கனவுகளை அவர்கள் பொய்த்துப் போகச் செய்தனர். அதன் மூலம் இருவருமே ஒரு வகையான உன்னதத்தை அடைந்தனர். அந்த வகையான உன்னதம், கதைப் புத்தங்களிலும் நீதிக் கதைகளிலும் இடம்பெற வேண்டிய ஒன்றே அன்றி, குரூரமான அரண்மனைத் தாழ்வாரங்களை அலங்கரிக்கின்ற ஒன்றல்ல!

மார்க்கஸ் அரேலியஸுக்கு அன்டோனினஸ் துல்லியமாக என்ன கற்றுக் கொடுத்தார்?

நாம் உடலிலிருந்து தொடங்கலாம்.

அன்டோனினஸ் உடலுறுதி கொண்டவர். அவர் தன்னை நன்றாகப் பார்த்துக் கொண்டார். அதற்கு, உடல் ஆரோக்கியம் முக்கியமானது என்பது காரணமல்ல. மாறாக, பேரரசர் என்ற முறையில் தன் பணியைச் செவ்வனே ஆற்றுவதற்கு அது உதவும் என்று அவர் நம்பியதுதான் காரணம். தன் வளர்ப்புத் தந்தையைப் பற்றி மார்க்கஸ் இவ்வாறு எழுதி வைத்துள்ளார்: “அவர் தன் உடல் ஆரோக்கியம் குறித்து அதீதப் பதற்றம் கொண்ட ஒரு நபரல்லர். அதேபோல, தன் தோற்றம் குறித்தும் அவர் அதீத ஈடுபாடு கொண்டிருக்கவில்லை. ஆனால், அதற்காக அவர் அவ்விரண்டையும் ஒருபோதும் உதாசீனப்படுத்தவில்லை. அதன் காரணமாக, அவர் ஒருபோதும் மருத்துவ உதவியை நாடியதே இல்லை. எந்தவிதமான மருந்துகள், களிம்புகள், லேகியங்கள் போன்றவற்றை அவர் பயன்படுத்தியதும் இல்லை.” பெரும் அதிகாரமும் செல்வமும் படைத்த ஒருவர் பெரும் படை பட்டாளத்துடனும் பரிவாரங்களுடனும் எப்போதும் திரிய வேண்டியதில்லை என்பதை அன்டோனினஸ் மார்க்கஸுக்கு வாழ்ந்து காட்டினார். “என் வளர்ப்புத் தந்தை பெரும்பாலும் ஒரு சாதாரணமான மனிதரைப்போலவே வாழ்ந்து வந்தாலும், ஒரு பேரரசர் என்ற முறையில் தன் கடமைகளை ஆற்றியபோது அவர் அலட்சியமாகவோ அல்லது அஜாக்கிரதையாகவோ

ஒருபோதும் நடந்து கொண்டதில்லை," என்று மார்க்கஸ் குறிப்பிடுகிறார்.

தேவைப்பட்டபோது, சூரியன் உதித்ததிலிருந்து மறையும்வரை உற்சாகத்துடனும் முழு ஆற்றலுடனும் தன் பணியைச் செய்வதற்கான திறனை அவர் பெற்றிருந்தார். தன் தந்தை எளிமையான உணவுகளை உட்கொண்டதையும், போதுமான அளவு நீர் அருந்தியதையும், தன் அலுவல்களுக்கு இடைஞ்சல் ஏற்படாத விதத்தில் கழிவறைக்குச் சென்று வருகின்ற விதத்தில் உணவருந்தும் பழக்கத்தைக் கடைபிடித்து வந்ததையும் மார்க்கஸ் கவனித்திருந்தார். அன்டோனினஸ் இவற்றை அற்ப விஷயங்களாகக் கருதவில்லை. அவற்றை அவர் முக்கியமானவையாகக் கருதினார். அன்டோனினஸுக்கு வயதானபோது, அவருக்குக் கூன் விழத் தொடங்கியது. நெஞ்சை நிமிர்த்தி உட்கார்ந்து கொள்வதற்காக, அவர் தன் முதுகுப்புறம் ஆடைகளுக்கு நடுவே சிறு மரத்துண்டுகளை வைத்துக் கட்டிக் கொள்வாராம்.

உடல்நலம் குறித்த அவருடைய இந்தக் கண்டிப்பின் காரணமாக அவர் இனிமையற்ற ஒரு வாழ்க்கையை வாழ்ந்து கொண்டிருந்ததாக நாம் தப்புக்கணக்குப் போட்டுவிட முடியாது.

ஏனெனில், அவர் வாழ்க்கையை நன்றாக அனுபவித்துக் கொண்டிருந்தார். "அவர் பெரும்பாலான மக்களைப்போல அல்லாமல், விலக்க வேண்டிய விஷயங்களை விலக்கி வைப்பதில் உறுதி காட்டியதைப்போல, இரசிக்க வேண்டியவற்றை இரசித்து அனுபவிக்க அவர் ஒருபோதும் தயங்கியதே இல்லை," என்று அன்டோனினஸைப் பற்றி மார்க்கஸ் குறிப்பிடுகிறார். இந்த விதத்தில், அவர் சாக்ரடீஸ் கடைபிடித்தச் சமநிலையைக் கடைபிடித்து வந்தார். சாக்ரடீஸ் ஒரு சிக்கனக்காரராக இருந்தபோதிலும், வாழ்க்கையை இரசித்து அனுபவிப்பதற்கும் பெயர் போனவராக இருந்தார். "அவர் அளவிடற்கரிய மனஉறுதியைக் கொண்டிருந்தார். ஒரு சூழ்நிலையில், அவர் தளராமல் தான் எடுத்தக் காரியத்தை விடாப்பிடியாகத் தொடர்வார். வேறு ஒரு சூழலில், அவர் நீக்குப்போக்காக இருப்பார்," என்று அவரைப் பற்றி மார்க்கஸ் தன்னுடைய 'மெடிட்டேஷன்ஸ்' நூலில் எழுதியுள்ளார். வாழ்க்கை அன்டோனினஸுக்கு

சௌகரியங்களை அள்ளி வழங்கியிருந்தது. அவற்றை இயல்பாக ஏற்றுக் கொண்ட அவர், அவற்றை அகங்காரமின்றியும், அவற்றைச் சார்ந்திருக்காத விதத்திலும் பயன்படுத்திக் கொண்டார். “அவை இருந்தால், அவற்றை அவர் தனக்குச் சாதகமாகப் பயன்படுத்திக் கொண்டார். அவை இல்லையெனில், அவற்றை நினைத்து அவர் ஏங்கியதில்லை,” என்று மார்க்கஸ் குறிப்பிடுகிறார்.

மிதம் விஷயத்தில் அவர் எப்படி?

அதற்கும் அன்டோனினஸ் ஓர் உதாரணபுருஷராகத் திகழ்ந்தார். ஒரு முறை தீர்மானங்களை எடுத்துவிட்டால், அவற்றைத் தடுமாற்றமின்றிப் பின்பற்ற வேண்டும் என்று மார்க்கஸுக்கு அவர் கற்றுக் கொடுத்தார். ஆனால், தீர்மானத்திற்கு வருவதற்கு முன்பு அனைத்தையும் முழுமையாக அலசி ஆராய வேண்டும் என்றும், அவற்றைக் கச்சிதமாகப் புரிந்து கொள்ள வேண்டும் என்றும் அவர் வலியுறுத்தினார். அன்டோனினஸைப் பற்றி மார்க்கஸ் மேலும் இவ்வாறு குறிப்பிடுகிறார்: “கூட்டங்களின்போது அவர் தொடுக்கின்ற கேள்விகள், அவருடைய ஒருமுகச் சிந்தனையைப் பறைசாற்றும் விதமாக அமைந்திருக்கும். அவர் விவாதங்கள் நிறைவடைவதற்கு முன்பு ஒருபோதும் அவற்றை நிறுத்த மாட்டார். எப்போது உந்தித் தள்ள வேண்டும், எப்போது பின்வாங்க வேண்டும் என்பதை அவர் துல்லியமாக அறிந்திருந்தார். ஏதாவது காரணத்தால் ஒரு விஷயத்தை அவர் சொதப்பியிருந்தால், அந்தத் தவற்றுக்கான பொறுப்பை அவர் தயங்காமல் ஏற்றுக் கொள்வார்.”

ஒரு தலைவர் எவ்வளவுதான் சிறப்பாகச் செயல்பட்டுக் கொண்டிருந்தாலும், விமர்சனங்களிலிருந்து அவரால் தப்ப முடியாது. அன்டோனினஸும் அதற்கு விதிவிலக்கல்லர். ஆனால், அவற்றில் பெரும்பான்மையானவை நியாயமற்றவை, தேவையற்றவை. ஆனால், அதற்காக அந்த விமர்சகர்களை மோசமாக நடத்த அவர் மறுத்துவிடுவார். அவர் வம்பளப்பவர்களையும் காட்டிக் கொடுப்பவர்களையும் கண்டுகொள்ள மாட்டார். தன்னைக் கேள்வி கேட்டவர்களை அவர் சகித்துக் கொண்டதற்குக் காரணம், தன்னை மேம்படுத்திக் கொள்ள அது உதவும் என்பதுதான். திறமைசாலியாக இருந்த காரணத்திற்காக ஒரு கவிஞரை நாடுகடத்திய நீரோ மன்னனைப்போல

அன்டோனினஸ் செயல்படவில்லை. அவருடைய யோசனைகளைப் பிறர் மேம்படுத்தினால், அதை அவர் ஊக்கப்படுத்தினார்.

அன்டோனினஸ் தன் பணியில் ஒருபோதும் மனச்சோர்வு அடைந்ததே கிடையாது. அதுபோல நண்பர்கள் குறித்தும் அவர் மனவருத்தம் அடையவில்லை. அவர் எதற்கும் அலட்டிக் கொள்ளவில்லை. அவருடைய பணி அழுத்தமிக்க ஒன்றாக இருந்தபோதிலும், அவர் எவரிடமும் ஒருபோதும் இங்கிதமற்று நடந்து கொண்டது கிடையாது, சுயகட்டுப்பாடு இழந்து கத்தியதும் கிடையாது. இது ஒரு பெரிய விஷயமாகத் தெரியாது. ஆனால், ஹேட்ரியன், ஒரு முறை, தன் செயலாளர் ஒரு தவறு செய்ததற்காகத் தன் பேனாவால் அவருடைய கண்களைக் குத்திக் குருடாக்கிவிட்டார் என்ற செய்தியை இங்குக் குறிப்பிட்டால்தான் அன்டோனினஸின் பண்புநலனின் அருமை நமக்குப் புரியும்.

முகஸ்துதி அவரிடம் வேலை செய்யாது. ஆனால், தன் முன் இருக்கும் நபர்கள் இயல்பாக உணரும்படி செய்வதற்கு அவர் பெருமுயற்சி மேற்கொள்வார். அவர் தன்னுடைய நண்பர்களைப் பார்க்கச் செல்கின்றபோது, அவர்கள் தன்னை ஒரு சாதாரணமான நபராக நடத்துவதற்குத் தேவையான அனைத்தையும் அவர் செய்வார். அன்டோனினஸ் ஒரு முறை ஒரு நண்பரின் வீட்டுக்கு விஜயம் செய்தபோது, அந்த வீட்டின் சுவரலங்காரம் பற்றிக் குறிப்பிட்டதைக் கண்ட மற்றொரு நண்பர், “நீங்கள் மற்றொருவரின் வீட்டுக்குச் செல்கின்றபோது, செவிட்டூமையாக இருக்க வேண்டும்,” என்று உரிமையோடு அன்டோனினஸின் காலை வாரினார்.

அவர் தன் வேலையைத் தீவிரமாக எடுத்துக் கொண்டார். ஆனால், தன்னைத் தீவிரமாக எடுத்துக் கொள்ளவில்லை. தன்னைப் பரிகசிக்க அவர் பிறரை அனுமதித்தார்.

ஹேட்ரியன் தன் நாடு நெடுகிலும் நீண்ட பயணங்களை மேற்கொண்டார். ஆனால், அன்டோனினஸ் அதை மறுத்துவிட்டார். முன்பு அவர் அரச ஆலோசனையாளராக இருந்தபோது, இத்தாலி மற்றும் ஆசியாவுக்குப் பயணித்திருந்தார். அரசர்கள் பயணங்களை மேற்கொண்டபோது சாதாரணமான

மக்களை அது எந்த அளவு பாதித்தது என்பதை அவர் நேரடியாக அறிந்திருந்ததுதான் அதற்கு காரணம். அவர் எவ்வளவுதான் எளிமையாக இருந்தாலும், அவர் தன் பரிவாரங்களுடன் செல்கின்றபோது அது கண்டிப்பாகப் பிறருக்குத் தேவையற்றச் சுமையை ஏற்படுத்தும் என்பதை அவர் அறிந்திருந்தார். அதனால், தன்னால் தவிர்க்க முடிந்த விஷயங்களில் அவர் உறுதியாகச் செயல்பட்டார்.

அவர் உடல்ரீதியாகவும் மனரீதியாகவும் சுயகட்டுப்பாடு கொண்டிருந்ததால், அவர் முதலில் தன்னை ஆண்டார். விதி அவர் விரும்பியபடி விஷயங்களை அளித்திருக்காமல் இருக்கலாம். ஆனால், தனக்கு அளிக்கப்பட்டவற்றை அவர் மிகச் சிறப்பாகப் பயன்படுத்திக் கொண்டார். அவர் ரோமை இருபத்து மூன்று ஆண்டுகள் ஓர் அமைதியான முறையில் ஆண்டார். மார்க்கஸுடன் ஓர் ஆழமான உறவை உருவாக்கிக் கொண்டார். தன் ஆட்சிக் காலத்தில் ரோம் செழித்துத் தழைத்துக் கொண்டிருந்ததைப் பார்த்து மகிழ்ந்த அவர், தனக்குப் பின் அது சரியான கரங்களுக்குச் செல்லவிருந்தது என்பதை உணர்ந்து மனநிறைவடைந்தார்.

அன்டோனினஸுக்குப் பெரும் புகழ் கிடைக்காமல் போயிருந்திருக்கலாம். ஆனால், அரசியலில் இருக்கின்ற ஒருவருக்குக் கிடைக்கின்ற மிக உயர்ந்த வெற்றிக்கு அவர் சொந்தக்காரராக இருந்தார். அவருடைய பதவிக் காலம் முடிவடைந்தபோது, அவர் கறைபடாத கரங்களுக்குச் சொந்தக்காரராக இருந்தார். மார்க்கஸ் அவரிடம் பெரிதும் மதித்த விஷயம், அன்டோனினஸ் பரிசுத்தமான மனசாட்சியோடு இருந்தார் என்பதுதான்.

கி.மு. 161-ல், அன்டோனினஸ் மரணப்படுக்கையில் இருந்தார். அப்போது, சாதித்திருந்த ஒரு துறவியின் அமைதியோடு அவர் காணப்பட்டார். அரச விவகாரங்களை முறைப்படி அவர் தன் வளர்ப்பு மகனிடம் ஒப்படைத்துவிட்டு, இறப்பதற்கு முன்பு இறுதி அறிவுரை ஒன்றையும் அவருக்கு வழங்கினார். மார்க்கஸ் அதை எப்போதும் தன் வாழ்க்கையின் நோக்கமாகக் கடைபிடித்து வந்தார்.

உளச் சமநிலையோடு இருத்தல்தான் அது.

இப்போது, அன்டோனினஸின் முன்னுதாரணத்தைப் பின்பற்றி, அதேபோல வாழ வேண்டிய, அதேபோல

ஆட்சி புரிய வேண்டிய பொறுப்பு மார்க்கஸ் வசம் ஒப்படைக்கப்பட்டிருந்தது.

அமெரிக்கக் குடியரசுத் தலைவர்கள் பதவியேற்பதற்கு முன்பும் பதவியேற்றப் பின்பும் எடுத்திருந்த புகைப்படங்களை நீங்கள் பார்த்தால் இது தெளிவாக உங்களுக்குப் புரியும்: ஓர் அரசின் அதிபராக இருப்பது என்பது ஒரு பெரும் சுமை. மணிமுடி என்பது தாங்கிக் கொள்ளப்பட முடியாத ஒரு பாரம். அதன் அழுத்தம் தாங்காமல் அவர்களுடைய தலைமுடி சீக்கிரமாகவே நரைத்துவிடும். அதன் மிகப் பெரிய பொறுப்பு உங்களைத் தொடர்ந்து நசுக்கிக் கொண்டேயிருக்கும். "பலவீனமானவர்கள் இதற்கு விண்ணப்பிக்க வேண்டாம்," என்று எளிதாகக் கூறிவிடலாம். ஆனால், அவர்கள் விண்ணப்பிக்கின்றனர். அவர்கள் அப்பொறுப்பை ஏற்றுக் கொள்கின்றபோது, அவர்கள் தங்களையும் காயப்படுத்திக் கொள்கிறார்கள், தாங்கள் யாருக்குச் சேவை புரிய வேண்டுமோ அவர்களையும் காயப்படுத்திவிடுகின்றனர்.

பல ஆண்டுகால அமைதியையும் ஸ்திரத்தன்மையையும், விதி, அன்டோனினஸுக்கு அளித்திருந்தது. ஆனால், மார்க்கஸுக்கு அப்படிப்பட்ட அதிர்ஷ்டம் வாய்க்கவில்லை. அவருடைய ஆட்சியின்போது, வரலாறு காணாத வெள்ளத்தையும், அரக்கத்தனமான அந்நியப் படையெடுப்பையும், இலட்சக்கணக்கானோரைக் கொன்ற கொள்ளை நோய் ஒன்றையும் அவர் எதிர்கொள்ள வேண்டியிருந்தது. அவருடைய நெருங்கிய நண்பர் ஒருவர் ஒரு துரோகியாக மாறி அவரைக் கொல்ல முயன்றார். ரோமின் சரிவும் வீழ்ச்சியும் மார்க்கஸின் தலையில் விடிந்தன. அவை எதுவுமே அவருடைய தவறல்ல. ஆனால், அவற்றுக்கு அவர்தான் பொறுப்பேற்க வேண்டியிருந்தது. அவை அவருடைய மோசமான கனவுகளாக மாறி அவரை வதைத்தன. எண்ணற்றோரின் உயிர் ஆபத்தில் இருந்தது. அவருடைய குடும்பம் பேராபத்தில் இருந்தது. இவ்வளவு துன்பங்களையும் எதிர்கொள்வதற்கு எந்தவொரு மனிதனாலும் முன்தயாரிப்பை மேற்கொண்டிருந்திருக்க முடியாது. ஒவ்வொரு நாளும் ஒரு புதிய நெருக்கடியோடு பிறந்தது. முளைத்துக் கொண்டிருந்த புதிய புதிய பிரச்சனைகள் ஏற்கனவே வற்றிப் போயிருந்த அவருடைய வளத்தை மேலும் கரைந்து போகச் செய்தன. பயமும்

கோபமும் ஒன்றாகச் சேர்ந்து கொண்டபோது, இதற்கு முந்தைய பேரரசர்கள் ஆற்றிய எதிர்வினையால் ரோம் நகரத் தெருக்களில் இரத்த ஆறு ஓடியது.

ஆனால், மார்க்கஸ் அப்படி எதிர்வினையாற்றவில்லை. அவர் தீர்க்கமாக ஒவ்வொரு நெருக்கடியையும் களைந்தார். அதற்காகத் தன் கொள்கைகளைக் காவு கொடுக்க அவர் மறுத்தார். மாறாக, அவை எல்லோர் கண்களிலும் படும்படி செய்தார். தன் சொல்லாலும் செயலாலும் அதை அவர் நிரூபித்தார். அமைதியான காலகட்டங்களில் நிதானத்துடன் நடந்து கொள்வது என்பது வேறு. அடுத்தடுத்துப் பல்வேறு நெருக்கடிகளை எதிர்கொள்ள வேண்டியிருக்கும்போது நிதானத்துடன் நடந்து கொள்வது என்பது வேறு. சுயகட்டுப்பாடு மார்க்கஸிடம் ஊறிப் போயிருந்தது.

வேறு ஒரு சாதாரணமான தலைவராக இருந்திருந்தால், துயரங்களின் அணிவகுப்பைக் கண்டு அவர் புலம்பித் தள்ளியிருந்திருப்பார். ஆனால், மார்க்கஸ் அப்படி எதுவும் செய்யவில்லை. பூதாகரமான பிரச்சனைகளைக்கூட அவர் தனக்குக் கிடைத்திருந்த வாய்ப்புகளாகவே பார்த்தார். "செயல்நடவடிக்கைகளுக்குக் குறுக்கே வருகின்ற முட்டுக்கட்டைகள்தாம் அந்த நடவடிக்கைகளை உந்தித் தள்ளுகின்றன. தடைக்கற்களே வெற்றிக்கான படிக்கட்டுகள்!" என்று அவர் தனக்குத் தானே கூறிக் கொண்டார். அதிகாரம் மற்றும் ஆடம்பரத்தோடு சேர்த்துத் தனக்குக் கிடைத்திருந்த துன்பங்களும் கஷ்டங்களும் தன்னை நிரூபிப்பதற்கான வாய்ப்புகள் என்று அவர் பார்த்தார். அவர் உண்மையிலேயே அன்டோனினஸிடமிருந்து கற்றுக் கொண்டிருந்தார் என்பதைக் காட்டுவதற்கு அவருக்கு ஒரு வாய்ப்புக் கிடைத்திருந்தது. அவர் நிதானத்தில் நம்பிக்கை வைத்திருந்ததோடு நிற்கவில்லை, அவர் நிதானத்தின் திருவுருவாகத் திகழ்ந்தார். அதை அவர் தன்னுடைய வாழ்க்கைமுறையாகவே ஆக்கிக் கொண்டார்.

கி.மு. 14-ல் திபேரியஸ் பேரரசராக ஆனவுடன், கேப்ரி என்ற தீவில் ஓர் ஆடம்பர அரண்மனையை நிறுவி அங்கு அவர் உல்லாசமாக இருக்கத் தொடங்கினார். நீரோ தன் அன்னையின் செல்வாக்கிலிருந்து விடுபட்டவுடன், தன் அரசுப் பணிகளைக் கவனிக்காமல் யாழிசைத்துக் கொண்டிருந்தார், ரோமிலேயே தலைசிறந்த இசைக்

கலைஞன் என்று தன்னை அறிவித்துக் கொண்டார். திபேரியஸ் பற்றிக் குறிப்பிடுகின்றபோது, மார்க்கஸ், “நாம் தீவிரப் பற்று கொண்டிருக்கின்ற விஷயங்கள் மிகவும் அற்பமானவை என்பதையே இக்கதைகள் எடுத்துரைக்கின்றன. நமக்குக் கொடுக்கப்பட்டுள்ளவற்றை அப்படியே ஏற்றுக் கொண்டு, நேர்மை, சுயகட்டுப்பாடு, கடவுளுக்குக் கீழ்ப்படிதல் போன்றவற்றை வெளிப்படுத்துவதே சிறந்தது,” என்று கூறியுள்ளார்.

அதை அவர் செய்தும் காட்டினார். ஆனால், தொடக்கத்தில் அவருக்குச் சிறிதளவு சுயசந்தேகம் இருந்தது.

அவர் பேரரசராக ஆகவிருந்ததாக அவரிடம் தெரிவிக்கப்பட்டபோது அவர் அழுததாகக் கூறப்படுகிறது. ஏனெனில், அது எவ்வளவு கடினமான வேலை என்பதை அவர் அறிந்திருந்தார். வெறும் ஒரு மன்னனாக இருப்பதில் பிரச்சனை இல்லை. ஆனால், ஒரு நல்ல அரசனாக இருப்பது, அதிகாரத்தால் தலைக்கனம் பிடித்தவனாக உருவாகாமல் இருப்பது மிகவும் கடினம்.

அரசனாக இருப்பதைத் தவிர வேறு யாராக இருந்தாலும் பரவாயில்லை என்று அவர் நினைத்திருந்த கணங்கள் பல இருந்திருக்கக்கூடும். விதி அவருடைய தலையில் ஏற்றி வைத்திருந்த சுமைக்குப் பதிலாக, அவர் தன்னுடைய தத்துவங்களோடும் புத்தகங்களோடும் காலந்தள்ளுவதற்கு அவருக்கு வாய்ப்புக் கிடைத்திருந்தால் அவர் மகிழ்ந்திருப்பார். அவருடைய ஆசான்களில் ஒருவர், மார்க்கஸிடம், “நீ ஜீனோ அல்லது கிளீந்தெஸ் அளவுக்கு ஞானம் பெற்றால்கூட, உன் விருப்பத்திற்கு மாறாக உனக்கு அரசனின் ஆடம்பர உடைதான் அணிவிக்கப்படும், ஒரு தத்துவவியலாளனின் எளிய உடை உனக்கு ஒருபோதும் கிடைக்காது,” என்று ஒரு முறை அவருக்கு எழுதியிருந்தார்.

அரச ஆடையைக் கண்ணியத்தோடும் கௌரவத்தோடும் அணிவது மார்க்கஸுக்குச் சாத்தியப்படுமா? அது தனக்குக் களங்கம் ஏற்படுத்தாதபடி அவரால் பார்த்துக் கொள்ள முடியுமா? காலிகுலா, கிளாடியஸ் போன்ற மோசமான ரோமானியப் பேரரசர்களின் வரிசையில் சேர்ந்துவிடக்கூடிய ஆபத்தை அவர் எதிர்கொண்டிருந்தார்.

தன் தோள்கள் தந்தத்தால் ஆனதாக அவர் ஓர்

இரவு கனவு கண்டார். அவருடைய தோள்கள் வலுவாக இருந்தன என்பது உண்மைதான். தன் வேலை தன்னை விழுங்க தான் அனுமதிக்கப் போவதில்லை என்று அவர் நினைத்தார், அதைச் செய்தும் காட்டினார். அவர் தன் வேலையை ஓர் ஓவியத்திரையாக ஆக்கி, காலத்தால் அழிக்கப்பட முடியாத மாபெரும் ஓவியம் ஒன்றை அதில் தீட்டினார்.

எந்தவொரு பெரிய மனிதரும் அவர்களுடன் எந்நேரமும் இருக்கின்ற தனிப்பட்ட உதவியாளரின் கதாநாயகராக இருக்க மாட்டார் என்ற ஒரு கூற்று உண்டு. ஆனால், எந்தவோர் உதவியாளரையும்விட, அன்டோனினஸுடன் அதிக நேரம் செலவழித்து, இருபது ஆண்டுகளுக்கும் மேலாக அவருடைய ஆகச் சிறந்த பக்கத்தையும், அவருடைய மோசமான பக்கத்தையும் அருகேயிருந்து பார்த்திருந்தபோதிலும், மார்க்கஸ் அவரைத் தன் வணக்கத்திற்குரிய நபராகக் கருதினார். அவருடைய பிற ஆசான்கள், ஸ்டோயிசிசம் குறித்த அவருடைய படிப்பு, அவருடைய ஆலோசனையாளர்கள் ஆகியோரும் மார்க்கஸின் இறுதி வெற்றியில் பங்கு வகித்திருந்தனர் என்பதை மறுப்பதற்கில்லை. ஆனால், ரீனன் கூறியபடி, "உலகின் ஒவ்வொரு மூலையிலிருந்தும் தேர்ந்தெடுக்கப்பட்டிருந்த அந்தத் தலைசிறந்த ஆலோசனையாளர்கள் அனைவரைக் காட்டிலும், ஒரே ஒரு நபரைத்தான் மார்க்கஸ் அண்ணாந்து பார்த்துக் கொண்டிருந்தார். அன்டோனினஸ்தான் அது. ஏனெனில், கச்சிதமானதொரு வாழ்க்கைக்கான மிக அழகானதோர் உதாரணபுருஷர் மார்க்கஸின் கண்முன் உலா வந்து கொண்டிருந்தார். அந்த நபரை அவர் ஆழமாக நேசித்தார், முழுமையாகப் புரிந்து கொண்டிருந்தார். இறுதியில் அந்த நபராகவே அவரும் ஆனார்."

அன்டோனினஸ் ஒரு கதாநாயகர்தான். அவர் ஏதோ ஒரு போர்க்களத்தில் தீரமாகச் சண்டையிட்டதன் மூலம் அந்த ஸ்தானத்தைப் பெற்றிருக்கவில்லை. தினந்தோறும் தன்னை ஓர் அசாதாரணமான சுயஒழுங்கிற்கு ஆட்படுத்திக் கொண்டதன் மூலம் அவர் அதைச் சம்பாதித்திருந்தார். அதைப் பார்த்துக் கொண்டிருந்த, அருகிலிருந்து அவதானித்துக் கொண்டிருந்த, அதனால் ஊக்கம் பெற்றிருந்த மார்க்கஸ், அதற்காகத் தன் வாழ்க்கையையே

அர்ப்பணித்தார்.

சுயஒழுங்கின் இயல்பு அது. துணிச்சலைப்போலவே அதுவும் தொற்றிக் கொள்ளக்கூடிய ஒன்று.

மார்க்கஸுக்கு அது அன்டோனினஸிடமிருந்து தொற்றிக் கொண்டிருந்தது. அன்டோனினஸ் யாராக இருந்தாரோ அவராகவே மார்க்கஸ் ஆனார், அன்டோனினஸ் எதுவாக இருந்தாரோ அதுவாகவே மார்க்கஸ் ஆனார். அது நம்புதற்கரியது.

மார்கஸுக்கு முடிசூட்டப்பட்டபோது, அன்டோனினஸ் வசமிருந்த அந்த ஏகபோக அதிகாரம் அவருக்குக் கைமாறியபோது, தன்னுடைய உதாரணபுருஷர் எதிர்கொண்டிருந்ததைப்போல அல்லாத ஒரு மாபெரும் சோதனையை மார்க்கஸ் எதிர்கொள்ள நேர்ந்தது. ஏனெனில், ஹேட்ரியன் ஏற்பாடு செய்திருந்த ஒரு விநோதமான வாரிசு ஏற்பாட்டின் மூலம், மார்க்கஸ் ஒரு சகோதரனைப் பெற்றிருந்தார். அது அவருடைய சொந்தச் சகோதரன் அல்லன். அந்தச் சகோதரனையும் அன்டோனினஸ்தான் வளர்த்து வந்தார். அச்சகோதரனை என்ன செய்வது என்பது மார்க்கஸுக்குத் தெரியவில்லை. தன்னுடைய பதவிக்குப் போட்டியாளனாக இருந்த ஒருவனை ஒரு பேரரசர் எப்படி நடத்த வேண்டும் என்ற கேள்வி மார்க்கஸின் முன் விசுவரூபம் எடுத்து நின்றது.

அவருக்கு முந்தைய பேரரசர் ஒருவருக்கு, ஒரு ஸ்டோயிக் ஆசான், பிற போட்டி ஆண் வாரிசுகளைத் தீர்த்துக் கட்டிவிடுமாறு ஆலோசனை கூறியிருந்தார். "அளவுக்கதிகமான சீசர்களை ஒருவர் கொண்டிருக்க முடியாது," என்பது அவருடைய வாதமாக இருந்தது. மார்க்கஸ் இது குறித்து ஆழமாகச் சிந்தித்து ஒரு முடிவுக்கு வந்தார். பெருந்தன்மை மற்றும் சுயநலமின்மைக்கு எடுத்துக்காட்டாகத் திகழ்ந்த அதுபோன்ற ஒரு தீர்வை வரலாற்றில் அதற்கு முன்பு எவரும் ஒருபோதும் முன்மொழிந்ததில்லை. "முழுமையான அதிகாரம் ஒருவரை முழுமையாகப் பாழாக்கிவிடும்," என்ற கூற்றின் மொத்த முரண்பாடாக அது திகழ்ந்தது. அவர் தன் சகோதரனைத் தன்னுடைய சக பேரரசராக அறிவித்தார். தன் அதிகாரத்தின் சரிபாதியை அவர் அவருக்குப் பிரித்துக் கொடுத்தார்.

மார்க்கஸின் சகோதரர் அவருக்கு முற்றிலும்

நேரெதிரானவராக இருந்தார். லூசியஸ் வீரஸ் தன்மீது துளிகூடக் கண்டிப்பு காட்டாதவராக இருந்தார். அவர் தத்துவ நூல்கள் எதையும் கையில் எடுத்ததுகூடக் கிடையாது. ஆனால் அதற்காக, தன் சகோதரனைவிடத் தன்னை மேம்பட்டவராக மார்க்கஸ் கருதினாரா? இல்லை. மாறாக, அவர் அது குறித்து நன்றியுடன் இருந்தார். அவர் தன் நூலில் அவரைப் பற்றி இவ்வாறு எழுதியுள்ளார்: “நான் பெற்றிருந்ததைப் போன்ற ஒரு சகோதரனைப் பெற நான் கொடுத்து வைத்திருக்க வேண்டும். அவனுடைய அன்பும் பாசமும் என் வாழ்வைச் செழுமைப்படுத்துகின்றன.”

மார்க்கஸின் மகத்துவம், அவர் தன்மீது கடுமை காட்டியதில் மட்டும் இருக்கவில்லை. பிளேட்டோ தன் ‘குடியரசு’ நூலில் விவரித்திருந்தது போன்ற ஒரு இலட்சிய சமூகத்தை மார்க்கஸ் எதிர்பார்க்கவில்லை. மக்கள் எப்போதும் மக்களாகவே இருப்பர் என்பதையும், அவர்கள் கச்சிதமானவர்கள் அல்லர் என்பதையும் அவர் புரிந்து வைத்திருந்தார். குறைபாடுடைய மக்களோடு இணைந்து பணியாற்றுவதற்கு அவர் ஒரு வழியைக் கண்டுபிடித்தார். அவர்களை நாட்டின் நலனுக்காகப் பணியாற்ற வைத்தார். அவர்களிடமிருந்த நற்பண்புகளைக் கண்டறிந்து அவற்றைக் கொண்டாடினார். அவர்களிடமிருந்த தீய பண்புகளை அப்படியே ஏற்றுக் கொண்டார். ஏனெனில், அதன்மீது தனக்கு எந்தக் கட்டுப்பாடும் இல்லை என்பதை அவர் புரிந்து வைத்திருந்தார்.

“என் குடும்பத்திற்குச் சொந்தமானது என்று எதுவும் கிடையாது. நாங்கள் இப்போது குடியிருக்கின்ற வீடுகூட உங்களுக்குத்தான் சொந்தம்,” என்று அவர் தன்னுடைய செனட்டிடம் தெரிவித்தார். அவர் ஒரே ஒரு முறைதான் செனட்டிற்கு ஆணையிட்டார். அவரைப் பதவியிலிருந்து தூக்கியெறிவதற்காக ஒரு சதியில் ஈடுபட்டுப் பிடிபட்டவர்கள்மீது கருணை காட்டுமாறு அவர் கேட்டுக் கொண்டதுதான் அது.

பெரும்பாலும் மார்க்கஸ் இட்டக் கட்டளைகள் அனைத்தும் அவர் தனக்குத் தானே இட்டுக் கொண்டவைதாம். மார்க்கஸ் எழுதியிருந்த ‘மெடிட்டேஷன்ஸ்’ நூலில் இடம்பெற்றிருந்த 488 அம்சங்களில் 300 அம்சங்கள் அவர் தனக்குத் தானே நிர்ணயித்துக் கொண்ட விதிமுறைகள்

என்று அந்த நூலை மொழிபெயர்த்திருந்த ராபின் வாட்டர்ஃபீல்டு தெரிவிக்கிறார். மார்க்கஸ் தினந்தோறும் அதிகாலையிலேயே எழுந்து கொண்டார். தினந்தோறும் குறிப்புகள் எழுதினார். தன்னை எப்போதும் சுறுசுறுப்பாக வைத்துக் கொண்டார். அவர் ஆரோக்கியமான உடலைப் பெற்றிருக்கவில்லை என்றபோதிலும், அதைப் பற்றி அவர் ஒருபோதும் குறை கூறியதில்லை, புலம்பியதில்லை. அதை அவர் ஒரு சாக்குப்போக்காகவும் பயன்படுத்தியதில்லை. அது தன்னுடைய வேகத்தைக் குறைக்கவும் அவர் அனுமதிக்கவில்லை. அவர் சர்வ அதிகாரங்களும் படைத்த ஒரு பேரரசராக இருந்தபோதிலும், அவர் எளிமையாகவே வாழ்ந்தார். அவர் தன் வாழ்க்கையின் பெரும்பகுதியை சலவைக்கல் அரண்மனையில் செலவழிக்கவில்லை, மாறாக, போர்முனையில் படைவீரர்கள் தங்கியிருந்த கூடாரங்களில் செலவழித்தார்.

அவர் தனக்குத் தானே நிர்ணயித்துக் கொண்டிருந்த தரத்தை அடைய முடியாமல் சறுக்கியபோதெல்லாம் அவர் மீண்டெழுந்து தன் பாதைக்குத் திரும்பினார். கடினமாக இருந்தபோதிலும், அவர் எப்போதும் தன்னால் முடிந்த ஆகச் சிறந்த முயற்சிகளை மேற்கொண்டார்.

அன்டோனைன் என்ற கொள்ளை நோயின் காரணமாக ரோமின் கருவூலம் காலியானபோது, தன் அரண்மனைத் தோட்டத்தில், இரண்டு மாதங்களுக்கு ஒரு சிறப்பு விற்பனை முகாமை அவர் அமைத்தார். அதில், தன் மனைவியின் பட்டு ஆடைகள், நகைகள், தான் சேகரித்து வைத்திருந்த கலைப் பொருட்கள், மற்றும் தான் பயன்படுத்தாதிருந்த மதிப்பு வாய்ந்த பொருட்கள் போன்றவற்றை அவர் விற்பனைக்கு வைத்தார். அவற்றில் கிடைத்தப் பணத்தைக் கருவூலத்திடம் அவர் ஒப்படைத்தார். தன் நாட்டின் நிதிப் பிரச்சனையை வேறு ஏதாவது வழிகளில் அவரால் தீர்த்திருந்திருக்க முடியுமா? கண்டிப்பாக முடிந்திருக்கும். எடுத்துக்காட்டாக, அவர் வரிகளை உயர்த்தியிருக்கலாம். பிராந்தியங்களைச் சூறையாடியிருக்கலாம். ரோமின் பெரும் செல்வந்தர்களின் சொத்துகளை முடக்கி, அவற்றை அரசு கையகப்படுத்திக் கொள்ளுமாறு அவருக்குப் பரிந்துரைக்கப்பட்ட அறிவுரையை அவர் ஏற்றுக் கொண்டிருக்கலாம். அல்லது அந்தப் பிரச்சனையைத் தீர்க்காமல், தனக்கு அடுத்துப் பதவிக்கு வருபவர்களுக்கு

அதைச் 'சீதனமாகக்' கொடுத்திருக்கலாம். அவருக்கு முந்தைய ஆட்சியாளர்கள் பலரும், அவருக்குப் பின் வந்த ஆட்சியாளர்கள் பலரும், துளிகூட யோசிக்காமல் இந்த எளிய வழியைக் கடைபிடித்திருந்தனர்.

ஆனால், மார்க்கஸ் அப்படிச் செய்யவில்லை. அப்பொறுப்பை அவர் தன் தோள்மீது தானே சுமத்திக் கொண்டார்.

ஏனெனில், மாபெரும் தலைவர்கள் அப்படித்தான் செய்வர். அவர்கள் எப்போதும் சரியான செயல்களையே செய்வர். அதற்கு அவர்கள் ஒரு பெரும் விலையைக் கொடுக்க வேண்டியிருந்தாலும் அவர்கள் கவலைப்பட மாட்டார்கள்.

தான் விமர்சிக்கப்பட்டபோது மார்க்கஸ் அதைத் துளிகூடக் கண்டுகொள்ளவில்லை. வசைபாடியோர்மீதும் முகஸ்துதி செய்தோர்மீதும் கவனம் செலுத்துவதற்கு அவருக்கு நேரம் இருக்கவில்லை. அவருடைய தவறுகள் சுட்டிக்காட்டப்பட்டபோது, அவற்றை ஏற்றுக் கொண்டு, அவர் அவற்றைத் திருத்திக் கொண்டார். சுறுசுறுப்பான, மும்முரமானதொரு வாழ்க்கையை அவர் வாழ்ந்தபோதிலும், அதற்குள் அவர் அமைதியைத் தேடிக் கண்டுபிடித்துக் கொண்டார். அவர் போர்முனையில் முகாமிட்டிருந்தபோதும்கூட, அவரால் தத்துவங்களைப் படிக்க முடிந்தது. அவர் நிகழ்கணத்தில் இருப்பதற்குப் பெருமுயற்சி மேற்கொண்டார். தன் முன்னாலிருந்த பிரச்சனைகளை மென்மையாகவும், அதே நேரத்தில் உறுதியுடனும் அவர் அணுகினார். தான் மேற்கொண்ட காரியங்கள் அனைத்தையும், அதற்காகத் தனக்கு மாலைகள் விழுமா அல்லது வசவுச் சொற்கள் கிடைக்குமா என்று கவலைப்படாமல், தன்னால் எவ்வளவு சிறப்பாக முடியுமோ அவ்வளவு சிறப்பாக அவர் செய்தார்.

அவரைப் பற்றி யாராவது இல்லாதது, பொல்லாதது எதையாவது சொன்னாலோ அல்லது அவருக்கு எதிராகத் தவறான காரியங்களில் ஈடுபட்டாலோ, "இதையெல்லாம் நான் பெரிதுபடுத்திக் கொண்டிருக்கத் தேவையில்லை," என்று அவர் தனக்குத் தானே சொல்லிக் கொண்டார். அவருக்கு ஏதாவது ஒன்றின்மீது அதீத ஆசை ஏற்பட்டால், அதை அடைவதன் மூலம் பின்னாளில் தான் அது குறித்துப் பின்வருத்தம் கொள்ளக்கூடும் என்று உணர்ந்து அவர்

உடனே தன்னைக் கட்டுப்படுத்திக் கொண்டார். அழகான தேர்ந்தெடுப்புகளை மேற்கொள்ளவும், மற்றவர்களிடம் இருந்த சிறந்தவற்றைப் பார்க்கவும், அவர்களின் இடத்தில் தன்னை வைத்துப் பார்க்கவும் அவர் முயற்சித்தார். தன் வாழ்நாள் முழுவதும் தான் யாரிடமிருந்தும் எந்தவிதமான அனுகூலத்தையும் பெறவில்லை என்ற பெருமிதம் அவருக்கு இருந்தது. அதே நேரத்தில், அவரிடம் உதவி கேட்டு வந்தவர்களுக்கு, அது பணமாக இருந்தாலும் சரி அல்லது அறிவுரையாக இருந்தாலும் சரி, அவர் தவறாமல் உதவிக்கரம் நீட்டினார். அதில் அவர் தாராளத்துடன் நடந்து கொண்டார்.

மார்க்கஸ் அபரிமிதத்தில் மிதந்து கொண்டிருந்தாலும், தனக்கென்று இலட்சிய வாசகம் ஒன்றை உருவாக்கி அதைத் தவறாமல் பின்பற்றினார். அது இதுதான்:

“மட்டற்ற மிதமான போக்கு.”

ஓர் அரசனாக இருப்பது என்பது வேறு, ஒரு தத்துவார்த்த அரசனாக இருப்பது வேறு. ஒரு நல்ல தத்துவார்த்த அரசனாக இருப்பது என்பது முற்றிலும் வேறொரு விஷயம். மார்க்கஸ் தன்னிடம் உருவாக்கிக் கொண்டிருந்த பண்புநலன்களின் காரணமாக, அவர் அந்த அரச பதவிக்குப் பெருமை சேர்த்தார். அரச பதவியால் அவருக்கு எந்தவிதமான பெருமையும் கிடைக்கவில்லை.

பிறரோடு ஒத்திருப்பதை ஊக்குவிக்கின்ற ஓர் உலகில், நாம் நாமாக இருப்பதற்குத் துணிச்சல் தேவை. அதேபோல, அதீதம் ஆட்டம் போட்டுக் கொண்டிருக்கின்ற ஓர் உலகில், மிதமான போக்குடன் இருப்பதற்கும் துணிச்சல் தேவை.

மார்க்கஸ் அவ்வப்போது நிதானமிழந்து கோபப்பட்டாரா? ஆமாம். அப்படி இல்லாதிருந்தவர்கள் அரிதிலும் அரிது. ஆனால், மார்க்கஸ் ஒருபோதும் பழிவாங்குகின்ற முறையிலோ, குரூரமாகவோ, அல்லது தன்னிலை இழந்தோ நடந்து கொள்ளவில்லை என்று வரலாற்றியலாளர்கள் தெரிவிக்கின்றனர். அவருடைய ஆட்சியில் ஊழல் நடைபெறவில்லை; அவமானகரமான நடத்தைகள், மானக்கேடு ஏற்படுத்துகின்ற நிகழ்வுகள் போன்றவை அரங்கேறியிருக்கவில்லை. வெறுமனே பார்த்தால், இது என்ன பெரிய விஷயமா என்று

தோன்றலாம். ஆனால், அவருக்கு முன்பும் பின்பும் நடைபெற்ற ஆட்சிகளோடு இதை ஒப்பிட்டால்தான் அதன் முக்கியத்துவம் உங்களுக்குப் புரியும். அச்சமயங்களில், குலைநடுங்க வைக்கும் எண்ணற்றக் காரியங்கள் நடந்தேறியிருந்தன. இன்றுகூட, முக்கியத்துவம் வாய்ந்த தலைமைப் பதவிகளில் நேர்மையான மற்றும் நயமிக்க ஒருவரைப் பார்ப்பது அரிதான ஒன்றாகத்தானே இருக்கிறது?

மார்க்கஸ் நல்ல பண்புநலன்களைக் கொண்டிருந்தபோதிலும், பண்புநலன்கள் என்பவை தொடர்ந்து கண்காணித்து வரப்பட வேண்டியவை, தொடர்ந்து மேம்படுத்தப்பட வேண்டியவை என்பதை அவர் அறிந்திருந்தார். நம்மை நாம் மேம்படுத்திக் கொள்கின்ற காரியங்களை நாம் நிறுத்துகின்ற கணத்திலிருந்து அவை தேயத் தொடங்கிவிடும் என்பதை அவர் புரிந்து வைத்திருந்தார். அன்டோனினஸ் மறைந்த பிறகு, மார்க்கஸ் தொடர்ந்து தன் வாழ்நாள் முழுவதும் தத்துவத்தைக் கற்றுக் கொண்டிருந்தார், மண்பலகை ஏடுகளைச் சேகரித்துக் கொண்டிருந்தார், முதிய வயதிலும் பாடசாலைகளுக்குச் சென்று கொண்டிருந்தார். கற்பதையும் தன்னை மேம்படுத்திக் கொள்வதையும் நிறுத்த அவர் ஒருபோதும் விரும்பியதில்லை.

அவர் எதன் பின்னால் போய்க் கொண்டிருந்தார்? அவர் தேடிக் கொண்டிருந்த விஷயம் எது?

அது அடைவதற்குச் சாத்தியமற்ற ஓர் இலட்சியம். இன்பம் அல்லது வலியால் அலைக்கழிக்கப்படாத, ஒரு நோக்கத்துடன்கூடிய செயல்நடவடிக்கைகளைக் கொண்ட, நேர்மையின்மை மற்றும் போலித்தனம் இல்லாத, பிறருடைய நடவடிக்கை அல்லது நடவடிக்கையின்மையைச் சார்ந்திராத ஓர் உலகத்தை நோக்கிய நகர்வுதான் அவருடைய இலட்சியமாக இருந்தது. அல்லது, அவர் வேறு ஓர் இடத்தில் குறிப்பிட்டிருந்தபடி, "சுயசார்புக்கும், விதியின் பகடை உருட்டல்களுக்குப் பலியாகாதிருப்பதற்கும் உத்தரவாதமளிக்கின்ற" ஓரிடத்தை நோக்கி அவர் நகர எத்தனித்துக் கொண்டிருந்தார்.

அது நன்றாகத்தான் இருந்திருக்கும், இல்லையா?

ஒரு விதத்தில் பார்த்தால், மிதம் என்பது அதுதான். சுயசார்பு. நோக்கம். தெளிவு. சக்தி.

அதை அடைவதற்கு ஒரே ஒரு வழிதான் இருக்கிறது. அதை ஞானதிருஷ்டியின் மூலம் அடைய முடியாது.

குழந்தைகளுக்கான தரமான தொலைக்காட்சி நிகழ்ச்சி ஒன்றின் தயாரிப்பாளரான, தன்னுடைய மறைந்த கணவர் ஃபிரெட் ரோஜர்ஸ் குறித்துப் பேசிய ஜீன் ரோஜர்ஸ், "அவரை நீங்கள் ஒரு மகானாக ஆக்க முயன்றால், அவர் எவ்வளவு கடினமாக உழைத்தார் என்பது மக்களுக்குத் தெரியாமலேயே போய்விடும்," என்று குறிப்பிட்டது கவனிக்கத்தக்கது. அன்டோனினஸும் மார்க்கஸும், புராதன காலத்து நீதிக் கதைகளின் நாயகர்கள் அல்லர். வரலாற்றுப் புத்தகங்களில் அச்சிடப்பட்டுள்ள இரு-பரிமாண உருவங்கள் அல்லர். அவர்கள் மனிதர்கள். அவர்கள் கச்சிதமானவர்கள் அல்லர். அவர்கள் கச்சிதமானவர்களாக இருந்திருந்தால், நமக்கு அவர்கள் நம்பிக்கை அளித்திருந்திருக்க மாட்டார்கள்.

கச்சிதமாக இருக்க அவர்கள் முயற்சித்திருந்த காரணத்தால்தான் நாம் அவர்களை நேசிக்கிறோம். அவர்கள் தங்களுடைய தவறுகளிலிருந்து பாடம் கற்றுக் கொண்டு, அதற்கேற்பத் தங்களுடைய வழியை மாற்றிக் கொள்ள முயற்சித்தனர் என்பதால், வெற்றி அவர்களுக்கு தலைக்கனத்தை அளிக்கவில்லை என்பதால், அவர்கள் தங்களுடைய பணிகளைச் செவ்வனே செய்து குறிப்பிடத்தக்க விளைவுகளை உருவாக்கினர் என்பதால் நாம் அவர்களைக் கொண்டாடுகிறோம். அவைதாம் நாம் பின்பற்றத்தக்கதொரு பாதையை நமக்கு அமைத்துக் கொடுத்துள்ளன. ஓர் உதாரணபுருஷராக இருந்ததன் மூலமும், அன்பான அறிவுறுத்தல்களை வழங்கியதன் மூலமும், அன்டோனினஸ் எப்படி மார்க்கஸ் தனக்குத் தானே ஒரு மகத்தான வாழ்க்கையை வடிவமைத்துக் கொள்ள உதவினாரோ, அதைப்போலவே, அன்டோனினஸும் மார்க்கஸும், தங்களுடைய வாழ்க்கையின் மூலமும் அறிவுறுத்தல்கள் மூலமும், நாம் உன்னதமானதொரு வாழ்க்கையை வடிவமைத்துக் கொள்ள நமக்கு உதவியுள்ளனர்.

வெற்றி பெரும்பாலும் எழுதுகின்ற வருத்தமான கதைகள் மற்றும் எச்சரிக்கைக் கதைகளின் பட்டியலில் நாம் நம்முடைய பெயரைச் சேர்த்துக் கொள்ளத் தேவையில்லை. சுயஒழுங்கின் மூலம் நம்மால் நம்முடைய தலைவிதியை

வடிவமைத்துக் கொள்ள முடியும்.

அதைக் கண்டறிந்திருந்த அன்டோனினஸ், அதை அடிப்படையாக வைத்து உருவாக்கிய பாதை மார்க்கஸுக்கு வழிகாட்டியது.

அவர்களுடைய காலடித் தடங்களை நாம் பின்பற்றுவோமா? இந்தக் கதாநாயகர்களை நாம் போற்றிப் பாராட்டுவோமா? அல்லது நாம் நீரோக்களின் வழியில் போகப் போகிறோமா?

இக்கேள்வியைத்தான் இப்போது நம்மிடம் நாம் கேட்டுக் கொள்ள வேண்டும்.

உங்களிடம் கடுமையாகவும் பிறரிடம் சகிப்புத்தன்மையுடனும் நடந்து கொள்ளுங்கள்

கேட்டோ இளையவர், அவருடைய முப்பாட்டனாரைப்போலவே கண்டிப்பானவர். அவர் செல்வத்தைப் பொருட்படுத்தவில்லை. அவர் சாதாரணமான ஆடைகளையே அணிந்தார். அவர் தொப்பியின்றியும் காலணிகளின்றியும் ரோமின் தெருக்களில் அலைந்து திரிந்தார். படையெடுத்துச் சென்றபோது அவர் தன் படைவீரர்களோடு தரையில் படுத்து உறங்கினார். அவர் ஒருபோதும் பொய் கூறவில்லை, தன்மீது ஒருபோதும் கண்டிப்பில்லாமல் இருந்ததில்லை.

"நம் எல்லோராலும் கேட்டோவைப்போல இருக்க முடியாது," என்று ரோமானிய மக்கள் தங்களுக்குள் பேசிக் கொள்ளும் அளவுக்கு அவர் நடந்து கொண்டார்.

கேட்டோ தனக்கு நிர்ணயித்துக் கொண்டிருந்த தரம் எவ்வளவு கடினமானது என்பதற்கான சிறந்த எடுத்துக்காட்டாக அவருடைய சொந்தச் சகோதரரே திகழ்ந்தார். அவர் ஓர் ஆடம்பர விரும்பியாக இருந்தார். அவர் நறுமணத் திரவியங்களில் குளித்தார். ஆனால், கேட்டோ அதைக் கண்டுகொள்ளவில்லை.

நாம் நமக்கென்று ஓர் உயர்ந்த தரத்தை நிர்ணயித்துக்

கொள்ளலாம். நம்முடைய நல்ல நடத்தை பிறரையும் தொற்றிக் கொள்ளும் என்று நாம் நம்பலாம். ஆனால், மற்றவர்கள் அனைவரும் நம்மைப்போலவே இருப்பார்கள் என்று நம்மால் எதிர்பார்க்க முடியாது. அது நியாயமற்றது, சாத்தியமற்றது.

கேட்டோவின் சகோதரர், வாழ்க்கை குறித்து மாறுபட்டதொரு கண்ணோட்டத்தைக் கொண்டிருந்தபோதிலும், கேட்டோ அவரை நேசிக்கவும் ஆதரிக்கவும் செய்ததற்கு, அவருடைய முப்பாட்டனார் வடிவமைத்திருந்த ஒரு விதிதான் அவருக்கு உதவியது. கேட்டோ மூத்தவர், "நான் எல்லோருடைய தவறுகளையும் மன்னிக்கத் தயாராக இருக்கிறேன் – என்னுடைய தவறுகள் தவிர்த்து!" என்று முழங்கியிருந்தார். பின்னர், பெஞ்சமின் பிராங்க்ளின் அதைவிடச் சிறந்த விதி ஒன்றைத் தனக்கு வகுத்துக் கொண்டிருந்தார். "பிறரிடம் நல்லொழுக்கங்களைத் தேடு, உன்னிடம் தீய குணங்களைத் தேடு." அதையே மார்க்கஸ் அரேலியஸ், "நீங்கள் பிறரிடம் சகிப்புத்தன்மை காட்ட வேண்டும், உங்களிடம் கடுமை காட்ட வேண்டும்," என்று எழுதியிருந்தார்.

நீங்கள் கடுமை காட்ட வேண்டிய ஒரே நபராக நீங்கள் மட்டுமே இருக்க முடியும். ஆனால் அதை அமல்படுத்துவதற்கு உங்களுக்குக் கடுமையான சுயஒழுங்கு தேவைப்படும். அதற்குக் காரணம், உங்கள்மீது கடுமை காட்டுவது கடினம் என்பது அல்ல. மாறாக, உங்களிடம் நீங்கள் எந்த விஷயத்தில் கடுமை காட்டுகிறீர்களோ அதைப் பிறர் செய்துவிட்டுத் தப்பித்துக் கொள்வதைக் கண்டும் காணாமல் இருப்பது கடினம் என்பதுதான். அது அவர்களுக்கு நல்லதல்ல என்பதை நீங்கள் அறிந்திருந்தும் அதை நீங்கள் அனுமதிப்பதையும், இன்னும் பெரிய பெரிய விஷயங்களைச் சாதிக்க முடிகின்ற திறன் இருந்தும் அவர்கள் அதைப் பயன்படுத்தாமல் இருப்பதை நீங்கள் அனுமதிப்பதையும் சகித்துக் கொள்வது உங்களுக்குப் பெரும்பாடாக இருக்கும்.

ஆனால், அதை நீங்கள் அனுமதித்துத்தான் ஆக வேண்டும். ஏனெனில், அவர்களுடைய வாழ்க்கை உங்களுடைய கட்டுப்பாட்டில் இல்லை.

அவர்கள் அதற்கு முயற்சி செய்வது குறித்து அவர்களைப் பாராட்டுங்கள். அவர்களுடைய சூழலைக்

கணக்கில் எடுத்துக் கொள்ளுங்கள். அவர்களை மன்னியுங்கள். அவர்களை மறந்துவிடுங்கள். அவர்கள் உங்களுடைய உதவியை ஏற்றுக் கொள்ளத் தயாராக இருக்கும்பட்சத்தில், அவர்கள் தங்களை மேம்படுத்திக் கொள்ள அவர்களுக்கு உதவுங்கள்.

உங்கள் அளவுக்கு எல்லோரும் பயிற்சி எடுத்திருக்க மாட்டார்கள். எல்லோருக்கும் உங்கள் அளவு அறிவு இருக்காது. எல்லோரிடமும் உங்கள் அளவுக்கு மனஉறுதியும் அர்ப்பணிப்பும் இருக்காது. நீங்கள் வாழ்வது போன்றதொரு வாழ்க்கையை வாழ்வதற்கு எல்லோரும் தீர்மானித்திருக்க மாட்டார்கள்.

அதனால்தான், நீங்கள் சகிப்புத்தன்மையுடன் இருந்தாக வேண்டியுள்ளது, பெருந்தன்மையுடன் இருக்க வேண்டியுள்ளது. மற்ற எதுவும் நியாயமுள்ள ஒன்றாக இருக்காது. அவை எதிர்விளைவுகளையே ஏற்படுத்தும்.

1996-ல், கோபி பிரையன்ட் என்ற வருங்காலக் கூடைப்பந்து சாம்பியன் ஆட்டக்காரரை, 'நியூ ஜெர்சி நெட்ஸ்' என்ற குழு தங்களுடைய அணியில் சேர்த்துக் கொள்ள முயன்றது. அவரை நேர்முகத் தேர்வு செய்து முடித்தப் பிறகு, அந்த அணியைச் சேர்ந்தவர்கள், நாட்டின் மறுமுனையில் இருந்த தங்களுடைய அணியின் பயிற்சி மையத்திற்கு அவரை அனுப்பி வைக்க முடிவு செய்தனர். அந்த அணியினர் எப்போதுமே ஆடம்பரமான செலவுகளைத் தவிர்ப்பவர்கள் என்பதால், பிரையன்ட்டை விமானத்தில் எக்கானமி வகுப்பில் அவர்கள் அனுப்பி வைத்தனர். ஆறு மணி நேரம் நீடித்த அந்த அசௌகரியமான பயணத்தை பிரையன்ட் சுத்தமாக இரசிக்கவில்லை. அந்த அணியினர் மலிவாக நடந்து கொண்ட முறையின் காரணமாக, கூடைப்பந்து விளையாட்டு வரலாற்றில் தலைசிறந்து விளங்கிய ஓர் ஆட்டக்காரரை அந்த அணி அநியாயமாக இழந்தது.

பிரையன்ட்டும் தன் ஆட்ட வாழ்க்கை முழுவதும் துல்லியமாக அதே போன்ற பிரச்சனையால் அவதியுற்றார். அவர் எப்போதும் தன்னிடம் கண்டிப்பாக நடந்து கொள்பவர், மிகவும் அர்ப்பணிப்புடன் ஆடுகின்ற ஆட்டக்காரர். ஆனால், அவருடைய அணியின் மற்ற உறுப்பினர்கள் அனைவராலும் 'பிரையன்ட்டுகளாக' இருக்க முடியாது என்பதை அவரால் ஜீரணித்துக்

கொள்ள முடியவில்லை. இன்னும் சொல்லப் போனால், அந்த அணியிலிருந்த பலர் பிரையன்டைப்போல இருக்க விரும்பவில்லை. அவர் தன்னை எந்த அளவுக்குக் கடுமையாக உந்தித் தள்ளினாரோ, தன் அணியில் இருந்தவர்களையும் அதே அளவுக்கு அவர் முடுக்கினார். பலர் அதனால் மிகவும் கஷ்டப்பட்டனர். வேறு சில திறமையான ஆட்டக்காரர்கள் அந்த அணியிலிருந்து விலகிவிட்டனர். அவர்களும் அந்த அணியில் இருந்திருந்தால், ஒரு குழு என்ற முறையில் அவர்கள் மேலும் அதிகமாகச் சாதித்திருப்பர்.

எப்போதும் நிதானத்துடன் இருப்பது பற்றி முன்பு நாம் பேசினோம். வெற்றியாளர்களாக விளங்குகின்ற திறமைசாலிகள் கோபப்படுவதற்கு முக்கியமான காரணம், அவர்களுடைய எதிர்பார்ப்புகளின்படி பிறர் நடந்து கொள்வதில்லை என்பதுதான்: “எளிய விஷயங்களை அவர்களால் ஏன் சரியாகச் செய்ய முடிவதில்லை? சொல்லிக் கொடுத்தபடி அவர்களால் ஏன் நடந்து கொள்ள முடிவதில்லை? அவர்களால் ஏன் என்னைப்போல இருக்க முடியவில்லை?” என்று அவர்கள் மற்றவர்களைப் பற்றிக் கேட்கின்றனர்.

ஏனெனில், மற்றவர்கள் அவர்களைப் போன்றவர்கள் அல்லர்.

அப்படியே இருந்தாலும், அவர்கள் எதைக் கொடுப்பதற்கு ஒப்புக் கொண்டார்களோ அதை விடுத்து வேறு ஒன்றை அவர்களிடமிருந்து எதிர்பார்ப்பது எந்த விதத்தில் நியாயமானது?

மகாத்மா காந்தியின் நண்பர்கள், அவர் தங்களைப் பெருந்தன்மையுடன் நடத்தியதையும், தங்களுடைய தேர்ந்தெடுப்புகளையும் தங்களுடைய வாழ்க்கைமுறையையும் எடைபோட்டுப் பார்க்காததையும் பெரிதும் மதித்தனர். நீங்கள் ஆற்ற வேண்டிய பணியே ஏராளமாக இருக்கிறது. அது குறித்துக் கவலைப்படுங்கள். மற்றவர்களை மாற்ற முயல்வது உங்களுடைய வேலையல்ல.

நீங்கள் வலுவான, உத்வேகமிக்க ஓர் எடுத்துக்காட்டாகத் திகழுங்கள். அது போதும். அப்போதும், பிறருடைய உணர்ச்சிகளைப் புரிந்து கொள்ள முயலுங்கள். அமெரிக்காவின் முன்னாள் இராணுவ அதிகாரியான காலின் பாவெல், வளைகுடாப் போருக்கு முன்பு தீவிரமான தயாரிப்பில் ஈடுபட்டுக் கொண்டிருந்தபோது,

தான் தன் அலுவலக அறையிலேயே படுத்துத் தூங்கியதை ஓர் இரகசியமாக வைத்திருந்தார். அவர் தன் அலுவலக அறையில் படுத்துத் தூங்கியது வெளியே தெரிய வந்தால், அவருடைய தியாகத்தைப் பிரதியெடுக்க மற்றவர்களும் முயலக்கூடும் என்பதால், அதை அவர் அவர்கள்மீது திணிக்க விரும்பவில்லை.

லிங்கனின் செயலாளர்களில் ஒருவர் அவரைப் பற்றி இவ்வாறு குறிப்பிட்டிருந்தார்: "அவர் மற்ற எவரிடமிருந்தும் கச்சிதத்தை ஒருபோதும் எதிர்பார்த்ததில்லை. அவர் தனக்குத் தானே வகுத்துக் கொண்டிருந்த உயர்ந்த தரத்தைப் பிறரிடம் ஒருபோதும் வலியுறுத்தியதில்லை."

நல்லொழுக்கம் தொற்றிக் கொள்ளக்கூடிய ஒன்றாக இருக்கலாம். ஆனால், நமக்கு நாமே நிர்ணயித்துக் கொள்கின்ற கடுமையான தரங்களை நாம் மட்டுமே கடைபிடித்து வர வேண்டும் என்பதையும் நாம் உணர்ந்திருக்க வேண்டும்.

நம்முடைய சுயஒழுங்கு நம்முடைய தலைவிதியை நிர்ணயிக்கும். நமக்கு நாமே வகுத்துக் கொண்டுள்ள தரங்களிலிருந்து வழுவாமல் வாழ்வதே மிகக் கடினமான ஒன்று என்பதை அன்டோனினஸிடமிருந்து மார்க்கஸ் அரேலியஸ் கற்றுக் கொண்டிருந்தார்.

பிறருடைய துணிச்சலையும் பழக்கவழக்கங்களையும் கேள்விக்கு உட்படுத்துவதும், அவர்கள் தங்களுடைய முழு ஆற்றலையும் அடைவதற்கு அவர்களை உந்தித் தள்ள முயல்வதும் நமக்குக் கட்டுப்படியாகாது. குறிப்பாக, நமக்கே தலைக்கு மேல் வேலை இருக்கின்றபோது!

இதைப் புரிந்து கொள்வது நம்மை மேலும் புரிதல்மிக்க ஒரு நபராக ஆக்கும்.

எலிசபெத் மகாராணியும் அவருடைய கணவர் பிலிப்பும் இந்த விஷயத்தில் கோட்டைவிட்டிருந்தனர். அவர்கள் இருவருமே தங்களிடம் கண்டிப்புக் காட்டினர், தங்களுடைய கடமை குறித்து அர்ப்பணிப்புடன் செயல்பட்டனர். அதையே அவர்கள் தங்களுடைய குழந்தைகள் மற்றும் உடன்பிறப்புகளிடமும் எதிர்பார்த்தனர். அது அவர்களை மகாராணியிடமிருந்து அப்புறப்படுத்தியது.

கேட்டோ மற்றும் மார்க்கஸை முன்மாதிரிகளாகக் கொள்வதுதான் நல்லது. கேட்டோ தன் சகோதரர்மீது

கடுமை காட்டவில்லை, மாறாக, அவரை நிபந்தனையின்றி நேசித்தார். தன் சகோதரர் லூசியஸ் வீரஸ் விஷயத்தில் மார்க்கஸ் கடுமை காட்டவில்லை, மாறாக, புரிதலுடன் நடந்து கொண்டார். தன் சகோதரரிடம் நேசிக்கத் தகுந்த, பாராட்டத்தக்க அம்சங்கள் இருந்ததை அவர் அவதானித்திருந்தார். தன் சகோதரரிடம் அவர் கண்ட தீய பழக்கங்கள் குறித்து மார்க்கஸ் என்ன நினைத்தார்? அவர் அவற்றிலிருந்து பாடம் கற்றுக் கொண்டு, தன்னை மேலும் மேம்படுத்திக் கொள்ள முயன்றார். அதன் காரணமாக அவர்கள் இருவரின் வாழ்க்கையுமே செழுமையடைந்தது.

இது ஓர் உயர்ந்த நிலை. சுய ஒழுங்கு, பரிவு, இரக்கம், புரிதல், அன்பு ஆகியவற்றால் தூக்கி நிறுத்தப்படுகின்ற நிலை இது.

மிதத்தைக் கடைபிடிப்பது தனிமைப்படுத்துதலுக்கு இட்டுச் செல்ல வேண்டியதில்லை.

மற்றவர்கள் வேறு மாதிரியாக வாழ்வதைத் தேர்ந்தெடுப்பர். நம்முடைய தேர்ந்தெடுப்பை, அது அவர்களுக்கு அளிக்கின்ற பாதுகாப்பின்மை உணர்வு காரணமாகவோ அல்லது அறியாமையின் காரணமாகவோ அவர்கள் சாடக்கூடும். நாம் வெறுத்து ஒதுக்குகின்ற விஷயங்கள் அவர்களுக்கு வெகுமதியளிக்கக்கூடும். அதை அவர்கள் எப்படிக் கையாள்கின்றனர் என்பது அவர்களைப் பொறுத்தது. நாம் அதைப் பொருட்படுத்தத் தேவையில்லை.

நாம் இங்கு மேற்கொண்டுள்ள பயணம் சுய அறிதல் தொடர்பானது. இதில் நாம் எல்லோரையும் நம்மை ஒத்தவர்களாக ஆக்க முயற்சிப்பதில்லை. அப்படி நாம் முயற்சி செய்து அதில் வெற்றி பெற்றிருந்தால், இந்த உலகம் எப்படி இருக்கும் என்று யோசித்துப் பாருங்கள். இந்த உலகம் சலிப்பூட்டும் ஒன்றாகிவிடும். நாம் கற்றுக் கொள்வதற்கு அப்போது யாருமே இருக்க மாட்டார்கள்.

இதை நாம் எந்த அளவு மேம்பட்ட விதத்தில் புரிந்து கொள்கிறோமோ, அந்த அளவுக்கு நாம் கனிவானவர்களாக ஆவோம். நமக்கு மாறுபாடாகத் தெரிகின்ற விஷயங்களைக் கண்டால், அவற்றைக் கண்டும் காணாததுபோல நடந்து கொள்ள நாம் தயாராக இருப்போம்.

நம்முடைய பயணம் கடினமானதாகவும் கண்டிப்பானதாகவும் இருக்கிறது என்பது உண்மைதான்.

அதே நேரத்தில், மற்றவர்கள் தங்களுடைய சொந்தப் பயணத்தை மேற்கொண்டுள்ளனர் என்பதையும், அவர்கள் தாங்கள் பெற்றுள்ளதைச் சிறப்பாகப் பயன்படுத்தி, தங்களால் முடிந்த அளவு சிறப்பாகச் செயல்பட முயன்று கொண்டிருக்கின்றனர் என்பதையும் நாம் புரிந்து கொள்ள வேண்டும்.

பிறரை எடைபோடுவது நம்முடைய வேலையல்ல. அவர்களுக்கு உற்சாகமூட்டுவதும், அவர்கள் எப்படி இருக்கிறார்களோ அப்படியே அவர்களை ஏற்றுக் கொள்வதும்தாம் நம்முடைய வேலை.

மற்றவர்களை மேம்படுத்துங்கள்

எலிசபெத் மகாராணியின் அப்பா ஆறாம் ஜார்ஜும், அன்டோனினஸைப்போலவே, வம்சாவளியாக அரசராக நியமிக்கப்படவில்லை. ஜார்ஜின் சகோதரர் தன் காதலிக்காக மணிமுடியைத் துறந்ததால் ஜார்ஜ் அரசராக ஆனார். ஆனால், வரலாற்றின்மீது அவர் ஏற்படுத்திய தாக்கம் பிரம்மாண்டமானது. அவர் சர்ச்சிலுடன் இணைந்து ஒரு பயங்கரமான போரை நடத்தினார் என்பது மட்டும் அதற்குக் காரணமல்ல. அவர் தன்னைச் சுற்றியிருந்தவர்கள்மீதும் பெரும் தாக்கம் ஏற்படுத்தினார்.

சிறுவயதில் அவர் திக்குவாயால் கடுமையாக அவதியுற்றார். ஒரு கடும் போராட்டத்திற்குப் பிறகு அவர் அதிலிருந்து மீண்டார். அது, அதேபோன்ற பிரச்சனையால் அவதிப்பட்டுக் கொண்டிருந்த ஏராளமான இளைஞர்களுக்குப் பெரும் ஊக்குவிப்பாக இருந்தது. அவர் தன் மகள் வாயிலாக, நீடித்து நிலைத்திருக்கக்கூடிய ஒரு தாக்கத்தை ஏற்படுத்தியதன் மூலம், பல ஒற்றைப் பெற்றோருக்கு நிரந்தரக் கதாநாயகனாக ஆனார். அவருடைய அதிகாரத்தை பிரிட்டிஷ் அரசியலமைப்புச் சட்டம் வெகுவாக மட்டுப்படுத்தியிருந்தபோதிலும், அவர் தன் ஐம்பத்தாறாம் வயதிலேயே புற்றுநோயால் இறந்துவிட்டபோதிலும், அவருடைய எடுத்துக்காட்டு, எலிசபெத்தின்மீது என்றும் மாறாத தாக்கம் ஏற்படுத்தியது.

ஜார்ஜ் இறந்த பிறகும், எலிசபெத் ஒவ்வொரு நாளும், "என் அப்பா உயிருடன் இருந்திருந்தால் இதை எப்படிச் செய்திருந்திருப்பார்?" என்று தன்னைத் தானே கேட்டுக் கொண்டார்.

கேட்டோ இளையவரும் அப்படித்தான் செயல்பட்டார். சிக்கனத்திற்கும் கண்டிப்புக்கும் பெயர்போன தன் முப்பாட்டனின் எடுத்துக்காட்டின்படி வாழ அவர் வெகுவாக முயற்சி செய்தார். இத்தனைக்கும், அவர் தன் தாத்தாவை நேரில் சந்தித்திருக்கவில்லை. அவருக்குப் பின் வந்த பல தலைமுறையினர், கேட்டோ இளையவரைத் தங்களுடைய கதாநாயகனாக வரித்துக் கொண்டிருந்தனர்.

கேட்டோ இளையவர் இறந்து நூறு ஆண்டுகளுக்குப் பிறகு, செனீக்கா, "நாம் அனைவரும் கேட்டோவாக இருக்க முயல வேண்டும்," என்று அறைகூவல் விடுத்தார். அவரை ஒரு முன்மாதிரியாக வரித்துக் கொள்கின்றபோது, நாம் எவ்வளவு திறமை படைத்தவர்கள் என்பதை நம்மால் அடையாளம் காண முடியும். நீரோவின் அடியாள்கள் செனீக்காவைக் கொல்ல வந்தபோது, அவர் தன் வாழ்வின் கடைசிக் கணங்களில் கேட்டோவின் எடுத்துக்காட்டிலிருந்துதான் பலத்தைப் பெற்றார். அதற்கு 1,700 ஆண்டுகளுக்குப் பிறகு, ஜார்ஜ் வாஷிங்டன், கேட்டோவை ஒரு முன்மாதிரியாக வைத்துக் கொண்டு தன் வாழ்க்கையை வடிவமைத்தார்.

செனீக்காவும் சரி, ஜார்ஜ் வாஷிங்டனும் சரி, கேட்டோவை நேரில் சந்தித்ததில்லை. ஆனால், அவர்கள் இருவருக்கும் அவர் வலிமையூட்டினார். அவருடைய ஒழுங்கு, தேவைப்பட்ட நேரத்தில் அவர்கள் உறுதியாகவும் துணிச்சலாகவும் செயல்பட அவர்களைத் தூண்டியது.

ஆறாம் ஜார்ஜ் மன்னரும் கேட்டோவும் தங்களுக்குத் தாங்களே கண்டிப்புக் காட்டியதோடு மட்டுமல்லாமல், பல தலைவர்கள் தங்களைப் பின்பற்றியவர்கள்மீது ஏற்படுத்தத் தவறியிருந்த பெருந்தாக்கத்தையும் ஏற்படுத்தினர். அவர்கள் தங்களைப் பின்பற்றியவர்களை மேம்படுத்தினர்.

நீங்கள் உங்களுடைய இலட்சியத்தை அடைவதற்கு அப்படிப்பட்ட ஒரு கதாநாயகன் உங்களுக்குத் தேவை. ஆனால், அதை நீங்கள் உண்மையிலேயே நிறைவேற்றுவதற்கு நீங்களே அப்படிப்பட்ட ஒரு கதாநாயகனாக ஆக

வேண்டும். உங்களையும் ஒரு கதாநாயகனாக மக்கள் வரித்துக் கொள்கின்ற விதத்தில் நீங்கள் வாழ வேண்டும்.

இதுதானே அன்டோனினஸை மகத்துவமிக்கவராக ஆக்கியது? அவருடைய நம்பிக்கையும் கடவுள் பக்தியும் அவருக்கு வெகுவாகக் கைகொடுத்ததோடு, மார்க்கஸின் வாழ்க்கையையும் வடிவமைத்தது. தன் வளர்ப்பு மகனிடம் அன்டோனினஸ் கண்டிப்புக் காட்ட வேண்டிய அவசியம் இருக்கவில்லை. அவர் தன்மீது காட்டிய கண்டிப்பு மார்க்கஸையும் தொற்றிக் கொண்டது.

ஒரு தலைசிறந்த கவிஞரான லாங்ஃபெல்லோ, ஃபுளாரன்ஸ் நைட்டிங்கேலைப் பற்றிப் பாடியபோது, "அத்தகையோரிடமிருந்து வழிந்தோடிய நற்குணங்கள், நம்மிடம் குறைவாக இருந்தவற்றை இட்டு நிரப்பின," என்று குறிப்பிட்டார். இரண்டாம் உலகப் போரின் இருண்ட காலகட்டத்தில் சர்ச்சில் எப்படிச் செயல்பட்டிருந்திருப்பார் என்று நினைத்துப் பாருங்கள். கடுமையான நெருக்கடிமிக்க, அழுத்தமிக்க அச்சூழலில் அவர் துணிவுடனும் சுயகட்டுப்பாட்டுடனும் இயங்கியது அவருடைய நாட்டுக்கும் நாட்டு மக்களுக்கும் வெகுவாக உதவியது.

தலைசிறந்த தலைவர்கள் அதைத்தான் செய்கின்றனர், மக்கள் தங்களைப் பற்றிச் சிறப்பாக உணரும்படி செய்கின்றனர்.

"ஒரு தலைசிறந்த தலைவன் பின்பற்றுகின்ற பாதை உலகிற்கே வழிகாட்டுகின்ற தடமாக அமைந்துவிடுகிறது," என்று பகவத் கீதை கூறுகிறது.

சுயஒழுங்குடன் திகழ்பவர்கள் மற்றவர்கள்மீது வசைமாரி பொழிவதில்லை. அவர்கள் பிறரிடம் எதையும் கேட்பதில்லை. அவர்கள் தங்களுடைய வேலையில் மட்டும் கவனம் செலுத்துகின்றனர். அவர்கள் பிறரை இகழ்வதில்லை. ஆனால், தங்களுடைய செயலால் பிறர் வெட்கித் தலைகுனியும்படி செய்துவிடுகின்றனர். நாம் அவர்கள் முன்னிலையில் இருக்கின்றபோது, முன்னே பாய்ந்து செல்லவும், ஆழமாக நமக்குள் இறங்கவும் நாம் முனைவோம். ஏனெனில், அது சாத்தியம் என்பதை அவர்கள் நமக்குக் காட்டியுள்ளனர்.

"தான் அவர்களுடன் இருக்கும்போது மட்டுமல்லாமல், அவர்களுடைய நினைவில் மட்டுமே இருக்கின்றபோதும்கூட

மற்றவர்களை மேம்படுத்துகின்றவன்தான் உண்மையிலேயே மகிழ்ச்சியான மனிதன்," என்று செனீக்கா எழுதியுள்ளார். இங்கு அவர் கேட்டோவைப் பற்றி மட்டுமல்லாமல், அவரால் உத்வேகம் பெற்ற எண்ணற்றோரைப் பற்றியும் பேசுகிறார்.

அதுதான் சுயஒழுங்கின் சக்தி. அது உங்களைச் சிறப்பாக உணரச் செய்கிறது. உங்களைச் சுற்றியுள்ள உலகின்மீது அது ஏற்படுத்துகின்ற தாக்கத்தை நீங்கள் காண்கின்றபோது, அது உங்களை மேலும் சிறப்பாக உணரச் செய்கிறது.

நாம் அனைவரும் கேட்டோவைப்போல இருக்கத் தேவையில்லை. அது சாத்தியமுமில்லை.

ஆனால், நம் சமூகத்தின் ஆற்றல்மிக்கதொரு சக்தியாக நம்மால் விளங்க முடியும். நம்முடைய குழந்தைகள், நம்முடைய அண்டைவீட்டார், நம்முடைய சக ஊழியர்கள் ஆகியோருக்கு, நல்ல தேர்ந்தெடுப்புகள் எப்படிப்பட்ட விளைவுகளை ஏற்படுத்தும் என்பதை நம்மால் காட்ட முடியும். தினந்தோறும் தலைகாட்டுவதன் மூலம், அர்ப்பணிப்பின் முழு அர்த்தம் என்ன என்பதை நம்மால் அவர்களுக்குக் காட்ட முடியும். சபலத்தையும் தூண்டுதல்களையும் எதிர்ப்பது என்றால் என்ன என்பதை நம்மால் அவர்களுக்குக் காட்ட முடியும். எப்படித் தாக்குப்பிடிப்பது என்பதையும், எப்படிப் பொறுமையாக இருப்பது என்பதையும் நம்மால் அவர்களுக்குக் காட்ட முடியும்.

ஒருவேளை அவர்கள் இப்போது அதை மெச்சலாம் அல்லது நம்மை வெறுக்கலாம். வருங்காலத்தில் ஒருவேளை நாம் கொண்டாடப்படலாம் அல்லது வெறுக்கப்படலாம். அதன்மீது நமக்குக் கட்டுப்பாடு எதுவும் இல்லை.

ஆனால், நாம் நல்லவர்களாக இருப்பது நம் கைகளில்தான் இருக்கிறது. அதை நாம் சரியாகச் செய்ய வேண்டும். நம்மை நாம் வென்றெடுக்க வேண்டும். வேறு எவரும் அப்படிச் செய்ய நம்மால் அவர்களை நிர்ப்பந்திக்க முடியாது. ஆனால், நம்மால் ஒரு விதையை விதைக்க முடியும். அப்படிச் செய்யும்போது, நம்மால் ஆசுவாசம் அடைய முடியும். இறுதியில் யாராவது ஒருவரின் வாழ்க்கையில் நம்மால் ஒரு மாபெரும் வித்தியாசத்தை ஏற்படுத்திவிட முடியும் என்ற அறிதல் நம்மிடம் இருக்கும்.

ஏனெனில், துணிச்சலைப்போலவே சுயஒழுங்கும் தொற்றிக் கொள்ளக்கூடிய ஒன்றுதான்.

நமக்குள் எரிந்து கொண்டிருக்கின்ற நெருப்பால், பிறருக்குக் கதகதப்பூட்டும் அளவுக்குப் பிரகாசமாக எரிய முடியும். நமக்குள் எரிந்து கொண்டிருக்கின்ற நெருப்பால், பிறர் நடக்கின்ற பாதைக்கு வெளிச்சம் பாய்ச்ச முடியும். நாம் சாதிக்கின்ற விஷயங்கள், அவை தங்களுக்கும் சாத்தியம்தாம் என்ற நம்பிக்கையைப் பிறருக்குக் கொடுக்கும்.

அது நம்மிலிருந்துதான் தொடங்குகிறது. அது நமக்கு உள்ளேயிருந்துதான் தொடங்குகிறது.

ஆனால், அது அங்கு நின்றுவிடுவதில்லை.

நம்முடைய சுயஒழுங்கால் மற்றவர்களைத் தொற்றிக் கொள்ள முடியும். அப்படி இல்லாவிட்டால், அது உண்மையிலேயே எந்த அளவுக்கு வலுவுடன் இருக்கிறது?

நெருக்கடியான சூழ்நிலையிலும் கண்ணியமாக நடந்து கொள்ளுங்கள்

"துணிச்சலை நீங்கள் எப்படி வரையறுப்பீர்கள்?" என்று ஹெமிங்வேயிடம் ஒரு முறை கேட்கப்பட்டது. துணிவு என்பது போர்முனைக்கு ஓடுவது அல்லது காட்டு விலங்குகளை வேட்டையாடுவது என்று அவர் கூறவில்லை. அவர் அளித்த விளக்கம் இதுதான்:

"நெருக்கடியான சூழ்நிலையிலும் கண்ணியமாக நடந்து கொள்ளுதல்."

நயத்துடன்கூடிய சுயஒழுங்கு.

தன்னுடைய உயிருக்கு அச்சுறுத்தல் ஏற்பட்டபோதும், வானிலிருந்து பொருள்கள் வந்து விழுந்தபோதும், அரண்மனையைப் பத்திரிகையாளர்கள் முற்றுகையிட்டபோதும், எலிசபெத் மகாராணி அமைதியாகவும் நிதானத்துடனுமே இருந்தார். அவரைப் பொறுத்தவரை, இது அவருடைய பணியின் ஒரு பகுதி. 2005-ல் லண்டனில் நடைபெற்ற ஒரு தீவிரவாதத் தாக்குதலில் ஐம்பத்திரண்டு பேர் உயிரிழந்தபோது, உளச் சமநிலையைப் பேணுதல் ஏன் முக்கியம் என்பதை அவர் விளக்கினார். அது பண்புநலனைப் பறையறிவிக்கிறது என்பதுதான் அதற்கான காரணம். அந்தச் சம்பவத்தால் உயிரிழந்தவர்களுக்கு எலிசபெத் ஆறுதல் தெரிவித்தபோது,

“லண்டன் மாநகர மக்களை நான் வியந்து பாராட்டுகிறேன். நேற்று நடைபெற்றத் தாக்குதலுக்குப் பிறகு நீங்கள் மீண்டும் உங்களுடைய அன்றாட வாழ்க்கையை அமைதியாகத் தொடரத் திட்டமிட்டுள்ளீர்கள். அதுதான் இத்தீவிரவாதத் தாக்குதலுக்கு எதிரான கச்சிதமான பதிலாக இருக்க முடியும்,” என்று அழுத்தம் திருத்தமாக அவர் தெரிவித்தார். சமீபத்திய கொரோனா பெருந்தொற்றின் தொடக்கக் காலத்தின்போதும் அவர் அதையொத்த ஒரு கருத்தைத்தான் தெரிவித்தார். “இந்தச் சவாலுக்கு நாம் எவ்வாறு எதிர்வினையாற்றினோம் என்பது குறித்து வரும் ஆண்டுகளில் நாம் ஒவ்வொருவரும் பெருமை கொள்வோம் என்று நான் நம்புகிறேன். சுயஒழுங்கும், உறுதிப்பாடும், சக மனிதன்மீது பரிவும் இப்போதும் நம் நாட்டின் குணாதிசயங்களாகத் திகழ்ந்து கொண்டிருக்கின்றன.”

கி.மு. 175-ல், மார்க்கஸ் அரேலியஸின் படைத் தளபதி அவிடியஸ் காசியஸ் ஓர் இராணுவக் கவிழ்ப்பு நடவடிக்கையில் ஈடுபட்டார். மார்க்கஸின் உயிருக்கும் அவருடைய குடும்பத்தாரின் உயிருக்கும் ஆபத்து ஏற்பட்டிருந்த அச்சமயத்தில்கூட, மார்க்கஸ் அமைதியுடனும் நயத்துடனும் நடந்து கொண்டார். “நெருக்கடிமிக்கக் காலகட்டங்களில், ஒரு மனிதன் அமைதியான மனத்திற்கு எவ்வளவு நெருக்கமாக இருக்கிறானோ, வலிமைக்கும் அவன் அதே அளவு நெருக்கமாக இருப்பான்,” என்று அப்போது அவர் எழுதி வைத்தார். “உறுதியான ஒருவன், பதற்றத்திற்கோ அல்லது கோபத்திற்கோ இடம் கொடுக்க மாட்டான்,” என்று அவர் தனக்குத் தானே நினைவுபடுத்திக் கொண்டார். “அப்படிப்பட்ட மனிதன், கோபமடைகின்ற மற்றும் புலம்புகின்ற மனிதனைப்போல அல்லாமல், வலிமையையும், துணிச்சலையும், தாக்குப்பிடிக்கின்ற தன்மையையும் பெறுவான்.”

இது தானாக நிகழ்வதில்லை. இது, பல ஆண்டுகாலப் படிப்பு மற்றும் பயிற்சி, வீழ்ந்து பின் மீண்டெழுதல், தினந்தோறும் மேம்பட்டுக் கொண்டிருத்தல் ஆகியவற்றின் உச்ச நிலை. “என்னைப் பொறுத்தவரை, என் உணர்ச்சிகள் எனக்கு எதிராகச் சதி செய்வதைத் தடுப்பதற்குத் தேவையான சுயகட்டுப்பாட்டை என்னிடம் வளர்த்துக் கொள்வதற்கு எனக்குப் பல ஆண்டுகள் பிடித்தன,” என்று நெப்போலியன் கூறினார். நெப்போலியன், இலட்சிய வெறி

பிடித்த, அகங்காரத்தின் மொத்த உருவமாக இருக்கலாம். ஆனால், போர்க்களத்தில் அவர் எப்போதும் நிதானத்துடன் செயல்பட்டதை எவராலும் மறுக்க முடியாது.

இதையே முற்றிலும் வேறொரு விதமாகப் பயன்படுத்தினார் சாமுராய் முசாஷி. அவர் தன் எதிராளியை நிதானமிழக்கச் செய்வதில் வல்லவராக இருந்தார். எதிராளி தன் கவனக்குவிப்பை இழக்கும்படி செய்வதற்கு முசாஷி அனைத்துத் தந்திரங்களையும் உத்திகளையும் பயன்படுத்துவார். அவர்கள் நிதானம் தவறிவிட்டால்? அதன் பிறகு அவர்களை வீழ்த்துவது ஒரு பெரிய விஷயமே அல்ல.

ஒரு நெருக்கடியான சூழ்நிலையில் கண்ணியத்துடன் நடந்து கொள்வது நன்றாக இருக்கும்தான். ஆனால், அதற்கு அசாத்தியமான சுயகட்டுப்பாடும் மன உறுதியும் தேவைப்படும். அந்த நபர் பயந்து போய் இருப்பார், களைப்புடன் இருப்பார், வம்புக்கு இழுக்கப்பட்டிருப்பார். ஆனால், அவை அனைத்தையும் அடக்கி வைப்பது எப்படி என்பதை அவர் அறிந்து வைத்திருப்பார். அவற்றைத் தாண்டி எழுகின்ற வித்தையை அவர் கற்றறிந்திருப்பார்.

ஒரு நெருக்கடியான சூழலை எதிர்கொள்ளாமல் எந்தவொரு தலைவரும், கலைஞரும், பெற்றோரும் தங்களுடைய வாழ்க்கையை நடத்தியிருந்திருக்க முடியாது. நிலைமை முழுக்க முழுக்கத் தங்களுடைய கட்டுப்பாட்டை மீறிப் போய்விட்டிருந்ததாகவே அக்கணத்தில் அவர்கள் உணர்ந்திருப்பர்.

அப்போதுதான் தாங்கள் யார் என்பதை அவர்கள் இவ்வுலகிற்குக் காட்டுவர். அப்போது அவர்கள் தங்களுடைய தலைவிதியைத் தங்கள் கைகளில் எடுத்திருப்பர்.

பண்டைய ரோமில், மேட்டுக்குடியைச் சேர்ந்த பாஸ்டர் என்ற நபரின் பிரபலமான இளம் மகன்மீது பேரரசர் காலிகுலா வேண்டுமென்றே தவறாகப் பழி சுமத்தி அவனைச் சிறைக்கு அனுப்பினார். தன் மகனை வெளியே கொண்டு வருவதற்குப் பாஸ்டர் முயற்சி எடுத்ததைக் கண்ட காலிகுலா, அந்த இளைஞனைச் சிரச்சேதம் செய்ய உத்தரவிட்டார்.

பாஸ்டரை மேலும் சித்திரவதை செய்யத் தீர்மானித்தக் காலிகுலா, அவருடைய மகன் கொல்லப்பட்ட அன்று தன்னுடன் விருந்துண்ண வருமாறு அவருக்கு அழைப்பு

விடுத்தார். காலிகுலா போன்ற ஒரு பேரரசனின் வேண்டுகோளை நிராகரிக்கின்ற நிலையில் பாஸ்டர் இருக்கவில்லை.

பாஸ்டர் என்ன செய்தார்? அவரால் வேறு என்ன செய்திருக்க முடியும்?

அவர் அந்த விருந்துக்குச் சென்றார்.

ஆனால், காலிகுலாவின் முன்னிலையில் தன்னுடைய கோபத்தையோ அல்லது வருத்தத்தையோ துளிகூட வெளிக்காட்டிக் கொள்ள அவர் விரும்பவில்லை. பாஸ்டர் நீண்ட ஆயுளுடன் இருக்க வேண்டும் என்று கூறி, காலிகுலா அவருக்கு ஊற்றிக் கொடுத்த மதுவை அவர் மறுபேச்சின்றிக் குடித்தார். பேரரசர் கொடுத்தச் சில பரிசுகளையும் அவர் பெற்றுக் கொண்டார். அந்த விருந்தில் கலந்து கொண்டிருந்த மற்றவர்கள் கூத்தும் கும்மாளமுமாக இருந்தபோது, பாஸ்டர் தன் மனத்துக்குள் எந்த அளவுக்குக் குமுறிக் கொண்டிருந்திருப்பார் என்பதை நம்மால் எளிதாகக் கற்பனை செய்ய முடியும். ஆனால், அவர் எதையும் தன் முகத்தில் வெளிக்காட்டிக் கொள்ளவில்லை, ஒரு துளிக் கண்ணீர்கூடச் சிந்தவில்லை, கடுமையான வார்த்தைகள் எதையும் பிரயோகிக்கவில்லை. ஏதோ தன்னுடைய மகன் விடுதலை செய்யப்பட்டுவிட்டதைக் கொண்டாடுவதற்காக அளிக்கப்பட்ட விருந்தில் தான் கலந்து கொண்டிருந்ததைப்போல அவர் நடந்து கொண்டார்.

அது அவருக்கு எப்படிச் சாத்தியப்பட்டது? ஓர் இழப்பைப் பொறுத்துக் கொள்வது என்பது வேறு. தன் மகனைக் கொன்ற ஒரு கொலைகாரனுடன் உட்கார்ந்து, எதையும் வெளிக்காட்டிக் கொள்ளாமல் விருந்துண்பது என்பது வேறு. உண்மையில் நீங்கள் கோபத்தில் கூச்சலிட்டு ஆர்ப்பாட்டம் செய்ய விரும்புகின்றபோது, கச்சிதமான சுயகட்டுப்பாட்டுடன் அமைதியாக அமர்ந்திருப்பது என்பது? பாஸ்டர் அதை எவ்வாறு சாதித்தார்?

அவருடைய உணர்வுகள் அனைத்தும் மரத்துப் போயிருந்தனவா? அல்லது, அவர் உணர்ச்சிகளற்ற ஒரு ஜடமா? அல்லது, அவருடைய ஆத்மா உடைந்து நொறுங்கி, துணிவற்ற ஒரு கோழையாக அவர் ஆகியிருந்தாரா?

அதற்கான பதில் எளிது. அவருக்கு இன்னொரு மகன் இருந்தான்.

அவர் தன் நிதானத்தை இழந்தால், எஞ்சியிருந்த மற்றொரு மகனின் தலையில் அது விடியும். அதனால் அவர் தன் வாயை மூடிக் கொண்டு மௌனமாக இருந்துவிட்டார். நம்புதற்கரிய வலிமையுடனும் கண்ணியத்துடனும் அவர் அந்த விருந்தை எப்படியோ சகித்துக் கொண்டு கடந்தார். அதன் மூலம், தன் இளைய மகனின் பாதுகாப்பை அவர் உறுதி செய்தார்.

ஒரு நெருக்கடியான சூழலில் அமைதியாக இருப்பதையும் தாண்டிய ஒன்றுதான் நிதானத்தைக் கடைபிடிப்பது. எப்போதாவது உங்கள்மீது வீசியெறியப்படும் விமர்சனங்களைச் சகித்துக் கொண்டு, கோபப்படாமல் கடந்து செல்வதற்கு அப்பாலுள்ள ஒன்று அது.

சில நேரங்களில், மற்ற அனைத்தையும் நிறுத்திவிட்டு, அக்கணத்தில் நீங்கள் செய்ய விரும்புகின்ற ஒரே ஒரு விஷயத்தைச் செய்யாதிருப்பதற்கான பலத்தைப் பெற்றிருப்பது அது. உங்களிடம் இயல்பாக எழுகின்ற ஓர் உணர்வைக் கட்டுப்படுத்தி வைத்துக் கொள்வது அது. விஷயங்களைத் தனிப்பட்ட முறையில் எடுத்துக் கொள்ளாதிருப்பது அது. கோழைத்தனமாக ஓடாதிருப்பது அது. உடைந்து நொறுங்காதிருப்பது அது. பயத்தில் உறைந்துவிடாமல் இருப்பது அது. கோபத்தில் வாய்க்கு வந்தபடி திட்டாதிருப்பது அது. பழிவாங்கத் துடிக்கும் உணர்வைக் கட்டுப்படுத்தி வைப்பது அது.

இப்படிப்பட்ட உணர்வுகளுக்கு ஆட்படுவதன் மூலம், எதிராளி உங்களிடமிருந்து எதை எதிர்பார்க்கிறானோ துல்லியமாக அதை நீங்கள் அவனுக்கு அளிப்பீர்கள். அல்லது பாஸ்டரின் சூழ்நிலையில் உள்ளதுபோல, ஓர் அப்பாவிக்குப் பேராபத்து விளைவிப்பீர்கள்.

ஓர் இராணுவக் கவிழ்ப்பு முயற்சி? வறுத்தெடுக்கின்ற ஒரு நேர்முகம்? இலட்சக்கணக்கானோர் பார்த்துக் கொண்டிருக்கின்ற ஒரு முக்கியமான போட்டி? வலிமிக்கதொரு பொய்? உயிருக்கு அச்சுறுத்தலாக மாறியுள்ள ஒரு சூழல்? தொழிலில் நீங்கள் எடுத்துள்ள ஒரு முக்கியமான முடிவின் காரணமாக ஒரு மூலைக்குள் தள்ளப்படுதல்? நாம் நேசிக்கின்ற நபர்களுக்காக எதை வேண்டுமானாலும் பொறுத்துக் கொள்கின்ற அளவுக்கு நாம் வலுவானவர்களாக இருப்போம். நாம் அர்ப்பணித்துக் கொண்டுள்ள ஓர் இலட்சியத்திற்காக நாம் எதை

வேண்டுமானாலும் பொறுத்துக் கொள்கின்ற அளவுக்கு வலுவானவர்களாக இருப்போம். அப்படித்தான் இருந்தாக முடியும்.

பாஸ்டர் செய்ய வேண்டியிருந்ததைப்போல நம்மால் நம்முடைய வலியைப் பொறுத்துக் கொள்ள முடியும். மார்க்கஸைப்போல, எலிசபெத் மகாராணியைப்போல, நம்மிடம் துணிச்சலை வரவழைத்துக் கொண்டு, பிரச்சனைகரமான சூழ்நிலைகளை நம்மால் கடந்து செல்ல முடியும்.

நம்மை நம்முடைய குழந்தைகளும், நம்முடைய தொண்டர்களும், நம்முடைய மாணவர்களும், இந்த உலகத்தினரும் பார்த்துக் கொண்டிருக்கின்றனர் என்பதால் நாம் அதைச் செய்யத் துணிகிறோம். நாம் அவர்களைக் கைவிட விரும்பாதிருக்கிறோம் என்பதோடு, அவர்களுக்கு ஊக்கமளிக்கவும், எது சாத்தியம் என்பதை அவர்களுக்குக் காட்டவும் நாம் விரும்புகிறோம். இந்த விஷயங்களை நாம் உண்மையிலேயே ஆழமாக நம்புகிறோம் என்பதை நாம் அவர்களுக்குத் தெரிவிக்க விரும்புகிறோம்.

"நீங்கள் எதைத் தாங்கிக் கொள்கிறீர்கள் என்பது முக்கியமல்ல. நீங்கள் அதை எப்படித் தாங்கிக் கொள்கிறீர்கள் என்பதுதான் முக்கியம்," என்று செனீக்கா கூறியுள்ளார்.

மேன்மை பொருந்தியவர்கள் அவற்றைக் கண்ணியத்துடன் தாங்கிக் கொள்கின்றனர்.

நயத்துடன் தாங்கிக் கொள்கின்றனர்.

துணிச்சலுடன் தாங்கிக் கொள்கின்றனர்.

சுயஒழுங்குடன் தாங்கிக் கொள்கின்றனர்.

பிறருடைய சுமையை உங்களுடைய தோளுக்கு மாற்றிக் கொள்ளுங்கள்

1998 கிறிஸ்துமஸ் தினம். ஜெனரல் சார்ல்ஸ் சி. குருலக், குவான்டிகோவிலுள்ள கடற்படை முகாமிற்கு வந்தார். ஆனால், அதன் நுழைவாசலில் பாதுகாப்புப் பணியில் ஈடுபட்டிருக்கும் இராணுவ வீரர்கள் எவரும் அங்கு இல்லாமலிருந்தது அவருக்கு வியப்பு ஏற்படுத்தியது. ஒரு சாதாரண வீரனுக்குப் பதிலாக, அப்பணியை பிரிகேடியர் ஜெனரல் ஜிம் மேட்டிஸ் செய்து கொண்டிருந்ததைக் கண்டு அவர் வியப்பின் உச்சிக்கே சென்றுவிட்டார்.

முகாமில் ஏதாவது நிகழ்ந்துவிட்டதா?

அப்படியெல்லாம் ஒன்றுமில்லை. அன்று அப்பணியாற்ற வேண்டிய வீரன் தன் குடும்பத்தினருடன் சேர்ந்து கிறிஸ்துமஸ் தினத்தைக் கழிக்கட்டும் என்று மேட்டிஸ்தான் அவனை அவனுடைய வீட்டிற்கு அனுப்பி வைத்திருந்தார். அவர் அந்த வீரனைவிட இருபது ஆண்டுகள் கூடுதலாக அனுபவம் பெற்றிருந்தபோதிலும், ஓர் உயரதிகாரி என்ற முறையில் அந்த நேரத்தில் அதைவிட முக்கியமான வேலைகளை அவரால் செய்து முடித்திருந்திருக்க முடியும் என்றபோதிலும், ஒரு சாதாரண வீரனின் சலிப்பூட்டும் பணியைத் தானே செய்வதை அவர் தேர்ந்தெடுத்திருந்தார்.

ஒரு தலைவர் சுயநலமற்று இருக்க வேண்டும். அவர் தியாகங்கள் செய்யத் தயாராக இருக்க வேண்டும். அவருடைய நிறுவனத்திலுள்ள சாதாரணமானவர்கள் படும் அதே துன்பங்களை எதிர்கொள்ள அவர் தயாராக இருக்க வேண்டும். "அப்படி நீங்கள் செய்தால், உங்களைப் பின்பற்றுபவர்கள், உலகின் முடிவுவரை உங்களைப் பின்தொடரத் தயாராக இருப்பார்கள்," என்ற ஜெனரல் விஸ்கவுன்ட் ஸ்லிமின் எழுத்துகளிலிருந்து மேட்டிஸ் கற்றுக் கொண்டிருந்தார்.

ஒரு முறை, தன் பொறுப்பைச் சரிவர நிறைவேற்றாதிருந்த ஓர் இராணுவ உயரதிகாரியைக் கையுங்களவுமாகப் பிடித்த மேட்டிஸ், அவரிடம், "தலைமையேற்று நடத்துவதன் சலுகையே தலைமையேற்று நடத்துவதில்தான் இருக்கிறது. உங்களுக்குப் பெரிய கூடாரம் ஒதுக்கப்படுவதில்லை," என்று அறிவுறுத்தினார்.

இன்னும் சொல்லப் போனால், தலைசிறந்த இராணுவத் தலைவர்கள் சிறிய கூடாரங்களையே தேர்ந்தெடுக்கின்றனர். தங்களுக்குக் கிடைக்கின்ற கூடுதல் பொருள்களை அவர்கள் தங்களுடைய வீரர்களுக்குக் கடத்துகின்றனர். அவர்கள் தங்கள்மீது கடுமையும் கண்டிப்பும் காட்டுகின்றனர். ஏனெனில், இனியும் விஷயங்கள் தங்களைப் பற்றியதாக மட்டும் இருக்காது என்பதை அவர்கள் அறிந்திருக்கின்றனர்.

பத்தாயிரம் பேர் அடங்கிய கிரேக்கப் படை ஒன்றை செனோஃபோன் பெர்சியாவை நோக்கி வழிநடத்திச் சென்றபோது, ஒரு காலாட்படை வீரன் அவரிடம், "இது நியாயமல்ல. நான் ஒரு கனமான கேடயத்தைச் சுமந்து கொண்டு நடந்து வருகிறேன். ஆனால், நீங்கள் ஒரு குதிரையில் பயணித்துக் கொண்டிருக்கிறீர்கள்," என்று கூறினான். உடனே தன் குதிரையிலிருந்து கீழே குதித்த செனோஃபோன், அப்பயணம் முழுவதும் அந்த வீரனின் கேடயத்தைச் சுமந்தவாறு நடந்தே சென்றார்.

ஒரு மேலதிகாரியாக இருப்பது என்பது ஒரு வேலை. ஆனால், ஒரு தலைவனாக ஆவது என்பது நீங்கள் சம்பாதிப்பது. உங்களுடைய சுயஒழுங்கால் நீங்கள் அந்த நிலைக்கு உங்களை உயர்த்திக் கொள்ள வேண்டும். செனோஃபோன் செய்தது போன்ற காரியங்கள் மூலம், பிறருக்காகச் சுமக்க நீங்கள் தயாராக இருக்க வேண்டும்.

வெற்றியைக் காரணம் காட்டி நீங்கள் உங்களுடைய

சுயகட்டுப்பாட்டை உதறித் தள்ள முடியாது. கடின உழைப்பிலிருந்தும் அது உங்களை விடுவிக்காது. இப்போது நீங்கள் பிறருடைய சுமையை உங்களுடைய தோள்களில் தூக்கிச் சுமக்கத் தயாராக இருக்க வேண்டும். ஏனெனில், வெகுமதியோடு பொறுப்புகளும் சேர்ந்தே வரும்.

கிரெக் போப்போவிச், தன் அணியிலிருந்த விளையாட்டு வீரர்கள் நீண்டகாலம் தொடர்ந்து விளையாடுவதற்காக அபராதத்தை ஏற்றுக் கொண்டார், தன்மீது வீசப்பட்ட விமர்சனங்களைப் பொறுத்துக் கொண்டார். அதன் மூலம், வருங்காலப் பயிற்றுவிப்பாளர்களுக்கு அவர் ஒரு முன்னுதாரணமாகவும் திகழ்ந்தார். ஏனெனில், இப்போது அது ஒரு வழமையான நடைமுறையாகவே மாறிவிட்டது. மார்ட்டின் லூதர் கிங் ஜூனியர் சிறிது மன அமைதியும் ஓய்வும் பெற வேண்டும் என்பதற்காக, ஹாரி பெலஃபான்ட், கிங்கின் வீட்டில் வேலைக்காரர்களை நியமித்து அதற்கான செலவுகளையும் ஏற்றுக் கொண்டார்.

அன்டோனினஸ் ஆட்சிப் பொறுப்பை ஏற்றுக் கொண்டவுடன், தன் மனைவியிடம், “நாம் இனி இன்னும் அதிகப் பெருந்தன்மையுடன் நடந்து கொள்ள வேண்டும்,” என்று அறிவுறுத்தினார். அவர்கள் தங்கள்மீது கூடுதலான கண்டிப்புக் காட்ட வேண்டும் என்றும், கூடுதல் சுயகட்டுப்பாட்டுடன் நடந்து கொள்ள வேண்டும் என்றும் அவர் கூறினார். “இப்போது ஒரு பேரரசு நமக்குக் கிட்டியுள்ளதால், நம்மிடம் முன்பு இருந்ததை இப்போது நாம் இழந்துவிட்டோம்,” என்று அவர் தன் மனைவியிடம் தெரிவித்தார்.

பதவியும் அதிகாரமும் வெற்றியும், சலிப்பூட்டுகின்ற, கடினமான, அசௌகரியமான, நேரம் பிடிக்கின்ற வேலைகள் அனைத்திலிருந்தும் நமக்கு விலக்களித்தால் நன்றாகத்தான் இருக்கும். ஆனால், அப்படி நடப்பதில்லை. நடைமுறையில் இவற்றை நாம் கூடுதலாகச் செய்வதற்குக் கடமைப்படுகிறோம். நம்மிடமிருந்து கூடுதலாக எதிர்பார்க்கப்படுகிறது.

அதை உங்களால் கையாள முடியுமா?

ஓரிடத்திற்குத் தலைவர்கள்தாம் முதலில் வர வேண்டும், ஆனால் அங்கிருந்து கிளம்பும்போது அவர்கள்தாம் கடைசி ஆளாகக் கிளம்ப வேண்டும். மற்ற அனைவரையும்விட அவர்கள்தாம் மிகக் கடினமாக உழைக்க வேண்டும்.

அவர்கள் பிறருடைய நலனுக்கு முக்கியத்துவம் கொடுக்க வேண்டும், தவறுகளுக்கான பொறுப்பை ஏற்றுக் கொள்ள வேண்டும்.

ஆனால், நடைமுறையில் இப்படி இருப்பதில்லை. ஒரு நிதி நெருக்கடியின்போது, தங்களுடைய சொந்த நகைகளை விற்று அப்பணத்தை நாட்டின் கருவூலத்தில் சேர்க்கின்ற ஒரு மார்க்கஸ் இருந்தால், தங்களுடைய குடிமக்கள் நீரும் மின்சக்தியும் இல்லாமல் தவித்துக் கொண்டிருக்கின்றபோது, அப்படிப்பட்ட வசதிகள் இருக்கின்ற ஓரிடத்தை நோக்கிப் படையெடுக்கின்ற பல நூறு செனட்டர்கள் இருப்பர். பெருந்தொற்றுக் காலகட்டத்தின்போது, ஒரு முதன்மை நிர்வாக அதிகாரி தன்னுடைய சம்பளத்தைப் பெற்றுக் கொள்ளாமல் இருந்தால், அரசின் மானியங்களை வாங்கிக் கொண்டு தங்களுடைய ஊழியர்களை வீட்டுக்கு அனுப்புகின்ற சில நூறு நிறுவனங்கள் இருக்கும். பொதுச் சுகாதாரத்திற்காகத் தியாகங்கள் செய்கின்ற ஒரு குடிமகன் இருந்தால், ஆடம்பரமான கேளிக்கை விருந்துகளை நடத்துகின்ற சில பிரதமர்கள் இருப்பர்.

“ஆட்சிப் பொறுப்பிலிருந்து கிடைக்கின்ற மாபெரும் நன்மை, தங்களைத் தாங்களே நிர்வகித்துக் கொள்ள வேண்டியதிலிருந்து விடுதலை பெறுதல் என்று ஏராளமான தலைவர்கள் நினைத்துக் கொண்டிருக்கின்றனர்,” என்று புளூடார்ச் வருந்துகிறார்.

ஆனால், துல்லியமாக விதிமுறைகளைக் கடைபிடிக்க வேண்டியவர்கள் உண்மையில் தலைவர்களும் ஆட்சியாளர்களும்தாம். விதிமுறைகளில் நீங்கள் உண்மையிலேயே நம்பிக்கை வைத்திருக்கிறீர்கள் என்பதைக் காட்ட வேண்டிய பொறுப்பு உங்களுடையதுதான். நீங்கள் எவ்வளவு அதிகமாகக் காரியங்களை ஆற்றுகிறீர்களோ, அவ்வளவு அதிகத் தரத்தை உங்களுக்கு நீங்களே நிர்ணயித்துக் கொள்ள வேண்டும். உங்களிடம் எவ்வளவு அதிகமாக இருக்கிறதோ, அந்த அளவுக்கு நீங்கள் சுயநலமற்று இருக்க வேண்டும்.

கடனே என்று அதை நீங்கள் செய்யக்கூடாது. அதுதான் சரியான செயல் என்பதால் நீங்கள் அதைச் செய்ய வேண்டும். அத்துடன், பொறுப்பை நீங்கள் ஏற்றுக் கொண்டபோது, அதைச் செய்வதாகத்தான் நீங்கள் ஒப்புக் கொண்டிருந்தீர்கள்.

தியாகம், பரஸ்பர உதவி, கடமை, பணிவு, புரிந்துணர்வு ஆகியவற்றைப் பற்றி ஜெனரல் மேட்டிஸ் தன் படைவீரர்களிடம் வெறுமனே கூறியிருந்தால் அதனால் எந்தப் பயனும் விளைந்திருக்காது. ஆனால், அவர் ஒவ்வொரு நாளும் அவற்றைக் கடைபிடித்து வாழ்ந்து கொண்டிருந்ததை அவருடைய வீரர்கள் கண்கூடாகக் கண்டதுதான் அவர்களும் அவற்றைப் பின்பற்றும்படி செய்தது.

நாம் பேசினால் போதாது. நாம் செயலில் காட்ட வேண்டும். ஆபத்து என்றால் முதல் வரிசையில் வந்து நிற்க வேண்டும், வெகுமதி என்றால் கடைசி வரிசைக்குச் சென்றுவிட வேண்டும். கடமை என்றால் முதல் வரிசையில் வந்து நிற்க வேண்டும், அங்கீகாரம் என்றால் கடைசி வரிசைக்குச் சென்றுவிட வேண்டும். தலைமை தாங்க வேண்டுமென்றால் இரத்தம் சிந்தத் தயங்காதிருக்க வேண்டும்.

இது நியாயமற்றதா? அல்லது அதற்கும் சேர்த்துத்தான் நீங்கள் ஒப்புக் கொண்டிருந்தீர்களா? அதற்கும் சேர்த்துத்தானே உங்களுக்கு அதிகமாகக் கொட்டிக் கொடுக்கப்படுகிறது?

அதுதான் தலைமையேற்றலின் தனிச் சலுகை.

உங்களிடம் பரிவாக நடந்து கொள்ளுங்கள்

ஸ்டோயிக் தத்துவவியலாளர் கிளீந்தெஸ் பொதுவாகத் தானுண்டு தன் வேலையுண்டு என்று இருப்பவர். ஒரு முறை, ஏதென்ஸ் நகர வீதி ஒன்றில் அவர் நடந்து சென்று கொண்டிருந்தபோது, தனக்கு ஏற்பட்ட ஒரு தோல்விக்காகத் தன்னைத் தானே கடுமையாகத் திட்டிக் கொண்டிருந்த ஒரு மனிதரை அவர் பார்த்தார். அதைக் கண்டுகொள்ளாமல் போக கிளீந்தெஸின் மனம் இடம் கொடுக்கவில்லை. அதனால், அவர் அந்த அந்நியரின் அருகே சென்று, "நீங்கள் ஒரு மோசமான மனிதருடன் பேசிக் கொண்டிருக்கவில்லை என்பதை நினைவில் வைத்திருங்கள்," என்று கனிவுடன் கூறினார்.

சுயஒழுங்கின் நோக்கமே நம்மிடம் நாம் கண்டிப்புடன் இருக்க வேண்டும் என்பதுதான் என்பதை மறுப்பதற்கில்லை. நமக்கு நாமே வகுத்துக் கொண்டுள்ள உயர்ந்த தரத்தின்படி நாம் நடந்து கொள்கிறோமா என்பதை நாம் கண்காணிக்கிறோம். நாம் சாக்குப்போக்குகளை ஏற்றுக் கொள்ள மறுக்கிறோம். எப்போதும் முன்பைவிட மேம்பட்ட முறையில் செயல்படுவதற்கு நம்மை நாம் உந்தித் தள்ளுகிறோம்.

அதற்காக, நம்மை நாமே சாட்டையால் அடித்துக் கொள்ள வேண்டுமா? நம்மை நாம் வெறுக்க வேண்டுமா? நம்மிடம் நாம் பேசுகின்றபோது, ஒரு மோசமான நபருடன்

உரையாடுவதுபோல நடந்து கொள்ள வேண்டுமா?

கண்டிப்பாக இல்லை.

ஆனாலும், நாம் தெரிந்தோ தெரியாமலோ, இதுபோன்ற எதிர்மறை உரையாடல்களுக்குள் சறுக்கிவிடுகிறோம். "நீ சொதப்பிவிட்டாய். உனக்குக் கிடைத்திருந்த அருமையான வாய்ப்பை நீ வீணாக்கிவிட்டாய். உன்னை நினைத்தாலே எனக்குக் கடுப்பாக இருக்கிறது."

தலாய் லாமா தன்னை இப்படி நடத்திக் கொண்டிருப்பதாக நீங்கள் நினைக்கிறீர்களா?

சரி, நீங்கள் சொதப்பிவிட்டீர்கள். இருக்கட்டும். நீங்கள் கச்சிதமானவர் அல்லர். நீங்கள் ஓர் அதிமனிதரும் அல்லர். எவருமே அதிமனிதர் அல்லர். "நம் எல்லோராலும் ஜாக்கி ராபின்சனைப்போல இருக்க முடியாது. ஜாக்கி ராபின்சனாலேயேகூட எப்போதும் ஜாக்கி ராபின்சனாக இருக்க முடியாது," என்று தா-நெஹிசி கோட்ஸ் என்ற எழுத்தாளர் நமக்கு நினைவுபடுத்துகிறார். அது, கேட்டோ, மார்ட்டின் லூதர் கிங் ஜூனியர், டோனி மோரிசன், எலிசபெத் மகாராணி ஆகியோருக்கும் பொருந்தும்.

"நம்முடைய நாள்கள் அறிவார்ந்த, அறநெறி சார்ந்த நடவடிக்கைகளால் நிறைந்திருக்காவிட்டால், நாம் அதற்காக அலட்டிக் கொள்ளத் தேவையில்லை," என்று மார்க்கஸ் நமக்கு அறிவுறுத்துகிறார்.

தோல்வி தவிர்க்கப்பட முடியாதது. தவறுகள் நிகழத்தான் செய்யும்.

நீங்கள் வியந்து போற்றியுள்ள ஒவ்வொருவரும் ஏதோ ஒரு கட்டத்தில் கோபத்தில் வெடித்திருக்கின்றனர், காலையில் அலாரம் அடித்தப் பின்னரும் இழுத்துப் போர்த்திக் கொண்டு தூங்கியிருக்கின்றனர், மோசமான பழக்கங்களுக்கு இரையாகியுள்ளனர். சில சமயங்களில், அவர்கள் கச்சிதமான பெற்றோராக, வாழ்க்கைத்துணையாக, அல்லது அண்டைவீட்டாராக இருக்கவில்லை.

அதுபோன்ற நிகழ்வுகளுக்கு நீங்கள் சாட்சியாக இருந்திருந்தால், நீங்கள் என்ன செய்திருப்பீர்கள்? அதற்காக அவர்களைக் கைகழுவியிருப்பீர்களா? அல்லது அவர்களை வசைமாரி பொழிந்திருப்பீர்களா? மாட்டீர்கள். அவர்களைத் தேற்றியிருப்பீர்கள். அவர்கள் செய்து கொண்டிருந்த ஏகப்பட்ட நல்ல காரியங்களை அவர்களிடம் சுட்டிக்காட்டியிருப்பீர்கள். அவர்கள்

எத்தகைய சாதனைகளை நிகழ்த்தியிருந்தனர் என்பதை அவர்களிடம் எடுத்துரைத்திருப்பீர்கள். உடனே திரும்பிச் சென்று தங்களுடைய அரும்பணியைத் தொடருமாறு அவர்களிடம் வலியுறுத்தியிருப்பீர்கள். இல்லையா?

சரி. இப்போது அதை உங்களிடம் நீங்களே கூறுங்கள். அதை அமைதியாக உங்களால் உள்வாங்கிக் கொள்ள முடியுமா?

எவ்வளவு சொன்னாலும் அதை ஏற்றுக் கொள்ள முடியாமல் நீங்கள் தவிப்பீர்களா?

கொடுங்கோலர்களை யாருக்கும் பிடிக்காது. அப்படியிருக்கும்போது, நீங்கள் ஏன் உங்களிடம் ஒரு கொடுங்கோலனாக நடந்து கொள்ள வேண்டும்?

ஸ்டோயிசிசம் என்பது உங்களை நீங்களே தண்டித்துக் கொள்வது அல்ல. அது கடுமை காட்டுகின்ற ஒரு பள்ளிதான் என்பதில் சந்தேகம் கிடையாது. ஆனால், செனீக்கா கூறுவதுபோல, “ஸ்டோயிசிசம் அளவுக்கு வேறு எந்தவொரு தத்துவார்த்தப் பள்ளியும் அனைத்து மக்களுக்கும் கனிவானதாகவும் மென்மையானதாகவும் இருந்ததில்லை.”

அந்த அனைத்து மக்களில் நீங்களும் அடங்குவீர்கள்.

தன் வாழ்க்கை முழுவதும் தத்துவங்களைப் படிப்பதற்குச் செலவிட்டிருந்த செனீக்கா, தன் சொந்த வளர்ச்சி குறித்து ஆராய்ந்து இந்த முடிவுக்கு வந்தார். “நான் என்ன முன்னேற்றத்தைக் கண்டுள்ளேன்?” என்று அவர் தனக்குத் தானே கேட்டுக் கொண்டு, “நான் என்னுடைய நெருங்கிய நண்பனாக ஆனேன்,” என்று அதற்குப் பதிலும் அளிக்கிறார்.

நீங்கள் உங்களுடைய நெருங்கிய நண்பர்!

நீங்கள் உங்களுடைய எதிரி அல்லர். உங்களால் முடிந்தவரை சிறப்பாகச் செய்வதற்கு முயன்று கொண்டிருக்கின்ற ஒரு நபர் நீங்கள். தினந்தோறும் சிறிதளவு மேம்பட்டுக் கொண்டிருக்கின்ற ஒரு நபர் நீங்கள்.

“நான் ஒன்றுக்கும் உதவாதவன்,” என்று உங்களுடைய நண்பர் தனக்குத் தானே கூறிக் கொள்ள நீங்கள் அனுமதிக்க மாட்டீர்கள், இல்லையா? அவர் தன்னைத் தானே சித்திரவதை செய்து கொள்ளவோ அல்லது தன்னை வதைத்துக் கொள்ளவோ நீங்கள் அவரை அனுமதிக்க மாட்டீர்கள், இல்லையா?

நம் நண்பரின் விஷயத்தில் நம்மால் அமைதி காக்க முடிகிறது. அவருக்கு ஆறுதல் வழங்க முடிகிறது. திட்டாமல் அறிவுரை வழங்க முடிகிறது. அது வெறும் பரிவு காட்டுதல் மட்டுமல்ல. அவர்கள் விழுந்துள்ள குழியிலிருந்து இங்கு நாம் அவர்களைக் கைதூக்கிவிடுகிறோம். வெற்றிப் பாதையில், மகிழ்ச்சிப் பாதையில் அவர்கள் மீண்டும் பயணிப்பதற்கு நாம் அவர்களுக்கு உதவுகிறோம்.

இதே அறிவுரையை உங்களுக்கு நீங்களே வழங்கிக் கொண்டால் எப்படியிருக்கும் என்று யோசித்துப் பாருங்கள்.

அன்பும் ஆதரவும் உள்ள ஓரிடத்திலிருந்துதான் நம்மால் வளர முடியும்.

உங்களிடம் பரிவு காட்டுவதுகூட ஒரு விதமான சுயஒழுங்குதான். உங்களுடைய நெருங்கிய நண்பராக நீங்களே இருங்கள்.

உங்களை வறுத்தெடுக்காதீர்கள். உங்களை வளர்த்தெடுங்கள். உங்களை மேம்படுத்திக் கொள்ளுங்கள். அதைத்தானே நண்பர்கள் செய்வர்?

அதிகாரத் துறப்பின் சக்தி

ஜார்ஜ் வாஷிங்டன் தன் வேலையை முடித்துவிட்டு வீட்டுக்குத் திரும்பினார்.

பிரித்தானியப் பேரரசு அமெரிக்க மண்ணிலிருந்து முற்றிலுமாகத் தூக்கியெறியப்பட்டிருந்தது. மொத்தக் கண்டமும் அவர் முன் பரந்து விரிந்து கிடந்தது. தான் நினைத்த எதையும் செய்யக்கூடிய இடத்தில் அவர் இருந்தார். அவர் விரும்பிய எந்தவோர் அதிகாரத்தையும் அவரால் எளிதாகப் பெற்றிருக்க முடியும். அவர் கனவு கண்டிருந்த எந்தவொரு கௌரவமும் அவருக்குக் கிடைத்திருக்கும். ஆனால், அவை அனைத்தையும் அவர் உதறித் தள்ளினார். தன்னை மன்னனாக முடிசூட்டிக் கொண்டு, தன் வாரிசுகள் தலைமுறை தலைமுறையாக ஆட்சி செலுத்த அவரால் ஏற்பாடு செய்திருக்க முடியும்.

மாறாக, அவர் தலைகுனிந்து வணங்கிவிட்டு, தன் கையிலிருந்த வாளைச் சமர்ப்பித்தார்.

அவருடைய இந்தத் திட்டத்தைக் கேட்டபோது, மூன்றாம் ஜார்ஜ் மன்னரால் அதை நம்பவே முடியவில்லை. "அவர் அதைச் செய்தால், அவர்தான் இந்த உலகிலேயே தலைசிறந்த மனிதராக இருப்பார்," என்று அமெரிக்க ஓவியர் பெஞ்சமின் வெஸ்ட்டிடம் ஜார்ஜ் கூறினார்.

நெப்போலியனைப்போல, வாஷிங்டனும் தன் இளம் வயதில் படையெடுப்பாளர்களைப் பற்றி விரிவாகப்

படித்திருந்தார். மாவீரன் அலெக்சான்டர், ஜூலியஸ் சீசர் போன்ற மாமன்னர்களுக்கு நேர்ந்திருந்த கதியை அவரும் அவதானித்திருந்தார். அவர்களுடைய எடுத்துக்காட்டுகள் அவருடைய மனத்தில் ஆழமாகப் பதிந்திருந்தன. எல்லாவற்றையும்விட அவரை மிகவும் கவர்ந்த கதை சின்சினாட்டஸின் கதைதான். சின்சினாட்டஸ் ஒரு ரோமானிய அரசியல்வாதி. நாட்டின் நெருக்கடியான காலகட்டம் ஒன்றைச் சமாளிப்பதற்காக அவர் அழைக்கப்பட்டார். அவருக்கு எல்லையற்ற அதிகாரங்கள் வழங்கப்பட்டன. அந்த நெருக்கடியை அவர் சமாளித்து முடித்ததும், தன் அதிகாரங்கள் அனைத்தையும் திருப்பிக் கொடுத்துவிட்டு, தன்னுடைய அமைதியான பண்ணைக்கு அவர் மீண்டும் திரும்பிவிட்டார்.

நம்முடைய இலட்சியத்தை அடைவது என்பது வேறு, பொறுப்புடைமைக்குத் நம்மை ஆட்படுத்திக் கொள்வது என்பது வேறு. ஆனால், ஒட்டுமொத்த அதிகாரத்தையும் நிராகரிப்பதை என்னவென்று சொல்வது? தன் பண்புநலன்களைக் கெடுத்துவிடக்கூடிய சக்திமிக்க அதிகாரத்தை விட்டுக்கொடுப்பது என்பது?

அது உலகில் அரிதான ஒன்று.

அது மிதத்தின் உச்சம்.

எல்லாவற்றையும் பெற்றுக் கொண்டே இருப்பதற்கும், மேன்மேலும் பெற்றுக் கொண்டே இருப்பதற்கும் நாம் பயிற்றுவிக்கப்பட்டுள்ளோம். எப்படியாவது முட்டி மோதி உச்சியை அடைய வேண்டும் என்று நமக்கு போதிக்கப்பட்டுள்ளது. நம்மில் அதிர்ஷ்டசாலிகள் அந்த இடத்தை அடைகிறோம்.

தலைமை விளையாட்டுப் பயிற்றுவிப்பாளர். முதன்மை நிர்வாக அதிகாரி. உரிமையாளர். குடியரசுத் தலைவர். கேப்டன்.

அப்பதவி கிடைத்ததும் அதை நீங்கள் ஏன் தூக்கியெறியப் போகிறீர்கள்? உங்களுக்குச் சொந்தமான அதை நீங்கள் ஏன் பிறருடன் பங்கு போட்டுக் கொள்ளப் போகிறீர்கள்?

அதைச் செய்ய முடியாதவர்களிடம்தான் அதற்கான காரணங்கள் வெளிப்படையாகத் தெரிகின்றன.

அதிகாரத்தால் சீரழிந்த மக்களின் கதைகளால் வரலாறு நிறைந்திருக்கிறது. நீரோவிலிருந்து நெப்போலியன்வரை,

திபேரியஸிலிருந்து டிரம்ப்வரை பலரும், அதிகாரம் ஒருவரை எந்த அளவுக்குச் சீரழிக்கும் என்பதற்கான எடுத்துக்காட்டுகளாக மட்டும் இருக்கவில்லை; அதிகாரம் அவர்களுடைய முகத்திரையைக் கிழித்தெறிந்து, அவர்கள் உண்மையில் யார் என்பதை வெளிப்படுத்தியிருந்தது. அதிகாரம் அவர்களுக்குக் கற்பனைக்கு அப்பாற்பட்ட அழுத்தத்தைக் கொடுக்கிறது, அவர்களால் மறுக்க முடியாத சபலங்களை அவர்கள் முன் வைக்கிறது. பெரும் பலசாலிகளைக்கூட அது உடைத்து நொறுக்குகிறது.

டோவ் சார்னி, 'அமெரிக்கன் அப்பாரல்' என்ற நவீன ஆடை தயாரிப்பு நிறுவனத்தை நிறுவினார். அந்த நிறுவனம், நியாயமான ஊழியர் கொள்கைகளைக் கொண்டிருந்தது, அறநெறியான வர்த்தக நடவடிக்கைகளைக் கடைபிடித்து வந்தது. வெற்றி மேல் வெற்றி வந்து குவிந்ததும், சபலங்கள் அதிகரிக்கத் தொடங்கியதும், சார்னி, மெதுவாகவும் படிப்படியாகவும் அக்கொள்கைகளைக் காற்றில் பறக்கவிட்டார். அதன் காரணமாக, அந்நிறுவனம் பெரும் சிக்கலுக்குள் மாட்டிக் கொண்டது. அதில் முதலீடு செய்திருந்தவர்களும் ஆலோசனையாளர்களும் ஊழியர்களும், மீண்டும் பழைய கொள்கைகளுக்குத் திரும்பவும், புதிய திறமைசாலிகளைத் தீர்மானங்கள் எடுக்கின்ற பதவிகளில் அமர்த்தவும் பரிந்துரைத்தனர். சார்னி அதற்குச் செவிசாய்க்க மறுத்துவிட்டார். தலையாட்டி பொம்மைகளை அவர் தன்னைச் சுற்றி வைத்துக் கொண்டார். பொறுத்துப் பொறுத்துப் பார்த்த நிர்வாகம், இறுதியில் அவரை நிறுவனத்திலிருந்து தூக்கியெறிய முடிவு செய்தது. அதற்கு முன்பு, அவருக்கு இறுதியாக ஒரு வாய்ப்பு வழங்க அது முன்வந்தது. அவர் தன்னுடைய முதன்மை நிர்வாக அதிகாரி பதவியை இராஜினாமா செய்துவிட்டு அந்த நிறுவனத்தின் ஆலோசனையாளராகத் தொடரலாம் என்றும், அவர் பெற்று வந்த வருடாந்திர வருமானமான ஒரு மில்லியன் டாலர்களை அவர் தொடர்ந்து பெற்றுக் கொண்டிருக்கலாம் என்றும், அவர் வசமிருந்த நிறுவனப் பங்குகளை அவர் அப்படியே வைத்துக் கொள்ளலாம் என்றும் நிர்வாகம் அவரிடம் கூறியது. ஆனால், தான் உருவாக்கியிருந்த அந்த நிறுவனத்தின் அதிகாரத்தை வேறொருவரின் கையில் தூக்கிக் கொடுக்க அவர் தயாராக இருக்கவில்லை. அதனால், அதற்கு அவர் சம்மதிக்கவில்லை.

இறுதியில் அவர் அந்த நிறுவனத்தைத் திவால் நிலைக்குக் கொண்டுவந்து நிறுத்தினார்.

அமெரிக்காவை நிறுவியவர்கள், அதன் அரசியலமைப்புச் சட்டத்தில் பல புத்திசாலித்தனமான புதுமைகளைப் புகுத்தியிருந்தனர். அதிகாரக் குவிப்பு ஆபத்தானது என்பதை உணர்ந்திருந்த அவர்கள், கூடியவரை அதைப் பரவலாக்குவதற்கு வழி செய்தனர்.

அதிகாரத்தை விட்டுக்கொடுக்க மறுக்கின்ற ஒரு தலைவன், நாடு, நிறுவனம், அமைப்பு போன்ற எதுவொன்றுக்கும் ஆபத்தானவன். அவர்கள் எவ்வளவு சிறப்பான காரியங்களை அந்த நாட்டுக்கும் நிறுவனத்திற்கும் அமைப்புக்கும் செய்திருந்திருந்தாலும்கூட, அவர்கள் மகத்தானவர்கள் அல்லர். அவர்கள் அதிகார அடிமைகள்! அப்படிப்பட்டவர்களிடம் அதிகாரம் இருப்பதில்லை. அவர்கள் அதிகாரத்தின் வசம் இருப்பவர்கள். அவர்கள் தங்களுக்கு அடுத்து, நாட்டையோ அல்லது நிறுவனத்தையோ தலைமையேற்று நடத்துவதற்கான அடுத்தக் கட்டத் தலைவர்களை உருவாக்குவதற்கான திட்டங்களைத் தீட்டுகின்ற திறமையற்றவர்கள். தங்களுடைய முக்கியத்துவத்தைக் குறைக்கின்ற எதையும் செய்ய அவர்கள் ஒத்துக் கொள்ள மாட்டார்கள்.

வாஷிங்டன் சின்சினாட்டஸின் பாதையைத் தேர்ந்தெடுக்க முடிவெடுத்தார். அதனால், அவர் தன் சொந்த ஊருக்குத் திரும்பினார். சில காலம் தனிமையில் இருக்க அவர் விரும்பினார். உடலுழைப்பில் தன்னை ஈடுபடுத்தித் தன்னுடைய அடக்கத்தை மேலும் அதிகரித்துக் கொள்ள அவர் ஆசைப்பட்டார். அவர் குடிசார் அதிகாரத்தையும் இராணுவ அதிகாரத்தையும் தனித்தனியாகப் பிரித்து வைக்க விரும்பினார். நாட்டின் நலனுக்காக இராணுவரீதியாகப் போராடிய தன்னைக் குடிசார் ஆட்சியிலிருந்து பிரித்துக் கொள்ள அவர் நினைத்தார். தனக்கு முக்கியத்துவம் கொடுக்காமல் நாட்டுக்கு முக்கியத்துவம் கொடுக்க அவர் முடிவு செய்தார்.

ஓர் இலட்சிய நோக்கும், விஷயங்கள் எப்படி நடத்தப்பட வேண்டும் என்பது குறித்தத் தீர்க்கமான பார்வையும் கொண்டிருந்த ஒரு நபருக்கு அது அவ்வளவு எளிதான காரியமாக இருந்திருக்காதுதான். ஆனாலும் அதை அவர் செய்து காட்டினார்.

ஆனால், பின்னாளில் ஜார்ஜ் வாஷிங்டன் அமெரிக்காவின் குடியரசுத் தலைவராக ஆனார்தானே என்று நீங்கள் கேட்கலாம். அது சரிதான். ஆனால், அதை அவர் தயக்கத்துடன்தான் ஏற்றுக் கொண்டார். அதுவும் தான் தேர்தல் மூலமாகத் தேர்ந்தெடுக்கப்பட வேண்டும் என்ற நிபந்தனையை அவர் விதித்தார். இரண்டாவது முறை பதவி வகித்தப் பிறகு, ஒரு குடியரசுத் தலைவர் எத்தனை முறை மீண்டும் தேர்ந்தெடுக்கப்படலாம் என்பதற்கான உச்ச வரம்பு எதுவும் அரசியலமைப்புச் சட்டத்தில் இல்லாதிருந்தபோதிலும், மூன்றாவது முறையாகப் போட்டியிட மறுத்து, எழுதப்படாத ஒரு புதிய விதியை, அரசியல் பாரம்பரியத்தை அவர் உருவாக்கினார். அது தொடர்ந்து 150 ஆண்டுகளாகக் கடைபிடிக்கப்பட்டது. பின்னர் 1951-ல் ஒரு குடியரசுத் தலைவர் இரண்டு முறைக்கு மேல் தேர்ந்தெடுக்கப்படலாகாது என்ற, இருபத்திரண்டாவது அரசியலமைப்புச் சட்டத் திருத்தம் கொண்டுவரப்பட்டது.

பண்டைய ரோமில், அதை ஆண்டவர்களுக்கு எல்லையற்ற அதிகாரங்கள் இருந்தன. அவர்கள் விரும்பிய எதையும் அவர்களால் பெற முடிந்தது. ஆனாலும், அன்டோனினஸும் மார்க்கஸும் அரசர் பதவி வகிப்பதற்கு முன்பு, கான்சுல் பதவிக்குத் தாங்கள் முறைப்படி பொதுமக்களால் தேர்ந்தெடுக்கப்படுவதையே விரும்பினர். அரசர்களால் நியமிக்கப்படுவதை அவர்கள் நிராகரித்தனர்.

தலைசிறந்த தலைவர்கள் அதிகாரத்தை விரும்புவதில்லை என்று பிளேட்டா கூறியுள்ளார். இன்னும் சொல்லப் போனால், உண்மையில் அது அவர்களுக்குத் தேவையும் இல்லை. ஏனெனில், அவர்கள் தங்களுடைய அகங்காரத்தையே முறியடித்திருந்தனர். அவர்கள் வலிமையானவர்களாகவும், அமைதியானவர்களாகவும், பரிவானவர்களாகவும், அர்த்தமுள்ள வேலைகளில் மட்டும் கவனத்தைக் குவிப்பவர்களாகவும் இருந்தனர்.

இரண்டாம் உலகப் போருக்குப் பின்னர் எலிசபெத் மகாராணி சர்ச்சிலை ஒரு டியூக்காக ஆக்க முன்வந்தார். அப்படிப்பட்டதொரு கௌரவத்தைத் தனக்கு அளிக்க அவர் முன்வந்ததைக் கேட்டு சர்ச்சில் மிகவும் நெகிழ்ந்து போனார். அவருடைய கண்கள் கலங்கின. பின் தன்னைத்

தேற்றிக் கொண்டு, அதை அவர் இங்கிதத்துடன் மறுத்துவிட்டார். "நான் எவ்வாறு வாழ்ந்து வந்துள்ளேனோ, அவ்வாறே இறக்க விரும்புகிறேன். நான் எப்போதும் வெறும் 'வின்ஸ்டன் சர்ச்சில்தான்'," என்று அவர் பின்னர் கூறினார்.

பதவி அலங்காரங்கள் முக்கியமல்ல. அதிகாரமும் முக்கியமல்ல. செல்வமும் முக்கியமல்ல. செல்வாக்கு செலுத்த முடிதலும் முக்கியமல்ல.

நீங்கள் எதை வைத்திருக்கிறீர்களோ, அது மகத்துவம் அல்ல.

நீங்கள் யாராக ஆவதைத் தேர்ந்தெடுக்கிறீர்களோ, அதுதான் முக்கியம். அல்லது, நீங்கள் யாராக இருக்கிறீர்களோ, அதை அப்படியே தொடர்வதை நீங்கள் தேர்ந்தெடுக்கலாம்.

மறுகன்னத்தைக் காட்டுங்கள்

1962-ல் பிர்மிங்ஹாமில் நடைபெற்ற தெற்கத்தியக் கிறித்தவத் தலைமைத்துவக் கருத்தரங்கில், மார்ட்டின் லூதர் கிங் ஜூனியர் இறுதியுரை நிகழ்த்திக் கொண்டிருந்தார். அது கருப்பர்களுக்கு மட்டுமான கருத்தரங்கு அல்ல. அதில் வெள்ளையர் பலரும் கலந்து கொண்டிருந்தனர். அப்போது, திடீரென்று மேடைக்கு வந்த ராய் ஜேம்ஸ் என்பவர், கிங்கைச் சரமாரியாகத் தாக்கத் தொடங்கினார்.

அவருடைய முதல் குத்து கிங்கின் முகத்தின்மீது பலமாக விழுந்தது. அதன் வேகத்தில் அவர் ஒரு சுற்று சுற்றிவிட்டார். அதையடுத்து, அவருடைய தலை, முதுகு என்று பல இடங்களில் அவருக்குக் குத்துகள் விழுந்தன. அமைதியாக இருந்த அந்த அவையில் எலும்புகள் நொறுங்கிய சத்தம் அனைவரையும் கலங்கடித்தது.

அதைப் பார்த்துக் கொண்டிருந்த செப்டிமா கிளார்க், அந்த வன்முறையால் அதிர்ந்து போனார். ஒருவேளை அது ஒரு நாடகமாக இருக்குமோ என்றுகூட முதலில் அவர் நினைத்தார். ஆனால், மேடையில் முதல் சுற்று அடி வாங்கி முடித்தவுடன், கிங் தன்னை ஒருவழியாக நிலைப்படுத்திக் கொண்டு, தன்னைத் தாக்கியவர் பக்கம் திரும்பி, தனக்கு அவரைத் திருப்பித் தாக்கும் உத்தேசம் இல்லை என்பதை உணர்த்தும் விதமாகத் தன் இரு கைகளையும் தன் பக்கவாட்டில் தொங்கவிட்டார். ஆனால்,

அவரைத் தாக்கியவர் தன் தாக்குதலை நிறுத்தவில்லை. கிங் நூற்றுக்கணக்கானவர்கள் முன்பாக அடித்து நொறுக்கப்பட்டபோது, 'மறுகன்னத்தைக் காட்டு' என்ற கிறித்தவப் போதனையையும் அகிம்சைத் தத்துவத்தையும் அவர் நிஜத்தில் வெளிப்படுத்தினார்.

கிங்கின் எதிர்வினையாற்றல் ஒரு கணத்திற்கு ஜேம்ஸையே நிலைகுலைய வைத்தது. அதைப் பயன்படுத்தி, கூட்டத்தில் இருந்தவர்களில் பலர் அவர்கள் இருவருக்கும் இடையே புகுந்துவிட்டனர். ஜேம்ஸை நெருங்கியவர்களை நோக்கி, கிங், "அவரை ஒன்றும் செய்துவிடாதீர்கள். அவருக்காக நாம் பிரார்த்தனை செய்ய வேண்டும்," என்று கத்தினார். கூட்டத்தினர் பிரார்த்தனை செய்து பாடத் தொடங்கியதும், சற்று முன் தன்னைத் தாக்கிய அந்த நபரிடம் கிங் கனிவாகப் பேசினார். அவர் காயப்படுத்தப்பட மாட்டார் என்ற உறுதியை மீண்டும் அளித்துவிட்டு, அவரை ஒரு தனியறைக்கு அழைத்துச் சென்று அவரிடம் சிறிது நேரம் பேசிக் கொண்டிருந்தார். பின்னர் மேடைக்குத் திரும்பிய கிங், இரண்டு ஆஸ்பிரின் மாத்திரைகளை விழுங்கிவிட்டு, தன் முகத்தில் ஐஸ்கட்டிகள் அடங்கிய ஒரு பையை வைத்து அழுத்தியவாறே தன் பேச்சைத் தொடர்ந்தார்.

கிங் அடிக்கடி கூறியதுபோல, "சீண்டல்களையும் கேலிகளையும் பொருட்படுத்தாமல் இருப்பதற்கான முயற்சியில் அகிம்சையைச் சட்டபூர்வமாக என்னுடைய வாழ்க்கைத்துணையாக ஏற்றுக் கொள்வது" என்பது வேறு விஷயம். ஆனால், ஒரு கூட்டத்தினர் முன்பாக ஒரு நாஜியால் அடிக்கப்படுகின்றபோது அதற்கு அகிம்சை முறையில் எதிர்வினையாற்றுவது என்பது வேறு விஷயம். பலரின் முன்னிலையில், "வேண்டுமெனில் என்னை மீண்டும் தாக்கு" என்பதுபோல அந்த வன்முறையாளனை நோக்கித் திரும்புவது என்பது வேறு. அந்த நபர்மீது கிங் புகார் கொடுக்க மறுத்தபோது பிர்மிங்ஹாம் காவல்துறையினர் வியப்பின் உச்சிக்கே சென்றுவிட்டனர்.

அந்த அளவுக்குக் கருணையுள்ள ஒரு நபரைத் தாக்க வேண்டுமானால் செய்யலாம். ஆனால், அவரை முறியடிப்பது என்பது இயலாத காரியம்.

கிங் அதை அறிந்து வைத்திருந்தார். துன்பத்தைத் தாங்கிக் கொள்கின்ற தன் திறனை ஒட்டுமொத்த

அமெரிக்காவுக்கும் அவர் வெளிச்சம் போட்டுக் காட்டினார். தன் சுயகட்டுப்பாடு எந்த அளவுக்கு வலிமையானது என்பதை அவர் மக்கள் முன் நிரூபித்து அவர்களை வியப்பில் ஆழ்த்தினார்.

பதிலடி கொடுப்பது, எதிர்த்துத் தாக்குவது போன்றவை எதிர்பார்க்கப்படக்கூடியவை. உள்ளுணர்வுரீதியான இத்தகைய வெளிப்பாடுகளைக் கட்டுப்படுத்துவதற்கு சுயகட்டுப்பாடு தேவை. ஆனால், அதை மீறி, அமைதியாகச் செயல்படுவதற்கு அசாத்தியமான சுயஒழுங்கு தேவை.

கிங்கைப் பொறுத்தவரை, அகிம்சை என்பது அரசியலைத் தாண்டிய ஒன்று. ஒரு மனிதனை மிக உயர்ந்த நிலைக்கு அழைத்துச் செல்கின்ற ஒன்றாக அதை அவர் பார்த்தார். ஒரு சாதாரணமான, குறைபாடுள்ள மனிதன்கூட ஒரு நெருக்கடியான கட்டத்தில் ஓர் உயர்ந்த கதாநாயகத்தனமான நிலையை அடைவது சாத்தியம்தான். அன்பு, மன்னித்தல், கருணை ஆகியவற்றின் சக்தி அது.

மறுகன்னத்தைக் காட்டுதல் என்பது ஓர் ஆன்மிகக் கொள்கை. அது நீதி வழங்குதலின் அடிப்படையாகவும் அமைந்துள்ளது. அது மனஉறுதியின் வெளிப்பாடும்கூட. அது காயம் ஏற்படுத்தும் என்றாலும், நீங்கள் அதைச் செய்தாக வேண்டும்.

1952-ல், சான்ட்ரா டே ஓ கானர், ஜான் ஜே ஓ கானரைச் சட்டப்படி திருமணம் செய்து கொண்டார். அவர்கள் நாற்பது ஆண்டுகள் மனமொருமித்தத் தம்பதிகளாக இருந்தனர். சான்ட்ரா பல நாடுகளில் பணியாற்றினார், அரசியல் பிரச்சாரங்களில் பங்கேற்றார், நாட்டின் உயரிய நீதிமன்றத்தில் பணியாற்றினார். இவை அனைத்திற்கும் இடையே அவர் தன் கணவருடன் மகிழ்ச்சியாக வாழ்ந்து வந்தார். 1990-ல், ஜான், அல்சைமர் என்ற மறதி நோயால் பாதிக்கப்பட்டார். தொடக்கத்தில், அவர் தனிமையாக உணரக்கூடாது என்பதற்காக சான்ட்ரா ஜானைத் தன்னுடன் வேலையிடத்திற்கு அழைத்து வந்தார். இறுதியில், அவரைக் கவனித்துக் கொள்வதற்காக, சான்ட்ரா தன் ஆயுட்காலப் பதவியான உச்ச நீதிமன்ற நீதிபதிப் பதவியை இராஜினாமா செய்தார். இவ்வளவுக்கும், அச்சமயத்தில் ஜானுக்கு சான்ட்ராவை நினைவுபடுத்திக் கொள்வதே பெரும்பாடாக இருந்தது.

2007-ல், ஒரு பத்திரிகையாளர், ஜான் இன்னொரு

அல்சைமர் நோயாளியின் காதல் வலையில் விழுந்திருந்த செய்தியை சான்ட்ராவிடம் போட்டுடைத்தார். அல்சைமர் நோயாளிகள், தங்களுடைய மறதி காரணமாக, தங்களுக்குத் திருமணம் ஆகியுள்ளதையும், தங்களுடைய மனைவி மற்றும் குழந்தைகளையும் மறந்துவிடுவது சகஜம்தான். அந்த நோயின் கொடுமை எத்தகையது என்பதை உலகிற்கு எடுத்துரைக்க அதை ஒரு வாய்ப்பாகப் பயன்படுத்திக் கொள்ளத் தீர்மானித்த சான்ட்ரா, "அது ஜானுக்கு மகிழ்ச்சியளிக்கும் என்றால், எனக்கும் மகிழ்ச்சிதான்," என்று அறிவித்தார். அப்போது அவர் தன் உணர்ச்சிகளை சாமர்த்தியமாக மறைத்துக் கொண்டிருந்தாலும், அவருடைய இதயம் எப்படி அழுதிருக்கும் என்பதை நம்மால் எளிதாக ஊகிக்க முடியும்.

அர்ப்பணிப்பு அப்படித்தான் காட்சியளிக்கும்.

திருமணம் என்ற உறவில் இதுபோலக் காயப்படுவதற்கு ஏகப்பட்ட வாய்ப்புகள் இருக்கின்றன. அவற்றிலிருந்து நம்மைக் காத்துக் கொள்வது எளிது. அதற்கு நாம் மறு கன்னத்தைக் காட்ட வேண்டியிருக்கும், அவ்வளவுதான். சான்ட்ராவின் விஷயத்தில் நிகழ்ந்ததுபோல, ஓர் அரை நூற்றாண்டு சேர்ந்து வாழ்ந்த பிறகு, அந்த மற்றொரு நபரின் நலனை முன்னுக்கு வைத்து, அவரை மன்னித்து, அவருடைய செய்கையை ஏற்றுக் கொள்ள வேண்டியிருக்கும்.

உங்களால் அப்படிச் செய்ய முடியுமா? அந்த அளவுக்கு உங்களிடம் வலு இருக்கிறதா? உங்களிடம் அந்த அளவுக்கு அன்பு இருக்கிறதா?

நம்முடைய இலட்சியங்களுக்கும் இது பொருந்தும். சில நேரங்களில் அவற்றின் எதிர்பார்ப்புகளுக்கு ஏற்ப நம்மால் செயல்பட முடியாமல் போகும். சில நேரங்களில் நம்முடைய அர்ப்பணிப்பு சோதிக்கப்படும். நம்மிடமிருந்து தியாகங்கள் எதிர்பார்க்கப்படும். அதற்குப் பிறகு, மேலும் தியாகங்கள் எதிர்பார்க்கப்படும்.

நம்மால் செய்ய முடிந்தால், நம்மால் தினந்தோறும் தலைகாட்ட முடிந்தால், தொடர்ந்து கொடுத்துக் கொண்டிருக்க முடிந்தால், உயர்ந்த தரங்களை எட்டத் தொடர்ந்து முயற்சி செய்து கொண்டிருக்க முடிந்தால், மார்ட்டின் லூதர் கிங் ஜூனியர் கூறியபடி, நம்மால் மலையுச்சியை அடைய முடியும்.

அப்போது நம்மால் தனித்துவமிக்க ஒன்றைத் தொட முடியும். உயர்ந்த ஒன்றை அடைய முடியும். புனிதமான ஒன்றை நெருங்க முடியும்.

வெளியேறுவதற்கான ஓர் உபாயம்

இரண்டாம் உலகப் போரின் அதிதீரமான இராணுவ நடவடிக்கை, நார்மன்டி கடற்கரையில் படைகளை இறக்கியது அல்ல. ஒரு விதத்தில் பார்த்தால், அது அதற்கு நேரெதிரானது. அத்திட்டம் கிட்டத்தட்ட 1,60,000 படைவீரர்களை உள்ளடக்கியிருநதது. அதனோடு ஒப்பிடுகையில், நான்கு ஆண்டுகளுக்கு முன்பு பிரான்ஸின் டன்கிர்க் கடற்கரையில் நடைபெற்ற இராணுவ நடவடிக்கை அதிக பிரம்மாண்டமானது. அந்த நடவடிக்கையின் மூலம் கிட்டத்தட்ட 3,40,000 நேச நாட்டுப் படைவீரர்கள் பிரான்ஸிலிருந்து வெளியேற்றப்பட்டனர். அதற்கு, பல ஆண்டுகாலம் திட்டமிடுவதற்கு வாய்ப்பு இருக்கவில்லை. ஒத்திகைகள் எதுவும் பார்க்கப்படவில்லை. போகிற போக்கில் அது திட்டமிடப்பட்டது. அதில் எண்ணற்றப் பொதுமக்களும் ஈடுபட்டனர். சாதாரணமான படைவீரர்கள் ஓர் அமைதியான முறையில் செயல்பட்டு, செய்யப்பட வேண்டிய காரியங்களைச் செய்வதற்குத் துணிந்தனர்.

நார்மன்டி கடற்கரையில் மேற்கொள்ளப்பட்டத் தரையிறங்கல், வரலாற்றின் முக்கியப் பக்கங்களை எடுத்துக் கொண்டது. ஆனால், டன்கிர்க் இல்லாமல் அது சாத்தியப்பட்டிருக்காது. நார்மன்டி நடவடிக்கை மகத்தானது. ஆனால், டன்கிர்க்கை ஓர் அதிசயம் என்றுதான் வர்ணிக்க வேண்டும்.

அது ஒரு தோல்வி என்பதில் சந்தேகமில்லை. ஆனால், அது நடந்தேறிய விதம் மற்றும் அதில் காட்டப்பட்ட சுயஒழுங்கு ஆகியவை பிரிட்டனுக்கு ஊக்கமளித்தன. அதைத் தொடர்ந்து சர்ச்சில் ஆற்றிய பிரபலமான வீர உரை உலகப் புகழ் பெற்றது. அந்த உரையில், கடற்கரையிலும், வானிலும், வயல்வெளிகளிலும், தெருக்களிலும் இறுதிவரை போராட சர்ச்சில் பிரித்தானிய மக்களுக்கு அறைகூவல் விடுத்தார். இரண்டாம் உலகப் போரில் தன்னால் வெல்ல முடியும் என்று பிரிட்டன் எப்படி நம்பியது? சர்ச்சில் டன்கிர்க்கில் பார்த்திருந்த விஷயம் அவருக்கு நம்பிக்கையளித்தது. “போர்கள் படைவீரர்களின் வெளியேற்றத்தால் வெல்லப்படுவதில்லை. மாறாக, அந்த மீட்புக்குள் ஒரு வெற்றி பொதிந்திருந்தது,” என்பதைச் சர்ச்சில் அறிந்திருந்தார்.

சில நேரங்களில் நாம் துடித்தெழுந்து முன்னேறித் தாக்க வேண்டும்.

சில நேரங்களில் நாம் பொறுமையாகக் காத்திருக்க வேண்டியிருக்கும்.

ஆனால், நம்முடைய உள்ளுணர்வு எப்போதும் முன்னேறித் தாக்கவே துடித்துக் கொண்டிருக்கும். புறமுதுகு காட்டுவதைவிட வீர மரணமே மேல் என்று அது நம் காதில் ஓதும். கதைப் புத்தகங்களிலும் சரி, வரலாற்று நூல்களிலும் சரி, பின்வாங்குதல், கதாநாயகத்தனத்திற்கு, துணிச்சலுக்கு, சுயஒழுங்கிற்கு நேரெதிரானதாகவே சித்தரிக்கப்பட்டிருக்கும். ஆனால், சில நேரங்களில் நாம் துணிச்சலுடன் அதில் இறங்க வேண்டியிருக்கும்.

டெலியம் போரில், சாக்ரடீஸ் இதுபோன்ற ஓர் இக்கட்டில்தான் மாட்டிக் கொண்டிருந்தார். நாம் சாக்ரடீஸை ஒரு போர்வீரனாக ஒருபோதும் கற்பனை செய்வதில்லை. ஆனால், அவர் ஒரு சமயம் ஒரு போர்வீரனாக இருந்தார். அதிலும், அவர் ஒரு தலைசிறந்த போர்வீரனாக இருந்தார். ஏதெனியப் படையின் முதுகெலும்பு உடைக்கப்பட்டிருந்தது, படைவீரர்கள் பின்வாங்கிக் கொண்டிருந்தனர். ஆனால், சாக்ரடீஸ் சுயஒழுங்குடன் இருந்தார். அவர் தப்பி ஓடிக் கொண்டிருந்தபோதிலும், அவர் தன் வாளையும் கேடயத்தையும் தன்னுடனேயே வைத்திருந்தார். அவர் பின்வாங்கிக் கொண்டிருந்த சமயத்திலும் போரிட்டுக்

கொண்டேயிருந்தார். அல்சிபைடஸ் என்ற தன் மாணவரின் உயிரை சாக்ரடீஸ் காப்பாற்றியிருந்தார். தன் தத்துவ ஆசான் பின்வாங்கிக் கொண்டிருந்தபோதிலும், அவர் எவரையும் கைவிடவில்லை, மதிப்புமிக்க எதையும் கைவிடவில்லை என்பதை அல்சிபைடஸ் கண்டார். குறிப்பாக, சாக்ரடீஸ் தன் கண்ணியத்தைக் கைவிடவில்லை என்று அவர் பதிவு செய்துள்ளார்.

முன்னேறித் தாக்குவது உத்வேகமூட்டுவதாக இருக்கலாம். ஆனால், பின்வாங்கும்போதும் கண்ணியத்துடன் அதைச் செய்வதற்கு ஓர் உயர் ரக சுயஒழுங்கு தேவை.

நல்ல மனிதர்கள் எந்தப் போரிலும் தோற்காமல் இருந்தால் நன்றாகத்தான் இருக்கும். துணிச்சலும் கடின உழைப்பும் மட்டுமே போதுமானவையாக இருந்தால் நன்றாகத்தான் இருக்கும். ஆனால், நிஜத்தில் அப்படி நடைபெறுவதில்லை. சில நேரங்களில், பின்னர் போராடுவதற்காகவாவது நீங்கள் உயிர்பிழைத்திருக்க வேண்டியிருக்கும். ஆனால், அதை நீங்கள் எப்படிச் செய்கிறீர்கள் என்பது முக்கியம்.

கிரேக்கர்களைப் பொறுத்தவரை, பின்வாங்குதல் ஓர் அவமானகரமான செயல் அல்ல. நீங்கள் அதை எப்படிச் செய்கிறீர்கள் என்பதுதான் முக்கியம். தப்பியோடுகின்றபோது, உங்களுடைய கேடயத்தைத் தவறவிட்டுவிட்டு ஓடுவது ஒரு பாவமாகவே கருதப்பட்டது. ஏனெனில், அப்போது உங்களால் உங்களுடைய சக வீரனைக் காக்க முடியாமல் போய்விடும். ஒரு ஸ்பார்ட்டன், தோல்வியடைந்த ஒரு போரிலிருந்து திரும்பி வருவது குறித்து வெட்கப்பட மாட்டான். ஆனால், அவன் போர்க்களத்தில் தன் வீரர்கள் எவரையும் தவிக்கவிட்டுவிட்டு ஒருபோதும் ஓடி வர மாட்டான். "ஒன்று, நீங்கள் கேடயத்துடன் திரும்பி வர வேண்டும், அல்லது கேடயத்தில் திரும்பி வர வேண்டும்," என்று கூறப்படுவது அந்த அர்த்தத்தில்தான்.

தோல்வி தலைகாட்டுகின்றபோது, சிலர் அனைத்தையும் கைவிட்டுவிடுகின்றனர். இப்படி மனஉறுதி தொலைக்கப்பட்டால், பயங்கரமான விஷயங்கள் நடைபெறும். ஒழுங்கின்மையும் கழிவிரக்கமும் பிரச்சனைகளைப் பெரிதாக்கும், மீண்டெழுதலைத் தடுக்கும். கூடுதலாக, பிறர் காயப்படவும் அது

வழிவகுக்கும். ஆனால், அப்படியிருக்கத் தேவையில்லை என்று சாக்ரடீஸும் டன்கிர்க் கதாநாயகர்களும் நமக்குக் காட்டியுள்ளனர்.

அதே சமயத்தில், வேறு சிலர் தங்களுடைய முயற்சியைக் கைவிட மறுக்கின்றனர். பிடிவாதமாகச் செயல்படுவது நல்லொழுக்கம் என்று அவர்கள் நினைக்கின்றனர். ஆனால், உண்மையில் அது ஒரு மோசமான பழக்கம். தப்பிப்பதற்கு எந்தவிதமான திட்டங்களும் இல்லாமல் முன்னே மட்டும் செல்வதைத் துணிச்சல் என்று அழைக்க முடியாது. அது பொறுப்பற்ற ஒரு செயல். அவர்களிடம் சுயகட்டுப்பாடு இல்லை என்று அர்த்தம். போரானாலும் சரி, தொழிலானாலும் சரி, வாழ்க்கையானாலும் சரி, நீங்கள் எல்லா நேரங்களிலும் வென்று கொண்டே இருக்க முடியாது. கழன்று கொள்ளத் தெரியாதவன், தன் இழப்பைக் குறைத்துக் கொள்ளத் தெரியாதவன், தன்னைச் சிக்கலிலிருந்து அப்புறப்படுத்திக் கொள்ளத் தெரியாதவன் பேராபத்தில் சிக்கிக் கொள்வான். இழப்பது எப்படி என்பதை அறியாமல் இருப்பவனும் இழக்கத்தான் செய்வான். ஆனால், அது அதிக வலிமிக்கதாக இருக்கும்.

லிங்கனின் அப்பா, "நீங்கள் ஒரு மோசமான பேரத்திற்கு உங்களை உட்படுத்திக் கொண்டுவிட்டால், அதையே உடும்புப் பிடியாகப் பிடித்துக் கொள்ளுங்கள்," என்ற அணுகுமுறையைக் கொண்டிருந்ததால், வாழ்க்கையின் நெருக்கடியிலிருந்து அவர் விடுபட முடியாமல் இருந்ததை லிங்கன் கண்டிருந்தார். சரிவராத விஷயங்களை விட்டுத்தள்ளவும், உத்தியை மாற்றிக் கொள்ளவும், தவற்றை ஒப்புக் கொள்ளவும் முடியாதிருத்தல் ஒருவரை மேலும் புதைகுழிக்குள்தான் தள்ளிவிடும்.

நாம் வித்தியாசமானவர்கள் என்று நாம் நினைத்துக் கொள்கிறோம். ஆனால், அது உண்மையா?

நாம் செய்து கொண்டிருக்கின்ற விஷயங்களையே நாம் மீண்டும் மீண்டும் செய்து கொண்டிருக்கிறோம். அது, என்றாவது ஒரு நாள், ஏதோ ஒரு விதத்தில், வேறுபட்ட ஒரு விளைவை உண்டாக்கும் என்ற மாயைதான் அதற்குக் காரணம். விடாப்பிடியாகச் செயல்படுவது நற்பண்பின் அறிகுறி என்று நாம் நினைத்துக் கொண்டிருக்கிறோம். ஆனால், உண்மையில் அது பலவீனத்தின் மற்றும் முட்டாள்தனத்தின் அறிகுறியாக இருக்கலாம். நம்மால்

என்றென்றும் தொடர்ந்து முன்னே சென்று கொண்டிருக்க முடியும் என்று நாம் நினைத்துக் கொண்டிருக்கலாம். ஆனால், அப்படிச் சென்று கொண்டிருப்பதன் மூலம், எதிரி நமக்காக விரித்து வைத்துள்ள வலையில் நாம் விழக்கூடும்.

நம்பிக்கை வைத்திருப்பது முக்கியம்தான். ஆனால், அது ஓர் உத்தி அல்ல. உறுதிப்பாடும், எதார்த்தத்தை ஏற்றுக் கொள்ள மறுத்தலும் ஒன்றல்ல. மனப்பிராந்தி அழிவுபூர்வமானது. பேராசை இறுதியில் உங்களைச் சாய்த்துவிடும்.

ராக்கி மார்சியானோ என்ற குத்துச்சண்டை வீரர், நம்புதற்கரிய சுயகட்டுப்பாட்டைக் கொண்டிருந்தார். அதற்கு மேல் தன் உடம்பு தாங்காது என்பதை அறிந்து கொண்ட அவர், குத்துச்சண்டை விளையாட்டிலிருந்து விலகிக் கொண்டார். காலம் கடப்பதற்கு முன்பு அந்த விளையாட்டிலிருந்து விலகிக் கொண்ட, விரல்விட்டு எண்ணப்படக்கூடிய வீரர்களில் அவரும் ஒருவர். 1956-ல், ஓய்விலிருந்து திரும்பி வந்து ஃபிளாய்டு பீட்டர்சனுடன் மோதுவதற்கு அவருக்கு ஒரு மில்லியன் டாலர்கள் கொடுக்க நிர்வாகிகள் முன்வந்தனர். அதற்கு முந்தைய ஆண்டு அவர் ஆர்ச்சி மூரை வென்றபோது பெற்றிருந்ததைவிட இரண்டு மடங்குப் பணம் அது. ஆனால், தன் ஆட்டக் காலம் முடிந்துவிட்டிருந்ததை அவர் உணர்ந்திருந்தார். அவர் தன் அகங்காரத்தைவிடத் தன் மூளையை அதிகமாக மதித்தார். அதனால், அவர் அந்தக் கோரிக்கையை நிராகரித்துவிட்டார்.

லூ கெரிக் தன்னுடைய ஆட்டம் சிறப்பாக இல்லை என்பதை உணர்ந்து கொண்டவுடன், அந்த விளையாட்டை அவர் அவ்வளவு நேசித்தபோதிலும் தானாகவே முன்வந்து ஆட்டத்திலிருந்து கண்ணியத்துடன் விலகிக் கொண்டார். அதற்கு உங்களுக்கு ஏராளமான மன உறுதி இருக்க வேண்டும்.

மாபெரும் பணவீழ்ச்சிக் காலகட்டத்தின்போது கருவூலத் துணைச் செயலாளராகச் செயலாற்றிய டீன் அச்சேசன் பற்றி ஒரு கதை உண்டு. அப்போது குடியரசுத் தலைவராக இருந்த ஃபிராங்க்ளின் ரூஸ்வெல்ட்டுடன் நிதிப் பிரச்சனைகள் தொடர்பாக அவருக்குப் பல கருத்து வேறுபாடுகள் ஏற்பட்டன. அச்சேசன் சட்டப்படி நடக்க விரும்பினார். ஆனால், ரூஸ்வெல்ட் சட்டத்தில் இருந்த

ஓட்டைகளைப் பயன்படுத்திக் கொள்ள விரும்பினார். அவர்கள் இருவருக்கும் இடையே கடுமையான வாக்குவாதம் ஏற்பட்டதைத் தொடர்ந்து, அச்சேசன் தன் பதவியை இராஜினாமா செய்துவிட்டார். அச்சேசன், அவருடைய இடத்தில் நியமிக்கப்பட்டிருந்த நபரின் பதவியேற்பு விழாவில் கலந்து கொண்டதோடு, தனக்கு அளிக்கப்பட்டிருந்த வாய்ப்புக்காக ரூஸ்வெல்ட்டுக்கு நன்றியும் தெரிவித்தார். அது ரூஸ்வெல்ட்டுக்கு மிகவும் வியப்பளித்தது. அச்சேசனை ஓர் எடுத்துக்காட்டாகப் பல இடங்களில் அவர் குறிப்பிட்டார். ஒரு முறை, ரூஸ்வெல்ட்டின் உதவியாளர் ஒருவர் பதவி விலக விரும்பி, கோபம் தெறித்த விதத்தில் தன் இராஜினாமா கடிதத்தை எழுதி ரூஸ்வெல்ட்டிடம் கொடுத்தபோது, ரூஸ்வெல்ட், "ஒரு கனவான் தன் பதவியை எவ்வாறு இராஜினாமா செய்ய வேண்டும் என்பதை அச்சேசனிடம் கேட்டுத் தெரிந்து கொள்ளுங்கள்," என்று அவரிடம் கூறினார். பின்னர் இரண்டாம் உலகப் போரின்போது, ரூஸ்வெல்ட் அச்சேசனை மீண்டும் அழைத்துக் கொண்டார்.

உங்களுடைய அகங்காரத்தை ஒதுக்கி வைத்துவிட்டு, உங்களுடைய தோல்வியை அல்லது தீர்க்கப்பட முடியாத முரண்பாட்டை ஒப்புக் கொள்ள உங்களால் முடியுமா? உங்களுடைய காலம் நிறைவடைகின்றபோது, அதிலிருந்து கண்ணியமாக நீங்களாகவே விலகிக் கொள்ள உங்களால் முடியுமா? உங்களைச் சுற்றி அனைத்தும் ஒரு சீட்டுக்கட்டுபோலச் சரிந்து விழுந்து கொண்டிருக்கும்போது, அத்துடன் சேர்ந்து நீங்களும் விழுந்துவிடுவீர்கள் என்று எல்லோரும் எதிர்பார்த்துக் கொண்டிருக்கின்றபோது, உங்களால் அதைக் கட்டிக் காக்க முடியுமா?

உங்களுடைய கடன்களை நீங்கள்தான் அடைத்தாக வேண்டும். உங்களுடைய தவற்றுக்கு நீங்கள்தான் பொறுப்பேற்றுக் கொள்ள வேண்டும். உங்களுடைய நோக்கங்களை நீங்கள்தான் தெளிவுபடுத்த வேண்டும். அதற்குப் பிறகு நீங்கள் என்ன செய்யப் போகிறீர்கள் என்பதற்கு நீங்கள்தான் ஒரு திட்டம் வகுக்க வேண்டும்.

பின்வாங்குதல் என்பது தற்காலிகமானது என்பதை நாம் நினைவில் வைத்திருக்க வேண்டும். துணிச்சலுடன் மீண்டும் முன்னேறித் தாக்கி வெற்றி பெறுவதற்குத் தேவையான காலத்தை அது நமக்குப் பெற்றுத் தரும்.

தாங்கிக் கொள்ள முடியாதவற்றைத் தாங்கிக் கொள்ளுங்கள்

1802 அக்டோபரில் தன்னுடைய அறையில் அமர்ந்திருந்த பீத்தோவன், மிகவும் உற்சாகம் குன்றிய நிலையில் இருந்தார். சில ஆண்டுகளாகவே அவருடைய உடல்நிலை மோசமாகத்தான் இருந்து வந்திருந்தது. அவர் காய்ச்சலாலும் வயிற்றுப்போக்காலும் அவதியுற்றிருந்தார். தலைவலியும் அவருடைய மண்டையைப் பிளந்து கொண்டிருந்தது. அவருக்கு ஏற்பட்டிருந்த ஒன்றுக்கு மேற்பட்டக் காதல் தோல்விகள் அவருடைய இதயத்தை நொறுக்கிக் கொண்டிருந்தன. அவர் காதலித்தப் பெண்களில் சிலர் மேட்டுக்குடியைச் சேர்ந்தவர்களாக இருந்தனர். பீத்தோவன் மேட்டுக்குடியைச் சேராதவராக இருந்ததால், அவரால் அப்பெண்களில் எவரையும் திருமணம் செய்து கொள்ள முடியவில்லை. அவருடைய மேதைமைக்கு அதுவரை போதுமான அளவு அங்கீகாரம் கிடைத்திருக்கவில்லை. விமர்சகர்கள் அவருடைய இசை குறித்து ஆர்வம் கொண்டிருந்தபோதிலும், இசை அப்போது மேட்டுக்குடியினரின் கட்டுப்பாட்டில் இருந்ததால், அவரால் பெரிய அளவில் புகழ் பெற முடியவில்லை. நெப்போலியனின் படையெடுப்புகளால் சீரழிவுக்கு உள்ளாகியிருந்த அவருடைய தாய்நாடு இன்னும்

அதிலிருந்து மீண்டெழுந்திருக்கவில்லை.

அந்த இருண்ட கணத்தில்தான் பீத்தோவன் அனைத்தையும் ஒரு முடிவுக்குக் கொண்டு வந்துவிடலாம் என்று நினைத்தார். தன் சகோதரர்களுக்கு எழுதிய கடிதத்தில், அவர், "நான் ஆறு ஆண்டுகளாக நோய்வாய்ப்பட்டுள்ளேன். மருத்துவர்கள் அதை மேலும் மோசமாக்கியுள்ளனர். அதனால் நான் தனிமைப்படுத்தப்பட்டுள்ளேன். இப்போது காது கேளாமை வேறு சேர்ந்து கொண்டது. 'எனக்குக் காது கேட்கவில்லை, சத்தமாகப் பேசுங்கள்!' என்று கூற முடியாத நிலையில் நான் இருக்கிறேன்," என்று புலம்பியிருந்தார்.

விதி பீத்தோவனைத் துரத்திக் கொண்டே இருந்தது. அவருடைய உடல் அவருடன் ஒத்துழைக்கவில்லை. அவருடைய வாழ்க்கையில் நடைபெற்ற நிகழ்வுகளும் அவருக்கு ஊக்கமளிக்கவில்லை. வேறு யாருக்காவது இதுபோல நிகழ்ந்திருந்தால், அவர்கள் எப்போதோ காணாமல் போயிருந்திருப்பார்கள்.

ஆனாலும் பீத்தோவன் எப்படியோ தாக்குப்பிடித்தார்.

அவர் எப்படியோ பலத்தை வரவழைத்துக் கொண்டார். பின்னர் அது பற்றி அவர் இவ்வாறு எழுதினார்: "என் கலைதான் என்னை இழுத்துப் பிடித்துக் கொண்டிருந்தது. என்னால் உருவாக்க முடியும் என்று நான் நம்பிக் கொண்டிருக்கின்ற அனைத்தையும் உருவாக்காமல் நான் இந்த உலகைவிட்டுச் செல்வது சாத்தியமாகப்படவில்லை. அதனால், நான் இந்தக் கஷ்டமான வாழ்க்கையைத் தொடர்ந்தேன். விதி என்னை அழைத்துக் கொள்ளும்வரை தாக்குப்பிடிக்க என்னால் முடியும் என்று நான் நம்புகிறேன். அதற்குள் ஒருவேளை நான் தேறிவிடலாம். அப்படி இல்லாமலும் இருக்கலாம். நான் எதற்கும் தயாராகவே இருக்கிறேன்."

நல்லொழுக்கப் பண்புகள்தாம் அவரைக் காப்பாற்றின. "நான் தற்கொலை மூலம் என் வாழ்க்கையை முடித்துக் கொள்ளாமல் இருந்ததற்கு நான் கலைக்குத்தான் நன்றி சொல்ல வேண்டும்," என்று அவர் எழுதினார்.

இதை எதிர்த்து நிற்பதற்கான சுயகட்டுப்பாட்டை அவர் கொண்டிருந்தது நம்முடைய அதிர்ஷ்டம் என்றுதான் சொல்ல வேண்டும். இல்லையெனில், அவருடைய அபாரமான இசைக் கோர்வைகள் பலவற்றை நாம்

அநியாயமாக இழந்திருப்போம்.

வாழ்க்கையில் அனைத்து விஷயங்களும் ஏதோ ஒரு விதமான தாக்குப்பிடிக்கின்ற திறனை நம்பித்தான் இருக்கின்றன. பொறுமை, உறுதிப்பாடு, வெகுமதிகளைத் தள்ளிப்போடுகின்ற மனப்பக்குவம் போன்றவை அவற்றில் அடங்கும். ஆனால், வாழ்க்கை எப்படி? அவரை வாட்டிக் கொண்டிருந்த நோய்கள் மற்றும் பின்னர் அவர் அனுபவித்த நாடு கடத்தல் போன்றவற்றை மனத்தில் வைத்து, செனீக்கா, "சில நேரங்களில், வாழ்வதே துணிச்சல்மிக்க ஒரு நடவடிக்கையாக இருக்கிறது," என்று எழுதியுள்ளார். அதில் சுயஒழுங்கையும் சேர்த்துக் கொள்ள வேண்டும்.

வாழ்க்கை நியாயமானதல்ல. அது நம்மிடம் கனிவாக நடந்து கொள்வதும் இல்லை. அது நம்மிடமிருந்து உடல் மற்றும் மனத்தின் வலிமையை மட்டும் யாசிப்பதில்லை. அது நம் ஆத்மாவின் வலிமையையும் நம்மிடமிருந்து கேட்கிறது. தாக்குப்பிடித்து நிற்பதற்கான மனப்போக்கு நம்மிடம் இல்லாவிட்டால், நம்மால் வாழ்க்கையைத் தாங்கிக் கொள்ள முடியாமல் போய்விடும். நம்மை ஊக்கமிழக்கச் செய்ய முனைகின்ற, நம்முடைய கொள்கைகளைக் கைகழுவ நம்மைத் தூண்டுகின்ற, நம் தத்துவங்களை மூட்டை கட்டி வைக்க நம்மை உந்தித் தள்ளுகின்ற விதியின் கொடூரத் தாக்குதல்களை நம்மால் தாங்கிக் கொள்ள முடியாமல் போய்விடும்.

"மனிதப் பண்புநலன்களின் மொத்தக் கூட்டுதான் சகிப்புத்தன்மை," என்று விட்னெஸ் லீ என்ற பாதிரியார் கூறியுள்ளார்.

ஏதோ ஒன்றிரண்டு பெரும் பிரச்சனைகளைச் சமாளிப்பதல்ல அது. அது எல்லோருக்கும் வழக்கமாக நடக்கின்ற ஒன்றுதான். ஆனால், வலி, வேதனை, சந்தேகம் ஆகியவற்றை எதிர்த்துப் போராடுபவர்களும், தங்களுடைய முயற்சிகள் அனைத்தையும் நிறுத்திக் கொள்ள மறுப்பவர்களும் எதிர்கொள்வது பிரம்மாண்டமானது. துணிச்சலைத் தாண்டிய ஒன்றைக் கொண்டே அவர்கள் அவற்றை முறியடித்துள்ளனர்.

அவர்களை நாம் கதாநாயகர்களாகக் கருத வேண்டும்.

லூ கெரிக்கின் கதாநாயகத்துவம் பற்றி அவருடைய நண்பர் பால் கலிக்கோ இவ்வாறு குறிப்பிடுகிறார்: "லூ கெரிக், ஒரு சிறு முணுமுணுப்புக்கூட இல்லாமல்

வேதனைகளை அமைதியாகப் பொறுத்துக் கொள்கின்ற அதே சமயத்தில், அவர் அப்படிச் செய்து கொண்டிருக்கிறார் என்பதே உலகிற்குத் தெரியாதவாறு அதை மறைப்பதில் அவர் கில்லாடி.”

செனீக்கா எட்டு ஆண்டுகள் நாடு கடத்தப்பட்டிருந்தார். ஃபுளாரன்ஸ் நைட்டிங்கேல் தன் பிறவி நோக்கத்தை நிறைவேற்றுவதற்காகப் பதினாறு ஆண்டுகள் காத்துக் கொண்டிருந்தார். ஆன் பிராங்க் இருபத்தைந்து மாதங்கள் ஒரு பரணில் வசித்துக் கொண்டு, தன் எண்ணங்களை ஒரு நாட்குறிப்பேட்டில் வடித்துக் கொண்டிருந்தார். ஸ்டீபன் ஹாக்கிங் நாற்பது ஆண்டுகளை ஒரு சக்கரநாற்காலியில் கழித்தார். மார்க்கஸ் தன் வாழ்நாள் முழுவதும் வயிற்று வலியால் அவதிப்பட்டார். அது போதாது என்பதுபோல, போர்கள், வெள்ளங்கள், கொள்ளை நோய் போன்றவையும் அவரைச் சோதித்தன.

புற்றுநோயை எதிர்த்துப் போராடிக் கொண்டிருப்பவர்கள், திவால் நிலையை எதிர்கொண்டிருப்பவர்கள், அவமான உணர்வை அளிக்கின்ற பெருந்தோல்விகளை அனுபவிப்பவர்கள் போன்றோரை நினைத்துப் பாருங்கள். தலைமுறை தலைமுறையாக ஏழ்மையிலிருந்து மீண்டு வரப் போராடிக் கொண்டிருப்பவர்கள், போதையிலிருந்து மீண்டெழுந்து வந்த பிறகு மீண்டும் அதற்குள் சறுக்கிவிடாமல் இருப்பதற்காகப் போராடிக் கொண்டிருப்பவர்கள் போன்றவர்களையும் எண்ணிப் பாருங்கள்.

அவர்கள் தங்களுடைய முயற்சிகளைக் கைவிடவில்லை. அவர்கள் தொடர்ந்து போராடினார்கள். அவர்கள் அதிலிருந்து விலகிக் கொள்ளவில்லை. மாயா ஏஞ்சலோ எழுதியுள்ளபடி, “அவர்கள் மீண்டும் மேலெழுந்தனர்.” அதன் மூலம் அவர்கள் தங்களை மேன்மைப்படுத்திக் கொண்டனர், தங்களுடைய கண்ணியத்தைக் காத்தனர்.

தங்களைச் சூழ்ந்து கொண்டிருந்த துன்பங்களைவிடத் தாங்கள் பெரியவர்கள் என்பதை அவர்கள் நிரூபித்தனர். அவர்கள் தொடர்ந்து முன்னே சென்றனர்.

அதை உங்களாலும் செய்ய முடியும்.

கலங்காதீர்கள். முயற்சியைக் கைவிடாதீர்கள்.

நம்பிக்கை வையுங்கள்.

போராட்டம் நிறைவடைந்து நீங்கள் அதன்

மறுபக்கத்தில் இருந்து கொண்டு அதைப் பற்றி நினைத்துப் பார்க்கின்றபோது, இப்படிச் செய்தது குறித்து நீங்கள் மகிழ்ச்சியடைவீர்கள்.

அது நம் எல்லோருக்கும் பொருந்தும்.

ஆகச் சிறந்தவராக இருங்கள்

கி.பி. 66 வாக்கிலேயே, பொம்பே, மாவீரன் என்ற பட்டத்தைப் பெற்றுவிட்டிருந்தார். அவர் ஏற்கனவே ஸ்பெயினை வெற்றி கொண்டிருந்தார். ரோமின் கான்சுலாக அவர் இரண்டு முறை பணியாற்றியிருந்தார். ஸ்பார்டகஸை மூன்றாம் செர்வைல் போரில் அவர் தோற்கடித்திருந்தார்.

இப்போது, மத்திய தரைக்கடல் பகுதியில் பெரும் கிலி ஏற்படுத்திக் கொண்டிருந்த சிசிலியக் கடற்கொள்ளையரை அடக்குவதற்காக அவர் அனுப்பி வைக்கப்பட்டிருந்தார். அங்குக் கிளம்புவதற்கு முன்பாக, மாபெரும் ஸ்டோயிக் தத்துவவியலாளரான பொசிடோனியஸை அவர் தனிப்பட்ட முறையில் பார்க்கச் சென்றிருந்தார்.

பொசிடோனியஸ் அவருக்குக் கொடுத்த அறிவுரை மேலோட்டமாகப் பார்த்தால் மிகச் சாதாரணமானதுபோலத் தோன்றும். அவர் பொம்பேயிடம், "ஆகச் சிறந்தவராக இருங்கள். மற்றவர்களைவிட மேம்பட்டவராக இருங்கள்," என்று அறிவுறுத்தினார். அந்த வரிகள் ஒடிசியிலிருந்து எடுத்தாளப்பட்டிருந்தன. ஆனால், பொசிடோனியஸ், எதிரியை வெற்றிக் கொள்வதைப் பற்றிக் குறிப்பிடவில்லை. சுயத்தை வெல்வதைப் பற்றித்தான் அவர் குறிப்பிட்டிருந்தார். கௌரவத்தைப் பற்றி அவர் பேசவில்லை. மேன்மைக்குரியவராக ஆவதைப் பற்றி அவர் குறிப்பிட்டிருந்தார்.

இதற்குப் பல தலைமுறைகளுக்கு முன்பு, புளூடார்ச் மற்றொரு கிரேக்க இராணுவத் தலைவரைப் பற்றிக் குறிப்பிட்டிருந்தார். எபமினோான்டஸ் என்ற அந்தத் தளபதி பல போர்களில் சிறப்பாகச் செயல்பட்டிருந்தும், தெபெஸிலிருந்த மிகச் சாதாரணமான அலுவலகம் ஒன்றில் அவர் பணியமர்த்தப்பட்டார். அவருடைய புத்திசாலித்தனத்தின் காரணமாகத்தான் அந்த நகரின் கழிவுநீர் வெளியேற்றத் துறையின் பொறுப்பு அவருக்கு வழங்கப்பட்டது. அத்துடன் அவருடைய தொழில்வாழ்க்கை முடிவடைந்தது என்று அவருடைய எதிரிகள் நினைத்தனர். ஆனால், அவர்கள் கனவு பொய்த்துப் போனது. அவர் தன் புதிய வேலைக்குள் மூழ்கினார். வேலை ஒருவனுக்கு அந்தஸ்தை அளிப்பதில்லை, மாறாக, மனிதன்தான் வேலைக்கு அந்தஸ்தை அளிக்கிறான் என்று அவர் நம்பினார். அவர் தன் உழைப்பின் காரணமாக அந்த வேலைக்கு ஒரு மரியாதையைத் தோற்றுவித்தார்.

ஒருவன் தன்னுடைய சுயஒழுங்கின் மூலம், எந்த வேலையாக இருந்தாலும் அதை ஆகச் சிறந்த முறையில் செய்கிறான், அதில் பல சாதனைகளை நிகழ்த்துகிறான்.

இதைத்தான் பொசிடோனியஸ் பொம்பேயிடம் கூற முயற்சித்தார். ஆனால், பொம்பே அதை முழுமையாகக் கிரகித்துக் கொள்ளத் தவறிவிட்டார். இறுதியில் நாம் எதைச் செய்கிறோம் என்பது முக்கியமல்ல, அதை எப்படிச் செய்கிறோம் என்பதுதான் முக்கியம்.

பெரும்பாலும், மக்கள் தங்களுடைய வேலையில் சிறந்து விளங்குவதற்குப் பெரும் முயற்சி செய்கின்றனர். ஆனால், ஒரு சிறந்த மனிதராக ஆவதற்கு எந்த விதத்திலும் அவர்கள் முயல்வதில்லை. மற்ற அனைத்தையும் விட்டுவிட்டு, வெற்றி, பிரபலத்துவம், அதிகாரம் போன்றவற்றின் பின்னால் மட்டும் அவர்கள் ஓடுகின்றனர்.

ஆனால், அப்படித்தான் இருக்க வேண்டுமா?

அல்லது, சிசேரோ கூறியபடி, ஒரு சிறந்த வாழ்க்கையை மெருகேற்றுகின்ற ஒன்றாக மிதத்தை ஆக்கிக் கொள்ள முடியுமா?

எலிசபெத் தன் தந்தையிடமிருந்து அரசாட்சியைப் பெற்றார். மார்க்கஸ் ஓர் இளைஞனாக இருந்தபோதே அதற்காகத் தேர்ந்தெடுக்கப்பட்டுப் பயிற்றுவிக்கப்பட்டார். ஆனால், அவர்கள் இருவரையும் மகத்தானவர்களாக

ஆக்கியது அவர்களுடைய நடத்தைதானே அன்றி, அவர்களுடைய அரியணை அல்ல. அவர்கள் பண்புநலனின் அடிப்படையிலும் முதல் குடிமகனாக, குடிமகளாக இருந்தனர். “அதிகாரமிக்க ஓர் அரசனாக இருப்பதோ, பெரும்பாலான இடங்களை ஆக்கிரமிப்பதோ, மிக அழகான கட்டடங்களைக் கட்டுவதோ ஒருபோதும் என்னுடைய நோக்கமாக இருக்கவில்லை,” என்று மார்க்கஸ் எழுதியுள்ளார். அதற்கு மாறாக, “பண்புநலன்களில் கச்சிதத்தை அடைய முயற்சிப்பதுதான் என்னுடைய இலட்சியமாக இருந்தது. வாழ்க்கையின் ஒவ்வொரு நாளையும் எந்தவிதமான பாசாங்குத்தனமும் இல்லாமல் வாழ வேண்டும்,” என்று அவர் குறிப்பிட்டுள்ளார். ஆனால், மார்க்கஸ், எலிசபெத் ஆகிய இருவரும் பல சாதனைகளை நிகழ்த்தினர். அவை அவர்களுடைய வாழ்க்கையின் பக்கவிளைவுகளாக இருந்தன.

நம்மை நாமே வெற்றி கொண்ட பிறகு இந்த உலகை வெற்றி கொள்வது ஒரு கடினமான விஷயமாக இருக்காது. ஆனால், இந்த உலகை வெற்றி கொண்டவர்களைக் காட்டிலும் தங்களைத் தாங்களே வெற்றி கொண்டவர்களின் எண்ணிக்கை மிகவும் குறைவு.

உலகின் எந்தத் துறையிலும் தலைசிறந்து விளங்குபவர்களின் வாழ்க்கையை நீங்கள் படித்தால் இதைத்தான் நீங்கள் கண்டறிவீர்கள்: வெல்லுதல், பெரும் செல்வம் ஈட்டுதல், பிரபலத்துவம் அடைதல் ஆகியவை குறித்து அவர்கள் பெரிதாக அக்கறை கொண்டிருக்கவில்லை. ஆனால், அவர்களின் வெற்றி காரணமாக, இவையும் இன்னும் பலவும் அவர்களைத் தாமாகவே வந்தடைந்தன. அவர்களுடைய பயணம் எப்போதும் பிரம்மாண்டமான ஒன்றை நோக்கியே இருந்தது. அவர்கள் போட்டியாளர்களுடன் ஒரு பந்தயத்தில் ஈடுபட்டிருக்கவில்லை. மாறாக, அவர்கள் தங்களுடனேயே போட்டி போட்டுக் கொண்டிருந்தனர்.

சுயஒழுங்கு என்பது தனக்குத் தானே தண்டனை வழங்கிக் கொள்வதோ அல்லது தனக்குப் பலவற்றை மறுப்பதோ அல்ல. மாறாக, உங்களால் ஆக முடிகின்ற, ஆகச் சிறந்த வடிவமாக ஆவதைப் பற்றியது அது.

இது பிறருடன் முட்டி மோதுவது அல்ல. ஒவ்வொரு மனிதனுக்குள்ளும் இருக்கின்ற சுயநல உணர்வுகளை,

குறைகளை, மற்றும் சபலங்களை அடக்கியாள்வதைப் பற்றியது இது.

பொம்பேயைப் பொறுத்தவரை, அவருக்கு எதுவுமே போதுமானதாக இருக்கவில்லை. எதுவுமே புனிதமானதாக இருக்கவில்லை. அவருடைய எல்லையற்ற இலட்சிய வெறி, புகழ்மீதான பற்று ஆகியவை காரணமாக, அவர் சீசருடன் கைகோர்த்துக் கொண்டார். அதன் காரணமாக, அவர் ஒரு காலத்தில் மிகவும் நேசித்த ரோமானியக் குடியரசின் வீழ்ச்சிக்கு அவர் துணை போனார். பின்னர், தன் தவற்றை உணர்ந்து ரோமைக் காப்பதற்காக அவர் சீசருக்கு எதிராகப் போராட முயன்றார். ஆனால், அதற்குள் காலம் கடந்துவிட்டிருந்தது. அவர் சீசரின் படையால் தோற்கடிக்கப்பட்டார். அவர் தன் வாழ்நாளில் சம்பாதித்திருந்த அனைத்தையும் இழந்தார். இறுதியில் அவர் தன் உயிரையும் இழந்தார். அவருடைய இறுதி வார்த்தைகள், பண்டைய நாடக ஆசிரியரான சோஃபோக்கிள்ஸின் இந்த வசனத்தை ஒத்திருக்கும்:

> *ஒரு கொடுங்கோலனின் தர்பாருக்குள் நுழைகின்ற எவனும் முதலில் சுதந்திர மனிதனாக அங்கு நுழைந்தாலும் இறுதியில் அந்தக் கொடுங்கோலனின் அடிமையாகிவிடுவான்.*

புகழ், செல்வம், அதிகாரம் என்பன போன்ற தவறான 'ஆகச் சிறந்தவற்றைத்' துரத்திச் சென்று கொண்டிருந்ததன் மூலம் பொம்பே தன்னை 'ஆக மோசமானதோடு' பிணைத்துக் கொண்டார்.

அதற்கு அவர் கொடுத்த விலை அளப்பரியது. நாம் சமரசம் செய்து கொள்கின்றபோது, நம்முடைய சுயஒழுங்கை நாம் தளர்த்திக் கொள்கின்றபோது, சில விதிவிலக்குகளை ஏற்படுத்திக் கொள்கின்றபோது, நமக்கும் இதே கதிதான் ஏற்படும்.

வரலாற்றில் ஆக்கிரமிப்பாளர்களுக்கு ஒருபோதும் பஞ்சம் இருந்ததில்லை. தலைசிறந்த இராணுவத் தலைவர்களாக விளங்கிய அதே நேரத்தில், தலைசிறந்த மனிதர்களாகவும் விளங்கியவர்கள் குறைவே. அசாத்தியமான திறமை படைத்த எழுத்தாளர்கள், வரலாறு படைக்கின்ற கண்டுபிடிப்புகளை நிகழ்த்துகின்ற

அறிவியலறிஞர்கள், அபாரமான விளையாட்டு வீரர்கள், துணிச்சல்மிக்கத் தொழிலதிபர்கள் போன்றோர் அரிதானவர்கள். ஆனால், தங்கள்மீதான கட்டுப்பாட்டை இழக்காமல், தங்களுடைய இலட்சிய வெறிக்கும் சபலங்களுக்கும் அடிமையாகாமல் இவற்றைச் சாதித்தவர்கள் அபூர்வத்திலும் அபூர்வம்.

இவர்களில் நீங்கள் யாராக இருக்கப் போகிறீர்கள்?

நீங்கள் எந்தப் பந்தயத்தில் ஓடப் போகிறீர்கள்? யாரை வீழ்த்தப் போகிறீர்கள்? அது உங்களுடைய ஆகச் சிறந்த முயற்சியாக இருக்குமா?

நெகிழ்வே வலிமை

முசாஷிக்கு வந்த ஆபத்து உண்மையானதுதான்.

அது வாளால் ஏற்படுகின்ற ஆபத்தல்ல.

தீவிரமான பயிற்சியில் ஈடுபடுகின்ற எவரொருவரும் சந்திக்கின்ற இறுக்கம்தான் அது. தனக்கே சொந்தமான ஒரு தனித்துவமான அணுகுமுறைக்குள் அவர் மாட்டிக் கொண்டிருந்தார். ஒரு சிறப்புப் பயிற்சியில் ஈடுபடுகின்றபோது இயல்பாக எழுகின்ற பிரச்சனைதான் இது.

நீங்கள் ஒரே விஷயத்தை ஓராயிரம் முறை மீண்டும் மீண்டும் செய்கின்றபோது, அது நீங்கள் எதிர்பார்க்கின்ற விதத்தில்தான் செல்லும். அதன் வழமை உங்களுக்கு ஒருவிதமான சுதந்திரத்தை அளிக்கும் என்று நீங்கள் நினைக்கலாம். ஆனால், அது உண்மையில் ஓர் அடிமைத்தனம்.

தான் மேற்கொண்டிருந்த காரியத்தில் உச்சத்தை அடைகின்ற நிலையில் இருந்த முசாஷி, தனக்கு தானே போட்டுக் கொண்டிருந்த அடிமைத்தளையிலிருந்து விடுதலை பெற வேண்டிய தேவை இருந்தது. தான் அதற்கு ஒரு பெரும் விலையைக் கொடுக்க வேண்டியிருக்கும் என்பதை அவர் அறிந்திருந்தார். அவர் தன்னுடைய வழமையிலிருந்து விலகிச் செயல்பட்டதன் மூலம் தன்னுடைய எதிரிகளில் பலரை அழித்திருந்தார்.

முசாஷி தன் வழிமுறையின் கைதியாக இருக்கப் போகிறாரா? அல்லது, அதை உடைத்துக் கொண்டு அவரால் வெளியே வர முடியுமா? பல நூற்றாண்டுகளுக்குப் பின் வந்த ராபர்ட் கிரீன் அதை 'வடிவமின்மை' என்று அழைத்தார்.

முசாஷி பிந்தையதைத் தேர்ந்தெடுத்தார். அவர் கலையையும் கவிதையையும் கற்றார். தன்னுடைய சௌகரிய வட்டத்திற்கு வெளியே அவர் தன்னை உந்தித் தள்ளினார். தன்னை எதற்குள்ளும் அடைத்துக் கொள்ள அவர் மறுத்தார். அவர் தொடர்ந்து தன்னைப் புதுப்பித்துக் கொண்டே இருந்தார். வயதானபோதும்கூட புதிய மேம்பட்டப் பயிற்சிகளை அவர் மேற்கொண்டார்.

"மற்ற பிற விஷயங்களைப்போலவே, ஆயுதங்களையும் நீங்கள் வித்தியாசப்படுத்திப் பார்க்கக்கூடாது. அது படைத்தலைவருக்கும் நல்லதல்ல, படைவீரனுக்கும் நல்லதல்ல. ஒரு குறிப்பிட்ட ஆயுதத்தை விரும்புவதும், மற்றொன்றை வெறுப்பதும் நல்லதல்ல. உங்களுடைய உயிரை நீங்கள் பணயம் வைக்கின்றபோது, உங்களுடைய அனைத்து ஆயுதங்களும் உங்களுக்குப் பயன்படும் நிலையில் இருப்பதுதான் நல்லது," என்று முசாஷி கூறியுள்ளார். இன்னும் சொல்லப் போனால், நீங்கள் பலதரப்பட்ட ஆயுதங்களை வைத்திருப்பதே சிறந்தது.

"உங்களிடம் ஒரு சுத்தியல் மட்டும் இருந்தால், நீங்கள் பார்க்கின்ற எல்லாமே ஓர் ஆணியைப்போலவே உங்கள் கண்களுக்குப் படும்," என்ற கூற்றை நீங்கள் கேள்விப்பட்டிருக்கலாம். அது ஓர் எச்சரிக்கை. அது இறுக்கத்தைப் பற்றியது. உங்களையும் உங்களுடைய வேலையையும் ஒரே ஒரு கண்ணோட்டத்தில் பார்ப்பது அது.

ஒரு விதத்தில் மிதம் இப்படித்தான் விஷயங்களைப் பார்க்கும் என்பது இதிலுள்ள சிக்கல். நாம் சிலவற்றைப் புனிதமாகக் கருதுகிறோம். நாம் அமைப்புமுறைகளை உருவாக்குகிறோம். நாம் ஒரு பாணியை வடிவமைத்துக் கொள்கிறோம். நமக்கென்று நாம் ஓர் அடையாளத்தை உருவாக்கிக் கொள்கிறோம். பின் அதையே நாம் உடும்புப்பிடியாகப் பிடித்துக் கொள்கிறோம்.

ஆனால், அது போதாது.

தொடர்ந்து தன்னை மேம்படுத்திக் கொண்டிருக்க

வேண்டும் என்ற உந்துதல் காரணமாகத்தான் டாம் பிரேடி ஒரு தலைசிறந்த கால்பந்தாட்டக்காரராக ஆனார். ஆனால், அவர் தன்னுடைய நாற்பதுகளிலும் விளையாடி எண்ணற்றச் சாம்பியன் கோப்பைகளை வென்றெடுத்ததற்கு மற்றொரு முக்கியமான காரணமும் இருந்தது. அவர் தன் உடலை வளைவுத்தன்மைமிக்க ஒன்றாக ஆக்கியிருந்தார். மற்ற வீரர்கள் தங்களை வலுவானவர்களாகவும், பெரிய உடலைக் கொண்டவர்களாகவும் ஆக்குவதற்கு முயற்சி செய்தனர், அதற்கான பயிற்சிகளில் ஈடுபட்டனர். ஆனால், பிரேடி நெகிழ்வுத்தன்மைக்கு முக்கியத்துவம் கொடுத்தார். அவர் எடை குறைவாக இருந்தார். அவர் எதையும் தன்மீது திணிக்கவில்லை. ஆட்டத்திற்கு ஏற்ப அவர் தன் போக்கை மாற்றிக் கொண்டேயிருந்தார்.

எப்படி மாறுவது என்பதை நாமும் கண்டுபிடித்தாக வேண்டும்.

சர்ச்சிலின் சகா ஒருவர், சர்ச்சிலிடம் காணப்பட்ட இந்தச் சமநிலையை இவ்வாறு அழகாக விவரித்திருந்தார்: "சர்ச்சில் பாரம்பரியத்தைப் போற்றினார். ஆனால், வழமையை நையாண்டி செய்தார்." கடந்தகாலம் முக்கியமானதுதான், ஆனால் அது ஒரு சிறைச்சாலை அல்ல. பழைய வழிகள் முக்கியமானவைதாம், ஆனால் அவை கச்சிதமானவையாக எடுத்துக் கொள்ளப்படக்கூடாது. எலிசபெத் மகாராணியை எடுத்துக் கொள்ளுங்கள். அவர் காலத்தால் அழியாத ஒரு பாரம்பரியத்திற்குச் சொந்தக்காரர். ஆனால், நவீன மாற்றத்தோடு அவர் ஒட்ட ஒழுகத் தவறவில்லை. 1965-ல், எலிசபெத், பீட்டில்ஸ் குழுவினருக்கு 'எம்பிஇ' என்ற மிக உயர்ந்த விருதை வழங்கியபோது, அது பழமைவாதிகளைக் கொதித்தெழச் செய்தது. ஆனால், பின்னர் திரும்பிப் பார்த்தபோது, அது ஒரு சரியான செயல் என்பதை அனைத்து பிரிட்டிஷ் மக்களும் ஏற்றுக் கொண்டனர். பிரிட்டனின் நவீன கலாச்சாரத்தில் அரச பரம்பரையினர் பங்கெடுத்துக் கொண்டதாக அது பார்க்கப்பட்டது.

அதே நேரத்தில், கொள்கைகள் போன்ற சில விஷயங்கள் மாற்றப்பட முடியாதவை என்பது உண்மைதான். மற்றவை? காலத்திற்கு ஏற்ப நம்மைத் தகவமைத்துக் கொள்ளவும் மாறிக் கொள்ளவும் நாம் தயாராக இருக்க வேண்டும். இல்லையெனில், பிறர் நம்மோடு இணைந்து பணியாற்ற

முடியாத அளவுக்கு நாம் இனிமையற்றவர்களாக மாறிவிடுவோம்.

கல்லூரிக் கூடைப்பந்தாட்டப் பயிற்றுவிப்பாளரான ஷாகா ஸ்மார்ட், வெப்பமிக்க டெக்சாஸிலிருந்து கடுங்குளிர்ப் பகுதியான மில்வாக்கீக்கு மாற்றலாகி வந்தபோது, அவரிடம், "நீங்கள் குளிர்ப் பிரதேச நபரா, வெப்பப் பிரதேச நபரா?" என்று கேட்கப்பட்டது. அதற்கு அவர், "நான் வானிலைக்கு ஏற்ப உடையணிகின்ற நபர்," என்று பதிலளித்தார்.

நெகிழ்வுத்தன்மையுடன் இருப்பது எப்படி என்பதை நாம் கற்றுக் கொள்ள வேண்டும். சூழலுக்கு ஏற்ப நம்மை நாம் மாற்றிக் கொள்ளத் தயாராக இருக்க வேண்டும்.

நம்முடைய சுயஒழுங்கு, மாற்றப்பட முடியாத ஓர் அணுகுமுறையை நமக்குள் வளர்க்க நாம் அனுமதித்துவிடக்கூடாது. நாம் பின்பற்றிக் கொண்டிருப்பவை நமக்குப் பயனளிக்காதபோதும் நம்மில் பலர் அவற்றை அப்படியே பிடித்துத் தொங்கிக் கொண்டிருக்கிறோம்.

ஒரு முறை ஒரு பயிற்றுவிப்பாளர் முகம்மது அலியிடம் ஒரு விஷயம் குறித்து எச்சரித்தார். அசாத்தியமான மனஉறுதி படைத்த அலி, எப்போதுமே நிமிர்ந்தே நிற்பார். அந்தப் பயிற்றுவிப்பாளர் அவரிடம், "ஓக் மரம்கூடத்தான் நிமிர்ந்து நிற்கிறது. நீங்கள் குனிந்து அங்கும் இங்கும் உடலை ஆட வைக்க வேண்டும். இல்லையெனில், நீங்கள் தாக்கப்பட்டுக் கீழே சாய்க்கப்படுவீர்கள்," என்று கூறினார். பின்னர் முத்தாய்ப்பாக, "ஓக் மரம் ஒரு வலுவான சவப்பெட்டியைச் செய்வதற்கு உகந்தது," என்று கூறி முடித்தார்.

எண்ணற்றோர் தங்களுக்குத் தாங்களே தயாரித்துக் கொள்கின்ற சவப்பெட்டிகளில் வைத்துப் புதைக்கப்பட்டுவிடுகின்றனர். அதுவும் அவர்களுடைய காலத்திற்கு முன்பாகவே!

தாங்கள் விஷயங்களை எப்போதும் செய்து வந்திருந்த விதம் காலாவதியாகிவிட்டதை அவர்கள் உணரவில்லை.

மாற்றத்திற்கும், நெகிழ்வுத்தன்மைக்கும், தகவமைப்புக்குமான திறனை அதிகரித்துக் கொள்ள நாம் பழக வேண்டும். அதை நிறுத்தாமல் தொடர்ந்து செய்து வர வேண்டும். பெரிய விஷயங்களைப் பாதுகாப்பதற்காக, அன்றாடம் நாம் செய்கின்ற சின்னஞ்சிறு விஷயங்களை

நாம் மாற்றிக் கொள்ள வேண்டும். அது எப்போதும் எளிதாக இருக்காதுதான், சுவாரசியமாக இருக்காதுதான்.

இதற்கு வேறு என்ன மாற்று இருக்கிறது? மரிப்பதா?

சுயகட்டுப்பாடு என்பது ஓர் ஆயுள் தண்டனை அல்ல. அது ஒரு வாழ்க்கைமுறை.

நெகிழ்வுத்தன்மையுடன் இருக்க வேண்டும் என்பதற்காக, முக்கியமானவற்றைத் தூக்கியெறிந்துவிட வேண்டும் என்று அர்த்தமில்லை. மாறாக, நாம் எப்படி வாழ வேண்டும், பிறர் வாழ எப்படி அனுமதிக்க வேண்டும், பாரம்பரியங்களைப் பாதுகாக்கின்ற அதே நேரத்தில், மேம்பட்ட நவீனக் கலாச்சாரங்களை எப்படி சுவீகரித்துக் கொள்ள வேண்டும் என்பன போன்றவற்றைப் புரிந்து கொள்வதைப் பற்றியது அது. அத்துடன், உலகம் மாறிக் கொண்டிருக்கின்றபோது, அதற்குள் இருக்கின்ற நம்முடைய நிலையும் மாறும் என்பதையும், அதற்கேற்ப வளைந்து கொடுக்க நாம் பழகிக் கொள்ள வேண்டும் என்பதையும், நம்முடைய பழைய கொள்கைகளை நாம் தொடர்கின்றபோது அது நமக்குக் கசப்புணர்வு ஏற்படுத்தாமல் பார்த்துக் கொள்ள வேண்டும் என்பதையும் நாம் புரிந்து கொள்ள வேண்டும்.

இறுக்கமாக இருத்தல் எளிதில் நொறுங்கிப் போய்விடுகின்ற தன்மை கொண்டது. வடிவமற்று இருத்தல் உடையாத்தன்மை கொண்டது.

நாம் இந்த இரண்டில் எதை வேண்டுமானாலும் தேர்ந்தெடுத்துக் கொள்ளலாம்.

வெற்றியால் மாறாதிருத்தல்

பெர்லின் சுவர் உடைக்கப்பட்ட அன்று இரவு, ஏஞ்சலா மெர்க்கல் ஒரே ஒரு பீர் அருந்திவிட்டுத் தன் வீட்டிற்குத் திரும்பிவிட்டார். ஆனால், மக்கள் கூட்டம் இரவு வெகுநேரம்வரை பரவசத்துடனும் ஆசுவாசத்துடனும் ஆட்டம் போட்டுக் கொண்டிருந்தது. அன்று இரவு மெர்க்கல் சீக்கிரமாகவே தூங்கிவிட்டார். மறுநாள் அவருக்கு ஒரு முக்கியமான வேலை இருந்தது.

ஐரோப்பாவிலேயே மிக முக்கியமான பதவிகளில் ஒன்றான ஜெர்மனியின் அதிபர் பதவிக்குத் தேர்ந்தெடுக்கப்பட்டப் பின்னரும்கூட, அதற்கு முன்பு இருபத்து மூன்று ஆண்டுகளாக அவர் வாழ்ந்து வந்திருந்த அதே சாதாரணமான வீட்டில்தான் மெர்க்கல் வசித்து வந்தார். அவர் இசை நிகழ்ச்சிகளுக்குச் செல்கின்றபோது, பொதுமக்களோடு சேர்ந்து உட்கார்ந்து கொள்வார். நுழைவுச் சீட்டிற்கான கட்டணத்தையும் அவரே கட்டிவிடுவார். பதவி விலகிய பிறகு, அவர் பல்பொருள் அங்காடியில் தனக்குத் தேவையான பொருட்களைத் தானே வாங்கிக் கொண்டு, வரிசையில் நின்று பணம் செலுத்துவது பொதுமக்களுக்குப் பழகிப் போன ஒரு காட்சி.

“நீங்கள் இவ்வளவு சாதித்தப் பிறகும், உங்களுடைய சொந்த ஊரில் இருப்பவர்கள் உங்களை இப்போதும் ‘பாதிரியின் மகள்’ என்று அழைப்பது உங்களுக்கு

உறுத்தலாக இல்லையா?” என்று ஒரு முறை ஒரு பத்திரிகையாளர் மெர்க்கலிடம் கேட்டபோது, “இல்லை. ஏனெனில், அதுதான் நான்,” என்று அவர் பதிலளித்தார். அவருடைய வாழ்க்கையில் வேறு எது மாறினாலும், அந்த விஷயம் மட்டும் மாறாமல் அப்படியே இருக்கும்.

அது கேட்டோ மூத்தவருக்கும் பொருந்தும். அவருடைய சிக்கன நடவடிக்கைகளின் காரணமாக அவர் அந்நகரின் தலைவர்களிடமிருந்து தனித்து நின்றார். “கேட்டோ ஓர் இலட்சியக் கனவைக் கொண்டிருந்த இளைஞராக இருந்தபோது எந்தப் பழக்கங்களைக் கடைபிடித்து வந்தாரோ, அதே பழக்கங்களை, அவர் பெரும் புகழ் அடைந்து, நரை விழுந்து முதியவராக ஆனபோதும் கடைபிடித்து வந்தார்,” என்று புளூடார்ச் குறிப்பிட்டுள்ளார்.

வெற்றியின் நகைமுரண் அது. நாம் ஆசுவாசமாக இருப்பதற்கான உரிமையைச் சம்பாதித்துவிட்டோம் என்று நாம் நினைக்கின்ற நேரத்தில்தான், நமக்கு அதிகமான சுயஒழுங்கு தேவைப்படுகிறது. நம் அனைத்து முயற்சிகளுக்கான ஊதியம்? இன்னும் அதிகமான சபலத் தூண்டுதல்கள், கவனச்சிதறல் ஏற்படுவதற்கான கூடுதல் வாய்ப்புகள்.

இதற்கான தீர்வு?

இன்னும் கூடுதலான சுயஒழுங்குப் பயன்பாடு.

சாதனைகளை நிகழ்த்துவது சிறந்ததுதான். ஆனால், நீங்கள் சாதித்துள்ள காரணத்தால் நீங்கள் ஒரு சுயநலப் பிசாசாக ஆவது என்பது? திடீரென்று நீங்கள் எவரொருவரையும்விட மேம்பட்டவர் அல்லது அதிகமாகக் கவனிக்கத்தக்கவர் என்று நீங்களாகவே நினைத்துக் கொண்டால்? என்னவொரு மிதப்பு!

கேட்டோவிடம் புளூடார்ச்சைக் கவர்ந்த அம்சமும், மெர்க்கலிடம் நமக்குப் பிடித்த அம்சமும் ஒன்றுதான். பெரும் பதவி அல்லது அதிகாரத்தில் இருந்தவர்கள் பொதுவாகத் தங்களுடைய நிலையைப் பயன்படுத்தி எதைப் பெருக்கிக் கொண்டிருந்தார்களோ அதை அவர்கள் இருவரும் செய்யவில்லை என்பதுதான் அது: அகங்காரம். விதிகளிலிருந்து விலக்குப் பெறுவதற்கான உரிமை தங்களுக்கு இருக்கிறது என்ற ஆணவமான எண்ணத்தையும் நாம் அத்துடன் சேர்த்துக் கொள்ளலாம்.

2021-ல் இறந்து போன இளவரசர் பிரின்ஸின் இறுதிச் சடங்கு தொடர்பான புகைப்படங்களில் நெஞ்சை நெகிழச் செய்கின்ற ஒரு புகைப்படம், அப்போது தொண்ணூற்றைந்து வயதாக இருந்த எலிசபெத் மகாராணி, புனித ஜார்ஜ் தேவாலயத்தில் தன்னந்தனியாக அமர்ந்திருந்த புகைப்படம்தான். அந்த இறுதிச் சடங்கிற்கு, அவர்கள் விரும்புகின்ற நபர்களை அழைத்துக் கொள்கின்ற வாய்ப்பு அரச குடும்பத்திற்குக் கொடுக்கப்பட்டிருந்தது. அது கொரோனா வைரஸ் உக்கிர தாண்டவம் ஆடிக் கொண்டிருந்த நேரம் என்பதால், அந்த வாய்ப்பை எலிசபெத் கனிவுடன் மறுத்துவிட்டார். அது பல பேரின் உயிருக்கு ஆபத்து விளைவிக்கக்கூடிய ஒன்றாக மாறிவிடும் என்பதுதான் அதற்கான காரணம்.

தன் வாழ்க்கை முழுவதும் மரபுகளைக் கடைபிடித்து வந்த எலிசபெத், தன் வாழ்வின் இறுதிக் கட்டத்தில், விதிகளிலிருந்து தனக்கு மட்டும் விலக்கு பெற்றுக் கொள்ள விரும்பவில்லை. அதன் பின்விளைவுகளிலிருந்து அவரால் தப்பித்துக் கொண்டிருந்திருக்க முடியும். ஆனால், அது விளைவித்திருக்கக்கூடிய கௌரவக் குறைச்சலிலிருந்து அவரால் தப்பித்திருக்க முடியாது. அதன் காரணமாக, அவருடைய வாழ்க்கையின் கடினமான காலகட்டத்தை அவர் தன்னந்தனியாகக் கழிக்க வேண்டியிருக்கும். ஆனால், அதை அவர் பொருட்படுத்தவில்லை. கடமை அவருடைய தீர்மானத்திற்கு வலுவூட்டியது. அந்தக் கடினமான சூழ்நிலையைக் கடக்க சுயஒழுங்கு அவருக்கு உதவியது. அவருடைய துறவுத்தனமான அர்ப்பணிப்பு அவரை மேலும் உயர்த்தியது.

“என்னை உயரத் தூக்கி, நீங்கள் விரும்புகின்ற இடத்தில் எறியுங்கள். அங்கு இருப்பது குறித்து என் ஆத்மா திருப்தி கொள்ளும், நன்றியுடன் இருக்கும்,” என்று மார்க்கஸ் அரேலியஸ் தன் நூலில் எழுதியுள்ளார். அவர் தன்னுடைய சுயத்தின் நெருங்கிய நண்பராக இருந்த காரணத்தால் மட்டும் இதைச் சொல்லவில்லை. அவருடைய மிதமான போக்கும் சுயகட்டுப்பாடும் எந்த இடத்திலும் கோலோச்சும் என்பதாலும் அவர் அப்படிச் சொல்லியிருந்தார். அவருடைய சுயகட்டுப்பாடு அவருக்குப் பெற்றுக் கொடுத்திருந்த அமைதி, வெற்றிக் காலகட்டங்களில் மட்டுமல்லாமல் சோதனையான காலகட்டங்களிலும்

அவருக்குக் கைகொடுத்தது. பிறர் என்ன சொல்கிறார்கள் அல்லது என்ன செய்கிறார்கள் என்பதில் அக்கறை கொள்வதை நிறுத்திவிட்டு, நாம் என்ன செய்கிறோம் என்பதில் மட்டும் நாம் கவனம் செலுத்துகின்றபோது, இது நமக்கும் சாத்தியப்படும். எந்தவிதமான தடுமாற்றங்களும் இன்றி வெற்றிக் கோட்டை நோக்கி நேராக ஓடுவதில் நாம் நம்முடைய கவனத்தைக் குவித்தால் இது நம் வசமாகும்.

சிரியாவில் உள்நாட்டுப் போர் வெடித்தபோது, அந்நாட்டிலிருந்து ஏராளமான அகதிகள் வெளியேறினர். ஜெர்மனிக்குள் பத்து இலட்சம் அகதிகளை அனுமதிக்கின்ற சர்ச்சைக்கிடமான சட்டத்தை மெர்க்கல் இயற்றியபோது, அவர் இதைத்தான் எதிர்கொண்டார். அந்த அளவு எண்ணிக்கையில் அகதிகளைப் பிற ஐரோப்பிய நாடுகள் எதுவும் தம் எல்லைக்குள் அனுமதிக்கவில்லை. மெர்க்கல் அந்த மனிதாபிமானப் பிரச்சனையை எளிதாக அலட்சியப்படுத்தி இருந்திருக்கலாம். அதை ஆறப் போட்டுவிட்டு, தனக்குப் பின்னால் வருகின்ற தலைவர்களின் தலைவலியாக அதை மாற்றியிருந்திருக்கலாம். அல்லது, வெற்றிகரமாகத் திகழ்கின்ற பெரும்பாலான அரசியல்வாதிகள் செய்வதைப்போல, அடுத்து வருகின்ற தேர்தலில் எது தனக்கு வெற்றி வாய்ப்பைப் பெற்றுத் தரும் என்று கணக்குப் போட்டு, இந்த விஷயத்தை அதற்கு ஏற்றாற்போலக் கையாண்டிருந்திருக்கலாம்.

ஆனால், அதை அவர் ஓர் அரசியல்வாதியின் கண்ணோட்டத்திலிருந்து அணுகாமல், உண்மையிலேயே ஒரு பாதிரியின் மகள் என்ற கோணத்திலிருந்து அணுகியிருந்தார். சமூக அக்கறையுள்ள ஒரு மனிதப் பிறவி என்ற கண்ணோட்டத்திலிருந்து அவர் அதை அணுகியிருந்தார். தனக்கு எது சரி என்று பட்டதோ அதை அவர் செய்திருந்தார். அவர் பயப்படவில்லை. தான் அதற்காகக் கடுமையாக விமர்சிக்கப்படக்கூடும் என்பதை அவர் பொருட்படுத்தவில்லை. அவருடைய வெற்றியின் காரணமாக அவரிடம் ஒரே ஒரு மாற்றம்தான் ஏற்பட்டிருந்தது. உலக நிகழ்ச்சிகளில் நேர்மறையான தாக்கம் ஏற்படுத்துவதற்கான ஆற்றலையும் அதிகாரத்தையும் அவர் பெற்றிருந்தார். அதை அவர் துணிச்சலாகப் பயன்படுத்தவும் செய்தார்.

சாதாரணமான நிலையில் இருக்கின்றபோது அடக்கி

வாசிப்பது எளிது. ஆனால், ஒரு பெரிய நிலையை அடைந்த பிறகு? அங்கு சுயஒழுங்கே மற்ற அனைத்தையும்விட முக்கியமானது.

நாம் அதிகாரத்தின் உச்சாணிக் கொம்பில் இருக்கின்றபோதுதான் நமக்குத் தெளிவான மனம் தேவை. உயர்வு மனப்பான்மையால் நாம் பாதிக்கப்பட்டுவிடக்கூடாது.

“ஒரு சாதாரணமான நிலையிலிருந்து அடுத்த நிலைக்குச் செல்பவர்கள் சண்டை சச்சரவுகளில் ஈடுபட்டாலோ, கோபத்தை வெளிப்படுத்தினாலோ, அதிலிருந்து அவர்களால் எளிதில் தப்பித்துக் கொள்ள முடியும். சம நிலையில் இருப்பவர்கள் ஒருவருக்கொருவர் அடித்துக் கொண்டால் அதனால் பெரிய ஆபத்துகள் ஏற்படாது. ஆனால், ஓர் அரசன் தன் குரலைச் சற்று உயர்த்துவதோ அல்லது சற்றுத் தரம் தாழ்ந்த வார்த்தைகளைப் பயன்படுத்துவதோ அரசப் பண்பாட்டிற்கு ஒவ்வாததாக இருக்கும்,” என்று செனீக்கா கூறியுள்ளார்.

சுயஆளுமையைக் கைவசப்படுத்துவது எளிதல்ல. அதற்கு நீங்கள் ஓராயிரம் விஷயங்களை விட்டுக்கொடுக்க வேண்டியிருக்கும். உங்களுடைய வெற்றி தற்செயலானதல்ல என்பதையும், அதற்கு நீங்கள் முற்றிலும் தகுதியானவர் என்பதையும், அதற்கு நீங்கள் எத்தகைய உழைப்பைக் கொட்டியிருந்தீர்கள், எத்தகைய தியாகங்களைச் செய்திருந்தீர்கள் என்பதையும் நீங்கள் காட்ட வேண்டும்.

அர்த்தமுள்ள விஷயங்களில் மட்டும் நீங்கள் உங்கள் கவனத்தைக் குவிக்க வேண்டும்.

உங்களுக்குக் கிடைத்துள்ள அங்கீகாரத்தால் உங்களுடைய அகங்காரம் வீங்கிப் போயிருக்கவில்லை என்பதை நீங்கள் காட்ட வேண்டும்.

வெற்றி உங்களை மாற்றியிருக்கவில்லை என்பதை நீங்கள் காட்ட வேண்டும்.

ஆனால், அது கண்டிப்பாக உங்களை மேம்படுத்தியிருக்கும்.

சுயகட்டுப்பாடே நல்லொழுக்கம்

நல்லொழுக்கம் இசையைப் போன்றது. அது உயர்ந்த சுருதியில் உன்னதமாக அதிரும்.

— ஸ்டீவன் பிரெஸ்ஃபீல்டு

கதே தன் உலகப் புகழ்பெற்ற வாஸ்து நாடகத்தை, “தொடக்கத்தில் ‘வார்த்தை’ மட்டுமே இருந்தது,” என்ற வசனத்துடன் தொடங்கினார்.

பின்னர் அவர் தன்னைத் திருத்திக் கொண்டார்: “இல்லையில்லை, தொடக்கத்தில் ‘செய்கை’ மட்டுமே இருந்தது.”

நல்லொழுக்க நூல் வரிசையில் இரண்டாவதான இந்த நூல். சுயஒழுங்கைப் பற்றியது. இதன் இறுதிப் பகுதியில், வார்த்தைகள் அல்ல, செய்கைகளே முக்கியமானவை என்பதை வலியுறுத்துவது பொருத்தமாக இருக்கும்.

சுயஒழுங்கு இல்லாமல் வேறு எந்த நல்லொழுக்கமும் அர்த்தமுள்ளதாக இருக்காது.

ஜார்ஜ் வாஷிங்டன், பெஞ்சமின் ஃபிராங்க்ளின், ஜான் ஆடம்ஸ் ஆகியோர் உட்பட, அமெரிக்காவை நிறுவிய ஒவ்வொரு தலைவரும், அமெரிக்க அரசின் புதுமையான அமைப்புமுறை மக்களுடைய நல்லொழுக்கம் இல்லாமல் சாத்தியப்பட்டிருக்காது என்பதை ஆணித்தரமாக எடுத்துரைத்துள்ளனர். அதில் அவர்கள் முக்கியமாக மிதத்தை வலியுறுத்தியுள்ளனர். மக்கள் மிதத்தைக்

கடைபிடிக்கின்றவரை மட்டுமே சுதந்திரம் நிலைத்து நிற்கும் என்பதை அவர்கள் அழுத்தம் திருத்தமாகக் கூறியுள்ளனர். “மக்கள் சுயகட்டுப்பாடு இல்லாமல் நடந்து கொண்டால், வலையில் மாட்டிக் கொள்கின்ற திமிங்கலத்தால் எப்படி வலையின் நாண்கள் அறுத்தெறியப்படுமோ, அதைப்போலவே அமெரிக்க அரசியலமைப்புச் சட்டத்தின் வலுவான ஷரத்துகளும் தெறித்துவிடும்,” என்று ஜான் ஆடம்ஸ் எச்சரித்துள்ளார்.

நாம் துணிச்சலுடன் நம்முடைய உரிமைக்காகப் போராடலாம். அதற்கு நமக்கு எல்லா உரிமைகளும் இருக்கின்றன. ஆனால், இறுதியில் அதற்கு நாமே பொறுப்பேற்றுக் கொள்ள வேண்டும். இல்லையெனில், வேறு ஏதோ ஒன்று அதைத் தன் கையில் எடுத்துக் கொள்ளும் அல்லது வேறு யாரோ ஒருவர் அதைத் தன் கையில் எடுத்துக் கொள்வார். சுயஒழுங்கு இல்லாமல் உங்களால் எவ்வளவு தூரம் செல்ல முடியும் என்று பாருங்கள், உங்களுடைய வெற்றி எவ்வளவு காலம் தாங்கும் என்று பாருங்கள்.

சுயஒழுங்குதான் ஒரே வழி. மற்ற அனைத்துத் தூண்டுதல்களையும் மட்டுப்படுத்துகின்ற ஒரே செல்வாக்கு சுயஒழுங்கு மட்டுமே.

“துணிச்சலின் இடத்தில் சுயஒழுங்கை அமர்த்துங்கள். மகிழ்ச்சியான வாழ்க்கை உங்கள் வசப்படும். அது சபலங்களிலிருந்து உங்களைப் பாதுகாக்கும்,” என்று சிசேரோ கூறியுள்ளார்.

நல்லொழுக்கங்களைப் பற்றிப் பேசுவது சுலபம். அவற்றின் சிறப்பைப் பற்றி எடுத்துக் கூறுகின்ற கதைகளுக்கும் கவிதைகளுக்கும் பஞ்சமே இல்லை. இந்தப் புத்தகமும் அவற்றைப் பற்றித்தான் பேசுகிறது. ஆனால், இப்புத்தகத்தின் நோக்கம் உங்களுக்கு சுவாரசியமூட்டுவது அல்ல. தத்துவங்கள் அதைச் செய்வதில்லை.

உண்மையில் நம்மை நாம் மேம்படுத்திக் கொள்ள முயல்கிறோம். நம்முடைய பிறவி நோக்கத்தை நிறைவேற்ற நாம் விழைகிறோம். நாம் ஹெர்குலியத் தேர்ந்தெடுப்புகளை மேற்கொள்ள முனைகிறோம். இன்றும். நாளையும். ஒவ்வொரு கணமும்.

காகிதத்தில் மட்டும் இருந்தால் எந்தவொரு நல்லொழுக்கத்தாலும் என்ன பயன்? அதை வாழ்வில்

கடைபிடிக்க நீங்கள் துணியாவிட்டால் அதற்கு என்ன அர்த்தம்? நல்லொழுக்கத்தைக் கடைபிடித்தால் எண்ணற்ற வெகுமதிகளைக் கொண்டதொரு வாழ்க்கை காத்திருக்கும் என்பதை அறிந்த பிறகும், அதை விடாப்பிடியாகப் பிடித்துக் கொண்டிருக்காவிட்டால் என்ன பிரயோஜனம்?

ஒன்றைக் கற்பதற்கும் அதை நடைமுறைப்படுத்துவதற்கும் இடையே ஓர் உறவு இருக்கிறது. ஒரு கட்டத்தில் நாம் தெருவில் இறங்கியாக வேண்டும், செயல்நடவடிக்கையில் குதித்தாக வேண்டும்.

நற்பண்புகளை வளர்த்துக் கொள்வதே நல்லொழுக்கங்களின் நோக்கம். ஒரு நெருக்கடியான கட்டத்தில் ஒருவனின் உண்மையான இயல்பு வெளிப்படும். சுயஒழுங்கு என்பது உங்களுக்கு நேர்கின்ற ஒன்றல்ல. அது நீங்கள் உங்களிடம் வளர்த்துக் கொள்கின்ற ஒன்று. எழுத எழுத எப்படி ஒருவர் ஓர் எழுத்தாளராக ஆகிறாரோ, அதேபோல, சுயஒழுங்கையும் நீங்கள் பயன்படுத்தப் பயன்படுத்த அதை உங்களால் எளிதாகக் கடைபிடிக்க முடியும்.

இப்புத்தகத்தில் நாம் பார்த்த, லூ கெரிக், மார்க்கஸ் அரேலியஸ், எலிசபெத் மகாராணி, ஜார்ஜ் வாஷிங்டன், மார்த்தா கிரஹாம், ஜாய்ஸ் கரோல் ஓட்ஸ், புக்கர் டி. வாஷிங்டன், ஃபிளாய்டு பேட்டர்சன் போன்றவர்கள் கச்சிதமானவர்கள் அல்லர். இன்னும் சொல்லப் போனால், சில சமயங்களில், நாம் ஆராய்ந்து கொண்டிருக்கின்ற நல்லொழுக்கங்களின் நேர் எதிர்ப் பண்புநலன்களை அவர்கள் வெளிப்படுத்தியிருந்தனர். ஆனால், அவர்களுடைய வாழ்க்கையின் முக்கியமான கட்டங்களில் அவர்களுடைய உண்மையான பண்புநலன்கள் வெளிப்பட்டன. அதன் காரணமாக அவர்கள் நம்புதற்கரிய செயல்களைச் செய்தனர். அவர்கள் செய்திருந்த காரியங்கள் அக்காலகட்டத்தின்மீது மட்டும் தாக்கத்தை ஏற்படுத்தவில்லை, இன்றுவரை அவற்றின் தாக்கம் இருந்து வருகிறது. அவர்களுடைய சாதனைகள் இன்றும்கூட நமக்கு உத்வேகமூட்டுகின்றன.

அவர்கள் கூறியிருந்தவை முக்கியமானவை அல்ல. அவர்கள் செய்திருந்த செயல்கள்தாம் முக்கியமானவை.

அதைத்தான் லிங்கன் கெட்டிஸ்பர்க்கில் வெளிப்படுத்தினார்: “இங்கு நாம் என்ன சொல்கிறோம்

என்பது முக்கியமல்ல. அவர்கள் அங்கு என்ன செய்தார்கள் என்பதுதான் முக்கியம்.” யாங்கீஸ் அணியின் பெருமைமிகு சின்னமாக விளங்கிய லூ கெரிக்; தன் உதாரணபுருஷரான அன்டோனினஸின் எடுத்துக்காட்டின்படி வாழப் போராடிய மார்க்கஸ் அரேலியஸ்; இரண்டாயிரம் ஆண்டுகளுக்குப் பிறகு கிட்டத்தட்ட அதே அழுத்தத்திற்கு ஆட்பட்ட எலிசபெத் மகாராணி; தான் இழந்துவிட்டிருந்த உலகச் சாம்பியன் பட்டத்தை எதிராளியிடமிருந்து மீண்டும் தட்டிப் பறிக்கத் துடித்துக் கொண்டிருந்த ஃபிளாய்டு பேட்டர்சன்; தற்கொலை எண்ணத்திலிருந்து மீண்டு வந்து சாதனைகளைப் படைத்த பீத்தோவன். இவர்களுடைய சுயஒழுங்கு, நிதானப் போக்கு, தாக்குப்பிடிக்கின்ற திறன் ஆகியவை நமக்கு அழைப்பு விடுகின்றன.

அவர்களுடைய நல்லொழுக்கம் பிரகாசித்தது.

அதை நாம் புனிதப்படுத்தத் தேவையில்லை. தானாகவே காலாகாலத்திற்கும் நிலையாக நிற்கக்கூடிய வலிமை அதற்கு இருக்கிறது.

அதைக் கௌரவப்படுத்துவதற்கு நமக்கு ஒரே ஒரு வழிதான் இருக்கிறது.

நம்முடைய சொந்தச் செயல்களை அவற்றோடு இணைத்துக் கொள்வதுதான் அது. அவர்கள் முடிக்காமல் விட்டுவிட்டிருந்த செயல்களை நம் கையில் எடுத்துக் கொண்டு அவற்றைச் செய்து முடிப்பது அது. அதை நாம் அறிந்திருக்கிறோமோ இல்லையோ, நாம் எந்தப் பாரம்பரியத்தின் அங்கமாக இருக்கிறோமோ, அது தொடர்வதற்கு நாம் பாடுபட வேண்டும்.

நல்லொழுக்கங்களைத் தேர்ந்தெடுப்பதிலிருந்து அது தொடங்குகிறது. அதைப் பற்றிப் பேசுவதன் மூலம் அல்ல, அதன்படி வாழ்வதில்தான் சூட்சுமம் இருக்கிறது.

நல்லொழுக்கத்தைப் பற்றி வேண்டிய மட்டும் நாம் கற்றுக் கொள்ளலாம். ஆனால், அந்தக் குறுக்குச்சாலையில் வந்து நிற்கின்றபோது, எந்தப் பாதையில் பயணிக்க வேண்டும் என்பதை நாம் தீர்மானித்தாக வேண்டும்.

நாம் இந்தப் புத்தகத்தை ஜான் ஸ்டீன்பெக்கிடமிருந்து தொடங்கினோம். இந்நூலை முடிப்பதற்கு நாம் அவரிடமே மீண்டும் தஞ்சமடையலாம். ஸ்டீன்பெக் தன்னுடைய ‘ஈஸ்ட் ஆஃப் ஈடன்’ நூலில், கிறித்தவ மதத்திலுள்ள பத்துக் கட்டளைகளைப் பற்றிப் பேசுகிறார்.

அவை ஹீப்ரு மொழியிலிருந்து ஆங்கிலத்திற்கு மொழிபெயர்க்கப்பட்டபோது அவை ‘கட்டளைகள்’ என்று அப்படியே அர்த்தப்படுத்தப்பட்டுவிட்டன என்றும், அவை உண்மையில் ‘வேண்டுகோள்களாக’ இருந்திருக்க வேண்டும் என்றும் அவர் கருத்துத் தெரிவிக்கிறார்.

“ஏனெனில், அப்படிக் கூறுகின்றபோது, இதில் தனிநபர்களுக்கான பொறுப்பு வந்துவிடுகிறது. அத்துடன், மனச்சாட்சிப்படி நடக்க வேண்டிய தேவையும் உருவாகிவிடுகிறது. நீங்கள் விரும்பினால் அதைச் செய்யலாம். ஆனால், அது உங்களுடைய தேர்ந்தெடுப்பு என்றாகிவிடுகிறது,” என்று ஸ்டீன்பெக் அதை விளக்குகிறார்.

இத்தகவல், பைபிள், ‘ஈஸ்ட் ஆஃப் ஈடன்’, அல்லது ‘ஃபாஸ்ட்’போல எங்கிருந்து வந்திருந்தாலும் சரி, அதை ஹெர்குலிஸ்போல யார் கூறியிருந்தாலும் சரி, அது உணர்த்துகின்ற விஷயம் ஒன்றுதான்: தேர்ந்தெடுப்பதற்கு நமக்கு ஒரு வாய்ப்பு இருக்கிறது. சுயகட்டுப்பாடு அல்லது ஒழுங்கின்மை ஆகிய இரண்டில் ஒன்றைத் தேர்ந்தெடுப்பதற்கு, நல்லொழுக்கம் அல்லது தீமை ஆகிய இரண்டில் ஒன்றைத் தேர்ந்தெடுப்பதற்கு நமக்கு ஒரு வாய்ப்பு இருக்கிறது.

சுயகட்டுப்பாடு உடல்ரீதியாகவும் கடைபிடிக்கப்பட்டாக வேண்டும், மனரீதியாகவும் கடைபிடிக்கப்பட்டாக வேண்டும். நம்முடைய கணம் வருகின்றபோது, நாம் அதைத் தயக்கமின்றிக் கடைபிடிக்க வேண்டும்.

அது எப்படியிருக்கும் என்பதைத் தீர்மானிக்க வேண்டியது நாம்தாம். அத்தீர்மானத்தை நாம் நம்முடைய வாழ்க்கையில் ஒரே ஒரு முறை எடுப்பதோடு அது முடிந்துவிடுவதில்லை. நாம் தொடர்ந்து ஓராயிரம் முறை அத்தீர்மானத்தை எடுத்தாக வேண்டும். கடந்தகாலத்தில் எடுத்துவிட்டோம் என்று வாளாவிருந்துவிட முடியாது. இக்கணத்திலும் நாம் அதை எடுத்தாக வேண்டும், வருங்காலத்திலும் எடுத்தாக வேண்டும்.

அது என்னவாக இருக்கும்?
சார்ந்திருத்தலா அல்லது சுதந்திரமா?
மேன்மையா அல்லது சீரழிவா?
சுயஒழுங்கே தலைவிதியைத் தீர்மானிக்கும்.
அதை நீங்கள் தேர்ந்தெடுப்பீர்களா?

முடிவுரை

இந்தப் புத்தகத்தை எழுதத் தொடங்கி இரண்டு ஆண்டுகள் ஆன பிறகு, என் எழுத்து திடீரென்று ஸ்தம்பித்து நின்றுவிட்டது.

பதிப்பாளரிடம் நான் ஏற்கனவே ஒப்புக் கொண்டிருந்த சமயத்திற்குள் கையெழுத்துப் பிரதியைச் சமர்ப்பிக்க வேண்டுமென்றால், நான் அதை உடனே தொடங்கியாக வேண்டும் என்பதை நான் அறிந்திருந்தேன். ஆனால், என் முன்னால் குவிந்திருந்த ஆவணங்களையும், நான் எடுத்து வைத்திருந்த குறிப்புகளையும் பார்த்தபோது, அது கிட்டத்தட்ட இயலாத காரியம்போலத் தோன்றியது. பொதுவாக, நான் ஒரு புத்தகத்தை எழுத அமர்ந்து முதல் வாக்கியத்தைத் தட்டச்சு செய்யத் தொடங்கிய உடனேயே அந்தப் பக்கத்தில் நான் என்ன எழுதப் போகிறேன் என்பது எனக்குத் துல்லியமாகத் தெரிந்துவிடும்.

ஆனால், இக்கட்டத்தில் நான் தடுமாறினேன். என்ன எழுத வேண்டும் என்பது குறித்துத் தோராயமாக எனக்கு ஒரு யோசனை இருந்தது. ஆனால், பல விஷயங்கள் நிச்சயமற்றவையாக இருந்தன. இதில் இடம்பெறவிருந்த பாத்திரங்கள், நான் எடுத்தாளவிருந்த எடுத்துக்காட்டுகள் ஆகியவை குறித்து எனக்கு எந்தவிதமான யோசனையும் இருக்கவில்லை. மிதம் போன்ற ஒரு சுவாரசியமற்ற விஷயத்தை வாசகர்களுக்கு எப்படிச் சுவைபடக்

கொடுப்பது என்று நான் மலைத்தேன்.

விரக்தி என்னை வாட்டிக் கொண்டிருந்தது. ஐயம்? அது எப்போதும் இருக்கும். பீதி? ஒருவர் வித்தியாசமான ஒன்றை முயற்சி செய்கின்றபோது, அது சிறிதளவு இருக்கும். ஆனால், அது என்னிடம் சற்று அதிகமாகவே இருந்தது. நான் தவறான தலைப்பைத் தேர்ந்தெடுத்துவிட்டேனோ என்றுகூட நான் நினைத்தேன். என்னுடைய தன்னம்பிக்கையே கேள்விக்குள்ளாகி இருந்தது. என்னுடைய பதிப்பாளரைத் தொடர்பு கொண்டு இன்னும் கொஞ்சம் கால அவகாசம் கேட்கலாமா என்றுகூட நான் யோசித்தேன்.

மேலும், நான் களைப்பாகவும் இருந்தேன்.

ஒரு புத்தகத்திற்கான யோசனையைப் பெறுவது என்பது படைப்பாற்றல் சார்ந்த ஒரு விஷயம். ஆனால், ஒரு புத்தகத்தை எழுதுவது என்பது உடல்ரீதியான ஒரு வேலை. ஒரு நாற்காலியில் அமர்ந்து கொண்டு, ஒவ்வொரு வாக்கியமாகச் செதுக்கிக் கொண்டிருக்க வேண்டும். சில நாள்களில் முடிகின்ற ஒரு வேலை அல்ல அது. அதற்கு மாதக்கணக்கில் ஆகும். சில நேரங்களில் ஆண்டுக்கணக்காகவும் அது இழுத்தடிக்கும். ஒரு மராத்தான் போட்டியைப்போல, அதிகமான தாக்குப்பிடிக்கின்ற திறன் அதற்குத் தேவைப்படும்.

கடந்த பத்தாண்டுகளில் நான் இந்த மராத்தான் போட்டிகளில் கலந்து கொண்டு பன்னிரண்டு புத்தகங்களை எழுதியுள்ளேன். புத்தகங்கள், கட்டுரைகள், மின்னஞ்சல்கள் என்று அனைத்தையும் கூட்டினால், நான் எழுதியுள்ள வார்த்தைகள் 25 இலட்சத்திற்கும் அதிகமாக இருக்கும். நான் இந்த நூலை எழுதிக் கொண்டிருந்தபோது, கொரோனா பெருந்தொற்றின் கோரத் தாண்டவம் நடைபெற்றுக் கொண்டிருந்தது. நான்கு வயதிற்கு உட்பட்டிருந்த என்னுடைய இரு குழந்தைகளுடன் அதை நான் சமாளிக்க வேண்டியிருந்தது. அதே காலகட்டத்தில் நான் துவக்கியிருந்த ஒரு புத்தகக் கடையின் மாடியிலிருந்து இதை நான் எழுதிக் கொண்டிருந்தேன். அன்றும் எப்போதும்போல நான் காலை ஏழு மணிக்கு எழுந்து என் குழந்தைகளுடன் என் பண்ணை வீட்டின் புல்வெளியில் நடைப்பயிற்சி செய்து கொண்டிருந்தேன்.

எல்லாம் சேர்ந்து என்னை அழுத்திக் கொண்டிருந்தன.

தெய்விகத் தலையீடு போன்றவற்றிலெல்லாம் எனக்கு

நம்பிக்கை கிடையாது. ஆனால், எனக்கு ஏதாவது ஒரு வகையில் உதவி தேவைப்பட்டது.

நான் மலைபோலக் குவித்து வைத்திருந்த குறிப்பு மூட்டைக்குள் என் கையைவிட்டு, கையில் அகப்பட்ட ஏதோ ஒரு குறிப்பை உருவினேன்.

அதில் சுமார் இரண்டு டஜன் வார்த்தைகள் கிறுக்கப்பட்டிருந்தன. அவற்றை நான் எப்போது எழுதினேன்? அதை நான் ஏன் எழுதினேன்? அதை எழுத எது என்னைத் தூண்டியிருந்தது? அவை எதுவும் எனக்கு நினைவில்லை. அதில் இவ்வாறு எழுதப்பட்டிருந்தது:

செயல்முறையை நம்பு. குறிப்புகள் எடுப்பதைத் தொடரு.
ஜூனில் ஒரு புத்தகம் தயாராக இருக்கும்.

அதை ஓர் அற்புதம் என்று வர்ணிக்க முடியாதுதான். ஆனால், அது எனக்கு நம்பிக்கையளித்தது. என்னுடைய சுயஒழுங்கை நான் ஒழுங்குபடுத்திக் கொள்ள வேண்டும் என்று எனக்கு அது நினைவூட்டியது.

அது என்னைக் காப்பாற்றியது.

என் வேலையிலிருந்து அல்ல. என்னிடமிருந்து. நிறுத்திவிட்டு ஒதுங்கிக் கொள்வதிலிருந்து. எனக்கு இதுவரை கைகொடுத்துக் கொண்டிருந்த அமைப்புமுறையைக் கைவிட்டுவிடத் தோன்றிய எண்ணத்திலிருந்து என்னை அது மீட்டெடுத்தது. மார்க்கஸ் அரேலியஸ் தன்னுடைய மெடிட்டேஷன்ஸ் நூலில் இவ்வாறு எழுதியிருப்பார்: "நீங்கள் நன்றாக அறிந்துள்ள சுயஒழுங்கை நேசியுங்கள். அது உங்களுக்கு ஆதரவளிக்கும்." அதை அவர் கண்டிப்பாக, அவருக்குத் தன்னம்பிக்கைக் குறைவு ஏற்பட்டிருந்த காலகட்டத்தில்தான் எழுதியிருப்பார் என்று நான் நம்புகிறேன்.

அதைச் செய்யுமாறுதான் என் குறிப்பும் கூறியது.

அதை நான் காதுகொடுத்துக் கேட்டேன்.

அதற்குப் பின் நான் தினந்தோறும் என் அலுவலகத்திற்குச் சீக்கிரமாகவே வந்து எழுத உட்கார்ந்தேன். நான் எழுதியிருந்த குறிப்புகளை வகை பிரித்து அடுக்கினேன். அவற்றுக்கு இடையேயிருந்த தொடர்புகளைக் கண்டுபிடிக்க முயன்றேன்.

கவலைப்படுவதை நிறுத்திவிட்டு, என் புத்தகங்களில்

நான் எழுதியிருந்த அமைதியை நானே கடைபிடிக்கத் தொடங்கினேன். யோசனைகள் தடைபட்டபோது, நீண்ட நேரம் காலார நடந்தேன். என் வழமையைத் தீர்க்கமாகப் பின்பற்ற முயற்சி செய்தேன். என் கவனச்சிதறல்களுக்கு அணை போட்டேன். சில நேரங்களில், நான் வெறுமனே உட்கார்ந்து சிந்தித்துக் கொண்டிருந்தேன்.

நான் என் செயல்முறைமீது நம்பிக்கை வைத்தேன். நான் அறிந்து வைத்திருந்த சுயஒழுங்கை நான் நேசித்தேன். அது எனக்கு ஆதரவளிக்க அனுமதித்தேன்.

"அதற்குப் பிறகு, மடை திறந்த வெள்ளம்போல வார்த்தைகள் வந்து கொட்டின," என்று கூற எனக்கும் ஆசைதான். ஆனால், எழுத்தும் சரி, வாழ்க்கையும் சரி, பொதுவாக அப்படி வேலை செய்வதில்லை. ஆனால், விஷயங்கள் மெதுவாகவும் சீராகவும் நடைபெறத் தொடங்கின. இறுதியில் அது முழுமையான மாற்றத்தில் முடிவடைந்தது.

விரக்தி ஆட்சி செய்து கொண்டிருந்த அந்த நீண்ட தாழ்வாரத்தின் ஊடாக நான் நடந்து சென்றபோது, வெளிச்சம் மெதுவாக ஊடுருவி அங்குப் பரவத் தொடங்கியது. லூ கெரிக், நிழலிலிருந்து மெதுவாக வெளியே வந்தார். கிட்டத்தட்ட 4,000 பக்கங்கள் அடங்கிய சரிதைகளிலிருந்து, எலிசபெத் மகாராணி, மிதத்தின் திருவுருவமாக வெளிப்பட்டார். அடுத்தடுத்துப் பல கதாபாத்திரங்கள் வரிசை கட்டி வந்து நின்றன. அத்தியாயங்களின் அணிவகுப்பும் தொடங்கியது.

என் குறிப்புகள் வாக்களித்திருந்தபடி என் புத்தகம் அங்குத் தோன்றியது. இனி நான் அதை எழுத வேண்டும், அவ்வளவுதான்.

தொற்றுநோய்க் காலகட்டம் எனக்கொரு நன்மையைச் செய்திருந்தது. ஒரு குறிப்பிட்ட வாழ்க்கைமுறையைப் பரிசோதிக்க அது என்னை நிர்ப்பந்தித்திருந்தது. தினமும் உட்கார்ந்து எழுதுகின்ற ஒரு வழமையை மெருகேற்றிக் கொள்ள எனக்கு ஒரு வாய்ப்புக் கிடைத்தது. வழமையான வாழ்க்கைமுறை மறைந்து அந்த இடத்தை வெற்று நாள்கள் ஆக்கிரமிக்கத் தொடங்கின. அவற்றை நான் வாக்கியங்களால் இட்டு நிரப்பினேன்.

நான் காலையில் எழுந்து என் குழந்தைகளுடன் காலார நடக்கச் சென்றேன். என் மனைவி சிறிது

நேரம் நிம்மதியாகத் தூங்க அது உதவியது. நானும் என் குழந்தைகளும் சேர்ந்து எந்தவிதமான இடையூறுகளுமின்றி மகிழ்ச்சியாக நேரத்தைக் கழித்தோம். நான் காலையில் எழுந்தவுடன், முதல் ஒரு மணி நேரத்திற்கு என் அலைபேசியைப் பார்ப்பதில்லை. அந்த நேரத்தை இதுபோலச் செலவழிப்பதற்கும் சிந்திப்பதற்கும் நான் பயன்படுத்திக் கொண்டேன். அப்போது, பல யோசனைகள் மாயாஜாலம்போல் என் மனத்திற்குள் வந்து குதித்தன. அதையடுத்து, குளித்து முடித்துவிட்டு, என் குறிப்பேட்டில் எழுத அமர்வேன். அதற்கு ஐந்து நிமிடங்களிலிருந்து இருபத்தைந்து நிமிடங்கள்வரை ஆகும். ஆன் பிராங்க் எழுதியதுபோல, காகிதங்களுக்கு மக்களைவிட அதிகப் பொறுமை இருந்தது. சில உணர்ச்சிகளை எழுத்தில் வடித்து அதை அப்படியே அங்கேயே தங்கிவிடச் செய்வது நல்லது.

பின் நான் என் அலுவலகத்திற்குச் சென்று நூலை எழுத உட்கார்வேன். அப்போது நான் எந்தவிதமான கவனச்சிதறலுக்கும் ஆளாவதில்லை. தொடக்கக் காலத்தில் நான் மார்த்தா கிரஹாமின் இந்த மேற்கோளை என் சுவரில் ஒட்டி வைத்திருந்தேன்: “குறிப்புகள் குறித்து ஒருபோதும் அச்சம் கொள்ளத் தேவையில்லை. நீங்கள் பயந்து போயிருப்பதை அது அறியும். அது உங்களுக்கு உதவி செய்யாது.” துணிச்சல் இல்லாமல் சுயஒழுங்கால் பயனில்லை.

ஒரு புத்தகத்தை எழுதுவதற்கு ஏராளமான மணித்துளிகள் தேவைப்படும் என்றாலும், அது சிறு சிறு தொகுதிகளாகத்தான் உங்களுக்குக் கிடைக்கும். பெரும்பாலான நாள்களில் எனக்கு எழுதுவதற்கு ஓரிரு மணி நேரம்தான் கிடைக்கும். எழுதுவதிலுள்ள சுயஒழுங்கு என்பது தினந்தோறும் எழுதுவதாகும்.

பருவ காலங்கள் மாறும். உலகில் பல நிகழ்வுகள் நிகழும். பல கவனச்சிதறல்கள், சபலங்கள் தோன்றும்.

நான் புத்தகம் எழுதுவது போக வேறு பல வேலைகளிலும் ஈடுபட்டிருந்தேன். அவற்றை நான் மதியம் மேற்கொண்டேன். வலைப்பக்கங்களை எழுதி, மெருகேற்றி, அவற்றைப் பதிவு செய்வது அவற்றில் ஒன்று. அத்துடன், என் புத்தகக்கடை வேலைகளும் சேர்ந்து கொள்ளும். எது எப்படியோ, நான் தினந்தோறும் கண்டிப்பாக மாலையில் வீட்டுக்கு வந்து என் குழந்தைகளுடன் மறுபடியும் ஒரு

முறை காலார நடக்கச் செல்வேன். பின் அவர்களுடன் சேர்ந்து இரவு உணவு உண்பேன்.

குழந்தைகளின் வருகை என் சுயஒழுங்கை மேம்படுத்தியது. அவர்கள் விஷயத்தில் நான் எதையும் அவசரப்படுத்துவதில்லை. இரவு படுக்கச் செல்கின்றபோது, "இது அற்புதமாக இருக்கிறது. இதைவிட அதிகமாக ஒருவனுக்கு என்ன வேண்டும்?" என்று நான் நினைத்துக் கொள்வேன். 2021-ல், பல மாதங்களுக்குப் பிறகு முதல் முறையாக நான் விமானத்தில் பயணித்தபோதுதான், நான் தொடர்ந்து 500 இரவுகளை வீட்டில் கழித்திருந்தேன் என்பது என் நினைவுக்கு வந்தது. அச்சமயத்தில் என் உற்பத்தித்திறன் அதிகரித்து இருந்ததில் வியப்பில்லை. அப்போது நான் அதிக மகிழ்ச்சியுடனும் இருந்தேன்.

எனக்காகவும் என் குழந்தைகளுக்காகவும் நான் என் வாழ்க்கையின் அனைத்து அம்சங்களிலும் ஒழுங்குமுறையைப் பின்பற்றினேன். ஆரோக்கியமான உணவுமுறைகளைக் கடைபிடித்தேன். எதிலும் தீவிரப் போக்குடைய இயல்பை நான் கொண்டிருப்பதால், புகைபிடிப்பது, மது அருந்துவது போன்றவற்றில் நான் ஈடுபடவில்லை. எதிர்மறைச் செய்திகளை நான் தவிர்த்தேன். என் அகங்காரத்தைக் கட்டுக்குள் வைத்துக் கொண்டேன். என் கோபத்தை முடிந்த அளவு கட்டுப்படுத்திக் கொண்டேன். என்னால் முடிந்த அளவு என் மனைவிக்கு உதவியாக இருக்க முயன்றேன். ஒழுங்காகத் தூங்கினேன். என் மேசையைச் சுத்தமாக வைத்துக் கொண்டேன். அத்தியாவசியமற்ற வேலைகளை நீக்கினேன். பிறரால் செய்ய முடிந்த வேலைகளைப் பிறரிடம் ஒப்படைத்தேன்.

இந்தப் புத்தகத்தை நான் எழுதிக் கொண்டிருந்தபோது, ஒரு நாள், தலைசிறந்த கூடைப்பந்தாட்டக்காரரான மனு ஜினோபிலியுடன் நான் மதிய உணவு உண்டேன். அவர் நான்கு முறை சாம்பியன் கோப்பையைக் கைப்பற்றியவர், ஒலிம்பிக்கில் தங்கப் பதக்கம் வாங்கியவர், இன்னும் பல சாதனைகளுக்குச் சொந்தக்காரர். 2012-ல் கிரெக் போப்போவிச் தலைசிறந்த ஆட்டக்காரர்கள் சிலருக்கு ஓய்வளித்தபோது, அவர்களில் ஜினோபிலியும் ஒருவர். மைக்கேல் ஜோர்டன், டைகர் உட்ஸ் போன்ற விளையாட்டு வீரர்கள் மகத்தானவர்கள் என்பதில் எள்ளளவும் சந்தேகம் கிடையாது. ஆனால், சிறப்பான ஆட்டத்துடன்

சேர்த்து, தங்களுடைய தனிப்பட்ட வாழ்க்கையையும் சமநிலையுடன் அணுகி, பண்பார்ந்த முறையில் வாழ்க்கை நடத்தி வந்தவர்கள்தாம் என்னைப் பெரிதும் கவர்ந்தனர். அன்று நான் அவரிடம் என்னுடைய போராட்டங்களில் சிலவற்றைப் பகிர்ந்து கொண்டபோது, அவர், 2013-ல் தேசிய சாம்பியன் கோப்பை இறுதி ஆட்டத்தைப் பற்றிய ஒரு கதையை என்னிடம் கூறினார்.

ஆறாவது ஆட்டம் நடைபெற்றுக் கொண்டிருந்தது. அப்போது ஜினோபிலியின் அணியான ஸ்பர்ஸ் அணி ஒரு பாயின்ட் குறைவாகப் பெற்றிருந்தது. ஆட்டத்தின் இறுதிக் கட்டத்தில் பந்து ஜினோபிலியின் கைகளில் இருந்தது. அதை அவர் கூடையில் போட்டால், அவர்களுக்கு வெற்றி கிடைத்துவிடும். அவர் கூடையை நோக்கி ஓடினார். அது அவருடைய கணம். அவர் பந்தை எறிய முயன்றார். ஆனால், பந்து அவருடைய கைகளிலிருந்து தட்டிப் பறிக்கப்பட்டது. எதிரணியினர் அந்த ஆட்டத்தில் வென்றுவிட்டனர். அதன் காரணமாக ஏழாவது ஆட்டம் நடந்தது. அதில் எதிரணியினர் வென்று சாம்பியன் கோப்பையைக் கைப்பற்றிவிட்டனர்.

அதற்கு முன்புவரை தான் இழப்புகளை மிகவும் தீவிரமாக எடுத்துக் கொண்டிருந்ததாக ஜினோபிலி என்னிடம் தெரிவித்தார். அந்த ஆட்டத்தில்? அவர்கள் தங்களுடைய ஓய்வறைக்குத் திரும்பியபோது, அது ஓர் இழவு வீடுபோலக் காட்சியளித்தது. அந்த அணியினர் மத்தியில், விரக்தி, கோபம், வலி, துக்கம் போன்ற உணர்ச்சிகள் தாண்டவமாடிக் கொண்டிருந்தன. அவரால் சாப்பிடவோ யோசிக்கவோகூட முடியவில்லை. அவர் ஒரு பரிதாபமான நிலையில் இருந்தார்.

அதிலிருந்து நகர்வதற்கு ஒரு சில வழிகள் உள்ளன. வெறுப்பு. பின்வருத்தம். முயற்சியைக் கைவிடுதல். இன்னொரு வழி, நீங்கள் இன்னும் அதிகக் கடினமாகவும் துடிப்புடனும் பயிற்சி செய்து அடுத்த முறை வெற்றி பெறுவது. மாறாக, அவருக்குத் திடீரென்று ஒரு யோசனை உதித்தது. “நான் தேசிய கூடைப்பந்து விளையாட்டின் இறுதி ஆட்டத்தில் விளையாடிவிட்டு வந்திருக்கிறேன். நான் ஏன் அதைக் கொண்டாடாமல் இருக்கிறேன்?” என்று அவர் யோசித்தார்.

அதற்கு அடுத்த ஆண்டு அவருடைய அணி

சாம்பியன் கோப்பையை வென்றது. அது அந்த அணியின் ஐந்தாவது கோப்பை. அவருக்கு நான்காவது கோப்பை. ஆனால், அதைவிட முக்கியமான சாதனையாக அவர் கருதியது, தனக்கும் விளையாட்டுக்கும் இடையேயிருந்த உறவை அவர் மறுவரையறை செய்ததைத்தான். கோபமும் பழிவாங்குதலும் அவரை முடுக்கியிருக்கவில்லை. விளையாட்டை இரசித்து விளையாட அவர் முடிவு செய்ததுதான் அவரை ஊக்குவித்திருந்தது.

அவர் தன் உணர்ச்சிகளைத் தன் கட்டுப்பாட்டிற்குள் வைத்துக் கொள்ளக் கற்றுக் கொண்டிருந்தார். விளையாட்டு, வாழ்க்கை ஆகிய இரண்டையும் அவர் அதிகச் சமநிலையோடு நடத்தத் தொடங்கினார். அவர் நிகழ்கணத்தில் இலயிக்கத் தொடங்கினார். அதன் விளைவாக, அவர் தன் மனைவிக்கு ஒரு மேம்பட்டக் கணவனாகவும், தன் குழந்தைகளுக்கு ஒரு மேம்பட்டத் தகப்பனாகவும், தன் குழுவினருக்கு ஒரு மேம்பட்ட சக ஆட்டக்காரராகவும் ஆனார். அதற்குப் பிறகு அவர் மேலும் ஐந்து பருவங்கள் விளையாடினார். அவர் பல சாதனைகளுக்குச் சொந்தக்காரராக ஆனார். 2019-ல் அவர் ஸ்பர்ஸ் அணியிலிருந்து ஓய்வு பெற்றபோது, அவருடைய ஆட்ட எண்ணான 20க்கு ஓய்வு கொடுக்கப்பட்டது. அதற்குப் பிறகு அதை அந்த அணியில் வேறு எவரும் பயன்படுத்த அனுமதியில்லை. இப்போது அவர் 'ஹால் ஆஃப் ஃபேமில்' இடம்பெற்றுள்ள ஓர் ஆட்டக்காரராக இருக்கிறார்.

இதுவும் மிதம் தொடர்பானதுதான். சுயஒழுங்கு நம்மைப் பாதுகாக்கிறது என்று சொன்னால், நம்மை நம்மிடமிருந்து பாதுகாப்பதும் அதில் அடங்கும். சில நேரங்களில் நம்முடைய சோம்பேறித்தனத்திலிருந்தும் நம்முடைய பலவீனத்திலிருந்தும் அது நம்மைக் காப்பாற்றும். நம்முடைய இலட்சிய வெறி, நம்முடைய அதீத ஈடுபாடு, நம்மீதும் பிறர்மீதும் கடுமை காட்டுதல் போன்றவற்றிலிருந்தும் அது நம்மைக் காப்பாற்றும். நாம் எதில் ஈடுபட்டிருக்கிறோமோ அதில் நாம் ஆகச் சிறந்தவராக ஆக அது இட்டுச் செல்லும். இது குறித்து நிறைய எழுதியுள்ள அரிஸ்டாட்டில், "நல்லொழுக்கத்தின் நோக்கம் அதிகாரமோ, பிரபலத்துவமோ, பணமோ அல்லது வெற்றியோ அல்ல, மனிதச் செழிப்புதான் அது,"

என்று கூறியுள்ளார்.

அதைவிட முக்கியமானது வேறு என்ன இருக்க முடியும்?

நான் இந்த நூலை எழுதுகின்ற போராட்டத்தில் ஈடுபட்டிருந்தபோது, என்னுடைய வாழ்க்கையின் இன்னோர் அம்சத்தை மேம்படுத்துவதற்கு என்னால் முடிந்த அளவு சிறப்பாக முயற்சித்தேன். என்னுடைய வேலையும் சுயஒழுங்கும் என் குடும்ப வாழ்க்கையின்மீது ஏற்படுத்திக் கொண்டிருந்த தாக்கம்தான் அது. பல ஆண்டுகளுக்கு முன், நான் எழுதியிருந்த வேறு ஒரு புத்தகத்தைப் பதிப்பிப்பதற்கான ஒப்பந்தம் உறுதி செய்யப்பட்டப் பிறகு, அதன் பதிப்பாசிரியர் என் மனைவியைத் தொலைபேசியில் அழைத்துப் பேசினார். அவருடைய ஒரு நோக்கம் எங்களுக்கு வாழ்த்துத் தெரிவிப்பது. மற்றொரு நோக்கம் என் மனைவியிடம் மன்னிப்புக் கேட்பது. ஏனெனில், அந்த நூல் என்னுடைய குடும்ப வாழ்க்கையை எந்த அளவுக்குத் திருடியிருந்தது என்பதை அவர் அறிந்திருந்தார்.

இந்தப் புத்தகத்தைப் பொறுத்தவரை, இதை நான் எழுதிக் கொண்டிருந்தபோது, நான் என்னவாக ஆகியிருந்தேன் என்பது குறித்து எனக்குப் பெருமை உண்டு. ஏனெனில், இதற்காக நான் என் குடும்ப நேரத்தை அதிகமாகத் திருடவில்லை.

புத்தகத்தைத் துவக்குவது எந்த அளவுக்குக் கடினமானதோ, அதை முடிப்பதும் அதே அளவு கடினமானதுதான். அக்கட்டத்தில் பரபரப்பு அதிகமாக இருக்கும். காலக்கெடு நெருங்கியிருக்கும். திடீரென்று புதிய பிரச்சனைகள் தலைதூக்கும். இது என்னுடைய மிகச் சிறந்த சமயமாக இருக்காது. இந்தப் புத்தகத்தின் கடைசிப் பக்கங்களை நான் வீட்டிலிருந்து எழுதிக் கொண்டிருந்தபோது, என் ஐந்து வயதுக் குழந்தை தன் வீட்டுப்பாடத்தை நிறுத்திவிட்டு, என்னிடம், “அப்பா, உங்களுடைய புத்தகம் எழுதும் வேலையை நீங்கள் இழந்துவிட்டதற்காக நான் வருந்துகிறேன்,” என்று கூறியதைக் கேட்டு நான் வியப்படைந்தேன். இப்போது நான் அவர்களுடன் அதிக நேரத்தைச் செலவிட்டுக் கொண்டிருந்ததால், என்னை வேலையிலிருந்து தூக்கிவிட்டார்கள் என்று என் குழந்தை நினைத்துக் கொண்டதுதான் அதற்குக் காரணம்.

இதுவே சில காலத்திற்கு முன்பாக இருந்திருந்தால், இந்தப் புத்தகம் எழுதும் வேலையால் எனக்கு ஏற்பட்டிருந்த மன அழுத்தத்தால் நான் மிகவும் உடைந்து போயிருப்பேன். என் வேலை என் குடும்பத்திற்குள்ளும் நுழைவதற்கு நான் அனுமதித்திருப்பேன். நான் அமைதி இழந்திருப்பேன். அப்போது நான் இலட்சிய வெறியால் உந்தப்பட்டு, துடிப்புடன் செயல்பட்டுக் கொண்டிருந்தேன். வேலைக்குக் குறுக்கே எது வந்தாலும் அது எனக்கு ஆத்திரமூட்டியது. அதன் காரணமாக நான் அதிகமான விஷயங்களைச் சாதித்திருந்தேன் என்பது உண்மைதான் என்றாலும், அது என்னை மகிழ்ச்சியற்றவனாக ஆக்கியது.

அந்த மனநிலை இந்தப் புத்தகத்திற்கு எனக்கு உதவியிருக்காது. அதைவிட மேலாக, அப்படி நான் நடந்து கொண்டிருந்தால் அது என்னை ஒரு கபடதாரியாக ஆக்கியிருக்கும்.

சரி. இந்த இடத்தில் நான் நிறுத்திக் கொள்கிறேன். நான் இன்னும் களைப்பாகத்தான் இருக்கிறேன்.

நான் களைப்பாக இருந்தாலும் அருமையாக உணர்கிறேன்.

வாழ்க்கை வாழ்பவர்களுக்கானது. நாம் துள்ளியெழுந்து செயல்பட்டுக் கொண்டிருக்க வேண்டும்.

புத்தகம் எழுதுவது முயற்சியின்றி இயல்பாக வருமென்றால்? எல்லோருமே எழுதிக் கொண்டிருப்பர்.

அதை எழுதுவது கடினமாக இருப்பது நல்லதுதான். அது ஊக்கமிழக்கச் செய்கின்ற விதத்தில் இருப்பதும் நல்லதுதான். அது உங்களுடைய இதயத்தை நொறுக்குவதாகவும், உங்களுடைய பின்புறத்தை உதைப்பதாகவும், உங்களுடைய மண்டையைக் குழப்புவதாகவும் இருப்பதும் நல்லதுதான். அதே நேரத்தில், அந்த வேலையை, சமநிலையுடனும், நிதானமாகவும், படிப்படியாகவும் நம்மால் மேற்கொள்ள முடியும்.

இதுதான் சுயஒழுங்கு உடையோரை சுயஒழுங்கற்றவர்களிடமிருந்தும், பலமானவர்களைப் பலவீனமானவர்களிடமிருந்தும், தொழில்முறையாளர்களை ஒன்றைப் பொழுதுபோக்கிற்காகச் செய்பவர்களிடமிருந்தும் வேறுபடுத்துகிறது.

தலைவிதியை நீங்களே நிர்ணயித்துக் கொள்வது எளிது என்று எவரும் ஒருபோதும் கூறியதில்லை.

அப்படி இருந்திருந்தால், அது மதிப்புமிக்கதாக இருக்குமா?

— ரயன் ஹாலிடே

நன்றியுரை

இந்த வரிசை நூல்கள் வெளியீட்டில் நான் கிட்டத்தட்டப் பாதியை வந்தடைந்துவிட்டுள்ளதால், இங்கு வருவதற்கு எனக்கு உதவியவர்களுக்கு நன்றி கூற நான் கடமைப்பட்டுள்ளேன். போர்ட்ஃபோலியோ மற்றும் புரோஃபைல் பதிப்பகங்களைச் சேர்ந்த எடிட்டர்களுக்கும் சந்தை நிர்வாகக் குழுக்களுக்கும் நான் நன்றி தெரிவித்துக் கொள்கிறேன். அடுத்தது என்னுடைய இலக்கிய முகவர் ஸ்டீபன் ஹன்சல்மேன். இந்நூலைச் சாத்தியமாக்கிய, டெக்சாஸிலுள்ள என் குழுவினர்: அட்ரியானா ஹெர்னான்டஸ், ஜெசிகா டேவிட்சன், பில்லி ஓப்பன்ஹைமர், ஜஸ்டின் டம்பெக், டாசன் கரோல், ஜேன் பிராடி நைட், நில்ஸ் பார்க்கர் மற்றும் பிரென்ட் அன்டர்வுட். என் மாமனார் மற்றும் மாமியார், ராட் மற்றும் கீரன். இவர்கள்தாம் கடந்த இரண்டு ஆண்டுகளாக எங்களுடைய குழந்தைகளைக் கவனித்துக் கொண்டனர். “வீட்டில் தொட்டில் ஆடிக் கொண்டிருந்தால் கலைக்கு அங்கு இடமில்லை,” என்ற கூற்றை நீங்கள் கேள்விப்பட்டிருக்கலாம். ஆனால், என் குழந்தைகள் எனக்கு மேலும் ஒழுங்கைக் கற்றுக் கொடுத்தனர். முன்னெப்போதைக் காட்டிலும் என்னுடைய கவனக்குவிப்பு அவர்களால் அதிகரித்துள்ளது. எல்லாவற்றுக்கும் மேலாக, என் மனைவி சமந்தாவுக்கு நான் நன்றி கூறியாக வேண்டும். தினசரிக் கடமையை

அனாயாசமாகவும், அதே நேரத்தில் மகிழ்ச்சியுடனும் பரிவுடனும் மேற்கொள்வது எப்படி என்பதை நான் அவரிடமிருந்து தொடர்ந்து கற்றுக் கொண்டு வருகிறேன். கடந்த பத்து ஆண்டுகளாக, புத்தகம் எழுதுகின்றபோது நான் கடைபிடித்து வருகின்ற என்னுடைய பைத்தியக்காரத்தனமான பழக்கவழக்கங்களை அவர் பொறுமையாகச் சகித்துக் கொண்டு வருகிறார். தங்களுடைய முன்னுதாரணங்களின் மூலம் என்னை மேம்படுத்தியுள்ள, இந்த நூலிலும் என் வாழ்க்கையிலும் இடம்பெற்றுள்ள ராபர்ட் கிரீன், மார்க்கஸ் அரேலியஸ் போன்றவர்களுக்கும் நன்றி சொல்ல நான் கடமைப்பட்டுள்ளேன்.

PSV குமாரசாமி
மொழிபெயர்ப்பாளர்

கடந்த நாற்பது ஆண்டுகளில், இலக்கியம், சுற்றுச்சூழல், பொருளாதாரம், அறிவியல், சுயமுன்னேற்றம் போன்ற பல்வேறு துறைகள் சார்ந்த நூல்களையும் கவிதைகளையும் இவர் ஆங்கிலத்திலிருந்து தமிழுக்கு மொழிபெயர்த்துள்ளார். ரோன்டா பைர்னின் உலகப் புகழ்பெற்ற நூலான 'இரகசியம்', ஜே. கே. ரோலிங்கின் புகழ்பெற்ற 'ஹாரி பாட்டர்' நூல் வரிசையில் முதல் இரண்டு நூல்கள், ஸ்டீபன் ஹாக்கிங்கின் 'ஆழமான கேள்விகள், அறிவார்ந்த பதில்கள்', டோனி ஜோசஃபின் 'ஆதி இந்தியர்கள்', ஹெக்டர் கார்சியாவின் 'இக்கிகய்', அகதா கிறிஸ்டியின் நான்கு சிறுகதைத் தொகுப்புகள் ஆகியவை இவருடைய மொழியாக்கத்தில் வெளிவந்துள்ள நூல்களில் குறிப்பிடத்தக்கவை.

2022 ஆம் ஆண்டில் தமிழக அரசு இவருக்குச் சிறந்த மொழிபெயர்ப்பாளர் விருது வழங்கி இவரைக் கௌரவித்துள்ளது.

இவர் தன் மனைவி நாகலட்சுமி சண்முகத்துடனும் தன் மகன்கள் இருவருடனும் தற்போது மும்பையில் வசித்து வருகிறார்.

இது குமாரசாமியின் 100-வது மொழிபெயர்ப்பு நூல் என்பது குறிப்பிடத்தக்கது.

ரயன் ஹாலிடே

நூலாசிரியர்

ரயன் ஹாலிடே ஓர் எழுத்தாளர், ஊடக உத்தியாளர். அவர் தன்னுடைய 19-வது வயதில் கல்லூரிப் படிப்பைப் பாதியில் விட்டுவிட்டு, மிகப் பிரபலமான நூலாசிரியரான ராபர்ட் கிரீனிடம் ஓர் உதவியாளராகச் சேர்ந்தார். சில காலம் மார்க்கெட்டிங் துறையில் பணியாற்றிவிட்டு அவர் தன்னுடைய சொந்த மார்க்கெட்டிங் நிறுவனத்தை நிறுவினார். பத்துக்கும் மேற்பட்ட நூல்களை அவர் எழுதியுள்ளார். அவருடைய நூல்கள் 40க்கும் மேற்பட்ட மொழிகளில் மொழிபெயர்க்கப்பட்டுள்ளன, 40 இலட்சம் பிரதிகள் விற்பனையாகியுள்ளன. அவர் தன் மனைவியுடனும் இரண்டு மகன்களுடனும் அமெரிக்காவிலுள்ள ஆஸ்டின் நகருக்கு வெளியே உள்ள ஒரு பண்ணை வீட்டில் வசித்து வருகிறார்.